Historia ya Kiziba na Wafalme Wake

Tafsiri ya

Amakuru Ga Kiziba
na
Abamkama Bamu

F. X. LWAMGIRA

Mfasiri: Galasius B. Kamanzi
Mhariri: Peter R. Schmidt

MKUKI NA NYOTA
DAR-ES-SALAAM

Kimechapishwa Na
Mkuki na Nyota Publishers Ltd
P. O. Box 4246
Dar es Salaam, Tanzania
www.mkukinanyota.com

ISBN 978-9987-083-69-5

Tem -belea tovuti yetu www.mkukinanyota.com kujua zaidi kuhusu vitabu vyetu na jinsi pa kuvipata. Vilevile utaweza kusoma habari na mahojiano ya waandishi pamoja na taarifa za matukio yote yanayohusu vitabu kwa ujumla. Unaweza pia kujiunga na jarida pepe letu ili uwe wa kwanza kupata taarifa za matoleo mapya zitakazotumwa moja kwa moja kwenye sanduku la barua pepe yako.

Vitabu vya Mkuki na Nyota vinasambazwa nje ya Afrika na African Books Collective.
www.africanbookscollective.com

F. X. Lwamgira, c. 1875–1950

Uhusiano wa Mshauri Mkuu (Omwami) Lwamgira kwa familia ya ufalme wa Kiziba ulikuwa ni kupitia kwa mama yake. Akiwa bado kijana alitumikia serikali ya ufalme wa Kiziba kama Mwekahazina na baada ya muda mfupi aliteuliwa kuendeleza masomo yake nchini Ujerumani. Alimtumikia kwa heshima na uaminifu Mfalme Mutahangarwa (1903-16) akiwa kama mwandishi na Chifu wa Gera. Alipanda madaraja ya utumishi haraka sana wakati wa utawala wa kikoloni wa Wajerumani kama afisa utawala anayeaminiwa, wadhifa alioendelea nao hadi enzi za utawala wa kikoloni wa Waingereza. Kuanzia mwaka 1926 hadi 1945 alikuwa Mwenyekiti wa Baraza la Machifu wa Bukoba, wadhifa ambao ulimpa wigo mpana na nguvu kubwa kuhusu maamuzi ya kisera kuliko hata maafisa wa ngazi za juu kabisa wa kikoloni. Akiwa ametambuliwa mara kadhaa na serikali ya Uingereza kwa utumishi wake uliotukuka, Lwamgira aliibuka kama mpatanishi mahiri, mtawala mbobezi, na mwanahistoria aliye na dhamira ya dhati kuhifadhi mila za masimulizi na historia simulizi ya jamii za Wahaya.

Yaliyomo

Utangulizi kwa *Historia ya Kiziba na Wafalme Wake* na F.X. Lwamgira[1]

Peter R. Schmidt[2]

Hadithi ya *Historia ya Kiziba na Wafalme Wake* ni mojawapo kati ya mkusanyiko wa vitabu tofauti vya historia ya wazawa Afrika ya Mashariki yenye mapokeo makubwa ya kutoa vitabu vya kihistoria vilivyoandikwa katika kipindi cha mwanzo kabisa cha ukoloni. Vitabu hivi vya historia vinavyotokana na mapokezi ya mdomo, vimepata wasomaji wengi duniani kote na vimekuwa ni vitabu vya rejea kwa wanazuoni wengi. Kati ya vile vilivyo maarufu sana ni *Bassekabaka be Buganda* (1901)au Wafalme wa Buganda kilichoandikwa na kutolewa na Apollo Kaggwa, Waziri Mkuu (1890—1926) wa Buganda. Kitabu hiki kilitafsiriwa katika Kiingereza na mwanahistoria Mganda S. Kiwanuka (1971) na kutolewa kwa jina la *Kings of Buganda*. Kupendwa kwa *Bassekabaka* katika mazingira mahalia kulihamasisha watu wengine kuandika vitabu vya historia vyenye msingi wa mapokeo ya mdomo hasa katika ufalme pinzani wa Bunyoro. Vitabu maarufu vya matoleo yaliyofuata ni vitatu: 1) Historia ya Bunyoro, *Ky'Abakama ba Bunyoro*, kilichotolewa na P. Bikunya (1927) kilichochapigwa chapa huko Uingereza na wapiga chapa wale wale waliopiga chapa upya *Bassekabaka* katika mwaka wa 1927; 2) *Historia ya Kifalme ya Bunyoro*, kilichotolewa na KW (1935, 36,

[1] Familia ya Lwamgira inataja mara kuwa jina lake alikuwa Francisco Xavier Lwamgira. Lakini hakutumia jina hilo. Alitumia jina lake kama F. X. Lwamgira. Kwa watu wengine alijulikana kama Franciscus Xavier Lwamgira. Maandishi ya jina lake la Kihaya nayo siyo ya kawaida, Rwamugira. Lakini kwa sababu alipendelea Lwamgira, jina lake tunaliandika hivyo.

[2] Professor of Anthropology, University of Florida; Extraordinary Professor of Archaeology, University of Pretoria: email: schmidtp@ufl.edu

37), Mukama au Mfalme wa Bunyoro; kilitolewa katika *Uganda Journal* katika sehemu tatu mnamo katikati ya miaka ya1930s; 3) Kitabu cha John Nyakatura, *Abakama ba Bunyoro-Kitara*, au Historia ya Bunyoro—Kitara, kilichotolewa katika mwaka wa 1947, ni kitabu chenye maelezo mengi ya kitaifa juu ya Bunyoro-Kitara na historia ya utawala wake. Kitabu cha Nyakatura kilipata wasomi wengi wa ndani na nje ya nchi. Katika mwaka wa 1973 kilitafsiriwa chini ya jina jipya la *Anatomy of an African Kingdom: A History of Bunyoro Kitara* (Anatomia ya Ufalme wa Kiafrika, Historia ya Bunyoro-Kitara) na kilitolewa katika Kiingereza. Fasihi nyingine simulizi za watu wa Uganda zilitolewa katika mwanzo wa karne ya 20 lakini zilikusanywa na Wazungu kama ile ya Ruth Fisher (1911), *Twilight Tales of the Black Baganda* (Hadithi za Machweo za Waganda Weusi (juu ya Bunyoro) na ile ya Padre Gorju (1920), *L'Entre le Victoria, l'Albert et l'Edwouard* (Kati ya maziwa Victoria, Albert na Edward) maandishi yaliyotokana hasa na yale ya mashuhuda wa Kinyoro wa Fisher.

Vitabu vilivyotafsiriwa tulivyovitaja hapa ndivyo maarufu sana kati ya vyote vya aina yake (vile ambavyo havijatafsiriwa bado) ambavyo pia ndivyo vilivyoenea kati ya watu wasioongea lugha zile za kizalendo. *Historia ya Kiziba na Wafalme Wake* ina mvuto ule ule kama vitabu vya historia ya wenyeji vilivyo huko Uganda. Jambo la kufurahisha ni kwamba utafiti uliofanywa ili kipate kutolewa ulifuata miaka kadhaa baada ya kutolewa kwa *Bassekabaka b'e Buganda*. Hatujui kama kitabu cha Kaggwa kilifika Buhaya kabla ya 1903 ulipoanza utafiti wa *Historia ya Kiziba*, lakini bila shaka inawezekana kwa sababu ya mawasiliano yaliyokuwako kati ya Missioni ya Kashozi na jamii ya Kikatoliki huko Uganda. Katika *Historia ya Kiziba, Bassekabaka* kinatajwa katika matukio fulani fulani kwa hiyo mtunzi anayejulikana wa Historia ya Kiziba F. X. Lwamgira alitumia kitabu cha Kaggwa kuongelea matukio fulani mwishoni mwa karne ya 19 yaliyohusu Waganda katika Kiziba. Kutolewa kwa *Historia ya Kiziba* katika mwaka wa 1949 kunalingana na kutolewa kwa *Historia ya Bunyoro* (1947) ya Nyakatura. Tofauti kubwa iliyopo kati ya nchi hizi mbili ni kule kufikia wasomi wengi. Kitabu maarufu cha Kihaya kinachotolewa hapa kina umuhimu ule ule kama vile vinavyotolewa huko Uganda, lakini Historia ya Buhaya haijapata umaarufu katika utaalamu wa historia katika Historia ya Afrika ya Mashariki. Sababu moja ya tofauti hii ni kuwa kitabu hiki chenye kurasa-491, kilichochapwa katika Kihaya kilikuwa hakijatafsiriwa ipasavyo na hivyo kushindwa kuifikia hadhira pana.

Wanafunzi wa Historia ya Kale ya Afrika ya Mashariki wataiona *Historia ya Kiziba* kama nyongeza muhimu katika machapisho husika. Kutolewa kwa mfululizo wa Wafalme Watembuzi ambao katika Uganda unachukuliwa kama mwanzo wa utawala wa Kitara, una tofauti sana na ule unaotolewa huko Bunyoro. Vizazi vitatu tu vinaonyeshwa ukilinganisha na vizazi ishirini atajavyo Nyakatura. Lakini wanafanana katika mambo fulani fulani. Hadithi za Kiziba nazo zinataja Muumbaji wa ulimwengu anayeitwa Rugaba, anayejulikana kama Ruhanga huko Uganda. Maelezo kuhusu utawala wa Wafalme Bachwezi ambao Baziba wanawachukulia kama asili yao, yanaelezwa kwa kina hasa maelezo kuhusu mashairi marefu ya kuimba matendo makuu ya Bachwezi watu waliyosikia mara kwa mara hasa katika ikulu za wafalme wa Kiziba. Haya si masimulizi kutoka mengine yaliyotolewa baadaye, bali yanaonyesha athari za mapokeo thabiti ya mashairi ya kuimba ambayo yalikuwa kitu cha maisha ya kila siku.

Wanafunzi wa historia ya Afrika ya Mashariki wataona matukio mengi katika Historia ya Kiziba ambayo yanahitaji kuhusishwa na matukio mengine katika sehemu zingine za sehemu hii ya nchi. Kwa mfano, wakati wa utawala wa Mfalme Burungu II, ambao unafikiriwa ilikuwa katika mwanzo wa karne ya kumi na tisa kulikuwa na kupatwa kwa jua maarufu ambao kunaelezwa katika historia ya mapokeo kama "kuchwa kwa jua mara mbili katika siku moja", jambo linaloonyesha kuwa kupatwa kwa jua huko kulikuwa kwa muda mrefu na kamili. Huku ni kupatwa kwa jua kulikotokea katika mwaka wa 1832 kulikoonekana pia huko Kigali, Rwanda, kwenye latitudo ile ile (Gray 1968: 152).

Kuanzia kwenye sura zinazomuhusu Mfalme Kibi I katika *Historia ya Kiziba*, Kitara inatajwa mara nyingi. Kama inavyoonyeshwa wazi mazingira ya hadithi hizo, nchi ya Kitara ni ile iliyo moja kwa moja ng'ambo ya mto Kagera; kaskazini mwa Kiziba - wala siyo Bunyoro-Kitara. Ingawa wengine, wenye mawazo ya Himaya ya Bunyoro wamefikiria kuwa nchi zote ulipoenea utawala wa Bunyoro ndizo ziliitwa hivyo; siyo hivyo kwa mujibu wa maelezo ya Kiziba. Kuna majina ya maeneo mengi yanayotumika na neno Kitara katika Historia ya Kiziba. Moja ya majina hayo ni Kakuto-Kitara Kilometa kama 20 kaskazini mwa Mutukula ambayo sasa ni kituo cha forodha na uhamiaji kwenye mpaka wa Uganda na Tanzania. Vinatajwa pia vijiji kadhaa katika ujirani mmoja kaskazini mwa Kakuto. Hivyo ni kama Ishanje, Kitara – Kilima Sinja ambapo Mfalme Burungu alijenga ikulu yake na kukaa kwa muda mrefu. Kusini mwa Ishanje kuna vilima kadhaa, kimoja chenye tambarare juu yake. Hapo ndipo inaelekea ilikuwa ikulu ya muda ya Mfalme Burungu juu ya kilima Sinja. Kusini—magharibi kuna Ngando--Kitara, kijiji cha kwao G. B. Kamanzi, mfasiri wa kitabu hiki. Mkusanyiko wa makao haya na sehemu nyingine kaskazini mwa mto Kagera yana uhusiano na Mfalme Burungu na mwanae Mfalme Rutahinzibwa ambao wote wawili waliishi nje ya Kiziba kwa vipindi virefu wakati wa machafuko ya utawala. Eneo hili linaweza kuitwa "Makimbilio ya Kiziba" maendelezo ya kawaida ya mipaka ya kisiasa. Leo sehemu ya mashariki ya Wilaya ya Rakai ya Uganda inayopakana na Ziwa Victoria, Kanyabulemu Kitara, ndiyo sehemu yake ya mashariki. Missenyi ng'ambo ya Kagera ndiyo sehemu yake ya kusini. Sehemu hii iko Tanzania.

Msomaji anayefikiria Himaya ya zamani ya Bunyoro anaweza kutotambua Kitara kama neno la jiografia mahalia lisilofungamana na maana ya utamaduni au uraia wowote.

Kabla ya Burungu I, wafalme wote wa Kiziba walizikwa Kitara ng'ambo ya mto Kagera. Yeye ndiye alifikiria njia ya kuhamisha udongo kutoka makaburi yao na kuuzika nchini Kiziba na kuanzisha gashani za makaburi. Hii ilitokana na kutoheshimu tena makaburi yaliyokuwa ng'ambo ya mto Kagera. Baada ya hapo Kitara inatajwa tu kama mahali pa kukimbilia wakati wa vita au mara moja moja mtu kama Mfalme Ibanda wa Kitara alipoombwa ushauri katika shida ngumu kama wakati wa vita dhidi ya Kyamutwara katika Buhaya. Hakuna mahali palipotajwa Mfalme Ibanda katika historia ya Bunyoro au Koki. Hii inatufanya tufikiri kuwa Ibanda alikuwa mtawala mdogo aliyeishi siyo mbali sana kaskazini mwa Kagera, labda aliyehusika na eneo lile lile lililokuwa limekaliwa kwa muda na wafalme wa Kiziba kama Burungu II na Rutahinzibwa I.

Mwanzo wa *Historia ya Kiziba na Wafalme Wake*

Mwanzo wa *Historia ya Kiziba na Wafalme Wake* ni moyo wa kupenda historia wa Wahaya wa Kaskazini Magharibi mwa Tanzania. Kuhadithia mambo ya kale kulikuwa jambo muhimu la maisha yao ya kila siku, pia kulikuwa sehemu muhimu ya urithi wao na jambo lililowatambulisha. Kupenda mambo ya kale halikuwa jambo la watu fulani katika jamii wala la watu wa hali ya juu tu. Bali upendo huu ulipatikana miongoni mwa watu wote, miongoni mwa watu wa koo za kifalme na zile za raia wa kawaida. Lakini hata hivyo watu wa koo za kitawala walikuwa na uwezo wa kuwadhamini watu waliokuwa na vipaji vya kutunza historia ya mapokezo, kwa mfano wachezaji wa nanga walioimba mashairi marefu wakitumbuiza kwa nanga ili kusifu matendo ya wafalme wao au kuelezea ushujaa wa wafalme wa kale au masifu ya miungu ya kichwezi kama Wamara na Mugasha (Mulokozi 2002, Seitel 1990).

Maandishi ya kwanza ya Historia ya Kiziba yalifanywa katika hali ya kimbunga cha mabadiliko, utawala wa wageni ulipokuwa unaingia na watu wa Kiziba wakiwa bado wanakumbuka matumizi ya nguvu ya wakoloni wa kwanza. Ni jambo lisilohitaji mjadala kusema kuwa miaka kumi ya mwanzo ya utawala wa Wajerumani ilikuwa ya matendo ya kinyama. Mchango mmojawapo muhimu wa kitabu hiki kwa historia ya Tanganyika ni kule kuelezea kwa kina mambo yanayoshutua kuhusu matumizi ya nguvu za kikatili katika utawala wao ndani ya Kiziba, bila kutaja sehemu nyingine za Buhaya. Karibu na mwisho wa kipindi cha ukandamizaji uliokithiri wa utawala wa Kijerumani ulitokea mwamko usio wa kawaida miongoni mwa wenyeji wa kuandika historia ya Kiziba. Hatuna uhakika kama mwamko huu ulitokana na tamaa ya kutaka kuandika matendo maovu ya Wajerumani, lakini bila shaka ujuzi wa kusoma na kuandika uliopatikana kupitia shule za misioni ulikuwa mojawapo ya mambo yaliyochangia; na pia nia ya mwandishi mwenyewe kutaka kutangaza utovu wa haki ambao Karutasigwa, mwana wa mfalme, alifanyiwa na kaka yake Rweshabura.

Utafiti uliokuwa mwanzo wa kitabu hiki ulianzia kwa Mulangira Karutasigwa ambaye katika mwaka 1903 alitawazwa kama Mfalme Mutahangarwa (1903—1916). Wakati huo Mfalme Mutahangarwa alikuwa anaanza kupumua kutokana na ugomvi mkali wa siku nyingi wa kuwania kiti cha ufalme kati yake na kaka yake Rweshabura. Watawala wa Kijerumani waliingilia ugomvi huu, na mara nyingine walishindwa kusuluhisha mgogoro ambao wao waliuona kama uasi wa kutengua mamlaka yao. Migogoro hii ya mara kwa mara kati wa wana hawa wawili wa mfalme waliogombania kiti cha ufalme (Baba yao mzee, Mfalme Mutatembwa, bado akiwa hai), na pia kati yao na Wajerumani, iliandikwa kwa ukaribu, kiasi kwamba mara nyingine Lwamgira anaandika katika nafsi ya kwanza kuonyesha kwamba naye alishuhudia baadhi ya matukio. Kutokana na yote hayo tunaweza kufikiria kuwa moja ya nia ya Mutahangarwa ilikuwa yake binafsi kuandika juu ya migogoro hii ambamo mara nyingi yeye ndiye alijikuta anashindwa, kwani hapo mwanzo Wajerumani walikuwa hawampendi, bali walimpendelea Rweshabura kutokana na mbinu zake.

Lwamgira alielewa vizuri washindani hao wawili kwani alikulia ikulu ambamo mama zao walifanya mbinu za kuwasaidia wana wao wapate ufalme. Baba wa Lwamgira na mama wa Mulangira Karutasigwa walikuwa wote wa ukoo wa Bashaga. Bila shaka Lwamgira alimpendelea binamu wake Karutasigwa uliyemsaidia kupata na kupandishwa vyeo mbali mbali kikiwemo kile cha chifu wa Gera alichopata mwaka wa 1903. Alibaki na cheo hicho miaka mingi mpaka ujio wa utawala wa Waingereza. Kama mshauri wa Mfalme Mutatembwa, Lwamgira alihusika sana na shughuli za utawala wa Kiziba ikiwemo uamuzi wa mfalme wa kuandika mapokeo ya mdomo kuhusu mambo ya kale ya ufalme wa Kiziba na baadaye kuyatoa kama kitabu.

Lwamgira hakuficha jinsi kitabu hiki kilivyoanza. Katika "shukrani' zake ambazo mara nyingi zinasahaulika, alimshukuru mfadhili wake wa miaka mingi na watu wale waliompa habari alizokuwa ameandika.

> Alimshukuru Mfalme Mutahangarwa wa Kiziba, tangu mwanzo wa kitabu katika Bunyoro akisema, "Maandishi aliyoacha yalinisaidia sana katika kuandika kitabu hiki." Alijua mengi kuhusu historia ya Kiziba. Namshukuru Mulangira Kyebara wa Bugandika; Pio Kayungi Murondo wa Musibuka – Kitobo. Namshukuru Kyaitera wa Musibuka, Kitobo na Bwana Rwekiika Mubango, mkazi wa Gamuli; kijiji cha Bukwali katika kata ya Kanyigo. Nawashukuru wote kwa sababu ndio walikuwa vyanzo vya maandishi ya Mfalme Mutahangarwa, *ambayo yalikuwa pia chanzo cha mengi sana yale niliyoandika* (Msisitizo ni wangu) (Lwamgira 1949a: 2).

Lwamgira alikuwa mshiriki kamili katika utafiti. Alifanya kazi kama mmoja wa makarani walioandika shuhuda. Hivyo ujuzi wake wa karibu kuhusu utafiti ulikuwa na mwanzo, kama ulivyokuwa uelewa wake kuhusu matukio ya mwongozo wa karne ya 19 na baadaye.

Hadithi za mwisho wa karne ya 19 wakati mwingine huonekana kuwa na sauti ya Lwamgira sauti ya msimuliaji inageuka kuwa "sisi." Hakuwa tu mshuhudiaji bali pia mshirika katika matukio mengi yaongelewayo. Lwamgira labda alitaka kuficha utendaji wake kwa kutumia nafsi ya kwanza wingi au kwa kutumia ushuhuda wa mmoja wa wapashaji habari wa Mutahangarwa ambaye alishuhudia matukio yale yale aliyoshuhudia Lwamgira naye akiwa mtoa habari muhimu. Lakini kama mtunzi wa kitabu hiki, Lwamgira alichukua na kuunganisha ushuhuda wa Mfalme Mutahangarwa mwenyewe kama wa kwake. Katika mafaili ya Lwamgira tulikuta andishi moja ambamo Mfalme Mutahangarwa anaongelea mambo aliyoshuhudia katika miaka ya 1880s alipokuwa bado Mwana wa Mfalme Mutatembwa. Ushuhuda wa wazi katika nafsi ya kwanza unapendeza na unaeleza sababu ya maamuzi ya haraka hasa katika nyakati hizo za migogoro ya kila mara na Buganda na Kyamutwara. Haieleweki kwa nini Lwamgira aliamua kuzima usemi wa Karutasigwa, na hivyo kufuta sauti ya yule ambaye alikuwa mwaminifu kwake na aliyekuwa na uhusiano mkubwa naye. Andiko hilo ni kama linarudia baadhi ya simulizi za mdomo zilizotolewa na Rehse (1910), katika kitabu alichosaidiana na Lwamgira kuandika. Kinapatana na baadhi ya habari za Kamarampaka katika sura ya XXIV kwa kulinganisha maandiko yote mawili unaona kuwa katika simulizi ya Mutahangarwa kuna mambo fulani fulani yasiyo katika simulizi iliyochapwa – hii inaonyesha kuwa kuna haja ya kufanya utafiti zaidi katika maandishi mengine yaliyopo na katika Kamarampaka.

Mtetezi wa upande wa Murangira Karutasigwa, Lwamgira hakuyumba katika azima yake ya kuingilia kati na kuzima majaribio ya Rweshabura kuharibu uhalali wa Mutatembwa baada ya huyu kutawazwa. Kwa sababu Lwamgira alipata kuaminiwa na Wajerumani kama mtu wa maana sana na mwenye akili katika kufafanua maswala maalia ya kisiasa, aliathiri sana sera za Wajerumani kuliko Muhaya mwingine yeyote. Kwa maelezo ya ufasaha na ya kina Lwamgira anatuhadithia matukio kadhaa ambapo aliwashauri maafisia wa Kijerumani kutumia uangalifu katika kutoa uamuzi kuhusu mashitaka ya uongo ya Rweshabura dhidi ya mfalme wake Mutahangarwa. Mojawapo ya mifano ya ushauri wake ni ule uliosababisha Rweshabura ahamishiwe wilayani Biharamulo kusini kabisa mwa Mkoa wa sasa wa Kagera. Bila shaka Lwamgira alikuwa sahihi katika maamuzi yake, na usahihi wa yale aliyoyasimamia ulimwongezea kuaminiwa na utawala wa Wajerumani na raia wa Kiziba.

Simulizi inapohusu mgogoro wa urithi wa ufalme na mabishano mengine kati ya mfalme na Kaka yake, pia kushiriki kwa Lwamgira mara nyingine kunatajwa katika nafsi ya tatu. Kwa mfano, siku moja alikabiliana na wafuasi wa Rweshabura ndani ya Ikulu ya mfalme. Hivi ndivyo alivyohadithia:

> "Walipofika, Lwamgira aliyekuwa na bunduki, alikuwa katika uwanja wa ndani wa ikulu. Walimwona wakasema, "Yule pale! Hawezi kututoroka labda kama atafia ndani ya ikulu au kama atamezwa na ikulu. Lakini Lwamgira aliondoka ndani ya ikulu akaja katika vyumba vya mahakama walipokuwa....Basi wote wakanyanyuka kama mtu mmoja ili kumshika Lwamgira....walimsukuma akaanguka mgongo chini....Lwamgira alikuwa amewatisha na bunduki yake. Walipotaka kumshika aliwalenga kwa bunduki. Mfalme alipofika alimshika Lwamgira mkono akamvuta kwa nguvu kutoka kwao, akamwingiza ikulu" (Lwamgira 1949a: 445-6).

Kwa sasa ni vigumu kujua kama hii ni kuficha ushuhuda wa Lwamgira mwenyewe au kama ni sauti ya mmoja wa watoa habari wake wanne akitoa ushuhuda kwa Mfalme Mutatembwa. Hata hivyo shuhuda nyingine zinajulikana kuwa za Lwamgira mwenyewe ambzo zinaandikwa katika nafsi ya kwanza na kuzifanya zionekane ni za karibu na ni za ukweli na kwa hiyo kuzifanya zisisimue zaidi na zionekane ni za ukweli zaidi. Hizi zinaonyeshwa katika simulizi kwa alama za kunukuu. Hata hivyo kuna matumizi ya nafsi ya kwanza umoja na wingi.

Mageuzi yaliyoingia Kiziba katika kipindi cha miaka kumi na mitatu kabla ya kutawazwa kwa Mutahangarwa katika mwaka wa 1903 yaliathiri aina zote za maisha ya kijamii, kiuchumi na kisiasa. Kazi ya kimissionari ilikuwa imeshika kasi, na ingawa hapo mwanzo Mutahangarwa alipinga kazi ya wamisionari ilimbidi akubali kuruhusu kwa lazima ujenzi wa mashule na makanisa juu ya ardhi ya Kiziba. Yeye mwenyewe alishuhudia ukandamizaji wa Kijerumani, na aliamua kukwepa upinzani wowote dhidi ya "serikali" aliona dhahiri nguvu za kitamaduni zilizobomoa kiungo kikubwa cha uasilia wa Kiziba—yaani historia. Akiwa na mawazo haya rohoni mwake aliamua kuanza mradi aliogundua baada ya kukata tamaa, kutunza kumbukumbu ya historia ya Kiziba. Alianza mradi huu wa kufanya uchunguzi kwa msaada wa ushiriki wa wazee walioelewa mambo ya kale wakiwemo wawili wasio wa ukoo wa kifalme, yaani Mbango na Mtundu, ukoo huu wa mwisho ukiwa mmojawapo wa koo zilizo za zamani sana.

Bila shaka utofauti wa koo zilizotoa ushuhuda wao juu ya mambo ya kale ulisaidia kutoa historia pana na yenye maana zaidi. Lakini kwa kuingiza maoni ya watu nje ya koo tawala - hata kama yalikuwa ya kweli kiasi gani - kulipanda pia mbegu za ubishi mwingi dhidi ya yale aliyoandika kitabu kilipochapishwa na kutolewa katika mwaka wa 1949. Matokeo yalikuwa historia za koo mbalimbali kupinga yale ya Lwamgira. Baadhi ya historia hizi ziliandikwa kwa mkono tu katika miaka ya 1960; na nyingine zilichapwa na kutolewa (angalia Schmidt 2013). Kati ya simulizi zilizopinga kulikuwa zile za maoni ya matawi ya ukoo wa kifalme wa Babiito zilizokinzana na historia ya kitabu kilichochapwa. Kinyume na ilivyotarajiwa, ubishi huu dhidi ya kitabu cha Lwamgira uliharibu lengo lake la kukitoa. Alikiita kwa maoni yake 'Kamarampaka' (angalia dibaji) yaani "Neno la mwisho, labda hili ndilo lilichokoza upinzani kutoka kwa watu wa ukoo wa kifalme na wa koo zingine."

F. X. Lwamgira: Mwanahistoria na Mwanasiasa

F. X. Lwamgira anajitokeza kama mtu mmojawapo mashuhuri sana katika Afrika ya Mashariki. Umaarufu wake katika sehemu ya kaskazini magharibi ya Tanganyika ulipenya katika aina zote za maisha mahalia - mwamuzi katika migogoro iliyohusu miliki ya ardhi; mshauri wa kipekee katika mambo ya siasa kwa tawala za kikoloni za Wajerumani na Waingereza, mjadiliaji mahiri na mwerevu wa mambo yaliyohusu wafalme mahalia yaani Bakama; mtu wa nguvu ambaye athari zake za kisiasa zilizidi sana za yeyote kati ya watawala wa eneo lake wakati wa Waingereza; na mwanahistoria aliyekusanya simulizi za mdomo juu ya mambo ya kale miogoni mwa watu wake, Baziba, na zile za sehemu zingine katika mkoa ujuliakanao sasa kama Kagera. Kwa Buhaya na Karagwe alikuwa kama vile alivyokuwa Apollo Kaggwa kwa Buganda. Mtawala, mwanasiasa, na mwanahistoria.

Pamoja na kuangalia nafasi ya Lwamgira katika historia ya Afrika ya Mashariki tunahitaji kujua vizuri maisha yake kuhusu shughuli zake mbali mbali zilizotajwa hapo juu. Simulizi fupi ya maisha yake inaonyesha jinsi uelewa wake ulivyoanza mapema na jinsi alivyokuwa mtu wa kuona mbali kuliko watu wengine wa wakati wake. Alizaliwa katika kijiji cha Bwanjai (pale ilipo Hospitali ya Mugana sasa), katika familia ya watu mashuhuri. Baba yake alikuwa wa ukoo wa Bashaga—moja ya koo zile zilizobahatika kuwa na haki ya kuoa na kuolewa katika ukoo wa kifalme wa Babiito. Hii ilimfanya awe na fursa kubwa ya kukulia katika mazingira ya ikulu ya mfalme kuanzia umri wa miaka miwili (Katoke na Rwehumbiza 1973). Katika hali hiyo alibahatika kupata upendeleo wa mfalme na watu wengine wa Ikulu. Kwa hiyo haikuchukua muda mrefu akili yake isiyo ya kawaida ilipewa majukumu. Akiwa na umri mdogo wa miaka kumi na mitano, anavyoeleza yeye, alitunukiwa cheo cha MTUNZA Hazina wa Kiziba. Hii ilikuwa alama ya kutambuliwa kwa uwezo wake na ya kuaminiwa kwake na wazee na Mfalme Mutatembwa. Baadaye kidogo alipelekwa kujifunza Kijerumani katika missioni Katoliki ya Kashozi, karibu na Bugabo, ambapo kwa msaada wa Wakristo Waganda alihitimu upesi lugha hiyo na stadi zingine ambazo zingemfaa katika miongo iliyofuata, ikiwemo utafiti wake na Mfalme Mutahangarwa.

Alipata kazi katika kituo cha kijeshi cha Kijerumani katika mwaka wa 1900, kwa mipango ya mdhamini wake, Mwana wa Mfalme Karutasigwa, ambaye baadaye alikuwa Mfalme Mutahangarwa. Fursa hii ilitokea baada ya mwakilishi wa Kiziba katika Boma la Wajerumani kusimamishwa kazi kwa sababu ya kuvujisha siri za serikali kwa njama za Mfalme Kahigi wa Kihanja dhidi ya Mfalme Bwahama wa Kyamutwara Ndogo, tukio alilolielezea kwa kina. Katika muongo wa kwanza wa karne ya ishirini alitumiwa na Mjerumani mmoja Herman Rehse,[3] Mtaalamu wa Asili za watu kuandika historia fupi ya simulizi ya mdomo ya Kiziba kama sehemu ya kitabu cha Rehse, *Land and Leute*

[3] Mara nyingine alielezeka kama askari au/na Mkulima.

in Kiziba (Rehse 1910). Lwamgira akiita *Historia ya Kiziba na Wafalme Wake* toleo la pili. Alisema kuhusu juhudi yake ya kwanza na Bwana Rehse (toleo la kwanza) kuwa haikutosha na kwamba ilihitaji kazi ya ziada (kusahihisha makosa fulani fulani na kuelezea vizuri mambo ambayo hayakueleweka vizuri).

Mtu wa Nyakati Zote

Ingawa kazi ya Lwamgira kama mtumishi wa serikali ya kikoloni imeangaliwa na wasomi wengine (Katoke na Rwehumbiza 1973; Curtis 1989) kwa kulinganisha ni kidogo tu kilichoandikwa juu ya maandishi yake ya kihistoria kikiwemo Kamarampaka. Kama Lwamgira asemavyo katika dibaji yake, alikuwa amechoshwa na mabishano katika nyumba za pombe kuhusu ni simulizi zipi za kweli na zipi si za kweli, "Kitakuwa kitabu cha rejea cha Historia cha uhakika katika kutanzua ubishi katika vikao vya pombe na vya matanga. Wakati kama huo watu wengi hupenda kuonyesha ujuzi wao kuhusu mambo ya kale lakini bahati mbaya mara nyingi simulizi zao hazielezi ukweli wa mambo. Ni matumaini yangu kuwa kitabu hiki kitapendwa na wote watakaokisoma" (Lwamgira, 1949:3). Alikuwa anataka kitabu hiki kiwe NENO LA MWISHO, pia alikuwa amepania kujua vizuri historia ya nchi yake kitu ambacho sasa kimesahauliwa katika Tanzania ya leo – kabla ya kujieleza kwa, au kupendelea, historia ya Ulaya: kama asemavyo:

> Nunua Kamar kutanzua mabishano kuhusu mambo ya kihistoria. Kama huwezi kusoma, mwanao anayeenda shule atakusomea. Ni matumaini yangu kuwa kila kijana atanunua na kusoma kitabu hiki ili asije akajua historia ya ugenini bila kujua historia yake mwenyewe. Kwa nini unadhani Historia ya Ulaya ni muhimu kwako kama kwa mtu aliyezaliwa kule? Ni wajibu wako wa kujua kwanza historia yako kwanza, na kuipa nafasi ya pili Historia ya Ulaya na kwingineko. Hiyo ndiyo busara (Lwamgira 1949:5).

Alikuwa mtu makini wa kuchunguza mabadiliko; aliyekuwa kijana wa kati ya miaka 14 na 20, iliposimikwa bendera ya Kijerumani Bukoba, na aliishi mpaka 1950 mwaka mmoja baada ya kutolewa kitabu hiki.[4] Aliona

[4] Kuna makisio ya tarehe ya kuzaliwa kwa Lwamgira. Katoke na Rwehumbiza (1973) wanaweka tarehe yake ya kuzaliwa muda mfupi baada ya 1870. Tarehe hii ni tofauti na ile ya vyanzo vingine. Maandishi kutoka mjukuu wake Charles yanaweka tarehe ya kuzaliwa kwake kati ya 1875 na 1880. Andiko moja, ambalo labda limeandikwa na Lwamgira, anaweka tarehe ya kuzaliwa kwake kwenye tarehe 1 Julai 1878, ambapo andiko jingine kutoka katika mafaili yake linaweka kuzaliwa kwake kwenye tarehe 10, Julai 1885. Lakini kufuata alivyopewa kazi kubwa akiwa bado mdogo, tarehe ya kwanza inaonekana inachelewa. Lwamgira alipewa cheo cha mweka-hazina wa Kiziba, kwa mujibu wa maandishi ya maisha yake, akiwa na miaka 15 sababu ya "uaminifu" wake. Bila shaka alipata akili mapema. Kupewa cheo hicho na kazi zote zinazokihusu kunaonekana siyo

karibu kipindi chote cha ukoloni, na mabadiliko ya upesi ya mambo ya kisasa, labda hii ndiyo sababu alifanya juhudi kutunza simulizi za jadi katika uhalisia wake. Nimetaja mara nyingi jinsi alivyokuwa anaona mbali na kusema kuwa simulizi za jadi zitunzwe na uwepo halisi wa miti ya ibada za jadi—Ebigabiro – na hasara kwa historia mahalia na urithi iletwayo na kutoweka kwake. Alisema:

> Mtaelewa upesi kuwa ingawa wazee wetu hawakuandika juu ya karatasi, hata hivyo waliandika kwa alama na ishara walizotuachia mikononi mwa watunzanji. Watunzaji huakikisha kuwa maana yake ya kihistoria isije ikatoweka. Ingekuwa tendo la aibu kuharibu sehemu zote za mazishi na za kiibada. Sishahuri kwenda kwenye sehemu hizo kutoa kafara au kuabudu, la hasha, hata kidogo, lakini nafikiri kila mtu anapaswa kuona nafasi hizi kama maandishi yenye habari muhimu kuhusu historia ya nchi yetu. Kuharibu nafasi hizi kungekuwa na maana ya kuharibu vyanzo vya koo zetu katika falme zetu mbali mbali (Lwamgira 1949a: 5).

Kazi inayofuata ilikuwa, bila shaka, kazi ya upendo. Baada ya kustaafu kwake katika mwaka wa 1946,[5] alijishughulisha kwa bidii kukusanya utafiti aliokuwa amefanya katika mwanzo wa karne ili uchapishwe. Kama tulivyoonyesha hapo mwanzo, Kamarampaka haikuwa kazi ya utafiti aliyoianza yeye mwenyewe. Bali ilianzishwa na Mutahangarwa katika mwaka wa 1903. Mutahangarwa alikuja kuwa mwanahistoria mahiri siyo tu wa Kiziba bali pia wa falme za jirani. Katibu wake mahususi alikuwa Clemence Kiiza, ambaye baadaye alikuwa mfanyabiashara maarufu. Kiiza pamoja na Mutahangarwa waliandika kitabu juu ya Kyamutwara ambacho hakikuchapwa. Utafiti uliofanywa na Mutahangarwa kwa msaada wa Lwamgira na Mutahangarwa kwa msaada wa Lwamgira na Kiiza ulikuwa historia ya Buhaya ambayo kwa bahati mbaya hawakufaulu kuichapisha. Katoke na Rwehumbiza wanaeleza kutowezekana kwa kuchapisha historia hiyo kwa sababu ilisitishwa kuandikwa kwa sababu ya mwanzo wa vita ya kwanza ya dunia. Kwa sababu ya ushiriki wake katika mradi wa mfalme, Lwamgira alibaki kuwa mtunza maandishi ya mfalme baada ya kufa kwake katika mwaka wa 1916. Kutokana na uzoefu wake na akiwa na maandishi ya mfalme mikononi, kazi yake kama mwandishi wa historia ilitengemaa, mpaka kilipomalizika, kilipochapwa na kutolewa kitabu chake cha Kamarampaka. Kwa kutumia utafiti wa mwanzo wa Mutahangarwa

jambo la kawaida ingawa linawezekana. 1880 bila shaka ni mbali mno kuwa tarehe ya kuzaliwa kwake.

[5] Katoke na Rwehumbiza wanaandika kimakosa kuwa kustaafu kwake kulikuwa katika mwaka wa 1947. G. B. Kamanzi, mfasiri wa kitabu hiki anakumbuka kuwa Lwamgira alistaafu katika mwaka wake wa mwisho kama mwanafunzi wa shule ya Nyakato, 1946.

na Kiiza na baadaye kuongeza utafiti wake mwenywe inaonekana aliandika kitabu cha Historia ya Buhaya nzima alichokiita "Ekitabo kya Historia ya Bukoba District." Mradi huu ulishindikana kwa sababu gharama ya kukichapisha huko Ulaya ilikuwa kubwa mno kuzidi uwezo wa Lwamgira. Badala yake alichapisha vitabu vidogo juu ya historia ya falme zilizobaki za Buhaya: kwa mfano, Kanyangereko (Lwamgira 1949b),[6] Bugabo, na Missenyi[7] vilivyotolewa mwaka huo huo wa 1949. Vitabu hivi viliandikwa kimuhtasari kutoka kitabu kikubwa ambacho inaelekea kiliibiwa toka nyumba yake baada ya kifo chake (Katoke na Rwehumbiza 1973:63). Juhudi zangu mwenyewe za kufuatilia jambo hili zimefuata njia ambazo hazikunifikisha mbali, mojawapo ya hizi ilikuwa habari kuwa kitabu hicho cha mkono kiliwahi kuonekana katika ofisi ya Afisa Utamaduni wa Wilaya ya Bukoba. Lakini upelelezi wangu wa baadaye ulizaa matunda mazuri zaidi. La muhimu zaidi katika hayo niligundua kutoka faili ya Lwamgira maandishi marefu na yenye maelezo mengi kuhusu Historia ya ufalme wa Ihangiro. Maandishi haya yatatolewa kwa wadau wote na wataalamu wa Historia ya Buhaya.

Simulizi za Mapokeo katika Maadishi: Taarifa na Masomo

Kwa msomaji asiyeelewa vizuri namna ya kuhadithia kati ya Wahaya na watu wengine wenye fasihi simulizi ya kihistoria, ni vizuri kukumbuka kuwa *Historia ya Kiziba na Wafalme Wake* siyo simulizi ya Kihistoria halisi kwa mtazamo wa simulizi za kihistoria za magharibi. Badala yake imeundwa na maneno yanayorudiarudia ambayo msimilizi huanza nayo kwa kusema, "Sasa, hapo, au kwa Kihaya, "Mbwenu" au "Aho" au maneno mengine kama haya yanayotangulia sentensi ifuatayo au mada mpya. Maneno hayo hutenga, husisitiza au humzoeza msikilizaji mada zinazojadiliwa kwa njia hii ya simulizi. Namna hiyo ya kusimulia isichukuliwe kama kurudiarudia. Ni njia ya kuhadithia katika fasihi simulizi ambayo tumejaribu kuiacha ilivyo, tukiwa tunajua kuwa kutafsiriwa na kuandikwa inatofautiana na masimulizi yaliyoandikwa ya kihistoria ya kawaida iliyoandikwa.

---

[6] Hakukuwepo na ufalme wa Kanyangereko. Katika karne ya 17 na 18 Kanyangereko ilikuwa sehemu ya Kyamutwara kuu. Katika mwanzo wa karne ya 19, ufalme huo ulipogawanyika katika nchi ndogo ndogo, Kanyagereko ilikuja kuwa sehemu ya Bukara (Ndiyo Maruku wakati wa Waingereza). Kufuatana na kubadilishabadilisha wafalme wakati wa wakoloni, Kanyangereko ilipata kutawaliwa na Kihanja na pia na Kyamutwara Ndogo. Historia hii inachanganya historia ya Bukara na Kyamutwara Ndogo na kwa njia ya kushangaza kuwa Kanyangereko.

[7] Emanuel Lwamgira, 1951.

Mojawapo ya mambo yanayotokea mara nyingi mtu anaposoma kuhusu Wafalme wa Kiziba ni kwamba vita ilikuwa kitu cha kawaida katika maisha yao, walau simulizi kuhusu vita zilipata umuhimu zaidi na zaidi katika kuelezea maisha ya wafalme. Hii inajionyesha wazi katika karne ya 19 baada ya kutokea ufalme wa Kyamutwara Ndogo chini ya utawala wa wafalme wa ukoo wa Bankango. Wafalme wawili wazoefu wa vita wa Kyamutwara, Kitekere na Kaitaba walisumbua Kiziba na watu wake miongo mingi, mara kadhaa wakiwafanya watu waihame nchi na kuiacha karibu nchi yote bila watu, na kugeuka vichaka. Simulizi za kina zimetolewa juu ya baadhi ya vita hizo mpaka kutaja idadi, majina, koo na vijiji vya wale waliokufa au kujeruhiwa. Wafalme wa Kiziba na wafalme wa nchi za jirani walienda vitani baada ya kuchokozwa kidogo tu. Mfano mmoja utatosha, kubadilishana matusi kulisababisha kuingia katika vita mara moja. Kwa mfano, Mutatembwa alipomwita Kaitaba wa Kyamutwara "mwanamke" kwa sababu Kaitaba alikuwa Munkango, ukoo ambao mara nyingi ulitoa wanawake kwa wafalme wa Kiziba. Vipindi vya utawala vya wafalme hawa vilijaa njama na uchokozi kwa hiyo vilikuwa vipindi vya vita vya mara kwa mara na migogoro nyingi iliyotawala simulizi juu yao.

Ingawa watu wengi walipoteza maisha katika mapigano hayo kati ya wafalme, lakini sio kwa kiwango kilichoonekana jeshi la Kijerumani liliposababisha watu wengi sana kupoteza maisha (Schmidt 2017). Mara nyingi mapigano kama hayo yanaelezwa vizuri kama kugombana, neno lililotumika katika simulizi. Bila kujali watu waliokufa au ukubwa wa mapigano, mara zote kuteka na kuswaga ng'ombe wa adui lilikuwa lengo la kwanza. Mara zilizo nyingi kuingia katika nchi ya adui kungeelezwa kama safari za kunyang'anya ng'ombe. Katika matukio ya vita, mara nyingine hutokea matukio ya kuchekesha kama hadithi ndani ya hadithi, wakati wa mapambano ya silaha. Mojawapo kati ya matukio makubwa ya makandokando yanayochekesha ni hadithi kuhusu watu waliokuwa wanakimbia kutoka katika vijiji vya mpakani na Kiziba, kaskazini mwa Kyamutwara wakati Mfalme Magembe II wa Kiziba aliposhambulia sehemu hiyo:

> Kwanza alifika Yombwe. Hapa alikuta watu waliokuwa wanakimbia wakati wa usiku. Mfalme Magembe alimwona mwanamke aliyekuwa akikojoa akiwa amesismama wima. Akasema, "Angalieni mwanamke yule anayekojoa huku akiwa amesimama wima." Mwanamke alijibu na kusema, "Nikojoeje kama siyo wima?" Mfalme wa Kiziba, Mkojoza-wima haniruhusu nifanye vinginevyo." Mfalme Magembe akasema,

> "Tangu sasa niitwe "Mkojoza-wima!" Akaongeza, "Kama wamefikia kiasi cha kuniogopa hivi, kwa leo tuwaache twende nyumbani. (Lwamgira 1949a: 211).

Kuingiza kichekesho hiki kutoka karne ya 18 katika tukio lisilo la maana sana, kunaonyesha uwezo wake wa kuonyesha kwa ufasaha woga ambao Mfalme Magembe aliutia ndani ya maadui zake, kwa kutumia tukio dogo kuonyesha Magembe alikuwa mtu wa namna gani.

Magembe na wafalme wengine walikuwa chanzo cha kutoa majina ya mahali kwenye uso wa nchi. Kamarampaka ni chanzo kizuri. Kwa mfano, baada ya kukutana mwanamke aliyekojoa wima huko Kyamutwara alipania kumshambulia Mfalme Nkwenge tena. Kwanza alimcheka kwa kujificha pangoni wakati wa mapigano, halafu alijificha katika pango, Mfalme Nkwenge alipozoea kujificha ili apate fursa ya kumwua. Lakini Mfalme Nkwenge alinusa harufu ya manukato ya Mfalme Magembe akaacha kuingia pangoni humo. Tena aliwaambia watu wake, "Nitajifichaje pangoni humu? Mtovu-wa-haya wa Kiziba amenitangulia humo." Tangu hapo pango hilo lilijulikana kama Ukosa-haya au kwa Kihaya "Buwanshoni." Ingawa Magembe alimwua maskini Mfalme Nkwenge huo ni mfano mmojawapo wa kuonyesha jinsi majina mahalia yanavyotokana na matukio katika historia ya nchi. Kamarampaka ni chanzo maarufu cha kuelewa jinsi Kiziba na nchi zinazoizunguka zina majina ya maana yatokanayo na ajali, ushindi, na matukio mengine ya maana.

Jambo la kawaida katika utawala wa takribani wafalme wote ni njama zifanywazo na maadui watumiao urafiki wa damu kujenga ushirikiano. Hili lilitokea hata kati ya wafalme majirani na ni jambo la kawaida katika historia ya siasa ya Kiziba. Mara nyingi tunajifunza mifano mingi sana ya methali na semi zenye maana zitokanazo na tabia za marafiki na maadui. Hii inafanya historia iliyoundwa kwa ufasaha na makandokando ya busara.

Kamarampaka ni tajiri sana ya habari kuhusu mwanzo wa imani na uzoefu kitamaduni. Kwa mfano, wakati mmojawapo upendwao na uvutiao katika Buhaya ni ujio wa senene. Senene wanachukuliwa, na kwa sababu nzuri, kama chakula cha maonjo senene wanapoanguka kila mtu huwa kama mwehu kwa furaha; huacha shughuli nyingine zote ili apate kuwakusanya bila kuchelewa. Kijadi mwiko wa nchi unakataza wanawake kula senene, lakini wanawake huwashika na huwapika kwa ajili ya waume na wazee wao. Hata hivyo wanawake huwala senene kwa pupa wakiwa mekoni na wanaume hupewa waliobaki.

Kamarampaka inatupa historia ya wanawake na senene na kueleza tendo hili lisiloeleweka! Mwiko unaovunjwa waziwazi tangu utawala wa Ruhangarazi I.

> …Kulitokea njaa kubwa kwa sababu nchi yote ilikaukiana. Mazao ya muda na migomba vilikauka. Wakati wa njaa hiyo kubwa senene walianguka kwa wingi. Watu walishika senene wengi sana….wake wa mfalme nao walitoka kuokota senene kama wanawake wa kawaida baada ya kuruhusiwa na mfalme aliyetaka kuokoa maisha yao, wasife njaa. Wanawake walikula senene mpaka wakaridhika. Kwa hiyo walimsifu mfalme kwa kutunga wimbo:
>
> Baba wa Bwahama alipitisha sheria
> Nendeni mkawashike, mkawale nyinyi wenyewe
> Mabwege wamewala muda mwingi ya kutosha
>
> Wanawake walifurahi sana kwa kuwa hawakuruhusiwa kula senene mpaka wakati huo. Wasichana wadogo ndio waliruhusiwa kula senene; kwa muda mrefu walioruhusiwa kuwala ni wanaume tu. Hata sasa inasemwa kuwa wakati wa Mfalme Ruhangarazi wanawake walikula senene….Sababu iliyowafanya wanawake wale senene ni kuwa njaa ilikuwa kubwa na kali (Lwamgira 1949a: 258).

Kwa kuchunguza simulizi za mdomo kuna mambo mengine yanayotajwa na matendo au mifano ya mambo yaliyowaongoza wale waliopewa uwezo wa kumsimika mfalme mpya. Katika hayo utangulizi wake Lwamgira anauliza maswali ambayo yeye anajua majibu yake. Swali moja linahusu taratibu za kumtawaza mfalme. "Je umeshashuhudia kutawazwa kwa mfalme na kuona jinsi taratibu husika zinatekelezwa kwa makini kana kwamba zinasomwa kutoka kitabu cha taratibu za ibada?" (Lwamgira 1949a:6). Kufuata umakini unaotolewa kwa taratibu zifuatazo afapo mfalme na atawazwapo mrithi wake, msomaji hujifunza, tena na tena, taratibu zilizowekwa na kuongezwa kadiri ya muda ulivyopita ili kuhakikisha uhalali wa wadhifa wa mfalme. Wafalme wa Kiziba ni chanzo cha kwanza cha maelezo ya taratibu za kifalme, ambazo chache tu zimetolewa katika sehemu nyingine za Buhaya.

Katika miaka 130 iliyopita tangu Wajerumani walipolazimisha mamlaka yao na miaka miwili baadaye zilipoanza athari za imani za Kikristo, mmomonyoko wa kufuata taratibu katika matukio ya kifalme, katika wakati wa kuzaliwa na wakati wa kufa na katika maisha ya kila siku umekuwa mkubwa. Kwa sababu wamisionari waliwaona hao walioendesha taratibu hizo kama watumishi wa shetani; matendo kama hayo yaliathiri taratibu zilizokuwa muhimu katika kutunza ufanisi wa ufalme wenye nguvu, kwa mfano ibada ya mwezi mwandamo.

Kwa kuangalia mabadiliko haya maelezo ya kitamaduni na kihistoria yanafanya kitabu hiki kiwe mkusanyo murua wa historia, desturi/imani na matendo ya kitamaduni. Baadhi ya matendo muhimu sana ya kitamaduni yanaonyeshwa katika maelezo ya chini ya kurasa kama habari ya nyongeza kwa maandishi yenyewe. Msomaji wa kawaida atahitaji kusoma maelezo ya chini ya kurasa kupata maelezo fafanuzi.

Maandishi haya yanatoa pia mwangaza juu ya jinsi majibu ya Wajerumani kwa mambo waliyodhani ni uvunjaji wa sheria ya Kijerumani, na hivyo kuwa ya ubabaishaji na maovu. Haya mara nyingine yanaelezwa kama sehemu halisi ya masimulizi bila kusimama na kujiuliza na kuongelea ukatili wa Wajerumani na adhabu yao ambayo haikulingana na makosa yaliyotendwa. Mara kwa mara tunashuhudia urahisi wa Wajerumani kudanganywa. Maofisa wakikubali taarifa za wale waliotumia Wajerumani kama vyombo vya kuwalipizia kisasi. Kwa mfano, Kamarampaka ilitoa kisa cha mfalme afanyalo lile atakalo, Mutatembwa aliyenyang'anya dume la ng'ombe la raia wake na kuwaingiza wanawe na wafuasi wao katika hatia, wakateswa sana na mamlaka ya Wajerumani wasiotabirika.

> Basi mfalme alichinja dume hilo la ng'ombe na akampa Kamugarura (mwenye ng'ombe) sehemu ya nyama. Kamugarura alikataa kupokea nyama hiyo. Baadaye alienda Bukoba na kunung'unika dhidi ya mfalme akisema, "Mutatembwa amenyang'anya ng'ombe wangu." Akaongeza kusema, "Mfalme amesema kuwa Mzungu siyo mfalme, hana mamlaka katika nchi hii." Alisema maneno haya kwa Luteni von Kalben wakati wa jioni. Mzungu aliondoka mara moja na kutembea na askari wake usiku. Mzungu alifika ikulu alfajiri. Alipofika kwao alipiga bunduki zake. Watu wakatawanyika. Baadhi walijeruhiwa. Wakati huo watu wa Mulangira Rukambaiga, mwana wa Rushanzirana walikufa wengi. Mpaka sasa unasikia watu wakiongea juu ya mauaji ya Bakambaiga (Lwamgira 1949a: 213-14).

Ugeugeu wa Wajerumani au kuchanganyikiwa kwao kulionekana baadaye. Luteni von Kalben aliposikia manung'uniko ya mfalme ya kujitetea, alijipinga mwenyewe na kumwadhibu Kamugarura kwa kutomtii mfalme wake. Jambo la kuangalia ni jinsi simulizi ilivyotolewa. Kwa ukavu, bila kupambwa, kama mifupa tu ya hadithi. Katika simulizi hizi moja moja umefichwa ushuhuda juu ya unyama wa Wajerumani na mauaji ya kimbari dhidi ya raia wa nchi yakielezwa na wale walioteseka katika kipindi cha mwanzo cha Wajerumani. Utaalamu wa siku hizi umegundua kuwa mauaji ya Kijerumani katika ufalme wa Bukara kwenye mpaka wake na Kihanja yametia mwanga kwa mauaji yasiyojulikana ya watu 400 au zaidi karibu na mwaka wa 1901 (angalia Schmidt 2017). Kamarampaka ni chanzo kizuri sana cha kufanya mtu aelewe utawala wa Wajerumani. Uamuzi wa makosa ya kitamaduni, matumizi ya silaha za mauaji katika maswala madogo ya kutoelewana. Kinagundua na uporaji wa ng'ombe wakati wa migogoro, ili kituo cha jeshi kiziuze kuweza kuendesha utawala (Austen 1978). Desturi hii ilisindikizwa na madai ya mara kwa mara ya meno ya tembo. Yaliyoambatana na vitisho vya kutumia nguvu kuadhibu wahusika kama pembe za ndovu hizo hazitolewi. Matukio ya namna hiyo yanaelezwa kwa undani kufuata kumbukumbu ya kila mahali husika.

Tafsiri hii na Mfasiri

Historia ya Kiziba na Wafalme Wake kiliandikwa kabla ya ujio wa Kiswahili au lugha za kikoloni. Maandishi yenyewe peke yake ni jambo la manufaa sana kwa lugha ya Kihaya ambayo ilitumika kabla mabadiliko makubwa na ya haraka hayajaipotosha. Kwa sababu kitabu hiki kina umuhimu mkubwa katika maandishi ya Kihistoria kwa wakazi wa Afrika ya Mashariki ilibidi kifanyiwe tafsiri inayofaa.

Kwa bahati nzuri nilikutana na mwanafunzi wa Historia ya Buhaya ambaye, siyo tu alielewa aina ya Kihaya kilichotumika, lakini pia alipenda na kuheshimu Kamarampaka toka ujana wake. Galasius B. Kamanzi alianza kujifunza historia ya Kiziba bado akiwa mtoto. Mara kwa mara baba yake na jamaa zake walimwadithia baadhi ya mambo ambayo baadaye yaliandikwa katika Kamarampaka. Alipopata nakala ya Kamarampaka katika miaka ya 1950 aliisoma yote na kuirudia mara kwa mara.

Galasius B. Kamanzi aliyezaliwa mwaka wa 1929 alisoma shule na baadhi ya watu mashuhuri wa Mkoa wa Kagera. Watu kama Askofu Josiah Kibira (Askofu wa kwanza mwafrika wa K.K.K.T), Askofu Christopher Mwoleka wa Jimbo Katoliki la Rulenge, Balozi Abdullah Sued, Mfalme S. Lunyonyi wa Bukara, Mfalme Petro Nyarubamba wa Kihanja, na Mfalme Serapio Kyamukuma wa Missenyi.

Heshima ambayo Kamanzi anayo kuhusu Lwamgira inaonekana kutokana na furaha yake ya kukumbuka na kuhadithia sherehe ya kustaafu kwake kama Katibu Mkuu wa Wafalme wa Buhaya katika mwaka wa 1946. Ilikuwa sherehe kubwa sana iliyowakutanisha viongozi kama Chief Secretary wa Gavana wa Tanganyika, Provincial Commissioner wa Lake Province, Wafalme wote 8 wa Buhaya na wafuasi wao, District Commissioner wa Bukoba na maofisa wengine wa serikali ya Kikoloni, wake zao na watu wengine mashuhuri. Baadaye Lwamgira alielezea tukio hilo kama Tea party yake (Lwamgira papers 1.1), ingawa ilikuwa zaidi ya sherehe ya kawaida ila sherehe kubwa sana ijulikanayo kwa kiingereza kama "Gala celebration." Katika hotuba yake ya kustaafu F. X. Lwamgira alielezea maisha yake yote kama mtumishi wa serikali zote mbili za kikoloni yaani Kijerumani na Kiingereza akianzia kwenye kazi yake ya kwanza kama Registrar katika Boma la Wajerumani, mwaka 1900. Kazi yake ya kwanza katika serikali ya Kiingereza kama Afisa Kilimo, mwaka 1920 na hatimaye kazi yake kama Katibu wa Baraza la Wafalme wote 8 wa Buhaya tangu 1926 mpaka 1946. Alitoa pia kumbukumbu ya zawadi na vyeo vingine alivyotunukiwa. Jambo la kufurahisha ni kwamba katika mwaka wa 1938 alichaguliwa kama mjumbe katika "Assembly of Makerere College" kwa kuenzi uwezo wa akili yake na upendo wake wa elimu.

Wakati wa "Tea-Party" ya Lwamgira, Kamanzi alikuwa mwanafunzi wa shule ya Nyakato, iliyokuwa imetuma kwaya ya shule kuwatumbuiza waheshimiwa. Kamanzi alikuwa katika kwaya hiyo na bado anakumbuka wimbo uliofurahisha sana katika tafrija hiyo "Show me the way to go home" ambao wakati huo ulikuwa unapendwa sana huko Uingereza. Kwaya ya Nyakato ilipoimba wimbo huu wageni Wazungu walinyanyuka na kuanza kuimba na kucheza dansi. Wimbo ulipokwisha, waliomba urudiwe: Once more! Sherehe ilipoisha wanakwaya ya Nyakato walikaribishwa kula chakula kilichobaki. Wanafunzi waligombea viti vilivyokuwa vimekaliwa na watu mashuhuri. Kamanzi alifurahi kukaa katika kiti cha Paulo Rwamujongo Nyamutura, mfalme wa kwao Missenyi.

Mwaka uliofuata kustaafu kwa Lwamgira, Kamanzi alihama kutoka Nyakato na kujiunga na Seminari ya Rubya. Baada ya miaka mitano alipelekwa na Seminari Kuu ya Katigondo. Baadaye alijifunza ualimu na kufanya kazi miaka kumi kabla ya kuendelea na elimu katika Chua Kikuu cha Dar es Salaam (BA Economics na Linguistics) na Postgraduate Diploma katika Gereral Management. Baada ya kufanya kazi kama Administrative Officer alistaafu na kurudia kazi ya kufundisha. Mpaka sasa ameshaandika kitabu: Ebigano bya Buhaya, kilichochapwa na tafsiri yake ya kiingereza *Folktales from Buhaya* (Mwombeki and Kamanzi 2001). Aliandika kitabu hiki na rafiki yake Arcard Mwombeki.

Nilikutana na Mzee Kamanzi mara ya kwanza katika mwaka 2009, alipokuwa anamfanyia kazi Fr. David Kamugisha pale Kolping Hotel, Bukoba. Fr. David ndiye alimtambulisha kwangu. Alinisaidia kurudia utamaduni wa Kihaya baada ya miaka ishirini na mitano. Alianza kutafsiri shuhuda za watu wa Katuruka waliokuwa wanafanya juhudi ya kufufua na kutunza simulizi za historia ya mapokezi. Katika mwaka wa 2011 Kamanzi alianza tafsiri ya Kamarampaka katika Kiingereza. Kazi hii ilimchukua miaka miwili, halafu akaanza tafsri ya Kamarampaka katika Kiswahili kwa miaka mingine miwili. Ilikuwa kazi ngumu ambayo mara nyingine aliifanya kwa mwangaza wa taa ya mafuta. Hata hivyo kuna wazee wachache, kama wapo bado, ambao wanaelewa Kihaya kiasi cha kutosha kuweza kutafsiri Kihaya cha zamani kilicho katika Kamarampaka. Kufuata mabadiliko makubwa ya lugha ya Kihaya katika miaka 130 iliyopita, ni bahati kubwa kupata mtu wa sifa kama za Galasius kutumika katika mradi huu; ambaye anakuja na upendo mkubwa wa lugha ya Kihaya na fasihi yake.

Maelezo Juu ya Maandishi ya Kitabu Hiki

Kamarampaka iliandikwa katika lugha ambayo mtaalamu mmoja wa lugha aliita Archaic Kihaya (Kihaya cha kale) ikiwa na maneno na sintaksi visivyotumika tena siku hizi, na ambavyo havieleweki hata kwa Muhaya mtaalamu mkubwa wa lugha. Hii ndiyo changamoto dhahiri kwa tafsiri ya maana na ya kweli ya lugha iliyotumika katika kitabu hiki; pamoja na utaalamu wa mfasiri wetu, bado kuna vifungu vinavyoshindikana kutafsiriwa.

Tumeongeza, pale panapofaa, maelezo kueleza mambo ambayo hayaeleweki kwa msomaji au yanayoonyesha mambo maalumu ya maandishi yanayotatiza au yasiyopatana vizuri na sehemu nyingine. Tunataka kusisitiza kuwa hii ni tafsiri, siyo nakala ya neno kwa neneo. Ingawa inafuata simulizi ya mdomo ya maandishi ya mwanzo, mara nyingine huwa tunaingiza mabadiliko kuwapunguzia wasomaji kero ya kurudiarudia majina au vifungu vya maneno. Katika sehemu ya mwisho ya kitabu, Wazungu walipoingia Kiziba na katika maisha ya Wahaya utakuta maneno Mzungu, Wazungu yanarudiwa mara nyingi. Matumizi ya maneno kama hayo ya kijamii mara nyingi hufatiwa na jina la pekee la Mzungu husika au jina lake la kupanga la afisa wa Kijerumani. Majina ya kupanga yanatumika mara nyingi. Badala ya kuyabadilisha tumeyatumia yalivyo katika simulizi.

Tumeviacha vichwa vya maneno vya sehemu na sura na mpangilio wake katika herufi kubwa. Vinatoa habari nyingi na vinachukua nafasi kubwa kiasi kwamba haviwezi kutumika katika YALIYOMO, lakini matumizi yake kabla ya kila sehemu (kuna sura 28) na kabla ya kila sura kunafaa ili msomaji apate kwanza namna ya muhtasari wa yaliyomo, kabla ya kuanza kusoma sehemu au sura hiyo. Pia tumeacha kama yalivyo matumizi ya herufi kubwa kuonyesha msisitizo kama tutumiavyo herufi za italiki siku hizi. Lwamgira, ili kuhitimisha kitabu chake kitaalamu, katika toleo lake la pili la kitabu, aliweka maelezo mengi ya chini ya kurasa, mengine ya kueleza tu, mengine ni maelezo ya maelezo badala ya kuongeza yaliyomo. Tumeacha pia yalivyo maelezo au ufafanuzi ingawa kuna mambo mengi yanayojirudia.

Mwisho, tumeamua kutumia cheo mfalme badala ya Mukama (Mkamua maziwa) jina la mtawala mkuu katika falme za Buhaya, Toro, na Bunyoro. Wale watumikiao chini ya mfalme kama watawala wa sehemu za nchi ni Chifu—Machifu au Mwami (umoja) Bami (wingi).

Kuna tafsiri moja ya Kamarampaka katika Chuo Kikuu cha Makerere. Mfasiri ni mzaliwa wa Ufalme wa Ankole katika mwanzo wa miaka ya 1970. Lakini tofuati za lahaja, maana za maneno zisizoeleweka, na umri mdogo wa mfasiri wakati huo, yote yanatufanya kuwaonya wasomaji kusoma kitabu hicho kwa tahadhari. Tafsiri hii inatosheleza haja ya kutoa tafsiri inayotoa vizuri maana ya kitabu hiki kisicho cha kawaida cha Lugha ya Kihaya kilichodumu zaidi ya karne moja.

Shukrani

Kuna watu wengi waliosaidia kwa miaka mingi kukamilisha mradi huu. Shukrani zangu za kwanza zimwendee Charles Lwamgira, sasa marehemu, aliyeniruhusu kutumia vitabu vya kale vya babu yake. Nimetumia maandishi yake ili kupata habari zaidi kuhusu Lwamgira na kupata maoni yake mwenyewe kuhusu mchango wa maisha yake, na hasa hotuba yake kwenye sherehe yake ya kustaafu, mwaka wa 1946. Mzee Kamanzi na mimi tunashukuru msaada wa Adolphina Mutembei aliyepiga taipu miswada yote miwili, wa Kiswahili na wa kiingereza. Jane Schmidt alitoa msaada muhimu kwa kuhariri na kusahihisha mswada wa Kiingereza. Pia tunamshukuru Bwana Charles Bwenge kukubali kusoma mswada wote wa Kiswahili na kuufanyia masahihisho. Upande wa taasisi tunashukuru msaada wa fedha uliotuwezesha kutayarisha miswada yote miwili kutoka Chuo Kikuu cha Florida. Misaada miwili iliyofuatana (2011, 2016) kutoka Chuo cha Liberal Arts and Sciencies imetusaida sana kuweka sawa tafsiri. Ruhusa ya kutoka iliyotolewa na Idara ya Anthropology ya Chuo Kikuu cha Florida imesaidia sana kwa kuongeza mradi huu mpaka ulipofanikiwa kufika mwisho wake. Hatimaye shukrani zetu twazitoa kwa kituo cha Humanities cha Chuo Kikuu cha Florida kwa kutupatia msaada wa fedha kama gharama ya kuchapisha na kutoa vitabu uliowafanya Mkuki na Nyota Press kukubali kutoa vitabu vyote viwili vya tafsiri ya Kiswahili na ya Kiingereza. Ni nadra mtu kukutana na upendo kama alio nao Walter Bgoya wa Mkuki na Nyota katika kuchapa na kutoa vitabu vya fasihi na wazalendo. Tunamshukuru sana kwa hilo.

Marejeleo

Austen, R. 1968. *Northwest Tanzania under German and British Rule: Colonial policy and tribal politics, 1889-1939.* New Haven and London: Yale University Press.

Bikunya, P. 1927. *Ky'Abakama ba Bunyoro*. London: Sheldon Press.

Curtis, Kenneth.1989. Capitalism, Fettered: State, Merchant, and Peasant in Northwestern Tanzania, 1917–1968. PhD dissertation, Department of History, University of Wisconsin, Madison.

Fisher, R. 1911. *Twilight Tales of the Black Baganda,* 1st Edition-London: Marshal Brothers.

Gray, R. Annular eclipse maps. *Journal of African History* 9:147-57.

Gorju, J. 1920. *Entre le Victoria l'Albert et l'Edouard: Ethnographie de la partie anglaise de Vicariat de l'Uganda.* Oburthur: Rennes.

Kaggwa, A. 1901. *Ekitabo kya Basekabaka b'e Buganda*. London (1927 edition, London: Sheldon Press).

Kaggwa, A. 1971. *Bassekabaka b'e Buganda,* trans. By S. Kiwanuka. Nairobi, Dar es Salaam, Kampala: East African Publishing House.

Katoke, I. K., and Rwehumbiza, P. 1973. Lwamugira: The Administrator. In *Modern Tanzanians: A Volume of Biographies*, edited by John Iliffe, pp. 43-65. Nairobi: East African Publishing House.

K. W. '[Mukama Gabafusa Winyi]. 1935, 1936, 1937. The Kings of Bunyoro Kitara. *Uganda Journal* III:155–60; IV:75–83; V:53–67.

Lwamgira, F. X. 1949a. *Amakuru ga Kiziba na Abakama Bamu.* 2nd ed. Kashozi, Tanganyika: Rumuli Press.

Lwamgira, F. X. 1949b. *Amakuru ga Kanyangereko na Abakama Bamu.* Kashozi, Tanganyika: Rumuli Press.

Lwamgira, F. X. "Tea Party." n.d. Lwamgira papers, File 1.1. Archived at the University of Florida, Gainesville Florida.

Mwombeki, A., and Kamanzi, G. B. 2001. *Folktales from Buhaya.* Dar es Salaam: Institute of Kiswahili Press, University of Dar es Salaam.

Mulokozi, M. M. 2002. *The African Epic Controversy: Historical, Philosophical and Aesthetic Perspectives on Epic Poetry and Performance.* Dar es Salaam: Mkuki na Nyota Publishers.

Nyakatura, J. 1947. *Abakama ba Bunyoro-Kitara.* Quebec, Canada: St. Justin.

Nyakatura, J. W. 1973. *Anatomy of an African Kingdom: A History of Bunyoro-Kitara.* Translated by T. Muganwa. Edited by G. N. Uzoigwe, New York: NOK Publishers.

Rehse, H. 1910. *Land und leute in Kiziba*. Stuttgart: Verdag von Strecker und Schröder.

Schmidt, P. R. 1997. *Iron Technology in East Africa: Symbolism, Science, and Archaeology.* Bloomington, IN, Indiana University Press.

Schmidt, P. R. 2013. Deconstructing Archaeologies of African Colonialism: Making and Unmaking the Subaltern. In *Rethinking Colonial Pasts through Archaeology*, edited by N. Ferris, R. Harrison, and M. Willcox, pp. 445-65. Oxford, Oxford University Press.

Schmidt, P. R. 2017. *Community-Based-Heritage in Africa: Unveiling Local Research and Development Initiatives*. London and New York: Routledge.

Seitel, Peter. 1999. *The powers of genre: interpreting Haya oral literature*. Oxford: Oxford University Press.

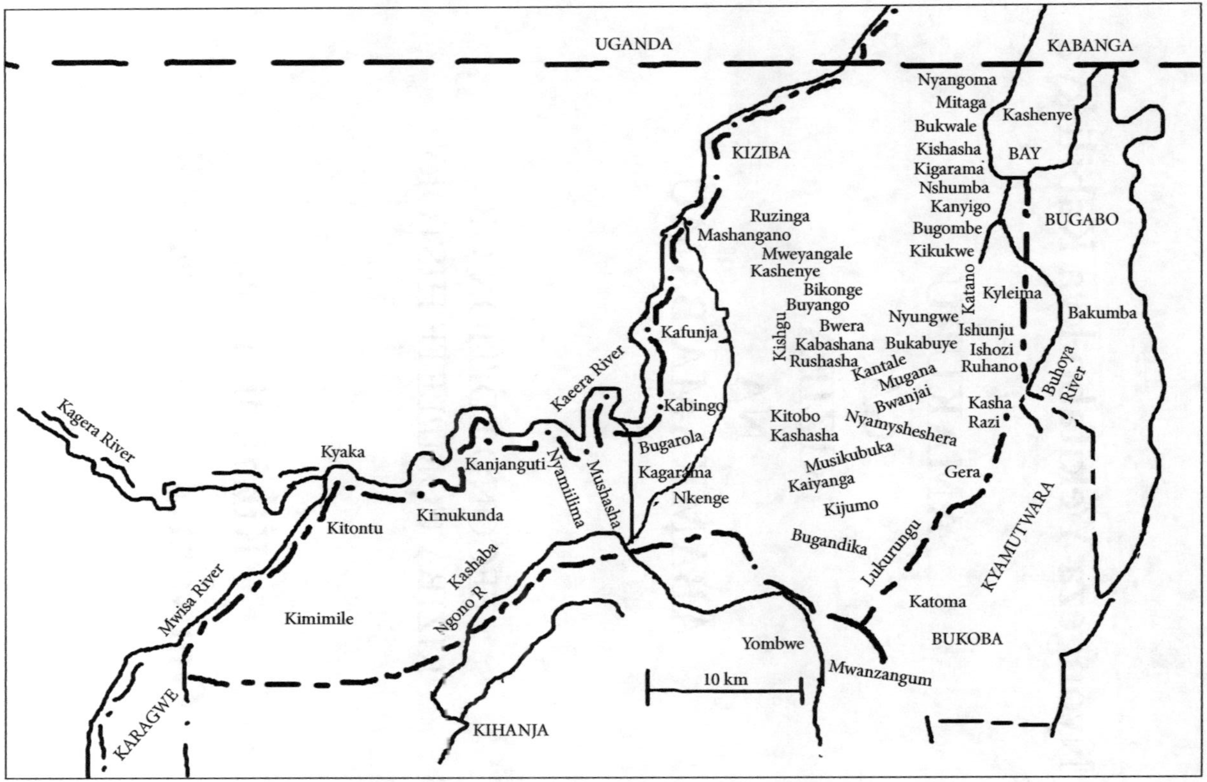

Map of Placenames in Kiziba Kingdom

Nyongeza Y'ekitabo kya Kabili kya

AMAKURU
GA
KIZIBA
NA
ABAMKAMA BAMU

SECOND EDITION OF
KIZIBA COMPLETE HISTORY

Kihandikirwe
Omwami F. X. LWAMGIRA

1949

Shukrani

Wazee walionisaidia kuandika kitabu hiki ni hawa:

Namshukuru Mfalme Mutahangarwa wa Kiziba, yeye alijua mengi sana kuhusu ufalme wa Kiziba, kuanzia Bunyoro, na maandishi yake aliyoacha ameandika, yalinisaida sana kuandika kitabu hiki. Namshukuru Omurangira Kyebara wa Bugandika; namshukuru Pio Kayungi, wa ukoo wa Barondo wa Musibuka, Kitobo; namshukuru Kyaitera wa Musibuka, Kitobo, na Rwekika wa ukoo wa Babango wa Gamuli, Bukwali, Kanyigo. Nawashukuru kwa sababu hawa ndio walimpatia Mfalme Mutahangarwa taarifa nyingi alizouliza kuhusu historia yote aliyoandika katika kitabu ambamo nilitoa baadhi ya habari ninazoeleza hapa.

F. X. Lwamgira

KAMARAMPAKA*
DIBAJI

Kuanzia toleo la kwanza la kwenye kitabu changu cha kwanza nilichokiandika na Bwana Hermann Rehse katika mwaka 1910, nimejitahidi sana kuboresha zaidi yaliyoandikwa katika kitabu hicho. Hii ni kwa sababu watu wengi hasa hususan wazee na wanaume wa makamo waligundua kuwa toleo la kwanza la kitabu hiki cha kwanza lilikuwa linaacha kutaja mambo mengi kuhusu historia ya nchi.

Vita na mapigano yalipoanza nikakosa muda wa kuandika kitabu kipya. Baada ya amani kurejea nchini nilijitahidi sana kuandika kitabu kipya kilicho kamili, ili kila mtu aweze kujisomea historia ya nchi yetu.

Yule ambaye alikuwa anafua chuma kwa nyundo ya mti sasa amepata nyudo ya chuma. Nilikiandika ili nitangue ubishi utokeao katika mikusanyiko ya kunywa pombe au wakati wa matanga. Wakati kama huo watu wengi hupenda kuhadithia historia hiyo lakini baadhi yao hutoa historia isiyo sahihi. Ni matumaini yangu kuwa kitabu hiki kitamfurahisha kila mtu atakayebahatiwa kukisoma.

F. X. Lwamgira

UTANGULIZI
MAMBO YA LEO NA YA KALE

Ni jambo la kusikitisha kuona kuwa watu wengi bado hawajaelewa kuwa watu wa kale waliweza kuandika. Nataka kusema kuwa watu wa kale wa nchi yetu walijua kuandika. Wengi wanajiuliza nimewezaje kujua mambo ya kale. Uliza walinzi wa makaburi ya wafalme, watakueleza jinsi makaburi haya yalivyoanza; uliza kuhusu miti ya mahali pa makaburi utaelezwa kuwa kila mti una jinsi ulivyoanza; uliza kuhusu nyumba za ikulu, kuanzia "Rwensinga mpaka Kasiita, hata mpaka nyumba ya Mugasha, utaelezwa jinsi nyumba hizo zilivyoanza. Uliza kwa nini Rwampamda huruhusiwa kuingia Rwensinga akiwa ameshika mkononi mkuki wake. Uliza kwa nini Watoto wa Ntumwa hupaswa kukita mti wa ikulu mpya; uliza juu ya mwanzo wa Kanshekera na juu ya asili ya gashani ya Muzora kule Bwera na Kantale; tena uliza kuhusu mti wa Inyeisa mpakani mwa Karagwe na Kiziba. Uliza maana ya jina la kilima cha Balibona-mya, katika nchi ya Kibumbiro; uliza juu ya asili ya neno Enyamujanja na neno Mbundusi; tena uliza juu ya mengine mengi ambayo siwezi kutaja. Hayo yote utayakuta katika kitabu cha historia ya Kiziba. Je unajua jinsi Mkufu wa Njunaki ulivyofika hapa? Je umewahi kuingia katika ikulu ya Mugunga na kuona sahani ambazo alikuja nazo Mfalme Kibi, Rutoboka rwa Mugunga Kahata? Je, unajua asili ya bwawa la Musheshe na kwa nini moto wa Rwensinga hauzimiki? Je, umeshuhudia taratibu na kanuni za kumtawaza mfalme mpya, jinsi wanavyotekeleza zote bila kubakiza hata moja kana kwamba wanasoma katika kitabu fulani cha kanuni? Je, umeshawahi kuuliza asili ya majina ya mito na vijito vya Kiziba na mbuga zake? Kama unaelewa haya yote yanini basi haja ya kusoma vitabu zaidi. Kama hayo yote huyaelewi basi, nunua kitabu hiki upesi, ili uelewe kuwa babu zetu, ingawa hawakuandika juu ya karatasi, lakini waliandika kutumia ishara mbali mbali, ambazo waliweka na kuwaachia walinzi ili wazitunze na zisisahaulike.

Basi ni jambo la fedhaha kuteketeza makaburi yote ya wafalme. Sisemi kuwa watu waende pale kutoa sadaka na kuabudu, hapana; ila watu waangalie sehemu kama hizo kama kurasa za maandishi muhimu ya nchi yetu. Yule ateketezaye mambo haya huteketeza asili ya makabila ya kila taifa. Inafaa kila mtu mwenye nafasi yake pale ikulu, kuitunza vizuri kwa sababu nafasi kama hiyo huonesha ushujaa wa mababu zake katika nchi yake; pia huonesha heshima ya ukoo wake miongoni mwa koo nyingine pale ikulu.

Kwa kweli ni jambo la fedheha kwa kijana au mtu msomi anayejua kuwa Livingstone ndiye aliyegundua mto wa Zimbabwe akiwa wa kwanza kati ya Wazungu, na kwamba Emin Pasha ndiye alikuwa Mzungu wa kwanza kufika Bukoba na kumbe asijue chochote kuhusu kuja kwa Kibi, kama ni mwenyeji wa Kiziba; au kuja kwa Ruhinda kama ni mwenyeji wa Karagwe, Ihangiro, Kihanja au Kanyangereko; au asijue chochote kuhusu vita ya Rwaigarami kama ni mtu wa Kyamutwara au kuhusu ushujaa wa Mfalme Buyenje kama ni mtu wa Bugabo.

Kitabu ni hiki hapa nimekiandika, yule atakayekuwa mvivu wa kukisoma ndiye atabaki kusimuliwa na wengine katika vikao vya pombe au katika mikutano ya matanga. Basi nunua kitabu cha Kamarampaka, hata kama hujui kusoma, kijana wako aliye shuleni awe anakusomea mara kwa mara. Ni matumaini yangu kuwa kila kijana msomi atanunua kitabu hiki. Siyo vizuri kujua mambo ya Ulaya na penginepo na kusahau mambo ya nyumbani. Wewe ukiona fahari kujua habari ya Ulaya, je iweje kwa Mzungu aliyezaliwa huko? Jifunze kwanza habari za kwenu ndipo baadaye utajifunza habari za Ulaya na kwingineko, ndipo utajulikana kama msomi na mwenye elimu ya kweli.

F. X. Lwamgira

MAANA YA MANENO MAGENI NA VIFUPISHO

Note:	Maana yake: kumbuka maana ya neno.
Cf:	Hili ni neno la kilatini: confertur; maana yake: linganisha na yale yaliyoandikwa mahali pengine.
Page:	Ukurasa; kwa hiyo cf.P.142 maana yake, linganisha na yale yaliyoandikwa kwenye ukurasa wa 142.
M.y.	Maana yake.
N.k.	Na kadhalika.
Historia:	Habari za kweli za kale. Haifai kutumia neno "habari" au "simulizi" kwa sababu maneno haya yanaweza kuwa na maana ya habari hata za sasa au hata zisizo za kweli.
Karne:	Ni kipindi cha historia cha miaka mia.
K.K:	Kabla ya Kristo.
B.K:	Baada ya Kristo.

SURA YA I

DHANA YA UUMBAJI WA NCHI[8]

Baadhi ya wazee husema kwamba Rugaba alizaa watoto wawili lakini aliishi kuzimu. Majina ya watoto hao ni haya: mkubwa aliitwa Nyamuhanga, mdogo ni Kibumbi.

Nyamuhanga na Kibumbi walikua na wakaanza kuumba kufanya watu. Hii nidyo jinsi walivyounda watu. Kibumba alitafuta udongo wa mfinyanzi akafinyanga sanamu mbili na kuziweka mbele ya nyumba. Kaka yake Nyamuhanga aliona sanamu zile akaziondoa na akaenda akaumba watu wawili, mwanamme na mwanamke. Alimpa mwanamme jina la Kintu na mwanamke alimwita Kikazi. Kikazi akawa mke wa Kintu. Alipomaliza kuumba watu hao aliwapeleka juu ya ardhi. Walipofika juu wakazaa watoto watatu; haya ndiyo majina yao. Wa kwanza ni Rufire, wa pili ni Magara na watatu ni Kikama. Magara aliondoka akaenda kuwinda, kule porini alimfukuza mnyama. Mnyama huyo akaingia pangoni; mbwa wa Magara naye akamfuata pangoni na Magara mwenyewe akaingia pangoni.

Alipoenda akaingia nyumbani kwa Rugaba akawakuta Rugaba, Nyamuhanga na Kibumbi. Rugaba alimwita Magara na kumuuliza, "Umetoka wapi"? Magara alijibu na kusema, " Nimetoka juu."

[8] Neno la uumbaji halisahauliki.Tulijua kuwa Mungu yupo na ni tofauti na mizimu. Hakutisha kiasi cha kushitaki kwake ili aue watu. Bali alitumainiwa kuokoa. Tuliamini kuwa yeye hufanya atakavyo. Watu wote walijua kuwa Rugaba au Katonda alikuwa Mungu yule yule Muumbaji. Alijulikana ingawa hakupewa heshima na utukufu kama ilivyostahili.

Akamuliza tena, " Je, Kintu alizaa watoto wangapi? Magara akajibu kuwa Kintu alizaa watoto watatu. Basi Rugabwa akamwambia, "Sasa nitakupa ng'ombe na ulezi, ng'ombe muwachunge, na ulezi ukikua kiwe chakula chenu, na maziwa ya ng'ombe mnywe lakini ng'ombe wangu muwarudishe hapa ili niwaone. Magara akashukuru sana akasema, "sawa, nipe hao ng'ombe na huo ulezi." Akampa ng'ombe na ulezi. Baada ya kupewa vitu hivyo, akaingia katika shimo alimokuwa ameingilia kuzimu. Baada ya kufika juu ya ardhi akamwonesha baba yake Kintu na mama yake Kikazi, akawaonesha pia ndugu zake Rufire na Kikama. Wote wakamwuliza, "Umepata wapi ng'ombe hawa na ulezi?" Basi yeye akawahadithia alivyoenda kuwinda na katika kumfukuza mnyama akaingia pangoni, na humo alikutana na Rugaba, Nyamuhanga na Kibumba, na jinsi Rugaba alivyompa ng'ombe na ulezi akisema, "Uende ukapande ulezi na kuchunga ng'ombe hawa. Lakini uwarudishe mara kwa mara kwangu niweze kuwaona." Basi baba yake na mama yake na ndugu zake wakafurahi kusikia habari hiyo.

Baada ya msimu mmoja Rugaba alimtuma Kibumbi kwa Magara akimtaka awalete ng'ombe ili awaone. Nao ng'ombe aliokuwa amepewa walikuwa mia moja. Magara alimjulisha baba yake ya kwamba Rugaba anahitaji nimpelekee ng'ombe awaone. Kintu, baba yake akamwambia yule aliyemtuma arudi kwa Rugaba amwambie kuwa ng'ombe wataletwa awaone.

Baada ya Kibumbi kurudi kwa baba yake Rugaba, Kintu alimuuliza mwanae Magara, "Je, pale ulipopewa ng'ombe na Rugaba walibaki ng'ombe wengine wengi"? Magara akasema, ndiyo. Basi Kintu akasema nitakupa watu mwende mkanyang'anye ng'ombe wengine muwalete. Wakati anasema hivyo watu walikuwa wameshazaliana na kuwa wengi. Basi wakaenda kwa Rugaba ili kunyang'anya ng'ombe. Kintu aliwapeleka watu wakiwemo wajukuu wake wana wa Rufire, Magara na Kikama. Waliondoka na kuingia shimoni na kufika kwa Rugaba. Walipofika kwa Rugaba waliwakuta ng'ombe mbele ya jumba lake wakawanyang'anya na kuwaswaga.

Basi Nyamuhanga na Kibumbi wakaenda wakamjulisha baba yao Rugaba kuwa watu wa juu uliowapa ng'ombe ili wawachunge, wamekuja na kunyang'anya ng'ombe wengine.

Wakati huo Rugaba hakuwa na watu. Akawauliza wanawe, "Basi tuwafanyeje"? Akawaambia wanawe, "Leteni mkoba wangu." Wakamletea mkoba kutoka chumbani na kumpa. Alipopokea akaurudisha kwao na kuwaambia, "Toeni humo magonjwa mbali mbali na kuwatupia kila mtu atakayekuja kunyang'anya ng'ombe." Basi wakatoka wakawakuta watu wanaoswaga ng'ombe. Wana wa Nyamuhanga na Kibumbi wakaingiza mikono katika mkoba, wakatoa humo magonjwa na wakawatupia washambuliaji magonjwa hayo. Kila waliyemtupia ugonjwa ukamshika. Baada ya kushikwa na magonjwa wakakimbia wakiwaswaga ng'ombe kuelekea juu ya ardhi. Wakaingia katika shimo ambalo ndilo njia. Kintu na watu wengi walikuja kuwalaki. Lakini alishangaa kuona kuwa watu aliowatuma wakiwa wazima walirudi wameshakuwa wagonjwa. Alipoona kuwa wale waliofika wa kwanza wameshikwa na magonjwa akawaambia watu wake, "Hakuna haja ya kuwapokea waliobaki nyuma kuzimu. Fungeni shimo kwa jiwe." Magonjwa yakaenea hata kwa wale waliokuwa wamebaki juu; ndipo hapo watu walipoanza kuugua na kufa. Magonjwa yalianzia kwenye safari ya kwenda kunyang'anya ng'ombe na mauti ndipo ilipoanza kuua watu. Kwa sababu hiyo mtu akiugua utasikia watu wakishauri, "Umletee maziwa, anywe ili apate kuishi."

Kintu alipoona anakaribia kufa akajenga nyumba isiyo na mlango akawaweka humo wanawe Rufire, Magara na Kikama. Kila mmoja wao alimpa chombo kilichojaa maziwa. Baada ya kuwapa vyombo vilivyojaa maziwa, aliondoka na kwenda kulala, uliisha kuwa usiku na usiku wa manane; ulipokuwa usiku sana Rufire alilala usingizi na maziwa yake yote yakamwagika, chombo kikabaki kitupu. Baada ya muda mfupi maziwa ya Kikama yakamwagika, chombo kikabaki nusu. Magara akamwambia Kikama, "Wewe ni mdogo wetu, Kintu akikuta maziwa yako yamepungua atakukaripia. Basi hebu nikupe chombo cha kwangu kwa sababu bado kimejaa ndi. Wakabadilishana vyombo, sasa Kikama akawa na chombo kilichojaa mpaka juu na Magara akawa na chombo kilichojaa nusu.

Asubuhi kulipokucha Kintu akaja. Alipokuja alikuta maziwa ya Rufire kaka yao yamemwagika yote; akakuta maziwa ya Magara yako nusu, akakuta chombo cha Kikama kimejaa mpaka juu. Akamwuliza Rufire, "Maziwa yako yamemwagika vipi?" Rufire akajibu kuwa alipolala usingizi yakamwagika yote. Akamwuliza Magara, "Vipi maziwa yako yamepungua na kumbe yalikuwa yamejaa?" Magara akamwambia kuwa maziwa ya Kikama yalipomwagika kidogo nikamwongezea ya kwangu. Kintu akamwambia Rufire kwa sababu umepoteza maziwa yako yote ingawa wewe ndiwe kaka wa nduguzo, utakuwa mtumishi wa Magara na Kikama. Ndiyo maana ya msemo: Mtumwa bin Rufire. Watumwa wote walianzia kwa Rufire. Akamwambia Magara, kwa sababu nusu ya maziwa ya Kikama yalimwagika ukampa maziwa yako, basi wewe kazi yako itakuwa kumkamia Kikama ng'ombe wake. Hii ndiyo maana ya msemo: Kahima bin Magara na pia Kikama bin Kikama. Kintu alimkuta

Kikama akiwa na chombo kilichojaa maziwa. Rufire alipoteza maziwa yake yote akapewa adhabu ya kuwafanyia wadogo zake kazi. Magara alimpa Kikama maziwa yake ndiyo maana alipewa kazi ya kukamua ng'ombe wa Kikama. Watoto wa Kintu waliendelea kuzaa watoto. Baada ya kifo cha baba yao Kintu, watoto wa Rufire waliendelea kuwa watumwa wa wale wa Magara na Kikama. Watoto wa Magara waliendelea kukamua ng'ombe wa watoto wa Kikama. Wanajulikana kama Abahima. Na watoto wa Kikama waliendelea kutawala wengine wote, wanajulikana kama Abakama au Wafalme. Aina hizi tatu za watu, Abakama, Abahima na Abairu (watu wa kawaida) zilianza tangu nyakati za Kintu.

Wakati wa kufariki kwa Kintu, watu walikuwa wameshakuwa wengi sana kutokana na wanawe. Hata safari za kwenda kwa Rugaba kunyang'anya ng'ombe zilikuwa zimeshaanza miongoni mwa wajukuu wake. Wazee ndivyo waadithiavyo.

Yule ambaye wazee humwita Rugaba ana pia jina la Katonda. Humwita Rugaba Katonda, yote mawili ni majina yake. Rugaba ndiye hutoa yote; (Mtoaji) na Katonda ndiye aliyeumba yote (Muumbaji).

Wazee wengine wanahadithia kuwa mfalme aliyetawala kwanza nchi hii alitoka Bunyoro, Uganda, kwa sababu mfalme wa Bunyoro ndiye alitawala sehemu hii yote kuanzia Bunyoro mpaka Tabora. Husema kuwa mfalme wa kwanza kufika nchini humu alikuwa Nyamuhanga, ikulu yake ilikuwa Bunyoro. Hata hivyo hawajui alitoka wapi ingawa wanasema kuwa alikuwa mgeni.

Nyamuhanga alikuja na mkewe, aliyeitwa Ngabo. Mfalme Nyamuhanga alizaa na mkewe Ngabo watoto wafuatao: Igaba I, halafu Kazoba, Kasi na Rugira. Kati yao Rugira alikuwa msichana. Mfalme Nyamuhanga alipokuwa mzee aliwaita wanawe na kuwausia. Alimwambia Igaba, "Baada yangu kufa wewe ndiwe utakuwa mfalme." Akamwambia Kazoba, "Wewe utakuwa mlinzi wa mataifa. Uyalinde vema, lakini mfalme ni Igaba." Halafu akamwambia Kasi, "Wewe kazi yako ni kusimamia kilimo cha mazao yote (vyakula), "Akampa na kikapu kilichoitwa NDARAGE (sijambo), nacho ndani yake kulikuwa na mimea na vitu vifukuzavyo balaa na kuleta Baraka. Vitu hivyo ni Kibuza na Kishenda, hii ni mimea ifukuzayo balaa au "amahasira" meusi. Kulikuwemo pia mimea na vitu viletavyo Baraka au "amahasira"meupe. Hii ni "omweza", "omugoshora", "empuli" na jino la kiboko.[9] Ukikuta mtu

[9] Maelezo ya Mfasiri: Empuli au empuri ni udongo wa mfinyanzi uliochanganyika na kaori, unaotumika sana katika taratibu za kujitakasa na kujirudi katika aina mbalimbali za ibada. Inatumika pia katika kuongeza kizazi, na ikitumika na njiti, kama hapa, katika kuzuia uchawi. (angalia Schmidt 1997:225-26, 244).

aliyepotelewa na vitu vyake kama wanyama au mazao uanze kutumia "amahasira" meusi na kuyatupa nje. Baadaye utumie "amahasira" meupe kwa kuweka maji yaliyotumika kwenye mpuli katika jino la kiboko na kuchovya mle "omweza" na "omugoshora" na kunyunyizia mahali pote pote na baadaye vitu hivyo vya kuleta Baraka waviweke nyumbani katika chumba cha ndani. Maneno utakayotumia katika kumwondolea mtu balaa na kumletea Baraka ndiyo haya: Nimekunyunyizia dawa nyeusi na nyeupe ili mambo yako yakunyokee, upate baraka.

Halafu alimuusia Rugira binti yake dawa za kuponya ugumba akisema, "Kila uonapo mwanamke asiyeweza kuzaa mpe dawa ili achukue mimba aweze kuzaa watoto. Dawa hizo ni "Empanguzi," na "Kikwasi." Changanya dawa hizo katika kibuyu ndiyo dawa ya mimba. Mwanamke mgumba akinywa dawa hii atachukua mimba na kuzaa watoto. Mfalme Nyamuhanga alizeeka na baadaye alikufa. Baada ya kifo chake mwanae Igaba akarithi ufalme wake.

Utawala wa Mfalme Igaba I

Baada ya Mfalme Igaba kutawazwa alishauriana na wazee wakaona ni vema watu wote wagawanyike katika koo mbali mbali. Kila mtu aweze kusema kuwa yeye ni mtu wa ukoo fulani. Mpaka wakati huo hapakuwako koo mbali mbali.

Mfalme Igaba I hakufanya mambo mengi ila kuweka sheria ya koo, watu kugawanyika katika koo na miiko yao. Huo ndio ulikuwa mwanzo wa koo na miiko yao.

Mfalme Igaba I, aliishi na kuzeeka, hakuwa na vita yoyote. Alizaa mtoto mmoja wa kiume aliyeitwa Chuuchu. Baada ya kifo cha Mfalme Igaba I, mwanae Chuuchu alirithi ufalme wake. Alioa mke jina lake Wera. Akazaa naye mtoto wa kiume aliyeitwa Bukuku. Hakuzaa mtoto mwingine. Mfalme Chuuchu hakuishi miaka mingi, akafariki. Baada ya kifo chake mwanawe Bukuku akawa mfalme.

SURA YA II

UTAWALA WA MFALME BUKUKU (NYAMUGIRA)

Basi Bukuku akawa mfalme. Alipewa jina Nyamugira. Basi Mfalme Nyamugira akatawazwa. Mtoto wake wa kwanza alikuwa msichana aliyeitwa Nyinamwiru au Kibere-Kimoi. Aliitwa hivyo kwa kuwa alizaliwa akiwa na titi moja. Basi msichana huyo akakua, lakini waganga wakamshauri mfalme na kusema, "Mtukufu mfalme, haifai Nyinamwiru kuishi hapa ikulu kwa sababu ni kilema; hii inaweza kusababisha maisha mafupi kwa mfalme, akafa mapema. Kwa hiyo umwondoe ikulu hii umjengee jumba lake apate kukaa huko. Mfalme alikubali ushauri wa waganga wake, akaamuru Nyinamwiru aondoke ikulu aende sehemu nyingine. Alimwambia binti yake, "Watu wakujengee jumba la kifalme ili ukae huko." Basi Nyinamwiru alipelekwa sehemu nyingine, mfalme akampa watu wa kumlinda ili asije akapewa mimba. Nyinamwiru akakaa katika jumba lake. Alikuwa pia na msichana-mtumwa wake.[10] Siku moja msichana huyo akaondoka akaenda na wenzake kukata mafunjo. Wakati anakata mafunjo alikutana

[10] Maelezo ya Mhariri: Habari zozote kuhusu watumwa hazina budi kutofautishwa. Watumwa walio wengi waliishi katika familia na baadaye waliachwa huru kujitawala. Siyo utumwa wa kibiashara. Wasichana watumwa huwa na maana hasa ya bazaana, wasichana wadogo waliotolewa na familia zao ili watumikie watu wa koo za kifalme. Walipokua waliolewa na wale waliowatunza au mara nyingine na mkuu wa familia ya kifalime, na hata na mfalme mwenyewe. Taasisi hii ilifutwa kabla ya uhuru.

na Muhima mmoja aliyeitwa Isimbwa wa ukoo wa Bachwezi. Wakati huo msichana huyo alikuwa na wenzake, yule mwanamme akamfikia yule msichana wa Nyinamwiru na kumwambia, "Ukienda nyumbani umwambie Nyinamwiru kuwa Isimbwa anakupenda angetaka kulala nawe." Msichana akamjibu, "Mama yangu mambo hayo hayajui, na tangu azaliwe hajawahi kutenda jambo hilo."

Isimbwa akamwambia, "Wewe kwenda umwambie kama nilivyokutuma." Basi msichana alipofika nyumbani akamwambia Nyinamwiru, "Huko nilikokwenda kukata mafunjo nilikutana na mwanamme mmoja aitwaye Isimbwa. Aliniagiza nikuambie kuwa Isimbwa anakupenda na angetaka kulala nawe. Lakini mimi nilikutetea nikasema kuwa wewe mambo hayo huyajui wala hujawahi kuyafanya." Baada ya kuambiwa hivyo na mjakazi wake Nyinamwiru aliyafikiria maneno hayo na akayapenda. Basi akawaita watu wake akawaagiza wamkatie miti ya "mishambya" na kuiegesha kwenye uzio wa jumba lake ili afunge pale mafunjo yake wakati wa kuyapasua. Wanaume wale wakafanya kama alivyoagiza wakakata miti ile wakaiegesha kwenye uzio upande wa ndani. Baada ya watu wake kuiweka miti kwenye uzio, Nyinamwiru akamtuma msichana wake. Akamwagiza akisema, "Uende umwite Isimbwa aje kwangu. Mwambie namtaka; mwambie pia kuwa akija apande uzio pale palipoegeshwa miti, aruke aingie ndani wakati wa usiku. "Msichana akaenda akamwambia Isimbwa alivyoagizwa na Nyinamwiru. Basi Isimbwa aliendakwenye uzio akapanda na kutelemkia kwenye ile miti iliyoegeshwa akaingia ndani ya jumba. Isimbwa alipofika katika jumba la Nyinamwiru, binti mfalme akampokea na bila kupoteza muda wakalala pamoja. Baada ya tendo hilo, Isimbwa akaondoka akarudi nyumbani kwake kwa njia hiyo hiyo.

Baada ya siku chache Nyinamwiru akajikuta amekuwa mjamzito Baada ya miezi ya ujauzito akamzaa mtoto wa kiume. Akamnyonyesha kwa muda wa miezi miwili.

Baadaye watu kutoka kwa Nyinamwiru wakafunga safari na kwenda kwa Mfalme Nyamugira. Wakamjulisha kuwa Nyinamwiru amejifungua mtoto wa kiume. Basi mfalme akawatuma watu wanne akisema, "Nendeni mniletee huyo mtoto nimwone, na kama mama yake atamkatalia mumlete kwa nguvu; kwani jambo gani asiloweza mfalme kufanya katika nchi yake? Wale watu wakaondoka ili kwenda kumleta mtoto.

Walipofika kwa Nyinamwiru wakamwambia kuwa mfalme anataka umpelekee mtoto wako ili amwone. Nyinamwiru hakujibu neno lolote bali aliwachagua wasichana wawili akawapa mtoto wake na kuwaambia,

"Pelekeni mtoto kwa mfalme apate kumwona, na baadaye mrudisheni kwangu."

Wasichana wakaondoka, mmoja wao akiwa amebeba mtoto. Nyinamwiru mwenyewe hakufuatana nao ili apate kujua kwa nini mfalme alimtaka mtoto wake. Mfalme Nyamugira akawatuma wachawi waende njiani ili wakikutana na wale wanaomleta mtoto, wamshike, na kumtumbukiza mtoni. Basi wachawi wakaondoka wakavizia njiani. Walipomwona mtoto ameletwa wakamdaka. Wachawi walipomdaka mtoto, wasichana wa Nyinamwiru wakarudi kwake wakilia. Basi wachawi wa mfalme wakampeleka yule mtoto na kumtumbukiza mtoni. Wale watu waliokuwa wametumwa na mfalme kwa Nyinamwiru, baada ya wachawi kuwanyang'anya yule mtoto walifululiza mpaka kwa mfalme na kuhadithia jinsi mtoto alivyokwisha kutumbukizwa mtoni. Mfalme Nyamugira alifurahi sana. Sababu ya kufurahi kwake ni kwamba aliamini kuwa huyo mtoto angekua angefupisha maisha yake na kumsababishia kifo cha mapema.

Baada ya kutumbukizwa mtoto yule hakudidimia majini bali alielea na kusombwa na maji. Mtoni kulikuwa na miti ya "mibimba." Basi mtoto alikwama kwenye mti wa "mubimba" na kukaa pale akiwa hai. Sababu ya kukwama ni kwamba alikuwa amevikwa shingoni hirizi ambazo zilishika kwenye vitawi vya mti, na mtoto akawa hapelekwi tena na mkondo wa maji. Samaki walimuuma miguu yake yote miwili lakini hakufa. Siku ya pili asubuhi mtumishi mmoja wa Nyinamwiru aliyekuwa mfinyanzi aliamka asubuhi na mapema kuchimba udongo wa mfinyanzi mtoni. Alipofika mtoni akasikia sauti ya kitoto kichanga, na punde akakiona kile kitoto kikiwa kimekwama kwenye mti katikati ya mto. Jina la mfinyanzi huyo ni "Kibumbi"; basi akaingia mtoni, akamtoa mtoto na kumpeleka nyumbani kwake. Bahati nzuri wakati huo mke wa Kibumbi alikuwa amejifungua mtoto wa kike. Kibumbi akampa mtoto aliyemwokota ili awanyonyesha wote wawili. Mke wake hakukataa, alifanya kama alivyoambiwa.

Siku iliyofuata baada ya kumwokota mtoto, Kibumbi alifika kwa Nyinamwiru na kumwambia, "Naomba uondoe watu ili nikuambie." Watu wakaondolewa wakabaki Nyinamwiru na Kibumbi. Kibumbi akamwambia Nyinamwiru, "Mheshimiwa, nimekuja ili tufunge mkataba wa urafiki wa damu." Nyinamwiru akacheka na kusema, "Iweje mimi nifanye urafiki wa kuchanjana na wewe mtumwa?" Kibumbi akamwambia binti-mfalme, "Usicheke, mimi nimekuja kwa nia ya kutafuta udugu wa kuchanjana na wewe, ili niweze kukueleza siri iliyo moyoni mwangu." Basi Nyinamwiru akawaita wazee na kuwataka shauri, akawaambia, "Mtu huyu anataka nifunge naye mkataba wa urafiki wa damu, je mnaonaje? Nichanjane naye au vipi?

Wazee wakamshauri wakisema, "Ni kawaida mrembo kuchanjana na asiye mrembo. Kama mtu huyu anataka kwako udugu wa kuchanjana, kwa nini umkatalie? Chanjana naye; damu yake kidogo utakayomeza haitakudhuru.

Alipopata ushauri huo wa wazee naye akakubali. Wote wawili wakaondoka wakaenda ndani wakachanjana na kufunga mkataba wa udugu. Baada ya mkataba huo, Kibumbi akamwambia Nyinamwiru, "Mheshimiwa jana nilienda mtoni kuchimba udongo wa mfinyanzi, huko nikamwokota mtoto wako. Mpaka sasa ninaye nyumbani kwangu. Nimekuja kukuuliza, je, mtoto huyo nimtupe au nikae naye? Nilikuta anaelea, hirizi zake zikiwa zimemfunga kwenye mti wa mbimba na samaki walikuwa wamekwisha mchubua ngozi. Nyinamwiru akajibu akamwambia, "Tafadhali kaa naye; na mara kwa mara njoo hapa nikupe matunzo yake." Mtoto alipokua Nyinamwiru alimwambia Kibumbi ampelekee watoto wake wawili ili awaone. Alimwambia awape chupa za udongo waje wamezibeba apate wasaa wa kuwaona.

Aliporudi nyumbani kwake akachukua chupa nne za udongo na kuwabebesha hao watoto.[11] Wa kwake akampa chupa mbili na yule wa aliyemwokota akampa chupa mbili. Sababu iliyomfanya Nyinamwiru amwambie Kibumbi kuwabebesha chupa hizo alikuwa na hamu ya kumwona mwanae ambaye alikuwa ametupwa mtoni, pili alijua kuwa watu wakiwaona wamebeba chupa za udongo watadhani wanatembeza chupa za baba yao Kibumbi ili kuziuza. Wale watoto walipofika kwa Nyinamwiru, huyo akawaamkia; na baada ya hapo akamchukua yule mvulana akaenda naye uani, na kumwacha msichana nyumbani. Alipompeleka mwanawe uani, Nyinamwiru alimwambia kuwa Kibumbi siye baba yake bali alimwokota alipokuwa ametupwa. Akaendelea kumwambia,"Mimi ndimi mama yako mzazi. Babu yako Mfalme Nyamugira aliniondoa Ikulu. Hata akanijengea hapa na kuniwekea walinzi ili nisije nikalala na wanaume na kupata mimba. Hata hivyo baadaye nilichukua mimba nikakuzaa wewe. Mfalme Nyamugira alipopata habari za kuzaliwa kwako, bado ukiwa mtoto mchanga, akatuma watu wakakunyang'anya na kukutupa. Kule walikokutupa ndipo huyu mwanamme Kibumbi alikokuokota. Baada ya kukuokota alikuja akaniomba tufanye udugu wa kuchanjana, ili apate kuniambia

---

[11] Embindi ni vyombo vidogo vya udongo wa mfinyanzi. Zamani vilitumika kukamulia maziwa. Vilitumika pia kwa kunywea maziwa.

siri yake, ama sivyo hangeniambia siri ya moyoni mwake. Hakuniambia mara moja jinsi alivyokuokota, alinificha. Ni baada ya kuchanjana ndipo aliponiambia alivyokuokota. Kwa hiyo Kibumbi siyo baba yako mzazi. Mimi ndimi mama yako mzazi." Baada ya kuongea na mwanae uani walirudi nyumbani. Akamwambia mwanae, "Baada ya siku nne rudi hapa ili nikuhadithie."

Baada ya siku nne mtoto wa Nyinamwiru aliondoka kwa Kibumbi na kurudi kwa mama yake. Safari hii alienda peke yake siyo na yule mwenzake msichana, Nyinamwiru alimpokea na kuamkiana naye. Baada ya hayo akaenda naye uani. Nyinamwiru alichukua mkuki, alipofika uani akampa mwanae mkuki ule akamwambia aushike. Mtoto akaushika mkuki ule; sababu ya kumpa mkuki alitaka kumwelekeza kumuua Mfalme Nyamugira, maana Nyinamwiru alikuwa hampendi mfalme. Kwa sababu mfalme hapo kwanza alikuwa amemkataza kuolewa, halafu alikuwa ametoa amri ya kumtupa mwanae majini; kwa sababu hizo mbili Nyinamwiru alitaka mfalme auawe. Nyinamwiru akamuuliza mwanawe, "Kati ya ng'ombe wa Kibumbi unataka ng'ombe wangapi"? Mtoto akajibu kuwa anataka ng'ombe kumi. Mama yake akamwambia kuwa nne wanatosha. Akamwambia mwanae aende na mkuki aliompa, aende achague ng'ombe wanne wa Kibumbi. Halafu awapeleke kwenye kisima ambapo ng'ombe wa Mfalme Nyamugira hunywa maji, naye awaongoze ng'ombe hao kwenye maji ya kisima hicho. Akamwambia, "Wachungaji watawafukuza ng'ombe wako, lakini wewe watakapowafukuza ukaidi uwarudishe kisimani tena na tena. Wachungaji wa mfalme wakikasirika watataka kukupiga. Kwa kuwa mfalme hapendi ugomvi wakitaka kukupiga atakuja kuangalia kulikoni. Wewe ukiona wachungaji wamekukaribia, ukimbie kuelekea kwa mfalme. Yeye atadhani unakuja kutafuta usalama kwake. Ukifika kwake utupe mkuki wako na kumuua. Baada ya kumuua mfalme ukimbilie ikulu, mle utakuta kiti cha mfalme uketi juu yake. Wakati huo Nyinamwiru alikuwa ameshapata marafiki wengi kati ya mawaziri wa mfalme, na kati ya raia alikuwa amefanya urafiki na watu wengi wenye vyeo. Hao wote alishawaambia mpango wa kumuua mfalme ili mwanae atawazwe ufalme. Kusema kweli hata wao walikuwa hawafahamu ingekuwaje baada ya kifo cha mfalme kwa sababu Mfalme Nyamugira hakuwa na mtoto yeyote wa kiume. Binti yake Nyinamwiru-Kibere-Kimoi, ndiye alikuwa mtoto wake wa pekee. Kwa hiyo viongozi na watu waliposikia ushauri wa Nyinamwiru walikubaliana nao. Basi viongozi wote walisubiri siku ambayo mtoto wa Nyinamwiru atamuua mfalme ili wamtawaze awe mfalme wao. Hata na mawaziri walikaa na siri hii mioyoni mwao.

Basi yule kijana aliondoka kwa mama yake Nyinamwiru akarudi kwa Kibumbi, akalala pale siku moja. Kesho yake asubuhi, wakati wa kuongoza ng'ombe malishoni, aliondoka na ng'ombe kwa sababu ndiye alikuwa mchungaji wa ng'ombe wa Kibumbi kwa kuwa alijulikana kama mtoto wake. Lakini alipowapeleka ng'ombe malishoni hakumjulisha Kibumbi siri ya mama yake Nyinamwiru bali aliificha moyoni mwake. Alipofika malishoni alichagua ng'ombe wanne kama alivyokuwa ameelekezwa na mama yake. Akiwa ameshika mkuki wake akawaongoza mpaka kisima cha mfalme. Wakati huo wachungaji wa mfalme walikuwa wameshachota maji na kuyajaza mabwawa ya kunywea ng'ombe wa mfalme. Kila kitu kiliisha kuwa tayari, walikuwa wanasubiri ng'ombe wa mfalme waje wanywe. Wakati huo mtoto wa Nyinamwiru aliwaongoza ng'ombe wake mpaka kwenye mabakuli ya kunyweshea ng'ombe wa mfalme akanywesha wa kwake. Wachungaji wa mfalme wakashangaa kuona mtu anatanguliza ng'ombe wake kunywa katika mabakuli ya ng'ombe wa mfalme, na pia walikasirika kwa sababu ng'ombe hao walikuwa wa ukoo wa watumwa. Basi wachungaji wa mfalme wakawapiga wale ng'ombe wa Kibumbi na kuwafukuza. Mtoto huyo akawarudisha mara ya pili ng'ombe wake. Wachungaji wakawafukuza tena na mtoto akawarudisha. Makelele yakawa makubwa na wachungaji wakataka kumpiga mtoto. Mfalme Nyamugira akasikia kelele hizo kwa sababu visima vilikuwa karibu na jumba lake, yeye mwenyewe akaja kuangalia sababu ya kelele hizo; tena Mfalme Nyamugira aliwapenda sana ng'ombe. Basi mfalme akaja kwa haraka, alipokuwa karibu na mahali hapo, yule mtoto wa Nyinamwiru alimwona Mfalme Nyamugira akikaribia, akaondoka kwa mbio kukutana na mfalme. Mfalme alipoona kuwa amekuja akikimbia na huku akifukuzwa na wachungaji akadhani anataka msaada kwake. Kijana alipomkaribia mfalme akatupa mkuki wake na kumchoma Mfalme Nyamugira. Mfalme akaanguka juu ya kichuguu ambapo alikuwa amesimama.[12] Baada ya kumuua mfalme, kijana akakimbia kuelekea ikulu ya Mfalme Nyamugira. Watu waliokuwepo wakaanza kumfukuza kijana huyo. Walipofika ikulu walikuta mtoto huyo ameishaingia jumbani kwa mfalme na ameshaketi juu ya kiti cha mfalme. wakasita, wakawa hawajui tena la kufanya.

---

[12] Maelezo ya mhariri: Katika kujadili Mfalme Ishamura (Sura ya VII) inaongelewa katika maelezo 39 juu ya mambo kuhusu kichuguu (kishwa) hiki yaliyowafanya wazee kukubali matumizi ya utawala wa kiimla.

Wazee wakafika na kuwakataza wanaume waliokuwa wanamfukuza kijana wakasema, "Msimwue, maadam Mfalme Nyamugira ameshakufa acheni kijana huyu awe mfalme wetu. Basi wale wanaume waliokuwa wamemfukuza kijana wakatulia, wakaondoka na kwenda nje alipofia mfalme Nyamugira. Walipofika kwenye kichuguu wakakuta ameshamezwa na kichuguu. Kijana alipomchoma mkuki Mfalme Nyamugira ngoma zilipigwa, watu wote wakakusanyika ili kuona kwa nini ngoma zimelia. Walipofika ikulu wakakuta wazee wameshakusanyika. Basi wazee wakawaambia raia, "Tulieni, Mfalme Nyamugira amefariki, lakini tumeshapata mfalme mwingine. Huyu atatosha. Wazee hao ndio Nyinamwiru alishawafanya marafiki zake. Hao ndio walikuwa wanawatuliza raia kwa sababu ulikuwa mpango wao na Nyinamwiru; tangu mwanzo walitaka Mfalme Nyamugira auawe, walikuwa wameazimia hivyo. Raia waliposikia maneno ya wazee wakaacha ubishi, wakakubali huyo kijana awe mfalme wao. Wakati huo Nyinamwiru alishafika Ikulu lakini akiwa amejificha katika nyumba za wageni, baada ya kumfundisha mwane jinsi ya kumuua Mfalme Nyamugira. Basi naye akakaribia na kusikiliza itakuwaje kuhusu mwanawe. Alikuwa anaogopa wake wa Mfalme Nyamugira wasije wakamwua mwanawe.

Kijana alipokwishatulia Ikulu na raia wote wakamkubali kama mfalme wao na kumtukuza, basi mama yake akajua kuwa hakuna tena mtu wa kumsumbua mwanawe ambaye sasa aliamini atakuwa mfalme. Basi kijana akapitisha usiku wa kwanza ndani ya Ikulu pamoja na mama yake Nyinamwiru. Siku ya pili wazee wote wa nchi ya Mfalme Nyamugira wakakusanyika ikulu ili waone watafanya nini baada ya Mfalme Nyamugira kuuawa na baada yake kumezwa na kichuguu. Wazee wakashauriana na kusema, "Kwa sababu mfalme amemezwa na kichuguu hatuwezi kuchimba na kuondoa maiti yake ili tuweze kuipeleka kijijini na kumzika. Kwa hiyo iliyopo sasa, tulete miti ya "miramura" tuzungushie kichuguu. Na vitu vyote vinavyohitajika kwa mazishi ya mfalme tuviweke juu ya kichuguu ndani ya uzio, haya ndiyo yatakuwa mazishi ya Mfalme Nyamugira." Watu wote wakakubali ushauri huo utekelezwe. Wakaleta vitu vyote vya kuzikia mfalme: mirumba, ngozi pamoja na mtumbwi, wakaviweka juu ya kichuguu. Mfalme huzikwa ndani ya mtumbwi, lakini safari hii waliweka mtumbwi mdogo kama ishara tu. Walipomaliza kuzungushia kichuguu uzio, wazee wote wakasema, "Hiki ndicho kichuguu cha wafalme, kabla ya kutawazwa, kila mfalme itambidi kwanza kusimama juu ya kichuguu hiki." Hata sasa ndiyo maana mfalme mpya husimama kwanza juu ya kichuguu kabla ya kuteremka na kuingia katika bwawa la chumvi anakooga kabla ya kutawazwa. Hii ni kwa sababu wazee waliona kuwa mfalme kudidimia ndani ya udongo wa kichuguu na kupotea kabisa ni muujiza mkubwa. Wakiwa bado kwenye kichuguu waliona wadudu wakitoka katika kichuguu kilichommeza mfalme na kuruka angani. Wakaondoka wakaacha wadudu wakiruka wakaingia ikulu na kumjulisha Nyinamwiru jinsi wadudu walivyotoka katika kichuguu kilichommeza mfalme na kuruka angani. Nyinamwiru akaamuru aletewe mdudu mmoja ili aone anafanana je. Watu wakaondoka wakarudi kwenye kichuguu wakakuta wale wadudu bado wanaruka. Basi wakashika baadhi ya wadudu wakampelekea Nyinamwiru. Baada ya kuwaona wadudu hao akawashika na kuwakabidhi kwa "Balanzi" akisema, "Watwaeni ili muwatumie katika kuagua." Hata sasa "Balanzi" hutumia wadudu hao wajulikanao kama "ntondo" katika kuagua. Namna hiyo ya kuagua iliamriwa na Nyinamwiru, hata kuagua kwa matumbo ya kuku na kuagua kwa njia ya "nyahura." Nyinamwiru alikuwa mwanamke mwenye akili nyingi, kila alilosema lilikuwa la kweli. Watu wote walikuja kwa Nyinamwiru kupata ushauri wake.

Na kwa sababu ya akili ya Nyinamwiru, waganga wote wakifanikiwa katika kuagua humshukuru Nyinamwiru wakisema, "Nyinamwiru amefanikiwa na kutufanya tuague yaliyo baraka." Hata leo msemo huo upo kwa sababu waaguzi hukumbuka Nyinamwiru aliyeanzisha uaguzi, huamini kuwa ndiye awawezeshaye kuagua matukio ya baraka. Wakati wa kuagua, waganga humtaja wakisema, "NYINAMWIRU-KIBERE-IMO KYONKEZA OMUTABAZI N'OMUTABALIRWA" (Maana yake "Nyinamwiru, titi-moja linyonyeshalo kwa ajili ya mshambuliaji na mshambuliwa"). Humtaja hivyo kwa sababu wakati mshambuliaji anaagua, yule anayeshambuliwa naye huwa anaagua."

Mfalme kabla ya kushambulia kuteketeza taifa jingine, wale waaguao kwa "ntondo"husema: Wewe ni wa Nyinamwiru na Bukuku, mtoto wa Wera, waliotupa "ntondo" ili tupate kuagua. Husema hivyo kwa sababu hao wadudu "ntondo" walitoka katika kichuguu alimodidimia mfalme Bukuku. Waganga na watu wote wanajua kuwa uaguzi wote ulitokana na Nyinamwiru.

SURA YA III

MFALME NDAHURA KYARUBIMBA UTAWALA WAKE NA UWAZIRI MKUU WA ISIMBWA

Nyante anaolewa Ikulu Kuzaliwa kwa Lwini

Basi huyo mtoto wa Nyinamwiru, aliyemuua Mfalme Nyamugira, akaondoka katika ikulu ya mfalme Nyamugira, pamoja na mama yake na watu wote na viongozi wa raia, na kujenga ikulu yake mahali pengine, lakini katika kijiji kile kile ilipokuwa ikulu ya Mfalme Nyamugira. Kijiji hicho kiliitwa Bwera. Baada ya kujenga ikulu yake, wazee walimpa mtoto huyo jina la NDAHURA KYARUBIMBA. Wazee walimpa jina hilo kwa sababu alipokuwa ametupwa na Mfalme Nyamuhanga ili afe, alisombwa na mkondo wa maji na kukwama kwenye mti wa "mubimba" na Kibumbi akamwopoa majini.

Baada ya kuwa mtu mzima, Mfalme Ndahura alishauriwa na wazee waliomwambia, "Mfalme Mtukufu, sasa wewe ni mtu mzima, tunataka kutafuta mwanamke ili upate kuoa. Tutawatuma watu ili wamtafute msichana anayefaa katika koo zote." Baada ya kupata ushauri huo, Mfalme Ndahura alikataa akisema, "sitaki kuoa mwanamke wa ukoo mwingine ila mwende kwa Kibumbi mniletee binti yake niliyenyonya naye ili ndiye awe mke wangu. Wazee wote wakakubali, wakatuma watu wakaenda kwa Kibumbi na kumwambia kuwa Mfalme Ndahura anataka binti yako aliyenyonya naye awe mke wake. Kibumbi alikubali akawapa binti yake wakampeleka kwa mfalme akawa mkewe. Baada ya kuolewa na mfalme alipewa jina la NYANTE. Jina la kwanza halijulikani. Ukoo wa Nyante ni wa Bashengya. Ndio ukoo wa baba yake, Kibumbi. Basi Mfalme Ndahura akaishi na mkewe Nyante. Baada ya miezi kadhaa Nyinamwiru, mama wa mfalme, akaja katika jumba la mwanae Mfalme Ndahura akamwambia, "Naomba twende faragha nami nikwambie neno." Walipokuwa faragha akamwambia mfalme, "Naomba umpe heshima Isimbwa kwa sababu ndiye baba yako niliyekuzaa naye." Mfalme Ndahura akakubali, siri hiyo akaiweka rohoni mwake. Wote wawili wakatoka uani wakaingia katika jumba la mfalme.

Basi mfalme Ndahura akamwita Isimbwa kwake. Isimbwa alipokuja Ikulu aliongea na mfalme kwa muda wa siku kadhaa. Baadaye Mfalme alimfanya Isimbwa waziri wake mkuu. Alimpenda sana baba yake huyo akampa mali nyingi, akashirikiana naye katika kutatua matatizo na kuhukumu mashauri. Raia wote walisifu ushirikiano wao na kusema, "Utawala ni wa Ndahura na Isimbwa." Kwa sababu Isimbwa naye alikuwa kama mfalme ingawa hakutawazwa hivyo. Baadaye raia wote waligundua kuwa kumbe Isimbwa ndiye baba yake Mfalme Ndahura.

Mfalme Ndahura aliishi katika ufalme wake mpaka akawa mzee. Siku moja aliketi na watumishi wake, akawaambia, "Ningependa muache kula samaki, kwa sababu ni viumbe wabaya sana." Akawaonyesha miguu yake na kuwaambia, "Angalieni jinsi samaki walivyouma miguu yangu wakati nilipotupwa mtoni. Ni wakati huo waliponing'ata miguu na mwili mzima. Ndiyo maana ya makovu haya. Basi nyinyi muache kuwala maana ni kufuru, kwa maana samaki hula wanadamu. Watumishi wa mfalme waliokuwepo wakaacha kula samaki, kwao wakawa mwiko. Baadhi ya koo waliokuwa wamehudhuria na kuacha kula samaki walikuwa, "Abamali, Abazira, Abalisa, Abanabi, Abateneita, Abashengya na Abasingo." Koo hizi ndio waliokataa kula samaki kwa sababu ndio walikuwa tajiri na wapenzi wa mfalme. Koo nyingine waliendelea kula samaki kwa sababu walikuwa maskini. Wale ambao mfalme alikuwa ametajirisha ndio yaliofanya samaki wawe mwiko. Koo waliocha kula samaki ndio walikuwa "Bahima", mpaka sasa hawali samaki, wale walioendelea kula samaki ndio walibaki wakijulikana kama "Bairu" (watu wa kawaida).

Mfalme akaishi katika nchi yake. Akazaa mtoto wa kiume na mke wake Nyante na kumpa jina lake "Lwini." Mtoto huyo Lwini alikuwa mjinga. Alipokua watu wote walimwita Mjinga wa Nyante. Mfalme

Ndahura alitawala miaka mingi, yumkini miaka arobaini na akawa mzee sana na hatimaye alikufa. Baada ya kifo chake mwanawe Lwini akawa mfalme.

SURA YA IV

SEHEMU YA I

MFALME LWINI (WAMARA)

Ufalme wake na uzazi wake
Mfalme Wamara anawatawaza wanawe
Kiziba anamtibu Bike
Kifo cha Bike
Bunyarwahi inageuka Kiziba

Baada ya kuwa mfalme, alitoka katika Ikulu ya baba yake, Mfalme Ndahura, na kujenga ikulu yake mwenyewe katika kijiji kile kile cha Bwera; akakaa humo na mama yake Nyante. Wazee walimpa jina la Wamara. Ndilo jina la kifalme. Wakampa na jina la sifa "Bino Bibaijwa Empogo, Omukama wa Bugungu." Bungungu ndilo jina la Ikulu yake. Walimwita Bino Bibaijwa Empogo kwa sababu alikuwa na meno marefu yaliyotokeza nje na kuonekana wakati wote. Baada ya kuwa mfalme alitengeneza ngoma akaipa jina la "Nyaminyago." Mfalme Wamara aliishi miaka mingi akawa mfalme mzee na kuzaa wana wafuatao"- Ishebwana, Nono, Katuku, Bike, Nshanshama, Nkombya, Kashale, Rubanga (pacha), Kyomya na Mibali. Watoto wake walipokua na kuwa watu wazima aliwapa sehemu mbali mbali katika nchi yake ili wazitawale. Ishebwana alimpeleka Buganda; Nono alipewa Karagwe; Katuku alipewa Nkole; Bike alipelekwa Bunyarwai.

Bike alipofika Bunyarwai alikaa akawa mfalme wa Bunyarwai. Ikulu yake aliijenga Kigarama. Alimzaa mtoto wake wa kiume akamwita Rwampanda. Mfalme Bike, baada ya kukaa katika ufalme wake aliugua sana ugonjwa wa tumbo. Basi aliwatuma watu wake wawili, mmoja wa ukoo wa Basaizi, mwingine wa ukoo wa Baihuzi, waende Ihangiro kwa mfalme Nkombya na ujumbe kuwa ampelekee mganga atakayemtibu ugonjwa wa tumbo. Watu hao wakaondoka wakafika Ihangiro wakampa Mfalme Nkombya ujumbe wa Mfalme Bike. Basi Mfalme Nkombya alimwita mwanae Kiziba na kumwambia aende Bunyarwai ili amtibu Mfalme Bike. Safari yake na wajumbe wa Mfalme Bike ilichukua siku mbili wakafika Kigarama. Mfalme Bike akamweleza Kiziba ugonjwa wake. Kiziba akampa mfalme Bike dawa ya kunywa aliyotumia kwa siku kumi. Baada ya siku hizo akawa amepona. Kiziba alikuwa ameleta ng'ombe wake kama wawili. Kila alipokamua maziwa alimpelekea Mfalme Bike naye akanywa. Zamani zile watu wa Bunyarwai walikuwa wafua-chuma, hawakuwa na ng'ombe. Kiziba ndiye aliyeleta nchini humo ng'ombe akiwa wa kwanza. Baada ya kumtibu Mfalme Bike, Kiziba aliwatibu na watu wengine wa kijijini. Wale waliokuwa hawazai aliwapa dawa na hirizi wakaweza kuzaa. Watu wote kijijini wakafurahia ujio wa Kiziba aliyewatibu magonjwa na kuwafanya wazae watoto. Kiziba alikuja na mke wake. Baada ya muda mfupi mke wake alijifuangua mtoto wa kiume, akampa jina la Ntumwa. Kiziba alikaa Bunyarwai pamoja na mwanae. Alipoona jinsi watu wote walivyompenda akafikiria njia ya kumwua Mfalme Bike. Wala wakati huo hapakuwa na mtu yeyote aliyemtilia mashaka. Siku moja Kiziba aliingia Ikulu akakuta Mfalme ameketi mahali alipojiegesha. Akatupa mkuki na kumchoma mfalme Bike. Mfalme Bike alikufa papo hapo. Watu walipofika walikuta Kiziba ameketi juu ya kiti cha mfalme. Hawakujua la kufanya kwa sababu raia wote walikuwa wanampenda Kiziba aliyewapa dawa za kupata watoto. Baada ya kumwua Bike, Kiziba alitawala kama mfalme. Nchi iliyokuwa inajulikana kama Bunyarwai, iliitwa Kiziba baada ya kutawala Mfalme Kiziba.

SEHEMU YA 2

MFALME KIZIBA

Utawala wake na kuadhibiwa kwake na Mizimu
Kufa kwake na utawala wa mwanae Ntumwa
Sheria ya kuingia na mkuki jumbani kwa mfalme (Rwampanda)

Mfalme Kiziba baada ya kutawala siku nyingi akawa anasumbuliwa na mzimu wa Mfalme Bike aliyemwua. Baada ya mzimu kumsumbua kwa muda, mwishowe ulimwua.

Baada ya kifo cha Mfalme Kiziba mwanae Ntumwa akarithi ufalme wake. Naye alijenga Ikulu yake katika kijiji cha Kigarama. Akatawala ufalme wake lakini naye akateseka na pepo wa Bike kama baba yake Kiziba. Wazee wakashauri kumleta Rwampanda,[13] mwana wa Bike ili wamtambikie Mfalme Ntumwa apate kutosumbuliwa tena. Rwampanda aliitwa akafika. Alipofika Mfalme Ntumwa akampa ng'ombe tisa na kondoo wawili. Halafu akamruhusu kuingia jumbani kwa mfalme na mkuki wake. Alimruhusu kufanya hivyo kwa sababu alifikiri kuwa akiingia jumbani kwa mfalme na mkuki wake naye atakuwa amelingana

[13] Sheria ya Rwampanda inatumika mpaka sasa katika ufalme wa Kiziba. Mfalme akitawazwa Rwampanda huwa wa kwanza kuingia jumbani kwa mfalme akiwa na mkuki wake mkononi. Pia mfalme anayetawazwa humwamkia kwa heshima Rwampanda. Naye Rwampanda humjibu mfalme, "Umeniamkia mimi, tangu leo usimwamkie mtu yeyote. Na kweli mfalme haruhusiwi kumwamkia mtu yeyote hata kama ni baba yake mdogo au babu yake. Tangu siku hiyo ya kutawazwa mfalme, Rwampanda huanza mgomo wake kutoonana na mfalme maisha yake yote.

na mfalme, naye hatasumbuliwa tena na pepo wa Bike, baba wa Rwampanda aliyeuwawa na Baba yake Mfalme Ntumwa. Hata leo wakati wa kutawazwa mfalme Rwampanda ndiye huingia kwanza katika jumba la mfalme akiwa ameshika mkuki wake. Kila Rwampanda akifa mrithi wake naye hupewa jina hilo hilo la Rwampanda. Ngoma ya kifalme ya Mfalme Ntumwa ilipewa jina la "NDURU."

SEHEMU YA 3

MFALME WAMARA ANAWATAWAZA WANAWE WENGINE

Wana wengine wa mfalme Wamara
Ndoa ya Kyomya na kuzaliwa kwa Kagoro
Wanyoro wanamshambulia Wamara
Ujio wa Igaba kutoka Bukidi
Kagoro na upinde wake
Ushujaa na ubabe wa Kagoro katika nchi za mbali
Rukungu

Baada ya kumtawaza Bike, alimtuma Nshanshame kutawala Buzinja; Mkombya akamtuma kutawala Ihangiro; Kashale akamtuma kutawala Kyamutwara; Rubanga,[14] pacha, akamtuma kutawala Buluri; Mibali akamtuma kutawala Rwanda. Alimwacha Kyomya abaki naye ikulu kama waziri wake mkuu,[15] ili asimamie shughuli zote za Ikulu. Baadaye Wamara alizaa watoto wengine ambao ni: Ruzini, Rwebembera, Nyakiliro; halafu akamzaa msichana aitwaye Nyabibungo. Watoto hawa wote waliishi na baba yao Ikulu kwa Wamara, wala hawakupewa utawala popote.

---

[14] Hata sasa mapachoa wanapozaliwa huitwa watoto wa Rubanga.
[15] Maelezo ya mhariri: Katikiro alikuwa Waziri Mkuu.

Mfalme Wamara akampatia mwanae Kyomya mke, ukoo wake ni Munyarwaikazi[16] aliyeitwa Kachubya. Mwanamke huyo akazaa mtoto wa kiume aliyepewa jina la Kagoro. Mfalme Wamara akaishi na wanawe katika ufalme wake. Wanyoro walikuja mara kwa mara kumshambulia mfalme Wamara na kumnyang'anya ng'ombe wake. Wana wa Wamara na watu wake walikuwa woga, hawakujua kupigana, ndiyo maana Banyoro walinyang'anya ng'ombe wa mfalme Wamara. Wanyoro hao waliishi katika kijiji cha Butuku; katika nchi ya Mfalme Wamara; lakini raia wa huko walimgomea mfalme, ndiyo maana walimshambulia na kumnyang'anya ng'ombe wake.

Wakati huo mwanamme mmoja aitwaye Igaba alitoka katika nchi ya Bukidi ili aje katika nchi ya Wamara. Alipofika kwenye mto wa Butuku watu wa Wamara wakakataa wakisema, "Hatutaki Igaba aingie katika nchi yetu." Basi wakamfukuza wakampeleka kwenye kisiwa; walienda na kumwadithia Mfalme Wamara.

Baada ya kufukuzwa na raia wa Wamara, Igaba alituma ujumbe kwa Wamara akisema, "Usinifukuze, sina nia ya kuteka ufalme wako, bali mimi ni mwindaji awindaye, sikuja kukunyang'anya ufalme wako." Mfalme Wamara aliamini maneno ya Igaba akasema, "Mruhusuni aje."

Basi Igaba akaja. Njiani alipumzika chini ya mti mmoja mkubwa. Aliuliza wenyeji jina la mti huo akaambiwa kuwa ni Mbito. Akanyamaza. Kutoka hapo alifikia kwenye mbuga moja akajenga majumba akakaa. Akaanza kuwinda wanyama na kumpelekea Wamara baadhi ya wanyama aliowaua. Mfalme Wamara akasema, "Huyu mgeni ingawa tulikuwa tunataka kumfukuza kumbe ni mtu mwema sana." Basi Mfalme Wamara akawa anampa Igaba zawadi za ng'ombe. Igaba akaendelea kuwinda tu. Licha ya hilo, Igaba alikuwa mjuzi wa madawa ya kila aina, aliwatibu watu. Alijua kuzuia mvua na kusababisha inyeshe. Pia alikuwa na uchawi wa kila aina.

Basi Mfalme Wamara alitulia katika ufalme wake. Kyomya mwanae alimzaa mtoto aliyepewa jina la Kagoro. Kagoro alikuwa kijana mwenye vurugu na fujo. Kagoro aliomba mfalme ampatie upinde. Mfalme alipompa upinde hakuridhika nao akaudharau na kuuvunja. Wakampa upinde mwingine na huo akauvunja. Baadaye alikasirika na kuacha kuomba. Alipokasirika Mfalme Wamara akawatuma watu wamletee Kabagyo-ka-Chuuchu ili ampeleke Kagoro msituni naye amwonyeshe ni

[16] Maelezo ya mhariri: Katika lugha ya Kihaya "kazi" inapotumika mwishoni mwa neno huwa na maana ya mwanamke wa ukoo au cheo husika.

upinde wa namna gani angetaka kutengenezewa. Kabagyo-ka-Chuuchu alikuwa mchongaji wa pinde za Mfalme Wamara.

Watu wakaenda wakamwita Kabagyo-ka-Chuuchu akaja. Alipofika mfalme alimwambia, "Nenda ukamchongee mtoto huyu upinde." Basi Kabagyo-ka-Chuuchu alimwita mchongaji wa pinde mwenzake aitwaye Ngabona wakaondoka wote pamoja na Kagoro. Wakaingia katika msitu ulioitwa Imara-Magambo. Walipoingia msituni, Kagoro akaona mti mkubwa akawaambia wakate mti huo na humo wamchongee upinde wake. Yeye Kagoro akatoka msituni akaenda nje na kuketi juu ya jiwe. Wale watu Kabagyo-ka-Chuuchu na mwenzake Ngabona wakainama na kuanza kukata mti. Kagoro huko nje aliko wakati wanakata mti yeye alikuwa anawaza kwa furaha na matumaini, na wakati wanachonga upinde alikuwa hoi kwa wasiwasi asijue kama upinde utakuwa mzuri kama alivyotaka. Mti ulipoanguka, kima na tumbili waliokuwamo wakakimbia huko na huko. Basi wakachonga upinde ukawa tayari. Wakampa Kagoro akaushika na kufurahi sana; na kuridhika nao. Akawashukuru. Halafu akaagiza kuita waunzi wamtengenezee mishale. Waunzi wakaja wakajenga karakana ya kufulia chuma, wakatengeneza mishale minane mikamilifu na wa tisa uliolemaa kidogo walioita "kalemalire-omu-nyondo." Yeye Kagoro hakutaka kutengeneza mishale kama ya watu wengine wa kawaida. Kwa hiyo walimtengenezea mishale ya aina yake. Kagoro alikaa pale msituni siku mbili. Alichinja ng'ombe tisa kwa ajili ya watu waliotengeneza upinde wake na mishale. Ng'ombe hao aliwapata kutoka katika makundi ya babu yake mfalme na ya baba zake. Baada ya kuchonga upinde na kuufunga kwa kamba, na baada ya kumaliza ufuaji wa mishale, Kagoro akaweka mshale katika upinde, akavuta. Alipovuta macho yake yakawa mekundu ya kutisha;[17] watu waliokuwa karibu wakatetemeka kwa hofu.[18] Baada ya kuridhika na upinde wake na mishale yake, Kagoro alitoka msituni na kurudi nyumbani. Alipofika mbele ya jumba la Mfalme Wamara akaanza kutembea kwa hatua ndefu huko na huko,[19] kiasi kwamba watu wakawaida wakawa hawawezi kwa hofu maana walijua jinsi alivyokuwa mkali.[20] Basi Kagoro akaanza kuwadharau baba zake, wana wa mfalme, nao wakawa wakimwogopa kwa sababu mfalme alimpenda mno.

---

[17] Maana yake yaligeuka kuwa mekundu kiasi kwamba watu walimwogopa.

[18] Watu walikuwepo na kumwona akivuta upinde wake. Walitetemeka na kusema, "Kwa sababu Kagoro ni mtu asiyejali, anaweza kutupiga mishale na kutuua.

[19] Aliingia uwanjani akitembea kwa hatua kubwa huku na huko akiwa mwenye furaha kubwa.

[20] Watu walipomwona akifurahi hivyo raia wa kawaida waliongea kati yao wakisema, "Kagoro ni mtu mbaya. Sasa amepata upinde mpya. Je, hatawaua watu?" waliendelea kuongea hivyo juu yake kwa sababu walimwogopa.

Siku moja Kagoro akaingia kwa mfalme akawambia, "Watu wako hawana la kufanya na wananidharau sana." Mfalme Wamara akakubali maneno ya Kagoro; akaamuru watu wawe wanakata nyasi na kuwalisha ng'ombe wake tisa zizini wala wasiwapeleke machungani. Kwa hiyo akawatangazia watu kuwa ameamua kuwa watakuwa wanawakatia nyasi na kuwachotea maji ng'ombe wake hao tisa ili wawe wanawaletea zizini. Raia wakakubali kufanya hivyo. Wakaanza kukata nyasi na kuchota maji na kuwaletea ng'ombe wa mfalme zizini jumbani kwa mfalme. Ila watu hawakujua kuwa ushauri huo mfalme alikuwa ameupata kutoka kwa Kagoro, bali walidhani ni uamuzi wa mfalme mwenyewe. Muda wote lakini watu walinung'unika na kusema, "Mbona tunateseka? Kama kungekuwa na rafiki wa mfalme ambaye angemshawishi kutuondolea mzigo huu tungeshukuru. Kagoro akapata habari za kunung'unika kwao na kuwa walitaka mtu wa kumshawishi mfalme kuwaondolea mzigo huo. Basi siku moja walipofika kwake akawaambia kuwa yeye anaweza kuwatoa ng'ombe wa mfalme ndani ili walie nje. Watu wakambishia kuwa jambo hilo haliwezekani. Lakini yeye alienda kwa mfalme na kumwambia, "Mtukufu Mfalme, mimi nakaa mbali wala sisikii vizuri amri zako utoazo. Naomba uniruhusu nijenga nyumba yangu hapa karibu mbele ya jumba lako." Mfalme akamruhusu kufanya hivyo. Akaamuru watu waje wamjengee Kagoro nyumba hiyo ili akae karibu naye apate kusikia vizuri maneno yake. Nyumba ikajengwa na Kagoro akaingia humo. Baada ya kufanya hivyo alikwenda akawaambia watu, "Kesho mkisikia kelele na vilio upande wa ikulu, kimbieni na kuelekea ikulu bila kuchelewa."

Usiku wa manane, Kagoro aliichoma moto nyumba yake. Baada ya kufanya hivyo alimwamba Rukungu apige ukelele ili watu waje kusalimisha ng'ombe wa mfalme. Watu waliposikia kelele hizo wakaja upesi kujua Ikulu kuna nini. Walipofika, moto uliishaenea mpaka kwenye jumba la mfalme, wakauzima. Halafu wakashika kijumba cha Kagoro wakakivuta mbali na jumba la mfalme. Basi Kagoro akawaambia watu, "Nisaidie kuondoa ng'ombe wa mfalme ndani. Watu wakaezua nyumba na kutoa ng'ombe wote nje na kuzima moto. Jumba la mfalme halikuungua kwa sababu moto ulizimwa upesi. Baada ya kuondoa ng'ombe, mfalme akarudi kwake kutoka kule alikokuwa amekimbilia kwa sababu ya moto. Mfalme aliporudi wakatambikia sadaka, mfalme akaingia jumbani mwake.[21]

[21] Sadaka zilitolewa kuondoa balaa ikulu lililosababisha nyumba ya mfalme kuungua. Wanyama wa sadaka walikuwa madume mawili meupe ya ng'ombe na kondoo wawili weupe.

Baada ya mfalme kurudi nyumbani mwake ng'ombe hawakulishwa nyumbani tena bali walikuwa wanapelekwa mbugani malishoni. Tangu hapo watu hawakulazimika kukata nyasi za ng'ombe tena. Baada ya mfalme kurudi kwake watoto wake na raia wengi walikuja kumpa pole ya moto. Mfalme akawaambia watoto wake na raia, "Mtoto huyu Kagoro ananichanganya akili, yeye ndiye aliyenishauri kutunzia nyumbani ng'ombe ili watu wawaletee nyasi na maji zizini. Lakini juzi alichoma nyumba, nusura ng'ombe wangu waungulie nyumbani." Pia akatoa amri akisema nendeni mkakusanye ng'ombe wazuri kutoka sehemu mbali mbali waje wachunge pamoja na ng'ombe wangu. Muwakusanye ng'ombe wazuri kama wa kwangu kutoka koo zote ili walishe pamoja na ng'ombe wangu.

Watu wakaenda katika vijiji vyote wakakusanya ng'ombe wazuri sana kutoka makundi mbali mbali. Walipofika katika kundi la Basingo wakachagua ng'ombe mmoja wa vidoadoa. Ng'ombe huyo alikuwa mzuri sana tena alikuwa mali ya mkuu wa ukoo wa Basingo. Mkuu wa Basingo akawachagulia ng'ombe wazuri wengine. Lakini wajumbe wa mfalme wakasema, hapana, sisi sharti tupeleke huyu Bugondo aliye mzuri sana kuliko wote. Hivyo Basingo wakakataa katakata na kuwafukuza wajumbe wa mfalme. Basi wajumbe wakarudi ikulu wakampasha habari mfalme jinsi Basingo walivyowakatalia ng'ombe Bugondo ambaye ndiye mzuri. Habari hii ilimkasirisha sana Mfalme Wamara. Akasema, niitieni Kagoro ndiye atakayewaweza. Kagoro akaitwa, mfalme akamweleza jinsi Basingo walivyokataa kumtoa ng'ombe wao, Bugondo. Kagoro akamwomba mfalme amtume Mulindwa badala yake kwa kuwa Basingo ni ukoo wa kawaida ambao hawana umashuhuri wowote kustahili kukabiliwa naye Kagoro. Mfalme Wamara akakubali wazo la Kagoro, akamtuma mjukuu wake Mulindwa.[22]

Mulindwa aliondoka na watu wake aliopewa na mfalme akaenda kwa Basingo. Aliwakuta ng'ombe wa Basingo malishoni akawaswaga makundi ya ng'ombe wao yote. Wasingo waliokuwa wakichunga wakapiga mayowe, Wasingo wakatoka kijijini wakiongozwa na mkuu wao wakaja kurudisha ng'ombe wao walionyang'anywa. Mulindwa alipoona Wasingo wakijaribu kuwarudisha ng'ombe wao, akampiga mkuu wa Wasingo kwa fimbo. Mkuu wa Basingo alipopigwa akakasirika akamchoma Mulindwa kwa mkuki na kumuua. Baada ya kifo cha Mulindwa, watu wake wakawa wameshindwa, wakakimbia. Wasingo wakawarudisha ng'ombe wao wote. Watu wa Mulindwa wakakimbia

[22] Mulindwa alikuwa matoto wa Kyomya na mjukuu wa Mfalme Wamara.

mpaka kwa Mfalme Wamara wakamjulisha jinsi Wasingo walivyomuua Mulindwa. Kagoro alipopata habari ya kifo cha Mulindwa, hakungonja amri ya mfalme, bali alitungua uta wake akaenda vitani. Alipofika kwa Wasingo, baadhi walikuwa wameshakimbia, bali wale wote aliowakuta aliwaua wote bila kubakiza mtu hata mmoja. Basi akachukua ng'ombe wao wote. Kwa hasira aliamuru aletewe uchafu wa nyumbani, na alipoletewa, akauchoma moto kama ishara ya kuwachoma moto Wasingo. (Singo ina maana ya uchafu wa nyumbani).

Basi Kagoro akarudi ikulu akiwaswaga ng'ombe wote alionyang'anya. Akafika mbele ya mfalme na kumpa ng'ombe hao wote. Mfalme Wamara akatoka nje akawaona ng'ombe hao wote, akafurahi. Akasema, "Chagueni ng'ombe walio bora." Basi mfalme akawatenga katika makundi matatu ambayo aliyapa majina yafuatayo: Embamba na Empura pamoja na kundi la kubaki nyumbani kwake alilolipa jina la Endemwakwenda. Kati ya makundi hayo matatu alimzawadia Kagoro kundi moja la Mpura. Ng'ombe waliobaki, nje ya makundi hayo, akaamuru wachinjwe kwa ajili ya watu wake na waliobaki bila kuchinjwa akawagawa kwa baadhi ya watu.[23]

Baada ya hayo watu waliondoka Ikulu na kurudi nyumbani kwao. Baada ya kurudi kutoka vita ya kuwaua Wasingo, Kagoro alijigamba hivi:

Niliua Wasingo wote
Nikachoma uchafu wa chini
Mimi hufanya mkataba wa urafiki na kuutangua
Pia najenga nyumba na kuzichoma moto

Ili kuwaondolea watu mzigo wa kuwakatia nyasi ng'ombe wa mfalme ilimbidi kujenga nyumba mbele ya jumba la mfalme, na baadaye akaichoma moto. Hii ndiyo maana ya maneno "Mimi hujenga nyumba na kuzichoma moto."

Watu waliendelea kumpenda na kumshukuru Kagoro kwa sababu aliwaondolea taabu ya kuwakatia nyasi ng'ombe wa mfalme, na pia kwa sababu aliwaua Basingo waliowasumbua. Kwa hiyo siku zote walimpenda sana. Pia walimkumbuka kwa majonzi Mulindwa aliyeuawa na Wasingo

---

[23] "Ebu niwaue Wasingo halafu nichome mavumbi ya nyasi za kukalia" (Neno Wasingo linatokana na vumbi hilo). Kuanzia wakati huo imekuwa marufuku kwa Wasingo kula nyama ya ng'ombe mwenye madoadoa kwa sababu ng'ombe wa namna hiyo ndiye aliyesababisha Kagoro kuwaua Wasingo.

kwa sababu walimpenda sana. Walisema, "Mulindwa hatasahaulika kamwe." Hata sasa hujulikana kama Mulindwa Asiyesahaulika.

Tangu hapo Kagoro akawa mchungaji wa ng'ombe wa babu yake Mfalme Wamara. Mbuga alikochungia ziliitwa Enshwere-empango; Enshwere-enke; Enshwere-empabura-bagenzi. Hata hivyo hakuishi huko bali alibaki nyumbani kwake na kila siku aliwapeleka ng'ombe malishoni.

Siku moja Kagoro akiwa machungani alikuwa anakagua sehemu zenye nyasi nzuri, akakutana na Wanyoro ambao nao walikuwa wanachunga makundi ya ng'ombe wao. Wakamwamkia naye akawaamkia. Baada ya kuamkiana Wanyoro wakammuliza, "Ng'ombe wale kule ni wa nani"? Kagoro akajibu, "Nyie ni akina nani hata msijue ng'ombe wa mfalme"? Wanyoro wakajibu na kusema, "Kama tungalijua hivyo tungaliwanyang'anya siku nyingi." Rukungu akamwambia Kagoro, "Tuwapige." Lakini Kagoro akamjibu, "Kwa kosa gani? Kama wao ni wanaume wathubutu kuja kwetu." Wanyoro wakasema, "Baada ya siku nne tutakuja." Kagoro akawajibu, "Nawasihi njoni bila kukosa. Msinisikitishe kwa kutokuja." Wanyoro wakasema, "Yatosha, nenda zako usubiri ujio wetu."

Baada ya majibizano hayo, Wanyoro walirudi kwao na Kagoro alirudi nyumbani. Kagaro aliwasubiri Wanyoro siku nne wasije. Baada ya kuwasubiri wakakosa kuja, akajisemea, hawaji tena, hebu niende matembezini. Akafunga safari akaenda Rwanda katika kijiji kilichoitwa Enshwere-empabura-bagenzi kwa Baba-mkwe wake. Alitaka kumrejesha mke wake kwa sababu alikuwa amempiga mkewe naye alikuwa amerudi kwa wazazi wake Rwanda. Basi akaondoka akaenda huko. Baada ya siku moja. Kesho yake Wanyoro wakafika. Walikuja baada ya siku tano. Wakashambulia ikulu ya Mfalme Wamara. Wakawakuta wana wa mfalme walioitwa Kyomya, Ruzini na Rwebembera.

Kyomya alilenga mshale mmoja, vidole vyake vikatikisika kwa hofu, akakimbilia Kagondo.[24] Baada ya kukimbia kwa Kyomya, Ruzini akalenga mshale mmoja, naye vidole vikatikisika kwa hofu, akakimbilia Kagondo kama kaka yake. Rwebembera naye baada ya kulenga mshale mmoja vidole vilitikisika kwa hofu naye akawafuata Kyomya na Ruzini Kagondo.

---

[24] Kagondo ilikuwa nyumba ya Mfalme Wamara iliyokuwa nyuma ya ikulu. Huko ndiko mfalme alikuwa amekimbilia. Alikuwa ameenda huko na ng'ombe wake Garushasha kwa sababu alimpenda mno. Hakusita kuwaacha nyuma ng'ombe wake wengine wote, nao wakatekwa na kuchukuliwa na Wanyoro.

Basi Nyakiliro naye akalenga mshale mmoja naye vidole vikatikisika akaogopa. Kabla ya kukimbia aliamua kuchoma moto jumba la mfalme lisije likachomwa moto na maadui wageni. Baada ya kufanya hivyo naye alikimbilia Kagondo kama kaka zake Kyomya, Ruzini na Rwebembera.

Basi Wanyoro walipoona kuwa wana wa Mfalme Wamara wamekimbia, wakaja na kunyang'anya ng'ombe wote wa mfalme. Walipoanza kuwaswaga, Rukungu akakimbia na kuwaendea.[25]

Alikuja akipiga kelele kwa sauti ya juu, akihema kwa hasira kubwa na kusema, "Wanyoro wamenyang'anya ng'ombe wote wa mfalme na kwenda zao. Akashika upinde wake Ruseta na kumchoma mshale Munyoro mmoja na kumuulia mbele ya jumba la mfalme, akamchoma na kumuua wa pili mwishoni mwa uwanja wa ikulu, Wanyoro wakakimbia. Rukungu akawafukuza. Alipofika mahali pa ng'ombe kunywea maji akamchoma mshale Munyoro wa tatu na kumuua. Baada ya hapo akajishauri kurudi nyuma asije akauliwa na adui, ng'ombe waliotoroshwa wakakosa mtu wa kuwatolea taarifa. Basi akarudi ikulu, akapitiliza mpaka nyuma alipomkuta Mfalme Wamara akiwa amesimama chini ya mti ulioitwa "Mushunga-Kyaro" akiwa amemshika ng'ombe wake aitwaye Garushasha aliyekuwa mweupe. Rukungu akamwadithia mfalme jinsi alivyoua Wanyoro watatu; halafu akasema, hebu sasa nione vitu walivyonyang'anya na vilivyosalimika. Akagundua kuwa Wanyoro walikuwa wamenyang'anya makundi ya ng'ombe yaitwayo Endemwakwenda, Embamba na Empura ya Kagoro na pia wamemteka Kakundi-ka-Nyamujwara.

Basi aliondoka na kusafiri. Akiwa bado njiani akapiga yowe akimwita Kagoro. Akasema, "Wakati unastarehe hapo Enshwere-Empango, ukiwa unakunywa pombe kwa mrija bila wasiwasi, kwetu nyumbani, ng'ombe wa Mfalme Wamara wako mikononi mwa mfalme mwingine."

Kagoro aliposikia sauti yake akawaambia aliokuwa nao nyumbani, "Nyamazeni, sikuwaambia kuwa sauti hiyo ni ya Rukungu mtumishi wa nyumbani kwetu nanyi mkabisha? Basi nyamazeni nisikilize vizuri." Ndipo Rukungu alitokea mbele ya nyumba akiwa anakimbia; akaingia nyumbani akaketi katikati akiwa tayari kumwadithia Kagoro.

Kagoro akamkataza kwanza akisema, "Subiri, usinipe taarifa kwanza. Ada yenu watumwa ni kula. Naona hujatulia kutokana na jua lililokupiga, vita uliyopigana na uchovu. Kwanza upewe nyama na maziwa, ule, unywe utulie; upanguse vumbi na jasho. Watu wa nyumbani wakampa

[25] Rukungu alikuwa mtumihsi wa Mfalme Wamara.

Rukungu nyama na maziwa akaanza kula. Wakati anakula Kagoro alihisi uchu wa kutaka kuondoka nyumbani.

Baada ya kula Rukungu akaketi mbele ya Kagoro akaanza kuhadithia, "Kesho yake, baada ya kuondoka kwako Wanyoro wakaja vitani, wakashambulia Ikulu, wakachoma moto, wakanyang'anya ng'ombe, wakanyang'anya Endemwakwenda, Embamba, na Empura yako na pia wakamteka Kakundi-ka-Nyamujwara."[26]

Kagoro akamuuliza, "Wanyoro walipoteka ng'ombe wa mfalme, Kyomya alikuwa wapi?"
Rukugu akamjibu, "Alikuwepo. Alilenga mshale mmoja vidole vikatetemeka, akatikisa makalio akielekea Kagondo."
Kagoro akauliza, "Rwebembera je?"
Rukungu akajibu, "Naye aliogopa vilevile."
Kagoro akauliza, "Nyakiliro je?"

Rukungu akajibu, "Baada ya kulenga mshale mmoja, kabla ya kukimbia aliamua kuichoma moto nyumba ya mfalme isije ikachomwa na wageni maadui; baada ya kufanya hivyo naye akaelekea Kagondo."

Kagoro akauliza Rukungu, "Wewe, je, Rukungu-rwa-Kyaitale."

Rukungu akamjibu, "Mimi niliwashambulia, wa kwanza nilimwulia mbele ya Jumba la mfalme, wa pili nilimuulia mwishoni mwa uwanja wa ikulu, wa tatu nilimwulia wanyweapo ng'ombe wa mfalme. Baada ya kuwaua hao, nikajishauri kuachia ili nisiuawe ng'ombe wakakosa mtu wa kuwatolea taarifa."

Kagoro akamwambia, "Kweli ulipigana kishujaa, lakini ngoma moja haitoshi kutoa taarifa."

Basi Kagoro akavuta upinde wake kuutungua ulikotungikwa. Alipofanya hivyo mama-mkwe wake akashika upinde huo akisema, "Asiondoke usije ukauawa." Kagoro alipojaribu kujinasua yule asikubali, basi akatupa mkuki akamwulia mbali mama-mkwewe. Baba-mkwe wake alipojaribu kumshika naye akamchoma kwa mkuki na kumuua. Akasema, "Basi huu uwe mwisho wa kisa chote." Baada ya kuwaua, akamshika mkono mkewe, akaondoka na kuanza safari ya kurudi nyumbani na Rukungu.

Walipokuwa bado njiani Kagoro akamwambia mwenzie, "Mimi sifiki kwanza Ikulu, nataka kwenda moja kwa moja vitani." Rukungu

[26] Msichana huyo ndiye alikuwa mlezi wa Kagoro alipokuwa mtoto mdogo.

akamshauri wafike kwanza kwa mfalme. Kagoro akakataa akisema, "Huko Ikulu najua wataanza kunizushia mashaka moyoni."

Mfalme Wamara alipopata habari kuwa Kagoro ameamua kutofika kwake akaogopa na kusema, "Huyu kijana asiye na hofu si ajabu akaenda moja kwa moja vitani. Kwa hiyo wapelekeni wasichana wote wa ikulu, muwasimamishe karibu na bwawa la Zilinazili, ili akiwaona pindi afikapo pale, yumkini atasimama kwa muda kwani ni mpenzi wa wanawake. Akichelewa pale mtamkaribia na kumwambia arudi."

Watu wakafanya kama walivyoagizwa na mfalme, wakawapeleka wasichana kwenye bwawa la Zilinazili wakawasimamisha hapo. Basi Kagoro alifika pale. Akawakuta wasichana wale bwawani. Alipowaona akawaambia, "Enyi wasichana warembo, msidhani sina la kuwaambia, ila naenda vitani, mashujaa tisa wanakabiliana na wengine tisa." Kwa maneno hayo alipita na kwenda zake. Wale waliokuwa wametumwa na mfalme kumzuia walikuta ameshapita. Basi wakarudi na wasichana Ikuliu. Wakampelekea mfalme taarifa kuwa walikuta ameshapita. Mfalme Wamara akasema, "Mwache alivyo, kijana huyo ameshindikana, hana wa kumrudi."

Basi Kagoro akaenda vitani. Alipokaribia kijiji yule mwanamke aliyetekwa na Wanyoro akasema, "Nasikia visauti kama vya vininginio na vichokochoko, nadhani vinatoka kwenye upinde wa Gaingamu Mshinda - Mashujaa." Watekaji wake wakamkaripia, "Nyamaza hicho kikarogosi ndicho tuliua bado tukiwa njiani." Kakundi-ka-Nyamujwara akawajibu, "Kama mungalimwua, mshindo wa kuanguka kwake ningaliusikia."

Wakati wakijibizana hivyo, Kagoro aliishafika mahali pa kupumzikia ng'ombe. Alipofika pale akasimama. Rukungu akamshauri, "Tuingie ndani tuwaue." Kagoro akasema, "Hapana tusiwashambulie. Ngoja kwanza niwaite, nisije nikawaua kabla hawajanywa maziwa yao."

Akaanza kuita majina yao mmoja mmoja. Akamwita Kibi-Kibunga, Ganyonza-ga-Misango, Bwenge-engamanya, na Katwanga-Entwanga-marogo na kusema, "Amkeni mkamue na kunywa maziwa ili niwaue vizuri, baada ya kunywa maziwa yenu, nisije nikapeleka ng'ombe wenu kabla hamjapata maziwa yake."

Wao waliposikia wakaamuka wakakinga ngao zao kwenye mlango wa zizi la ng'ombe.

Kagoro alivuta upinde na mshale ukampata Kibi-Kibunga, huo huo ukamapta Ganyonza-ga-Misango, huo huo ukampata Bwenge-Engamanya, huo huo ukamapata Katwanga-Entwanga-marogo.

Kagoro akaweka mshale wa pili katika upinde na kuvuta. Hapo Kakundi-ka-Nyamujwara akamkimbilia toka nyumbani, "Usiniue ni mimi." Kagoro akaacha kurusha mshale akatambua sauti ya Kakundi-ka-Nyamujwara. Akamwita kwake, akamshika mkono, akamtupa nyuma yake.

Basi akaingia katika ikulu ya Kibi-Kibunga, Wanyoro aliwakuta mle wakakimbia, wale waliosalimika kutokana na mshale wake. Aliteka ng'ombe makundi yote ambayo Wanyoro walikuwa wamenyang'anya kutoka katika ikulu ya Mfalme Wamara: Endemwakwenda, Embamba, Empura na ng'ombe wengine wengi ambao walikuwa katika makundi ya Wanyoro. Akateka pia wanawake na mbuzi wengi.

Basi akaondoka na kurudi nyumbani wakati wa jua kufifia. Alituma watu wa kumjulisha mfalme jinsi alivyowaua Wanyoro; akatanguliza ng'ombe 20 kama zawadi kwa mfalme. Watu wakaswaga ng'ombe hao mpaka kwa mfalme wakampa taarifa ya ushindi wa Kagoro.

Basi mfalme akatuma watu wa kumlaki Kagoro njiani. Watu hao walikutana naye kwenye bwawa la Zilinazili akiwa kati ya makundi ya ng'ombe akiwaswaga. Walipomfikia wakamnyanyua mabegani wakamchukua njia yote mpaka ikulu. Mfalme Wamara walimkuta kwenye uwanja wa ikulu akisubiri. Watu wakamweka chini Kagoro naye akaanza utenzi wa majigambo yake mbele ya mfalme:

Kagoro, Butoto mwana wa Kyomya
Viwiko vilivyopooza
Alengaye mishale kwa miguu
Simba angurumaye
Mnyama wa makucha marefu
Angurumaye kwa uchu
Upinde wangu ulikatwa na Kabagyo-ka-Chuuchu
Msituni Imara-magambo
Mti ulipoanguka kima na tumbili wakatawanyika
Upinde wangu ulichongwa na Kabagyo-ka-Chuuchu
Ulipindwa na nduguye Ngabona
Waliuchonga mimi nikiwa siwezi
Wakaupinda nikiwa katika mahangaiko
Wakautengenezea mishale minane
Kalemalire-omu-Nyondo ukiwa wa tisa
Nilipouvuta macho yakawa mekundu
Waoga wakatetemeka kama tingatinga
Nilimuua Kibi-Kibunga na Ganyonza-ga-Misango

Na Bwenge-Engamanya na Katwanga Entwanga –Marogo
Nilipiga teke kichuguu kwa kishindo, ili uzito wangu utulie
Nilipoingiza mshale wa pili nikavuta, ukaniletea Kakundi-ka-Nyamujwara
Tena ndiye huyu hapa nyuma yangu

Kwa maneno hayo akampa mfalme uta wake ili auguse. Mfalme alipougusa, watu wote wakapiga vigelegele na vifijo. Mfalme akaupongeza upinde wa Kagoro kwa ng'ombe Bihogo (nyekundu), baba yake akautuza kwa mbuzi Tukura (nyekundu) wake, Mabinti wa mfalme wakaupamba upinde huo kwa shanga nyekundu popote juu na chini ila sehemu iliyoshikwa kwa mkono wake. Ndiyo maana Kagoro alishangilia na kusema, "Upinde wangu umepambwa pote pote ila sehemu ashikapo Gaingama Mshindi-wa-Mashujaa.

Halafu mfalme akachagua ng'ombe waliokuwa wametekwa na Wanyoro akawatenga katika makundi yao: Endekwakwenda, Embamba na Mpura, akaongezea katika makundi haya ng'ombe wengine wazuri kutokana na ng'ombe wa Wanyoro waliotekwa. Mfalme Wamara akatenga na makundi mengine ya ng'ombe wazuri waliotekwa kwa Wanyoro. Mwishowe kati ya ng'ombe waliobaki alichagua ng'ombe mmoja akamgawia Rukungu akisema, "Mpige mshale unywe damu yake." Rukungu akampiga mshale ng'ombe huyo akabugia damu yake. Baada ya hayo akamchinja na kula nyama ya mbavu ikiwa mbichi. Mfalme Wamara alipoona kuwa Rukungu amekula salala mbichi akaagiza kuwa wapishi wa mfalme kila wachinjapo ng'ombe wampe Rukungu salala. Pia akawaagiza na wana wa mfalme kila wachinjapo ng'ombe wampe Rukungu salala. Basi Rukungu akawa amechagua cheo cha kula salala. Hata sasa kafara ikitolewa kwa Wamara, Rukungu ndiye alaye nyama ya salala. Tena kwa Kagoro hutolewa sadaka ya vitu vyekundu kwa sababu alipojigamba, Mfalme Wamara alimpa ng'ombe mwekundu (Bihogo), baba yake Kyomya alimpa mbuzi mwekundu (Tukura) na wake na bintize mfalme walifunika upinde wake na shanga nyekundu. Hii ndiyo sababu kila mara watu watambikapo kwa Kagoro hutumia vitu vyekundu.

Halafu Mfalme Wamara akachagua ng'ombe wengine akampa Kyomya, kundi moja, wengine akampa Ruzini, kundi moja, waliobaki akawagawia watu wake, huyu mmoja, yule wawili, mpaka wote wakaisha.

SEHEMU YA 4

KAGORO ARUDI RWANDA

Byabibungo binti wa Wamara
Mugasha atuma salamu kwa Nyabibungo
Nyabibungo amdharau Mugasha
Vita ya Mugasha
Kagoro amchoma mshale Mugasha
Mugasha ampiga Kagoro kwa kasia
Kurudi kwa Nyabibungo

Basi Mfalme Wamara akaishi kwa amani nchini mwake pamoja na wanawe. Baada ya miaka kama miwili Kagoro alipata habari kutoka kwa watu kuhusu wasichana wazuri huko Rwanda. Basi Kagoro akafunga safari akaenda Rwanda na huko aliwakuta kweli wasichana warembo ambao pia walikuwa wengi. Akaingia kati yao, akastarehe pamoja nao kwa muda wa siku kama mbili.

Baada ya kuondoka kwa Kagoro, Nyabibungo, binti wa mfalme alienda ziwani kuoga. Wakati akioga alifikiwa na mwanamme mmoja aliyekuwa ametumwa na Mugasha mvuvi ili ampe salamu zake.

Nyabibungo akajibu akasema, "Iweje mvuvi atume salamu kwa binti-mfalme?" Akatema mate kwa dharau. Yule mwanamme akarudi kwa Mugasha na kumwambia, "Nilipompa salamu zako akatema mate kwa dharau." Mugasha akasema, "Hebu niende mimi mwenyewe nimsalimu. Yumkini amekukataa wewe."

Basi Mugasha akaja na kumsalimu. Baada ya kusalimiwa, Nyabibungo alitema tena mate kwa dharau. Mugasha alimezea na kuondoka zake kwenda kuvua. Lakini alipofika ziwani hakuweza kuvua, bali alikasirika sana akasema, "Kisichana kimenifedhesha." Akamwita Kishekuro, akamwita Nyamasinga, akamwita Kibuyaga, akamwita Ruhimbilizi, akamwita Kikura, akamwita Muyaga, akamwita Bwiya, (hao wote ni pepo wa ziwani); akamwita Ndabyo (yaani, umeme), akamwita Kaihurankuba (yaani, Radi). Akamwambia huyu wa mwisho, "Wewe nivunjie jiwe hili linifuate, nisije nikakosa mahali pa kumsalimishia Wamara. Basi Radi akalivunja jiwe likawafuata Mugasha na Radi; wakaenda vitani.[27]

Basi Mugasha akaondoka akaenda kumshambulia Mfalme Wamara. Alipofika mwanzoni mwa uwanja wa ikulu akamtuma Muyaga, (upepo) akifuatwa na Bwiya (tufani) wakawa wa kwanza kushambulia. Halafu akamtuma Ruhimbilizi (upepo wa mbisho) akisema wewe uzuie maji yasiondoke. Wote hao watatu wakaenda vitani. Baada ya kuondoka hao, yeye mwenyewe na wale aliokuwa amebaki nao wakafuata na kufika kwenye ikulu ya Mfalme Wamara, akafanya mafuriko makuu ndani ya ikulu. Nyua zote zikaanguka. Watu wote, mbwa, ng'ombe na mbuzi wote na vitu vikazama majini, na Mfalme Wamara akazama majini.

Mugasha alipoona Mfalme Wamara amezama majini akamnyanyua kwa mkono wake akamketisha juu ya jiwe ambalo lilipasuliwa na Radi. Ndipo Rwebembera alipaza sauti na kusema, "Nyie Waranzi mnashauri nini?" Wakajibu wakasema hawana la kushauri. Basi yeye akawaambia, "Mpatie mke Mugasha tusalimike." Akaongeza kusema, "Kule kusalimiwa na Mugasha kumesha mfanya Nyabibungo najisi." Mfalme Wamara akamuunga mkono na kusema, "Tafuteni Nyabibungo aje aolewe na Mugasha." Nyabibungo akaletwa mbele ya Mfalme Wamara naye akamwambia, "Nenda uolewe na Mugasha ili sote tusalimike." Nyabibungo akajibu na kusema, "Ndiyo, baba, lakini hii itasaidia nini?."

Wamara akamtoa Nyabibungo kwa Mugasha. Lakini Nyabibungo aliondoka akilia machozi na kusema, "Jamaa zangu wote wamekufa majini."

Mugasha akaondoka, lakini alipofika mwishoni mwa uwanja akasema, "Si vizuri kuacha nyumba ya mfalme imeteketea. Akawaamuru Kikura (mkondo) na Ruhimbilizi (upepo wa mbisho), "Nendeni

---

27 Mugasha aliishi ziwani. Alijua hali zote za hewa, nzuri na mbaya. Hali ya hewa ilipochafuka sana, kulipokuwa radi na pepo za nguvu, ndipo alipoamua kumshambulia Mfalme Wamara.

mkayape njia maji yaondoke." Halafu akawaamuru Muyaga (upepo) na Bwiya (tufani), "Nendeni mkaamshe nyua za mfalme, asije akachukia." Mugasha akamwambia pia Kaihurankuba (Radi), "Nenda umwambie Mfalme Wamara atoke juu ya jiwe. Akisha toka kwenye jiwe, wewe ulivunjevunje na kuliondoa uwanjani, kwa sababu tukiliacha pale hakuna mtu atakayeweza kuliondoa." Basi Kaihurankuba alienda na kumwambia Mfalme Wamara, "Ee, mfalme, ondoka juu ya jiwe." Mfalme Wamara akatoka. Kaihuramkuba akalipiga jiwe hilo na kulivunja vipande vipande. Watu wa Mfalme Wamara wakachukua mawe na kuyapeleka nje ya uwanja. Ikulu ya Mfalme Wamara ikapendeza sana, maji yakatoka, nyua zikasimama, watu wote wakaibuka kutoka majini na kusalimika.

Baada ya kusafisha ikulu ya Mfalme Wamara, Mugasha aliondoka na kurudi kwake visiwani. Alimpeleka Nyabibungo, binti wa Mfalme Wamara na kumfanya mkewe.

Baada ya kushuhudia Mugasha akimpeleka Nyabibungo ili amwoe, Rukungu akaondoka akaenda Rwanda kumwadithia Kagoro. Alipofika Rwanda rwa Mibali, akafika mbele ya uwanja wa nyumba alipokuwa Kagoro na kupiga yowe, "Wewe umekaa Rwanda kunywa pombe kwa mrija na kustarehe, kumbe dada yako amechukuliwa na mvuvi ili amwoe."

Kagoro akasikia na kuwaambia aliokuwa nao nyumbani wanyamaze na kusema, "Nimesikia yowe ya mtumwa wa nyumbani kwetu, Rukungu-rwa-Itare, Omugangazi-wa-Nshama. Watu waliokuwa nyumbani wakanyamaza. Rukungu akafika mbele ya nyumba na kupiga yowe tena.

Kagoro aliondoka nyumbani akikimbia akamkuta Rukungu uwanjani akamshika mkono na kumleta nyumbani. Rukungu akiwa anataka kumwadithia Kagoro, huyu akasema, "Kwanza upewe nyama na maziwa, halafu utanihadithia kwa utulivu." Wale wa nyumbani wakampa Rukungu nyama na maziwa akala, akanywa. Baada ya kula akaketi mbele ya watu akaanza kuhadithia akisema, "Asubuhi na mapema, bila kutegemea, kulivuma upepo ukaamsha vumbi kubwa na kuitupa machoni mwetu. Kukafuata upepo wa nguvu na tufani na mawe ya mvua, nyua za ikulu zikaanguka. Tukaona umeme ukiangaza sana na mvua ikanyesha kwa nguvu, ikulu ikafurika maji, pote pakageuka bahari. Mara majini pakatokea viboko, mamba, chatu na samaki wakaenea pote ikulu. Watu wote tukazama majini. Hakuna hata mmoja wetu aliyelenga na kurusha mshale. Mugasha akamnyanyua Mfalme Wamara na kumketisha juu ya jiwe ambalo alikuwa amekuja nalo. Upepo wa mbisho ukavuma kwa nguvu na kuzuia maji yasitiririke, sote tukabaki tukielea majini tusiwe na mahali pakujishikiza. Mugasha akamwambia Mfalme Wamara, " Nimekuja kumchukua binti yako Nyabibungo awe mke wangu kwa sababu alinitukana akisema kuwa hawezi kupokea salamu za mvuvi, mtu wa ukoo duni. Kwa sababu alinitukana sasa nimekuja kumwoa kwa nguvu zangu." Hapo Rwebembera akapaza sauti kutoka majini akamwambia mfalme, "Tafadhali, mruhusu Nyabibungo aende tupate kuokoka." Mfalme Wamara akakubali akasema, "Nyabibungo na aende." Basi Mugasha akamchukua Nyabibungo. Kabla hajaondoka akaamsha nyua za ikulu, mkondo ukaruhusu maji kutiririka na kuondoka ikulu na ikulu ikawa safi tena. Mugasha akamwamuru Radi kuvunjavunja lile jiwe alipomketisha Mfalme Wamara, nasi tukasomba vipande vya mawe na kuvitupa nje. Baada ya hayo Mugasha aliondoka na kurudi kwao."

Kagoro akajibu na kusema, "Shida yenu ni kwamba nyinyi huua kile mkionacho. Ningalikuwa mimi, bila kujali giza nililomo ningerusha mshale wangu na ubishi wa nyumbani kwetu ungaliisha."[28]

Baada ya kusimuliwa hivyo na Rukungu, Kagoro alipandisha hasira, akatungua upinde wake akasimama na kuondoka mara. Njiani Kagoro akamwambia Rukungu, "Wewe ndiwe uliona njia aliyoendea Mugasha. Uniongoze, unipeleke, usinipitishe ikulu wasije wakanizuia."

Rukungu akamwongoza mpaka kwa Mugasha. Walipofika mbele ya nyumba, Kagoro akawaambia watu wa Mugasha wapige yowe ili Mugasha aje. Wakati huo Mugasha alikuwa ameenda ziwani kuvua samaki. Basi watu wa Mugasha wakapiga yowe Mugasha akasikia, akatoka ziwani akaja.

Nyabibungo alipomwona Kagoro mbele ya nyumba akafunga mizigo, kwa sababu alifikiri hivi, "Mugasha aliponiteka na kuniondoa nyumbani kwetu, Kagoro hakuwepo. Sasa Kagoro na Mugasha watauana." Nyabibungo alikuwa anafurahi kama Kagoro angemchukua, kwa sababu kwa Mugasha hakupapenda bali alikaa pale kwa shida. Mugasha alipofika na kumwona Kagoro mbele ya nyumba alijua kuwa alikuja kupigana kwa ajili ya Nyabibungo. Mara tu Mugasha alipowasili, Kagoro akaweka mshale wake uliopinda, Kalemalire-omu-nyondo, katika upinde wake akaurusha na kumchoma Mugasha katika goti. Mugasha

[28] Kagoro aliporudi kutoka vitani kila alipokutana na baba zake aliwadharau na kusema, "Hamjui kupigana." Bali wao walimjibu kuwa na wao ni mashujaa wa vita kama yeye. Huo ndio ubishi wa nyumbani kwao aliotaka kuumaliza. Kagoro aliporudi kutoka vitani aliwashutumu watu wa Wamara, wakiwemo baba zake wakubwa na wadogo akisema, "Nyie siyo mashujaa." Lakini wao walisema,"Usiseme hivyo, Kagoro. Nasi pia ni mashujaa. Wewe siyo shujaa kuliko sisi." Ndiyo maana Kagoro alisema kuwa ubishi wa ndani kama huo ungekoma. "Kama ningalishiriki katika vita na nikawazidi kupigana wangaliacha kufikiri kuwa tunalingana. Pili, Mugasha alikuwa mvuvi aliyewapa watoto wake na raia wake majina yanayohusu ziwa.

alipoona kuwa ameumizwa na mshale wa Kagoro naye akatupa kasia lake akampiga nalo Kagoro kwenye taya.

Nyabibungo alipoona kuwa walikuwa karibu kuuana akatoka nyumbani akaja. Kagoro alipomwona Nyabibungo amekuja akamshika mkono akampeleka. Tangu Mugasha alipompiga Kagoro taya kwa kasia Kagoro alianza kuongea kwa shida kama nusu bubu. Tangu Kagoro alipomchoma Mugasha kwenye goti kwa mshale Mugasha aligeuka mlemavu wa mguu, hukanyaga kwa mguu mmoja.

Basi Kagoro alipokuwa njiani akiwa na Nyabibungo alimtuma mtu mbele yake ili amwambie Mfalme Wamara kuwa amemrudisha Nyabibungo, lakini pia amwambie kuwa Kagoro ameumia kwa kupigwa taya na Mugasha kwa kasia.

Huyo mtu akaja akikimbia akaingia ikulu akamweleza Mfalme Wamara kuwa Kagoro amemleta Nyabibungo, pia kuwa naye amejeruhiwa.

Mfalme Wamara aliposikia kuwa Kagoro amemleta binti yake Nyabibungo alifurahi sana, akasema, "Basi Kagoro ndiye MWETERWA KULEKERA WA KAGASHA (AITWAYE KUMALIZA SHUGHULI NA KULETA FANAKA). Alimpa jina hilo akiwa na maana kuwa Kagoro ndiye shujaa kuliko wanaume wote, kwa hiyo hatutamdharau tena, kwa sababu ndiye aletaye fanaka.

Basi Kagoro akaja akaingia Ikulu, pamoja na Nyabibungo. Wakapita katika lango la kwanza, kabla ya kupita lango la pili wazee wakawakataza; hawa wakamwambia Mfalme Wamara, "Ee, mfalme, kufuru gani hii unayotaka kufanya kwa kumwingiza msichana huyu ikulu na kumbe ameshaolewa. Alikuwa ameolewa na mvuvi kwa hiyo naye ameshageuka mtumwa. Usimruhusu kuingia ikulu asije kufanya kufuru ya kugusa vyombo vya kifalme.

Mfalme Wamara akawakubalia wazee, akaamuru wamjengee binti yake nyumba mwishoni mwa uwanja wa ikulu upande wa kushoto ili aishi humo. Maana ya kumjengea upande wa kushoto ni kwamba binti yake amepoteza umaarufu kama mkono wa kushoto. Basi wakamjengea binti-mfalme nyumba na kumuingiza humo. Mlango wa nyumba hiyo ulielekea upande wa ikulu.

Nyabibungo alianza kuishi katika nyumba hiyo. Mfalme akampa wanaume na wasichana wa kumtumikia. Baada ya siku chache Mugasha alipeleka kwa mfalme ujumbe akisema, "Mtukufu mfalme, sitakushambulia tena; zaidi ya hayo, nimeshakuwa kiguru. Basi naomba unipelekee mke wangu nikae naye." Mjumbe wa Mugasha akamfikishia mfalme ujumbe huo.

Wazee wakamshuari mfalme wakishema, "Nyabibungo ameshakuwa kufuru, hata hawezi kuingia tena ikulu; basi mpeleke kwa mme wake Mugasha. Lakini mfalme akakataa akisema, "Binti yangu haendi kuolewa kwa Mugasha. Kama Mugasha anamtaka awe mkewe, yeye aje akae hapa kama mmewe, ili naye awe mtumishi wangu."

Mjumbe akarudi kwa Mugasha na kumwambia, "Mfalme Wamara anasema kuwa kama unataka kuendelea kuwa mme wa Nyabibungo, uende nawe uishi kwa mfalme." Mugasha aliposikia kuwa mfalme anamwita kwake akaondoka akafika ikulu kwa Mfalme Wamara. Watu wakamjulisha Mfalme Wamara kuwasili kwa Mugasha. Naye mfalme akawaambia watu wamwonyeshe nyumba ya mkewe Nyabibungo ili akae humo. Mugasha alipoonyeshwa nyumba ya Nyabibungo akataka kuingia. Bahati mbaya mlango ukawa mfinyu mno asiweze kupita, kwani Mugasha alikuwa mnene sana. Basi akaamuru wakate mlango wa pili katika nyumba hiyo hiyo ili aweze kuingia.[29] Wakafanya hivyo, ukawekwa mlango wa pili kinyume na ule unaoelekea ikulu. Basi Mugasha akaingia nyumbani. Alipoingia nyumbani akavua nguo zake za uvuvi zilizochakaa na mkufu wake wa kete nyeusi akavitundika ukutani. Kasia lake nalo akaliegesha ukutani. Akapewa mavazi mazuri akavaa. Basi akaishi katika nyumba hiyo akawa mme wa Nyabibungo.[30]

Mugusha alikaa katika nyumba hiyo na mkewe Nyabinungo, wakawa wanapendana.

Irungu naye akatokea kupendana na Mugasha, alikuwa mchanjani wake. Irungu alikuwa mtumishi wa Mfalme Wamara. Kazi yake ilikuwa mwindaji wa mfalme. Irungu alipomwua mnyama alimleta ikulu na kumtoa kwa mfalme, baadaye alirudi kwake porini.

Siku moja Irungu akamwomba mfalme na kusema, "Ee, mfalme, naomba nami unijengee hapa nyumba,[31] ili pindi nijapo kuweka vitu vyangu Mugasha nami tuwe tunaongea." Mfalme Wamara akakubali

---

[29] Hata sasa watu wanapojenga nyumba ya Mugasha huweka mlango mwingine, vazi la kiunoni la umondo, kete nyeusi, taji la kichwani na makasia, ili kuonyesha vyombo vya Mugasha kama kumbukumbu ya maisha yake ya uvuvi.

Note ya mhariri: hii siyo orodha kamili ya vyombo hivyo, kwani na mtumbwi mdogo na chombo cha kuchotea maji na kuyatupa nje navyo pia huwamo.

[30] Kwa sababu Nyabibungo alikataliwa kuingia nyumbani kwa baba yake Wamara, hata leo msichana aliyeolewa bila idhini ya wazazi, wakimrudisha haruhusiwi kuishi katika nyumba yao bali hupokelewa katika nyumba nyingine. Desturi hii ilianzia kwa Nyabibungo.

[31] Mpaka sasa mfalme akijenga ikulu mpya hujenga kwanza nyumba ya Mugasha na ya Irungu upande wa kulia, ya Mugasha upande wa kushoto, zikiwa zimeangaliana kama vile Mfalme Wamara alivyokuwa amezijenga. Nyumba hizo ya Mugasha na ya Irungu zilianza kujengwa kuanzia wakati wa Mfalme Wamara mpake leo. Mfalme aanzapo kutawala hujenga nyumba za Mugasha na Irungu.

ombi lake na kusema, "Sawa, wakujengee nyumba upande wa kulia kwa sababu zawadi uletazo ni safi."[32]

Basi watu wakakata matete wakamjengea Irungu nyumba upande wa kulia mkabala na ile ya Mugasha. Irungu na Mugasha waliendelea kupendana sana. Wote wawili wakiwa watumishi wa Mfalme Wamara; Irungu akiwa mwindaji wa mfalme na Mugasha akiwa mkwe wa mfalme.

Baada ya hapo Mfalme Wamara aliishi kwa amani nchini mwake. Vita haikutokea tena.

---

[32] Zawadi safi: kwa sababu alileta meno ya tembo, na meno mazuri ya wanyama wengine, na ngozi za chui.

SURA YA V

IGABA NA WAMARA

Igaba anamroga Mfalme Wamara ili awe mfalme
Kufa kwa Mfalme Wamara
Kuteketea kwa familia yake yote
Utawala wa Mfalme Kyomya na kufa kwake kwa nini mbwa haingii jikoni kwa mfalme

Siku moja Igaba aliyekuwa amehamia kutoka nchini Bukidi akiwa mwindaji wa wanyama, alimtuma mtu kutoka kwake Nyakwera ambaye alimpa pembe alimoweka uchawi na kumwambia, "Peleka pembe hii uiweke katika kisima cha kunyweshea ng'ombe wa Mfalme Wamara, na uifiche chini sana ndani ya kisima.

Mtu huyo alipeleka pembe hiyo na kuichimbia ndani ya kisima. Baada ya kufanya hivyo akampa Igaba taarifa. Nia ya Igaba ya kufanya hivyo ilikuwa ili maji ya kisima hicho yasikauke pindi ng'ombe wa Mfalme Wamara wakikosa nyasi na maji. Alitaka kuroga nchi ili ikaukiane. Baada ya siku chache jua liliwaka kwa nguvu, ardhi yote ikakaukiana. Visima vyote vikakauka na nyasi zikakauka. Katika kisima ambapo Igaba aliweka uchawi wake ndicho kilibaki na maji nusu. Matokeo ni kuwa ng'ombe wa Mfalme Wamara wakakosa nyasi na maji. Ikawabidi wachungaji wawapeleke ng'ombe ziwani. Lakini ziwa lilikuwa mbali. Hii ilimfanya Mfalme Wamara asifuatane na wachungaji kama ilivyokuwa desturi yake. Aliacha kuchunga kwa sababu nyasi na maji yalikuwa yanapatikana mbali.

Siku moja wawindaji na wana wa mfalme wakaondoka wakaenda kuwinda. Walipofika porini wakaona nyasi nzuri zilizoota sehemu zilizokuwa zimechomwa moto hapo awali. Walipoona nyasi nzuri hizo wakasemezana, "Hapa kuna nyasi nzuri za ng'ombe, twende tumwambie Mfalme Wamara alete ng'ombe wake hapa." Lakini baadhi yao wakasema, "Tusimjulishe mfalme kwa sababu akileta ng'ombe wake kuchungia hapa, tutasumbuka kuwapatia maji ya kunywa." Lakini mtu mmoja aling'oa nyasi na kuzibia tundu la kengele ya mbwa wake ili afikapo nyumbani amwoneshe Mfalme Wamara. Jioni wawindaji wote walirudi nyumbani wakaingia ikulu. Yule mtu aliyekuwa ameng'oa nyasi na kuzibia kengele ya mbwa wake akamwonesha mfalme nyasi hizo. Mfalme Wamara akashangaa na kusema, "Siku zote watu wananimbia hakuna nyasi popote, mbona sasa wewe umezipata?" Kesho yake, asubuhi na mapema, mfalme aliondoka na watu wengi kuchunga. Alipofika kwenye nyasi hizo akawaelekeza ng'ombe wake kwenye nyasi hizo. Wakala wakashiba.

Wakati wa kunywa maji ulipofika, ng'ombe wote wakapata harufu ya maji. Wote wakakimbia kuelekea yaliko. Wachungaji hawakuweza kuwazuia bali walikimbia wakiwafuata. Mfalme Wamara naye alikimbia kufuata ng'ombe kwa sababu ng'ombe aliyempenda: Garushasha alikuwa naye kafuatana na kundi. Basi ng'ombe walipofika kwenye kisima ambako Igaba alikuwa ameweka uchawi wake, yule ng'ombe Garushasha akatumbukia kisimani. Mfalme Wamara alipofika naye akarukia kisimani, akashika mkia wa Garushasha akaanza kumvuta. Ng'ombe naye akamvuta mfalme. Wote wawili wakadidimia majini wakafa maji.

Baada ya Mfalme Wamara kudidimia, Kagoro akaja akafika kisimani akawakuta watu wote wakisimama ukingoni mwa kisima. Akapatwa na hasira kubwa. Basi akamsukuma Ruzini, mwana wa Mfalme Wamara, akatumbukia kisimani. Pili akamsukuma ndani Rwebembera ambaye naye ni mwana wa mfalme. Tatu akamtumbukiza na Nyakiliro, naye mwana wa mfalme. Halafu akawasukuma kisimani wake na mabinti wa mfalme waliokusanyika pale. Baada ya kuwaua wote kwa kuwatumbukiza kisimani, Kagoro naye akajirusha kisimani akafa. Ng'ombe wote walibaki juu hawakutumbukia kisimani. Ni yule ng'ombe Garushasha peke yake, ndiye aliyetumbukia kisimani.

Watu wote waliokuwa wamekimbia Kagoro asiwasukumize kisimani wakasemezana. Kisima hiki kimetenda maajabu. Wakaliita lile pori walipolia wale ng'ombe "Imara" kwa kuwa watu wamefia humo wengi. Kisima wakakiita Bwakyengelere, kwa sababu lilikuwa likitumika kuyeyushia chumvi ya ng'ombe. Baada ya hayo Mugasha mkwe wa mfalme, baada ya kifo cha mkewe Nyabibungo kisimani pamoja na baba yake, aliondoka na kurudi kwake visiwani. Irungu pia aliondoka na kurudi porini alipokuwa akikaa. Hata leo mapori yote huitwa mapori ya Irungu.

Wakati huo, Kyomya, baba yake Kagoro, hakuwepo. Alikuwa ameenda kumnunulia Mfalme Wamara chumvi ya ng'ombe. Wakati akiwa njiani akirudi aliambiwa kuwa Mfalme Wamara alitumbukia kisimani. Basi akawaamuru watu aliokuwa nao kukata miti mirefu. Akaja na miti hiyo kwenye kisima, akawaambia watu waikite kisimani. Wakafanya hivyo. Wakawa wanatumia miti hiyo kuteremkia kisimani. Wakaingia kisimani wakaiondoa miili yote ya watu na kuileta juu. Mwisho wakamfikia Mfalme Wamara akiwa ameshika mkia wa ng'ombe wake Garushasha. Wakamnyanyua wakamleta juu na ng'ombe wake. Kwa kuwa mwili wake umeshaoza na kuleta funza walienda kijijini na kuleta mtumbwi walimomweka. Wakanyanyua mtumbwi wakampeleka ikulu wakamzika. Hata leo mfalme akifa watu humzika baada ya kumweka ndani ya mtumbwi. Desturi hii ilianza wakati wa Mfalme Wamara. Wake wa mfalme, Nyabibungo na Kakundi-ka-Nyamujwara nao waliletwa kijijini humo Bwera na kuzikwa.

Wafu waliobaki waliwatoa kisimani na kuwazika porini mpaka wakaisha; ndipo watu walirudi nyumbani. Siku moja baada ya kuzikwa kwa Mfalme Wamara asubuhi watu wote waliamka wakiwa wamepagawa na Mfalme Wamara, watu wa koo zote za Wahima na za Wairu. Alipowapagaa watu alisema, "Kyomya msimwite Kyomya tena bali Muzora (mgunduzi) kwa sababu ndiye aliyenigundua baada ya kifo changu." Watu wote wakamwita hivyo.

Baada ya kumzika baba yake Mfalme Wamara, Kyomya aliondoka akiwa anaitwa "Muzora" jina alilopewa na baba yake, na kwenda kukaa kijijini Bwera ambapo alijenga ikulu yake.

Baada ya siku chache wapishi walikuja kutoa huduma nyumbani kwa Mfalme Muzora. Walikuwa na mbwa. Mbwa huyo, baada ya muda mfupi, alimwona ndama wa kitoweo cha mfalme na kumwuua.

Baada ya siku chache Mfalme Muzora aliugua akafa. Waganga wakaeleza kuwa kifo chake kilisababishwa na mbwa aliyeuma ndama wa kitoweo na kumwua. Wakapiga marufuku mbwa yeyote asiingie ikulu. Hata leo wapishi wa mfalme hawaingii na mbwa ikulu.

SURA YA VI

SEHEMU YA 1

UTAWALA WA MFALME IGABA

Kutengenezwa kwa ngoma sita kwa ajili ya wana wa Igaba

Baada ya kifo cha Mfalme Muzora, Igaba, yule mwanamme aliyetoka Bukedi na kuhamia katika nchi ya Mfalme Wamara, aliposikia kuwa Muzora amefariki, alituma watu wake akisema, "Nendeni kwenye mti wa Mubiito nilipopumzikia jua, muukate na kutokana nao mtengeneze ngoma na mzilete kwangu.[33] Amri hii aliitoa akiwa nyumbani kwake Nyakwera. Wale aliowatuma walienda na kufika kwenye mti huo wa Mubiito wakaanza kuukata na shoka zao. Baada ya siku mbili mti huo ulianguka. Wale waliokata walimtuma mmoja wao kwa Igaba ili amjulishe kuwa Mubiito umeshaanguka.

Mtu huyo alifika Nyakwera kwa Igaba akampa habari za kuanguka kwa mti huo; basi naye akaondoka akaenda kuangalia. Safari ya kutoka Nyakwera mpaka kwenye mti huo ilikuwa ya takribani saa moja. Baada ya kuona mti ulioanguka akapima sehemu watakazokata ili kuchonga kila ngoma. Pia akawapa shoka zinazofaa kwa uchangoji wa ngoma. Katika mti wote alitenga sehemu sita kwa ajili ya ngoma sita. Baada ya

---

[33] Maelezo ya mhariri: Hii inahusu mti uliotajwa katika sehemu III, sura ya 3.

kupima sehemu za kutengeneza ngoma, alirudi kwake Nyakwera. Baada ya kufika nyumbani aliwapelekea zawadi ya ng'ombe wawili na mbuzi wawili. Watengenezaji wa ngoma wakachimja ng'ombe na mbuzi hao na kuwala. Ng'ombe hao na mbuzi watu waliwachukulia kama kafara aliyotoa Igaba kutambikia ule mti aliokata ili kutengeneza ngoma. Hata leo watengenezaji wa ngoma za mfalme hudai wapewe kafara ya kutambikia ngoma zitakazotengenezwa. Basi mfalme huwapa kafara, kwa mfano kondoo au fahali kufuata mfano wa Igaba. Basi watu hao wakachonga ngoma hizo sita. Walipomaliza Igaba akawapelekea ngozi za kuwambia ngoma. Lakini nyuzi za kuwambia ngoma hizo hazikusokotwa bali zilitumika hivyo hivyo kama zilivyokatwa. Baada ya kuwamba ngoma zote walizileta Nyakwera kwa Igaba na kuzitoa kwake. Baada ya kuzitoa kwake walizininginiza katika nyumba ya mbele. Pale zilikaa siku moja. Baada ya siku moja Igaba alifika pale kuziangalia. Alikuta kumbe ngoma hizo zinang'atwa na mapanya. Basi aliagiza zisuguliwe na vitu vichungu ili zisiliwe tena na mapanya. Watu wake wakachukua "engushuuru", pilipili na "nkukuuru" wakachanganya na damu wakasugua ngoma hizo. Mapanya walipotaka kula ile damu wakaonja ule ukali wa madawa zilizochanganywa na damu wakauawa kwa sumu yao. Hata leo baada ya kuwamba ngoma watu huisugua kwa madawa hayo kuzuia mapanya wasiing'ate, vile kama alivyofanya Igaba. Baada ya hayo, Igaba akazipa ngoma zake majina. Licha ya ngoma kulikuwa na kiti, yaani kutokana na mti Mubiito zilitengenezwa ngoma tano na kiti kimoja, ambacho kilichukuliwa kama ngoma.

Mfalme Igaba alikipa kiti chake jina la "NAMULONDO." Maana yake ni kwamba "Ufalme huu nimeuokota", halafu ngoma ya ufalme wake akaiita "TIBIMULINDE" maana yake: hakuna hata mtu mmoja atakayeweza kuzuia utawala wangu. Jina hili lilitolewa hasa na raia wake. Walimwambia kuwa ana nguvu nyingi na akili nyingi hakuna awezaye kukabiliana naye. Basi naye akatoa jina hilo kwa ngoma yake. Ngoma ya pili aliipa jina NYABATAMBA, maana yake, nimewaweza, nimewazidi ujanja. Ya tatu aliipa jina BAGENDANWA maana yake haijulikani. Ngoma ndogo kuliko zote akaipa jina: NYAMILEMBE, maana yake sasa nimepata amani, mgogoro umekwisha. Akaagiza ile ngoma yake ndogo. NYAMILEMBE iwekwe karibu na kiti chake ili mara kwa mara atakapo watu wake kumjia apate urahisi wa kuipiga. Wakaininginiza karibu na kiti chake, naye alikuwa akiipiga kila alipotaka watu wake wamjie. Ngoma ya mwisho aliipa jina "MULORWA" ambalo nalo halijulikani maana yake.

Hivyo Igaba akawa mfalme akatawala nchi zote. Watu kutoka nchi zote wakaja kwake kumsujudia kwa sababu hawakuwa na mfalme mwingine. Kwa sababu hapo awali walitawaliwa na Wamara peke yake. Baada ya utawala wa Wamara, watu wa nchi zote walimtii Igaba, naye akawa ndiye mtawala mmoja katika nchi hizo zote. Raia wake wote walimpenda kwa sababu aliwapa nyama nyingi. Basi Igaba akawa mfalme, watu wote wakamheshimu.

Igaba akatawala nchi yote. Akazaa binti, akampa jina lake: NYABITAKA, maana yake mimi sio mgeni tena bali nimekuwa sasa mwenyeji. Binti huyo alikuwa pia mtoto wa Njunaki.[34]

[34] Njunaki ndiye mke wa Mfalme Igaba. Wana wote wa Mfalme Igaba nitakaoelezea hapo mbeleni ni watoto wa Njunaki.

SEHEMU YA 2

MFALME IGABA AWATUMA WANAWE WATANO[35] KAMA WATAWALA

1. Nkidi

Mfalme Igaba akaanza kuwapa utawala wanawe. Kwanza alimwita kwake mwanawe Nkidi, akampa kiti Nyamurondo, na kumwambia, "Uondoke uende Buganda, ukifika kule kwanza ufanye urafiki na viongozi wa mfalme wa kule. Umjaribu mfalme wa kule. Utumie akili katika kukaa kule. Ukiona kuwa mfalme hana busara, umuue utawale badala yake. Halafu uwapende raia, uwape nyama nyingi ili wakupende. Basi Nkidi akafunga safari akaelekea Buganda akiwa na watu wachache, takribani watu ishirini. Nkidi alipofika Buganda akazuru Ikulu ya Kabaka Ishebwana.[36]

Kabaka Ishebwana alipomwona Nkidi alimpenda sana. Akampa nyumba ya kulala, akamgawia na ng'ombe wawili. Alipofika katika nyumba aliyopewa akawachinja wale ng'ombe wawili na kuwapikia Waganda. Sehemu ya nyama akawagawia ikiwa bado mbichi.

---

[35] Maelezo ya Mhariri: Matumizi ya neno "wana" linatafsiriwa vizuri kama "watoto" kwa sababu mmoja wao alikuwa msichana, jambo ambalo kwa kweli sio la kawaida. Labda ndiyo maana uteuzi huu usio halali umefichwa chini ya neno la kijinsia "wana."

[36] Ishebwana hakuwa mfalme haswa bali mwakilishi wa mfalme. Zaidi ya hayo, alikuwa mwana wa mafalme Wamara.

Waheshimiwa wake za Kabaka Ishebwana wakafika katika nyumba ya Nkidi ili kumwona. Nkidi alipowaona wake za mfalme akaanza kukata nyama na kuwawekea katika vikapu. Halafu akawa anakata sehemu kubwa kubwa za nyama na kuwapa viongozi wakuu.

Basi Nkidi akakaa Buganda. Baadaye akaanza kuwinda. Aliwaua nyati na "nshama" na wanyama wengine aina aina. Kila alipowinda, mawindo yake aliwapikia raia nyama wakala; pia viongozi nao aliwapikia wakala akawagawia na kuwapa nyama mbichi ya kupeleka nyumbani. Na wakeze mfalme aliwapa nyama nao wakampenda sana wakawa wanampelekea pombe. Basi viongozi na raia walimpenda sana.

Baadaye Nkidi alifanya mapenzi na mmojawapo wa wake za mfalme. Siku moja alipokuwa amelala na mwanamke huyo, mwanamke akamwambia Nkidi, "Wewe ni mtu mzuri na mwema. Unatupa nyama nyingi na tunaridhika. Laiti ungekuwa mfalme. Sote tungefurahi sana."

Siku hiyo Nkidi hakumjibu neno lolote, kwani aliogopa kuwa mwanamke huyo asije akawa mpelelezi na baadaye akamshitaki kwa Kabaka Ishebwana. Siku nyingine waziri mkuu wa Ishebwana aliyeitwa Ntege alimwambia Nkidi, "Napenda tuwe marafiki wa kuchanjana, kwa sababu wewe ni mtu mwema, unatugawia nyama nyingi. Nkidi alimkubalia wakachanjana. Baada ya hapo Ntege akaondoka akarudi nyumbani kwake. Kuchanjana kulifanyika katika nyumba ya Nkidi usiku. Hii ni kwa sababu Ntege aliogopa asije akashitakiwa kwa Ishebwana kuwa yeye waziri mkuu alikuwa amefanya mkataba wa damu na mgeni.

Basi siku moja usiku Ntege alimtembelea rafiki yake Nkidi. Wakaongea muda mrefu na kunywa pombe. Baada ya kunywa pombe sana na kufurahi, Ntege alimwambia rafiki yake Nkidi, "Rafiki yangu, kwa kuwa wewe hutupa nyama nyingi na kuturidhisha, mimi ningependa sana wewe uwe mfalme wetu. Mfalme wetu Ishebwana ni mtu bahili sana. Hatupi chochote. Lakini wewe ni mtu mwema sana. Afadhali nikupe njia ili wewe uwe mfalme badala yake.

Nkidi akamwuliza Ntege, "Utanipa njia gani ili niwe mfalme?" Nkidi aliposikia maneno ya Ntege akakumbuka kuwa siku chache zilizopita, hata mke wa mfalme alikuwa amemwambia maneno hayo hayo. Basi akaelewa kuwa mwanamke huyo alikuwa anamwambia ya moyoni mwake, wala hakutaka kumpeleleza. Nkidi alipomwuliza Ntege ili amweleze ni njia gani atamshauri, Ntege alijibu, "Mimi nitashindwaje kukupa ushauri nikiwa mwenyewe waziri mkuu?" Akamwambia Nkidi, "Usiogope, nitakuonyesha njia kwa sababu wewe ni rafiki yangu, iweje nikufiche njia kama hiyo?" Basi Ntege akamwambia Nkidi sasa naondoka.

Nitafikiria njia hiyo. Nikisha ipata, nitakuja nikujulishe." Basi Ntege akatoka kwa Nkidi akaenda kwake. Halafu akaenda Ikulu akamwambia Kabaka Ishebwana, "Mgeni wako Nkidi anasema kuwa baada ya mwezi mmoja atakuja kukujulisha kwa nini alikuja huku. Mfalme akajibu na kusema, "Sawa, lakini mgeni wetu atatukuta tukiwa bila pombe?" Ntege akamwambia mfalme, "Basi niruhusu niagize nchini pote pombe itengenezwe." Ishebwana akajibu, "Sawa." Basi Ntege akaagiza vijiji vyote itayarishwe pombe. Baada ya kufanya hivyo akamwendea Nkidi na kumwambia, "Njia nimeshaipata. Sasa nimeandaa pombe, ikiwa tayari ndipo nitakwambia tufanye nini ili uwe mfalme." Baada ya siku chache ndizi za pombe zikawa zimeiva. Watu wakatayarisha pombe. Basi Ntege akawataarifu viongozi wote akisema, "Kiongozi hata mmoja asipeleke pombe ikulu mpaka mimi niwaambie."

Baadaye Ntege akaenda kwa Nkidi akamleta, akamwongoza kupita nyuma ya ikulu akamficha ndani ya nyumba ya mfalme. Halafu akamwambia Ishebwana, "Mtukufu mfalme, mgeni wetu ameshawasili lakini atakunywa nini? Ishebwana akaagiza iletwe pombe lakini akamwambia Ntege yeye awaamrishe watu kufanya hivyo. Ntege akawaambia wale wote walioandaa pombe wainywe, wasiilete ikulu ila wabakize kibuyu kimoja tu kila ilipoandaliwa. Ishebwana akawatuma watu wake wote waliokuwa ikulu waende vijijini kuleta pombe. Kila aliyeondoka ikulu hakurudi.

Baada ya kuwangoja muda mrefu, Ishebwana alikasirika na kusema, "mgeni wangu atawasili na kukosa kinywaji." Akaamua aende mwenywe kutafuta pombe. Alipoondoka peke yake, Ntege na baadhi ya watu wakafunga milango yote ya ikulu ili asiweze kuingia ndani tena. Basi Ntege akamleta Nkidi akamkalisha kwenye kiti cha Ishebwana. Ishebwana aliporudi akakuta milango yote imefungwa. Aliondoka na kuelekea kusikojulikana. Hakuna ajuaye kama aliuawa au hapana. Hata hivyo hakuna ajuaye lipi lilimtokea.

Basi Nkidi akawa Mfalme. Ngoma za ikulu zikapigwa. Na huko nje watu wakacheza ngoma na kuimba, "Mgeni mpendelevu, amemwondoa Ishebwana kwenye kiti."

Walimwita "mpendelevu" kwa sababu watu wote walimpenda sana kwa kuwa aliwapa nyama nyingi. Hawakumjali Ishebwana kwa kuwa alikuwa mtu bahili sana.

Baada ya kuwa mfalme, Nkidi alipewa jina la "Kimera" kwa sababu ameota katika nchi ya Buganda. Watu wakasema, "Alikuja kama mtu wa kawaida lakini upendo wake kwa watu wote umemfanya awe mfalme.

Ndivyo Nkidi, mwana wa Igaba alivyopata utawala wa Buganda.

2. Ntale atawala Nkole

Halafu Mfalme Igaba alichukua ngoma yake Bagendanwa akampa mwanae Ntale na kumwambia, "Kwenda Nkole umshambulie Katuku umshinde na uwe mfalme wa Nkole.

Basi Ntale aliondoka na jeshi kubwa akaelekea Nkole." Katuku naye alipiga ngoma na kukusanya watu wake. Wakapigana. Ntale akamuua Katuku. Watu wa Katuku walipoona kuwa Ntale amemuua Katuku wakajisalimisha kwa Ntale. Basi baada ya kumwua Katuku, Ntale akawa mfalme wa Nkole. Wakati anakwenda kupigana na Katuku, ngoma yake Bagendanwa alikuwa ameiacha katika kijiji kiitwacho Mabale. Baada ya kuwa mfalme wa Nkole, Ntale hakukaa tena katika kijiji cha Mabale Yeye alikuwa na desturi ya kuhamahama. Mara ajenge hapa, mara ajenge pale. Kwa hiyo ilimbidi mara kwa mara arudi katika kijiji cha Mabale ili atoe heshima kwa ngoma yake. Mfalme Ntale hakujenga ikulu mahali popote, bali aliishi kwa kutangatanga. Hata leo mfalme atawalaye Nkole alimoweka ngoma ya kifalme hata leo ndipo arudipo mara kwa mara.

Ntale, mtoto wa Mfalme Igaba ndivyo alivyotawala Nkole.

3. Ishewagira atawala Karagwe

Mfalme Igaba alichukua ngoma yake Nyabatamba akampatia mwanawe Ishewagira na kumwambia, "Ondoka uende Karagwe upigane na Nono. Ukisha mshinda utawale kama mfalme wa Karagwe."

Basi Ishewagira akaondoka na watu wengi akaishambulia Karagwe iliyotwawaliwa na Nono.

Ishewagira alipofika Karagwe hakumkuta Nono kwani Nono alikuwa amekimbilia Burundi. Nono alipopata habari kuwa Ntale alikuwa amemwua ndugu yake Katuku, akaamua kukimbia aliposikia kuwa Ishewagira alitaka kumshambulia. Basi Ishewagira alipofika Karagwe na kukuta Nono ameshakimbia, akawa mfalme wa Karagwe. Alijenga ikulu yake katika kijiji cha Bweranyange. Baada ya Ishewagira kuwa mfalme, watu wote wa Karagwe waliokuwa wamekimbia wakarudi katika nyumba zao.

Basi Ishewagira akawa mfalme wa Karagwe akapewa jina la Ruhinda. Maana ya jina hilo haijulikani.

4. Nyabitaka[37]

Binti wa Mfalme Igaba atawazwa nchini Mpororo. Mfalme Igaba alichukua ngoma yake Mulorwa akampatia binti yake Nyabitaka akamwambia aende atawale Mpororo.

Basi Nyabitaka akasafiri mpaka Mpororo. Alijenga ikulu yake, lakini haijulikana ni katika kijiji gani. Nyabitaka hakulazimika kupigana kwa sababu Mpororo haikuwa na mfalme.

Ndivyo Nyabitaka, binti wa mfalme Igaba alivyotawala katika nchi ya Mpororo.

Mfalme Igaba alibaki na ngoma iitwayo TIBAMULINDE katika ikulu yake huko Bunyoro. Ndiyo ilikuwa ngoma ya kifalme aliyotumia yeye mwenyewe.

5. Nyarubamba

Mwana mkubwa wa mfalme aitwaye Nyarubamba alibaki na babaye katika Ikulu ya Bunyoro. Mfalme Igaba alimwambia abaki naye ili amsaidie kutawala raia wake.

KIZIBA

Kati ya wakubwa naitwa mdogo
Ndimi Kiziba kya Bike
Pale ninapotumwa, nami hutuma huko
Ndimi Kiziba kya Ntumwa
Simwogopi mwenye mkuki na panga
Ndimi Kiziba kya Magembe
Naenea toka Mwisa mpaka Katembe
Naenea toka Kyahu mpaka Mashangano
Ndimi mtoto mpendelevu daima wa Njunaki

Habari nilizoandika mpaka sasa katika sura na sehemu zilizotangulia zinaoneesha uhusiano wa Kiziba na nchi za jiranai. Zinaonesha kuwa utawala wa Kiziba na ufalme wake sio tofauti, bali una asili moja na tawala nyingine za nchi zilizo jirani yake. Habari zifuatazo zitakuhadithia

[37] Maelezo ya mhariri: Kichwa cha habari kinataja wana watano lakini msichana yumo katika orodha; tena ambayo haimtaji Nyakiiru.

historia halisi ya Kiziba. Mtaelewa vizuri kuwa asili ya ufalme wa Kiziba ni ikulu yenyewe ya Bunyoro ambayo pia ndiyo asili ya Kabaka wa Buganda na Mfalme wa Karagwe.

SURA YA VII

SEHEMU YA 1

NYAKIIRU (KIBI) ANAPELEKWA KUTAWALA KIZIBA

Safari ya Nyakiiru na watu wake
Musiita anakwenda kuhemea na kupoteza kazi yake
Nyakiiru akutana na Kanyamaishwa – amrudisha Kiziba
Nyakiiru apanga mbinu ya kumnyang'anya Ntumwa ufalme
Nyakiiru amuua Ntumwa

Wakati Mfalme Igaba anagawa ngoma, mmoja wa wanawe aitwaye Nyakiiru hakuwepo. Alikuwa ameenda kuwinda. Aliporudi alikuta baba yake ameshagawa ngoma zote isipokuwa mbili tu, Tibimulinde na Nyamilembe. Tena ngoma hizo mbili alikuwa anazipenda sana, lakini hasa alipenda sana Nyamilembe kuliko zote. Basi mama yake akamwambia, "Kwa muda mrefu ulikuwa mawindoni, sasa umekuta baba yako ameshawatuma kaka zako kwenda kutawala nchi mbali mbali, wewe utatumwa kwenda kutawala nchi gani?" Basi Nyakiiru akaenda kwa baba yake na masikitiko makubwa akamwambia kama mama yake alivyomjulisha. Baba yake akamwambia, "Na wewe chukua Tibimulinde uende kutawala Kiziba. Ukifika huko upange mbinu za kuwapenda raia wa kule na kuwapa nyama nyingi ili hatimaye umnyang'anye Ntumwa ufalme ili uwe wako."

Lakini Nyakiiru alikuwa anapenda kigoma cha baba yake kilichoitwa Nyamilembe, na hasa kwa sababu ya udogo wake, "Itabebwa kwa urahisi na nitaweza kuificha ili watu wa Kiziba wasitutilie mashaka na kusema kuwa tunataka kuwanyang'anya ufalme."

Basi yeye na mama yake wakapanga jinsi ya kuiba Nyamilemba na kuiacha Tibimulinde badala yake. Mama yake akamwambia, "Ondoka sasa urudi jioni. Ukija usiingie ndani bali usimame nje karibu na uzio, ili mimi nikurushie hicho kigoma, Nyamilembe."

Basi mama yake akaenda nyumbani mwake na kusubiri. Ilipokuwa jioni Nyakiiru akaja na watu wake watatu: mmoja akiwa Muzirambogo, wa pili Musiita na wa tatu Muziba,[38] lakini majina yao hayajulikani tena. Nyakiiru alikuwa na mbwa wake aliyeitwa Kyeb'omugambi.

Nyakiiru aliporudi alikuta mama yake ameketi karibu na uzio wa ikulu. Basi Njunaki akarusha kigoma Nyamilembe na kumpatia Nyakiiru. Njunaki alimpenda sana mwanawe Nyakiiru. Licha ya kigoma akampa pia pembe za uchawi kama zile alizotumia mfalme kwa kuroga na kuleta mvua. Akamwambia, "Peleka uchawi huu ili nawe uweze kuroga watu na kuwasababishia mvua." Baada ya hayo Njunaki akarudi nyumbani mwake.

Baada ya kupokea ngoma, Nyakiiru hakurudi tena katika nyumba yake ya kufikia, bali aliondoka na watu wake wale watatu na mbwa wake. Alimkabidhi ngoma yake mtumishi wake Musiita.

Walipoondoka wakaenda, ikawa usiku. Wakatembea usiku kucha, kesho yake wakaendelea na safari bila kupumzika. Kila kulipokucha walienda msituni na kujificha, kwani waliogopa Mfalme Igaba asiwapeleke watu wa kuwanyang'anya ngoma.

Baada ya kusafiri kwa siku tatu wakaona njaa, kwani walikuwa hawajala chochote siku hizo tatu ila walishindia maji. Siku ya nne njaa ikawa haivumiliki. Bahati nzuri wakaona mashamba mengi ya ulezi. Mmoja wa watu wake akawaambia wenzie, haya hapa mashamba ya ulezi, basi na tuvune tukale kutuliza njaa. Nyakiiru akasema, "Sawa, wewe nenda ukavune, ukatuletee. Mkabidhi mwenzio ngoma. Lakini ufanye haraka kurudi ili tuendelee na safari.

---

[38] Alipokuja Kiziba alijulikana kama Mziba. Lakini huko kwao alijulikana kama mtu wa ukoo wa Ngabi. Jamaa wa Nyakiiru walipoishi Kiziba walijiita Waziba, naye walimwita Mziba na jamaa wote wa ukoo wake huitwa Waziba; mpaka sasa wanaitwa Waziba.

Musiita akamkabidhi Muzirambogo ngoma ile, akaondoka kutafuta ulezi. Alipoondoka Nyakiiru na wale wawili wakaendelea na safari kwa mbio, kwa sababu waliogopa watu wasitoke nyuma kwa mfalme na kuwanyang'anya ngoma. Baadaye walifika katika kijiji kiitwacho Nyabitunga. Walimkuta mtu katika karakana yake ya kutengeneza mirumba, yaani nguo za magome ya miti. Basi nao wakaingia katika karakana hiyo, wakaketi. Wakafungua tumbaku yao wakaiweka katika viko vyao na kuanza kuvuta. Yule mwenye karakana yake akaleta ndizi za kusonga akaziandika mbele yao. Akamkaribisha Nyakiiru na watu wake wakala. Baada ya mlo Nyakiiru na wenzake wakatayarisha mwenge ili wapate moto wa kuvutia tumbaku njiani. Lakini hakutengeneza mwenge wa nyasi bali walikusanya vipande vya mirumba alivyotupa yule fundi wakavifunga vizuri na kuvikoleza kwa moto. Mwenzao waliyemwacha nyuma akivuna ulezi, baada ya kuvuna ulezi alikuta wenzake wameshaondoka. Aliwatafuta asiwaone, aliita wasiitike, basi akaondoka na kuendelea peke yake, msitu na nyika, akatokomea kusikojulikana. Moto ambao Nyakiiru alileta akivutia tumbaku, hata leo mfalme akitawazwa watu huenda kuufuata katika kijiji hicho Nyabitunga. Baada ya kutayarisha mwenge wa moto wa akiba, Nyakiiru na watu wake wawili waliondoka na kwenda zao. Mahali fulani walikutana na mwanammne mmoja akitoka kuwinda. Nyakiiru alimuuliza, "Wewe mwanamme unatoka wapi?" Naye akajibu, "Natoka kuwinda." Nyakiiru akauliza tena, "Kwenu ni wapi?" Yule bwana akajibu, "Kwa sasa naishi Ishango, lakini kwetu ni Kiziba, na huko nilifukuzwa." Nyakiiru akazidi kumuuliza, "Kwa nini ulifukuzwa?" "Baba alinitelekeza kwa sababu niliota meno ya juu kabla ya yale ya chini. Nilipofika Ishango watu walinipokea nyumbani kwao. Mpaka sasa naishi na hao walionipokea." Baada ya kuzungumza hayo Nyakiiru akamwambia, "Naomba udugu wa kuchanjana ili uniongoze katika njia uliyopitia ili unipeleke ulipotoka. Je, bado unapakumbuka?" Yule mtu akasema kuwa bado anapakumbuka na kuwa anapaona kwa mbali kutoka mlima mmoja wa huko. Basi wakaingia katika kichaka na kuchanjana. Baada ya kuchanjana, Nyakiiru akamuuliza huyo rafiki yake, "Jina lako unaitwaje?" Mtu yule akamwambia kuwa anaitwa Kanyamaishwa. Kanyamaishwa akamjulisha Nyakiiru kuwa yeye pia ni mtoto wa mfalme; kuwa baba yake ndiye mfalme wa Kiziba aitwaye Ntumwa na kuwa huyo huyo ndiye aliyemfukuza. Basi Nyakiiru akamwambia Kanyamaishwa, Usimwambie yeyote kuhusu uchanjani wetu halafu kwenu usirudi unionyeshe kivuko, twende ulikotoka, labda siku moja nitapata njia ya kukurudisha katika ufalme wa baba yako." Kanyamaishwa alikubali maneno ya Nyakiiru.

Wakafika kwenye kivuko kiitwacho "Kyabasimba." Pale walikuta mvushaji aliyeitwa Kyato. Walipoingia katika nyumba yake, Nyakiiru akamuuliza Kyato, "Unajua walipo wanyama pori?" Kyato akasema, "Ndiyo napajua." Nyakiiru akamwambia, "Naomba urafiki wa kuchanjana ili unionyeshe walipo." Kyato alikubali wakachanjana. Kesho yake Nyakiiru akamwambia Kyato, twende na mtumbwi wako, kila tuuapo mnyama tumweke katika mtumbwi wako, uwaletee wake zako wale." Kyato akakubali, wakaondoka na kuabiri mtumbwi, wakapiga makasia mpaka Buhanga, katika kijiji cha Wagabo. Siku hiyo walipofika Buhanga, Nyakiiru aliondoka na kwenda kuwinda pamoja na mbwa wake Kyeb'omugambi. Siku hiyo aliua paa wawili na nyati mmoja.

Baada ya kuua wanyama hao, watu wote wa Buhanga walikuja wakapewa nyama nyingi waliyopeleka katika nyumba zao. Wote wakampenda Nyakiiru, tena wakampenda sana. Walipoona kuwa ana nyama nyingi wakamkaribisha katika nyumba zao wakamtayarishia mahali pa kulala, akalala raha mstarehe. Siku iliyofuata alienda tena kuwinda akaua wanyama wengi, akawapa watu nyama nyingi wakala wakashiba sana. Baada ya siku tatu alikwenda tena kuwinda akaua paa, duma na panyabuku. Aliporudi nyumbani aliwagawia watu nyama yote. Watu wote wakala wakafurahi sana. Watu wote wakaanza kumtembelea kwa sababu alikuwa anagawa nyama nyingi. Akaanza kufanya urafiki wa damu na watu mashuhuri waliojulikana kwa mfalme. Watu wa kawaida aliomba Kanyamaishwa achanjane nao. Aliendelea kuwinda na kuwagawia watu wote nyama. Watu wengi wakawa wanakuja kwa Nyakiiru. Watu hawakujua kuwa Kanyamaishwa alikuwa mwana wa Mfalme Ntumwa kwa sababu alikuwa ametelekezwa akiwa mdogo mno.

Nyakiiru alipokaa Buhanga akiwinda na kuwapa watu nyama nyingi, watu fulani wakafika kwa Mfalme Ntumwa huko Kigarama na kumjulisha kuwa katika kijiji chao kuna mwindaji mmoja hodari anayeua wanyama wengi, kama wane au watano kila siku. Nakuongeza kuwa mtu huyo alikuwa ametoka Kitara. Mfalme Ntumwa akamtuma mtu wake mmoja, jina lake Kishaba, na kumwagiza, "Nenda ukamwone mtu huyo anayeua wanyamapori. Muulize kwa nini aliingia nchini na kuua wanyama bila ruhusa yangu. Muulize pia ni vipi alikuja katika nchi ya mfalme akatenda kama kwamba nchi haina mfalme."

Basi Kishaba akafika kwa Nyakiiru, katika nyumba aliyopewa kukaa. Siku hiyo Nyakiiru alikuwa ametoka porini kuwinda. Alikuwa ameua nyati wanne. Kishaba akaingia katika nyumba ya muda ya Nyakiiru akamwambia, "Nimetumwa na mfalme nikuulize kwa nini unawinda katika nchi yake bila ruhusu yake; na vipi unaua wanyama usiwapeleke kwa mfalme kumtolea zawadi?

Nyakiiru akajibu, "Nilikuwa bado sijapumzika; pili nilikuwa sijajua ikulu iko wapi. Lakini sasa ngoja nije niwinde nimpelekee Mfalme zawadi." Nyakiiru akampa Kishaba nyati mmoja na kusema, "Peleka mnyama huyu ule. Tangu sasa wewe ni rafiki yangu nikija kuleta zawadi kwa mfalme wewe ndiwe utanifikisha kwake. Pia naomba tufunge urafiki wa damu. Na baada ya kufika kwako utume watu wako mara kwa mara waje wakuchukulie nyama. Halafu akamwambia, "Peleka salamu za heshima kwa mfalme umwambie baada ya siku mbili nitakuja kuleta zawadi ya mfalme." Kishaba alitoka kwa Nyakiiru akafika ikulu akampa mfalme taarifa akisema, "Mtukufu mfalme, mtu huyo Nyakiiru siyo mwasi hata kidogo. Anasema kuwa alikuwa bado na uchovu na pia alikuwa hajui ikulu iko wapi. Amesema sasa akiwinda ataleta zawadi kwa mfalme, na kuwa atafika hapa baada ya siku mbili." Halafu akamwambia mfalme, "Mtu Nyakiiru ni mtu mwema sana kwa watu wote nani amenipa nyati mzima mzima. Ningependa kufunga urafiki wa kuchanjana naye."

Kishaba alipoondoka kwa mfalme akaingia katika nyumba ya mbele ya ikulu. Hapo akamkuta Ntahi na Mukwire. Ntahi ndiye alikuwa mtawala wa kijiji cha Kigarama. Mukwire alikuwa rafiki wa karibu wa mfalme. Kishaba akawaambia Ntahi na Mukwire jinsi alivyo kwenda kwa Nyakiiru akagundua kuwa ni mtu mwema sana anayependa watu wote. Akawaambia alivyompa nyati mzima, akampikia akala, akampa pombe akanywa, na kwamba ameamua kufanya urafiki wa kuchanjana naye. Basi Ntahi na Mukwire wakasema, "Mtu huyo ni mwema sana. Akija atatusaidia kutupa nyama kwani ukata wa mboga umetuelemea. Hii ni kwa sababu Mfalme Ntumwa alikuwa bahili sana, haikuwa desturi yake kutoa zawadi kwa watu. Kishaba akasema, "Nimepata bahati ya kuwa natumwa na mfalme kwa Nyakiiru." Ntahi na Mukwire wakasema, "Kweli, una bahati. Basi nasi tutampenda ili aweze kutupa nyama."

Baada ya siku hizo mbili, Nyakiiru akaja na kutoa zawadi kwa mfalme. Alileta ngozi za duma na za mbawala, pia akaleta mguu na kichwa cha nyati.

Alipofika aliingia katika nyumba iliyokuwa mwishoni mwa uwanja wa ikulu.

Mfalme Ntumwa aliondoka kutoka ikulu akaja kuonana na mwindaji Nyakiiru. Aliangalia ngozi za duma na za mbawala akafurahi sana. Alimzawadia ngozi za duma na za mbawala akafurahi sana. Alimzawadia vibuyu 6 vya pombe na ng'ombe 2. Halafu akamtuma kwa Kishaba ili alale huko. Basi Nyakiiru akaenda kwa Kishaba. Akaleta ng'ombe wake wawili akawachinja. Watu wote walipoona kuwa Nyakiiru anachinja ng'ombe wakaja kwenye malazi ya Nyakiiru nyumbani kwa Kishaba. Nyakiiru alipoona watu wamefika kwa wingi akamwambia rafiki yake Kishaba, " Kata nyama uwagawie watu hawa wote." Kishaba alileta nyama akaikatakata na kuwagawia watu wote waliokuwepo. Baada ya kupokea nyama watu wakarudi majumbani kwao. Usiku ulipoingia, Nyakiiru akamwambia Kishaba. Naomba uniletee viongozi wa hapa ili tuzungumze. Kishaba aliposikia hivyo aliondoka na kwenda kwa Ntahi na Mukwire akawaambia, "Mgeni wetu Nyakiiru anawaita ili mpate kuongea naye." Basi Ntahi na Mukwire wakatoka kwao wakafika kwa Kishaba alipokuwa Nyakiiru, wakaingia nyumbani. Nyakiiru alipowaona Ntahi na Mukwire akamwambia Kishaba, "Katakata nyama, ichomwe, tukale." Pombe ililetwa, wote wakajaza vibuyu vyao wakanywa. Nyama ilipokuwa tayari ikaletwa.

Nyakiiru akawaambia Kishaba, Ntahi na Mukwire, karibuni tukale wote, mimi sili peke yangu. Kishaba, Ntahi na Mukwire wakakaribia wakala na Nyakiiru. Halafu ndizi na nyama zilipikwa zikawa tayari, nazo wakala wote. Kadiri usiku ulivyoendelea ndivyo waliendelea kula nyama nyingi na kunywa pombe nyingi, wakaongea kwa muda mrefu. Ntahi akamwambia Nyakiiru, "Wewe ni mtu mwema, naomba tuchanjane tuwe marafiki." Nyakiiru akakubali, wakachanjana. Mukwire pia akamwambia Nyakiiru, "Mimi naomba tuwe marafiki wa damu." Naye wakachanjana na kuwa marafiki. Baada ya kitendo hicho cha urafiki, Nyakiiru alikata vipande vikubwa vikubwa vya nyama na kuwagawia marafiki zake Ntahi na Mukwire.

Baada ya haya Ntahi na Mukwire waliondoka usiku wa manane na kurudi kwao. Nyakiiru alipochinja ng'ombe aliopewa na mfalme, wakati anawagawia watu nyama, wake wawili wa Mfalme Ntumwa walifika pale ili kumwona mwanamume huyo. Walipofika kwa Nyakiiru wakaingia nyumbani. Nyakiiru akamwuliza Kishaba, "Wanawake hawa wawili ni wa wapi?" Kishaba akamjulisha kuwa ni wake wa mfalme. Akamwambia Kishaba achague mguu wa nyama. Kishaba akachagua mguu na kumpa Nyakiiru. Nyakiiru akautoa kama zawadi kwa wake wa mfalme. Wake wa mfalme walipopewa zawadi ya nyama wakafurahi sana. Wakamshukuru sana Nyakiiru. Basi wakaondoka na kurudi katika nyumba zao huko ikulu. Nyakiiru na Kishaba wakabaki peke yao wakiongea wakati wakila nyama na kunywa pombe. Baadaye usiku walilala usingizi. Ikawa asubuhi. Asubuhi na mapema Kishaba akamwamusha Nyakiiru. Nyakiiru alipoamka wakachanjana na kuwa ndugu wa damu. Baada ya tendo hilo kukawa kumekucha sana. Basi Nyakiiru akaondoka akaenda ikulu kutoa heshima kwa mfalme. Alipofika akaingia katika nyumba ya wageni mwisho wa uwanja wa ikulu. Watu wakaenda wakamwambia mfalme kuwa yule mwindaji Nyakiiru ameshafika. Mfalme akatoka kwake na kufika katika nyumba ya wageni. Nyakiiru akamwambia mfalme, "Mfalme Mtukufu, naomba kurudi nyumbani." Mfalme akasema, "Vizuri. Nenda lakini uendelee kuwinda na kuua wanyama ili ulete zawadi ikulu." Mfalme akampa mtu wa kumsindikiza ili afikapo Buhanga awaambie raia wa kule wawe wanampa Nyakiiru ndizi.

Nyakiiru akaondoka akarudi katika malazi yake huko Buhanga. Njiani, alipofika Kasomoro akakuta tembo. Alimwua tembo huyo na kukata mkia wake. Alimtuma mtu mmoja ampelekee mfalme mkia huo ili amjulishe kuwa Nyakiiru alikuwa amemwua tembo. Yule mtu akamletea mfalme mkia huo na kusema, "Mfalme Mtukufu, angalia, Nyakiiru amemwua tembo, nimetumwa kukuletea habari hii njema." Mfalme alipouona mkia huo alifurahi sana, akampelekea Nyakiiru vibuyu vikubwa viwili vya pombe ili kumpongeza. Watu hao walimkuta Kasomoro wakamwambia, "Mfalme anakupongeza, anasema hongera." Nyakiiru akasema, "Namshukuru mfalme. Tembo ni huyo mwoneni." Basi wakang'oa meno mawili ya tembo. Nyakiiru akaondoka na meno mawili ya tembo mpaka kwenye malazi yake Buhanga. Hapa alilala siku moja. Siku ya pili akaondoka na jino moja la tembo kama zawadi kwa mfalme. Jino la pili aliliacha nyumbani.[39] Alipofika ikulu akaingia katika nyumba ya wageni. Watu wakaenda wakamjulisha Mfalme Ntumwa, "Mwindaji wako Nyakiiru amewasiri. Ameleta zawadi ya jino la tembo." Mfalme Ntumwa akawaambia watumishi wake wamwambie mgeni aende nyumbani kwa mfalme; kwa sababu, alisema mfalme, zawadi zake ni nyeupe na nzuri, tena ameshakuwa mwindaji wetu aletaye zawadi nzuri sana. Basi Nyakiiru akaja, akisindikizwa na watu wote waliobeba jino la tembo kutoka Buhanga. Mfalme Ntumwa alipoona jino la tembo akafurahi akampa dume la ng'ombe akamwambia, "Nenda ukachinje, ukale." Pia akamzawadia ng'ombe wawili wenye ndama na kasema, "Nenda ukanywe maziwa."Halafu akamwambia, "Baki hapa kwa Kishaba, uagize mali yako yote iletwe kutoka Buhanga kwa sababu nataka uishi Kishenge; Buhanga ni mbali, nataka uishi karibu nami."

[39] Nyakiiru alipofika mara ya kwanza hakwenda Rwensinga (Nyumba ya Mfalme) alikwenda katika moja ya nyumba za mwishoni mwa uwanja wa mbele ya ikulu.

Nyakiiru akaingia kwa Kishaba, pale alipokaa mara ya kwanza. Alipofika pale akamchinja yule dume aliyepewa na mfalme. Watu wote waliofika na wale aliokuja nao kutoka Buhanga akawapa nyama nyingi sana; pia marafiki zake Ntahi na Mukwire akawapa. Watu wote wakamsifu Nyakiiru na kumshukuru sana.Ntahi, Mukwiru na wanaume wengine wakazungumza na Nyakiiru na kumwambia, "Wewe tu ndiwe uliyepokea zawadi ya ng'ombe kutoka kwa mfalme, safari hii na safari iliyopita, kwa sababu wewe ni mgeni, pia ni mwindaji wa mfalme; lakini sisi Mfalme Ntumwa hajawahi kutupa nyama hata kidogo. Tumeonja nyama kwa sababu ya ukarimu wako." Nyakiiru akawaambia, "Pia Mfalme Ntumwa ameamuru nitoke Buhanga nije kukaa Kishenge, karibu na hapa."Wao Kishaba, Ntahi na Mukwire wakasema, "Vizuri sana, njoo ukae karibu ili tuwe tunazungumza pamoja." Wakaendelea kula nyama na kuongea. Usiku sana Ntahi na Mukwire wakaondoa wakaenda kwao.

Asubuhi kesho yake Nyakiiru akaenda akamwambia mfalme, "Ee, mfalme, naomba niende kuileta mizigo yangu na kuhamia kabisa." Mfalme Ntumwa akasema, "Vizuri, nenda lakini usikae kule sana, urudi upesi ili uwaue wanyama walio karibu na hapa." Nyakiiru akaenda kwa Kishaba alipokuwa amelala na kumwambia, "Naenda kuleta mizigo yangu." Baada ya hapo akaondoka akarudi Buhanga. Pale alikaa siku mbili. Basi yeye, watu wake wawili, Muzirambogo na Muziba pamoja na Kanyamaishwa na Kyato wakaabiri mtumbwi, wakapiga makasia mpaka Kaishebo kwenye kivuko cha Kawamara. Walipofika hapa walitoka katika mtumbwi wakabeba mizigo yao wakaanza safari wakiwa na mwana wa Kishaba. Huyu kijana wa Kishaba alikuwa amepewa maagizo na Mfalme Ntumwa ili amwoneshe Nyakiiru njia, amfikishe kijijini Kishenge na kumwonesha nyumba nzuri ambamo angelala. Basi waliondoka Kaishebo walipoacha mtumbwi wao wakatembea mpaka Kishenge kijijini. Walipowasiri wakapata malazi katika nyumba za watu mpaka kesho yake. Nyakiiru mwenyewe alilala katika nyumba ya bwana mmoja aliyeitwa Mutageija. Asubuhi Nyakiiru akaenda kuwinda. Siku hiyo aliua mbawala wengi sana; kwa sababu watu wengi walikuwa wamefuatana naye ili waone jinsi anavyowinda. Ndiyo maana waliua mbawala wengi sana kiasi hicho. Jioni baada ya kutoka mawindoni alienda ikulu kumpelekea mfalme zawadi. Mfalme Ntumwa alipoona wingi wa mbawala waliouawa akafurahi sana akamzawadia Nyakiiru pombe. Nyakiiru akabeba pombe yake mpaka kwenye malazi yake huko Kishenge. Alisindikizwa na rafiki zake Ntahi na Kishaba mpaka kwake Kishenge.

Walipofika Nyakiiru akawapa nyama nyingi sana, kwani alikuwa amewaua mbawala wengi sana. Walifurahi, wakamshukuru na kurudi kwao. Nyakiiru akawagawia watu waliofika kwake nyama nyingi. Nao wakafurahi sana, wakawa wanamsifu na kusema, "Wewe ni mtu mwema sana umetuponya na umaskini."

Siku moja Kishaba, Ntahi na Mukwire wakaja kwa Nyakiira na kuongea naye kwa siri, wakamwambia, "Sisi tuna mfalme mbaya sana, ambaye ni bahili sana. Angalia ulivyomletea zawadi nzuri sana, si angekupa vitu vingi sana?" Nyakiiru akawajibu akawambia, "Kama Mfalme Ntumwa anawachukia, je, mimi siwezi nikawapatia mfalme aliye bora?" Halafu akawauliza, "Nyinyi hamjawahi kumfukuza mtoto wa mfalme, aliyekuwa bado mdogo?" Wao wakamwambia, "Tulimfukuza Kanyamaishwa ambaye alikuwa bado mtoto, alikuwa ametanguliza meno ya juu kuota. Alikuwa amepewa jina la Kanyamaishwa." Basi, Nyakiiru alipoona wamekiri kuwa walimtelekeza Kanyamaishwa, alimwita Kanyamaishwa akaja. Akamwonesha kwao akisema, "Ni huyu mtoto mliyemtelekeza sasa ameshakuwa mtu mzima." Ntahi, Kishaba na Mukwire walifurahi walipomwona Kanyamaishwa. Wakasema, "Kwa kuwa umetuonesha huyu, ndiye anayeweza kuwa mfalme wetu." Nyakiiru akawaambia, "Kama Kanyamaishwa huyu angekuwa mfalme wenu mngeondokana na shida zenu." Wao wakasema, "Kweli, angetuokoa sana." Nyakiiru akawauliza, "Je, mama wa Kanyamaishwa bado yuko hai?" Wakajibu na kusema, "Bado anaishi, tena ndiye mke mpendwa wa Mfalme Ntumwa." Nyakiiru akamwambia Ntahi, "Kwa kuwa mama wa Kanyamaishwa yuko ndani ya ikulu, nenda umwambie kuwa mimi ndiye ninaye mwanae, halafu umwambie kuwa wewe mwenyewe umemwona; kisha rudi unijulishe amesema nini."

Ntahi aliondoka akaingia ikulu na kumjulisha mama wa Kanyamaishwa habari hiyo. Ntahi alipomwambia kuwa alikuwa amemwona mwanae, mama yule alifurahi sana na kusema kuwa Ntahi alikuwa anamdanganya. Ntahi akasema, "Sikudanganyi. Nimemwona. Anaishi na yule mwindaji Nyakiiru."

Basi mama wa Kanyamaishwa akamwambia Ntahi, "Naomba uende ukamlete ili nimwone. Nitamkubuka, mtu hamsahau mtoto wake wa kumzaa." Ntahi akarudi Kishenge kwa Nyakiiru. Alipofika huko akamwambia Nyakiiru, "Mama wa Kanyamaishwa nilipompa habari hiyo alifurahi sana, anasema angependa aende akamwone."

Nyakiiru akamwuliza, "Atafikaje huko?"

Ntahi akasema, "Atafika kule wewe ukimtuma kwa mfalme ili akuombee pombe."

Nyakiiru akasema, "sawa."

Siku ya pili Nyakiiru alimtuma Kanyamaishwa kwa mfalme ili amwombee pombe.

Nyakiiru akamwambia Kanyamaishwa, "upitie kwa Ntahi, ndiye atakupeleka kwa mfalme." Basi Kanyamaishwa akaondoka akaenda kwa mfalme kumwombea Nyakiiru pombe. Akapita kwa Ntahi. Ntahi alimwona mfalme, "Ee, mfalme, Nyakiiru amemtuma mtumishi wake kumwombea kwako pombe." mfalme akajibu, "Sawa."

Lakini kabla hawajapewa pombe, Ntahi akaenda na Kanyamaishwa kwa mke wa mfalme, mama wa Kanyamaishwa. Kanyamaishwa akamwambia mke wa mfalme, "Nyakiiru amekupelekea salamu zake za heshima."Kanyamaishwa hakumtambua kuwa mwanamke huyo alikuwa mama yake.

Mama huyo alipomwona Kanyamaishwa akamnong'onezea Ntahi, "Ni mtoto wangu kweli, nimemtambua." Halafu akamwambia Ntahi, "Usimwambie mtu mwingine yeyote, Mfalme Ntumwa asije akamwua mwanangu."

Ntahi akasema, "Sawa." Mwanamke huyo alipomwona mwanae alifurahi sana. Lakini hakuonesha furaha yake kwa nje bali aliificha moyoni mwake, kwa sababu mama huyo hakutaka mfalme amtambue mwanae.

Basi mfalme alimpa Kanyamaishwa pombe ampelekee Nyakiiru Kanyamaishwa akaondoka akaenda kwao Kishenge. Na Ntahi akarudi nyumbani kwake.

Siku ya pili Ntahi akaenda kwa Nyakiiru akamweleza jinsi mama wa Kanyamaishwa alivyomwona mwanae na kumtambua, "Aliniambia habari hii nisimjulishe mtu yeyote, Mfalme Ntumwa asije akamwua mwanawe." Nyakiiru akamwambia Ntahi, "Mfalme ni huyo nimemwonesha kwenu. Basi nyinyi fikirieni jinsi tutakavyofanya."

Ntahi akajibu, "Sawa. Ngoja niende kumwita Kishaba na Mukwire tutafanya shauri, baadaye nitakujulisha tumefikiria nini."

Ntahi aliondoka akamwita Kishaba na Mukwire wakafikiria njia ya kufanya. Wakasema, "Sasa, maadamu tumepata kijana huyu basi yeye ndiye tumtawaze awe mfalme. Huyu mfalme bahili tumwondoe madarakani." Lakini wakajiuliza, "Tutamwondoaje madarakani?" Wakasema, "Kwa sababu mfalme hupenda sana senene, tungoje mpaka kipindi cha senene. Wakati huo watu wakiondoka wote ikulu na mfalme akabaki peke yake, ndipo Nyakiiru atamleta Kanyamaishwa ikulu, na kumwua mfalme." Baada ya hapo sisi tufunge milango, na watu wakija tuwaambie , "Tulieni, mfalme ameshakufa, lakini tumeshampata mfalme mwingine." Ndipo tutaleta Kanyamaishwa na kumweka mbele yao." Baada ya kufikiria hivyo, wote watatu wakaafikiana.

Walipofikia uamuzi huo ilikuwa kiangazi, ndiyo maana walisema wangoje majira ya senene. Wakaondoka wakaelekea kwa Nyakiiru ili wamjulishe shauri lao.

Walipofika kwa Nyakiiru walimwambia, "Shauri tulilofikia ni hili, Sisi tunaona tungoje majira ya senene. Hii ni kwa kuwa Mfalme Ntumwa hupenda sana senene. Wakati huo watu wote wakiondoka ikulu na kwenda kuokota senene, na mfalme akabaki peke yake ndipo tutapata njia ya kufanya."

Nyakiiru akajibu, "Kwa kuwa mnataka senene, ngojeni kuche niwape senene."

Ntahi, Kishaba na Mukwire wakaondoka wakaenda kwao.

Siku hiyo jioni Nyakiiru akaweka majini dawa ya kuwaita senene. Usiku wa manane senene wakaanguka kwa wingi kiasi kwamba inasemekana kuwa senene wengi kama hao walikuwa hawajawahi kudondoka. Senene walipoanguka, watu wakapiga kelele za furaha, ikulu watu wote wakaondoka wakaenda mbugani kuokota senene. Ikulu kulibaki mke mpenzi wa mfalme, mama yake Kanyamaishwa.

Basi Ntahi, Mukwire na Kishaba walipoona kuwa senene walikuwa wamedondoka na kuwa hakukubaki mtu ikulu wakasema, "Twende tumwite Nyakiiru akamlete Kanyamaishwa. Wakamchagua Kishaba na kumwambia, "Nenda ukamlete Nyakiiru, umpitishe mlango wa nyuma ya ikulu. Mwambie mara aingiapo nyumbani amchome mfalme kwa mkuki na kumwua; na amketishe Kanyamaishwa katika kiti cha kifalme."

Baada ya hayo Ntahi na Mukwire wakaingia ikulu ili wawe wakiongea na Mfalme Ntumwa. Walipoingia ndani walimkuta Mfalme Ntumwa akiwa peke yake na mke wake mpendwa mama wa Kanyamaishwa. Hapakuwa na mwanamme hata mmoja.

Basi Ntahi na Mukwire wakawa wakiongea na mfalme. Kishaba alipokwenda kwa Nyakiiru alimwambia hivi, "Senene wameanguka, ikulu hakuna mtu hata mmoja; sisi, mimi, Ntahi na Mukwire tumeshauriana kukuita. Basi tuondoke, tukifika ikulu, umchome mkuki Mfalme Ntumwa umwue, baada ya kumwua umketishe Kanyamaishwa katika kiti cha Kifalme."

Basi Kishaba akaondoka akamleta Nyakiiru na Kanyamaishwa, wakapita nyuma ya ikulu wakatokea upandeni wakaingia katika nyumba ya mfalme. Wakamkuta mfalme ameketi juu ya kiti chake akiongea na Ntahi na Mukwire, mke wake akiwa katika chumba cha ndani.

Nyakiiru alipofika mara akamchoma mkuki mfalme na kumwua. Alipomwua, Ntahi, Mukwire na mke wa mfalme wakabeba maiti ya Mfalme Ntumwa wakamficha katika chumba cha ndani. Nyakiiru akawaambia Ntahi na Mukwire, "Acheni Kanyamaishwa ambusu baba yake." Kanyamaishwa akambusu baba yake. Ni baada ya busu la Kanyamaishwa walipoificha maiti ya mfalme katika chumba cha ndani.

SEHEMU YA 2

UTAWALA WA KANYAMAISHWA

Kanyamaishwa azuru Kiziba yote
Mulinda ajaribu kuwachonganisha Kanyamaishwa na Nyakiiru
Akili ya Nyakiiru na ujinga wa Kanyamaishwa
Umemfanya Nyakiiru awe mfalme
Nyakiiru anapewa jina la Kibi
Mgogoro wa Mulinda na Ruzinga
Ujio wa Rule na kifo cha Muliro

Nyakiiru akaketi juu ya kiti cha kifalme. Halafu akamwambia Ntahi, "Kwa sababu Kanyamaishwa ameshabusu baba yake mpeleke nje uwanjani umwoneshe kwa watu ukisema, "Huyu hapa ndiye mfalme niliyewapa!" Akamwambia Mukwire, "Wewe ubaki hapa nami tulinde mali ya mfalme. Ntahi akampeleka Kanyamaishwa kumwonesha kwa raia ili wamfahamu, ili akirudi atawale nchi yake."

Ntahi akampeleka Kanyamaishwa nje akawa anamwonesha kwa watu akisema, "Huyu hapa ndiye amekuwa mfalme. Ndiye Kanyamaishwa tuliyekuwa tumemfukuza, mwana wa Mfalme Ntumwa. Sasa ndiye atakuwa mfalme, atutawale, atupe amani nyingi."

Watu wakaitikia, "Ndiyo." Watu walifika upesi kwa sababu Ntahi kabla ya kumleta Kanyamaishwa kwanza alipiga ngoma kuwaita watu, alijua kuwa watu watakubali lolote atakalowaambia, kwa sababu yeye Ntahi ndiye aliyekuwa wakili wa mfalme, alijulikana kwa watu wote.

Basi watu wote waliofika aliwaonesha Kanyamaishwa akisema, "Huyu ndiye amekuwa mfalme wetu."

Watu wengine walipokuwa wakimsikia Ntahi akisema, "Tazama nawapa mfalme walinong'onezana, Jamani mtu huyu ni KIBI-KIBUNGA (OVU LITANGATANGALO). Alikuja kimya kimya akitangatanga, wao wakamkaribisha, sasa amekuwa mwovu na kumwua Mfalme Ntumwa." Maneno haya waliyasema kimya kimya kati yao kama maongezi.

Watu wote walipokusanyika, Ntahi aliwaambia maneno hayo akiwa anamsifu Kanyamaishwa kwamba angewapa amani. Watu wote hawakubishi bali walikuwa wakikubali kwa sababu na wao walikuwa wanajua kuwa Mfalme Ntumwa alikuwa bahiri sana. Kwa hiyo hawakumjali sana. Halafu walipokumbuka kwamba Nyakiiru alikuja na Kanyamaishwa, tena kuwa walikuwa wakiwagawia nyama, waliyakubali maneno ya Ntahi. Ntahi wakati anaongea na watu alikuwa nje. Basi Ntahi, baada ya kuona kuwa watu walikubali maneno aliyowaambia, akaingia ndani ya nyumba ya mfalme (Rwensinga). Huko akakutana na Nyakiiru na kumpa taarifa kuwa watu wote wanapenda Kanyamaishwa awe mfalme wao. "Wakati nilipowaambia kuwa Kanyamaishwa atakuwa mfalme wao, wote walikubali na kuitikia: 'Sawa.'"

Basi Nyakiiru akamwambia Ntahi, "Chagueni watu wanaompenda wamsindikize katika vijiji vyote wakimwonesha kwa watu wote wakisema kuwa Mfalme Ntumwa amefariki na huyu hapa ndiye mrithi wake, mfalme wetu mpya, Kanyamaishwa." Akaendelea kumwambia Ntahi kuwa baada ya Kanyamaishwa kufahamika kwa watu wote, ndipo atarudi na kuanza kutawala watu wake.

Baada ya kusikiliza maneno ya Nyakiiru, Ntahi alienda nje na kuwaambia watu, "Ondokeni mkampeleke Mfalme Kanyamaishwa mmwoneshe kwa watu wote katika vijiji vyote." Basi watu wote waliomkubali Kanyamaishwa na kujitoa kwake wakamsindikiza nchini pote.

Baada ya Ntahi kutoa maagizo hayo, watu wote wakaondoka na Kanyamaishwa kutembelea vijiji. Wala yeye hakuwa na mashaka au kuhofia uhai wake kwa sababu alijua kuwa watu wanampenda. Walipoondoka Ikulu watu waliomsindikiza walianza kumwonesha kwa wanavijiji wote kuwa Kanyamaishwa ndiye amemrithi Mfalme Ntumwa aliyeaga dunia. Ila hawakutangaza kuwa Mfalme Ntumwa alikuwa ameuawa. Watu wote walikubali maneno yao na kumpokea

Kanyamaishwa kama mfalme wao mpya. Basi akafika kijijini Bukabuye. Pale walikaa siku mbili. Alipolala hata leo panajulikana kama Ikulu ya Kanyamaishwa. Toka hapo walisafiri mpaka Kishoju Rwamugabo wakiwa na watu wa Bukabuye waliojiunga nao katika msafara. Hapo Kishoju ndipo walipolala. Katika safari yake, Mfalme Kanyamaishwa hakunyang'anya mali za watu. Watu alioandamana nao wakamwonesha kwa wanakijiji wa Kishoju kuwa ndiye mfalme wao mpya aliyemrithi Mfalme Ntumwa. Watu walikaa siku nne katika kijiji cha Kishoju.

Akiwa bado Kishoju, Kanyamaishwa alichagua watu wanne akawatuma kwa Ntahi na Nyakiiru kuwajulisha kuwa watu wote walimpokea kwa upendo na kuwa aliishafika Kishoju. Watu hao walipofikisha habari hiyo kwa Ntahi na Nyakiiru, hawa wakawatuma tena kwa Kanyamaishwa wakimshauri asafiri pia mpaka Kibumbiro ili na kule wapate kumfahamu. Watu wale wakarudisha ujumbe huo kwa Kanyamaishwa. Basi Kanyamaishwa na msafara wake wakaendelea na safari mpaka Kibumbiro. Huko walifika katika kijiji cha Kashaba. Watu wa Kibumbiro wakakusanyika. Watu wa Kanyamaishwa wakamtambulisha Mfalme mpya Kanyamaishwa kwa watu wa Kibumbiro. Watu wa Kibumbiro wakampokea Kanyamaishwa kwa furaha.

Wakati ule mtawala wa Kibumbiro aliitwa Mulinda. Mulinda aliishapata habari kuwa Mfalme Ntumwa hakufa kifo cha kawaida bali aliuawa. Pia alijua kuwa Kanyamaishwa ni kweli mwana wa Mfalme Ntumwa. Basi Mulinda akafika Kashaba alipokuwa amepokelewa Mfalme Kanyamaishwa. Wakati alipofika pale Kanyamaishwa alikuwa amejitayarisha kurudi ikulu alipoacha Ntahi na Nyakiiru.

Mulinda akamwambia Kanyamaishwa, "Kwa nini unataka kurudi kwa wale ambao walimuua baba yako Mfalme Ntumwa? Hujui kuwa ukirudi kule wanaweza na wewe kukuua? Kanyamaishwa akachukulia maanani maneno ya Mulinda, akaogopa kuwarudia Ntahi na Nyakiiru. Mulinda akamwambia Kanyamaishwa, "Nikujengee hapa ikulu na usirudi kwao wasije wakakuua." Kanyamaishwa akakubaliana naye. Basi Mulinda akapiga ngoma watu wake wakakusanyika. Wakajenga ikulu ikakamilika, Kanyamaishwa akakaa humo. Mulinda akamwambia Kanyamaishwa. Bora ukae hapa kwanza ili tuone akina Ntahi na Nyakiiru wana nia gani. Kama kweli wanataka uwe mfalme na hawana nia ya kukuua basi utaondoka na kuwa mfalme. Kweli hata sasa wewe ni mfalme lakini kwanza ukae hapa mpaka tutakapokuwa na uhakika. Kanyamaishwa akamkubalia. Basi Kanyamaishwa alikaa Kibumbiro akisubiri mambo yatakavyokuwa. Baada ya kukaa Kibumbiro, baadhi ya watu walifika ikulu kwa Ntahi na Nyakiiru na kuwaeleza kuwa

Mulinda, mtawala wa Kibumbiro, alikuwa amemjengea ikulu Mfalme Kanyamaishwa na kutokana na urafiki waliouonesha haielekei kuwa Kanyamaishwa atatoka tena Kibumbiro, kwa sababu ikulu aliyomjengea Mulinda ni nzuri, halafu watu hawa wawili hawaishi kuongea mambo ya siri ambayo watu wengine hawayaelewi.

Baada ya kusikia maneno hayo, Ntahi, Nyakiiru, Kishaba na Mkwire wakaulizana wafanyeje baada ya Kanyamaishwa kukataa kurudi kutoka Kibumbiro.

Nyakiiru akawaambia Ntahi, Mkwire na Kishaba kuwa wasihangaike, kwa sababu Kanyamaishwa hatimaye angerudi. Ila aliwaonya wasikubali watu kuingia ikulu na kusikiliza siri zao; kuhusu Kanyamaishwa aliwaambia kuwa angempelekea ujumbe ili arudi.

Akamwambia Mukwire, "Wewe ujenge nyumba yako karibu na lango la ikulu, ili uwachunguze watu wanaoingia ikulu, usikubali watu kupita bila kuwakagua na bila ruhusa yangu."

Pia akamwambia Bochwa, rafiki yake Nyakiiru, "Wewe ujenga karibu na jumba langu upande wa kushoto, nyumba yako ikabiliane na ya Mukwire ili mhakikishe hakuna aingiaye ikulu bila kumfahamu." Halafu akawaambia Ntahi na Kishaba wakae naye ikulu wasubiri wakati ajapo mfalme ndipo wapate kurudi kwao.

Ntahi na Kishaba wakakaa na Nyakiiru ndani ya ikulu. Mukwire na Bochwa wakajenga nyumba zao karibu na lango na kukaa humo. Lakini pia wao waliingia mara nyingi ndani ya ikulu walipokaa Nyakiiru, Ntahi na Kishaba. Ila hawakuingia ikulu kwa pamoja, mmoja alipoingia mwingine alibaki mlangoni. Baada ya kuishi hivyo kwa muda mrefu, Nyakiiru alimwambia Mukwire, "Upatapo ng'ombe huko nje, umchinje ugawie watu wale na ukipokea vibuyu vya pombe, utoe baadhi uwagawie watu wanywe."

Nyakiiru hakupata kuwaambia kuwa yeye alitaka kuwa mfalme, hiyo ilibaki kuwa siri ya rohoni mwake yeye pekee. Wala hakuwaonesha ile ngoma Nyamilembe aliyokuja nayo; aliificha ndani ya mirumba ilimozongwazongwa. Akina Ntahi, Mukwire na Kishaba hawakujua. Wakati anaishi ikulu watu wake aliotoka nao Bunyoro aliishi nao, ndio walikuwa wapishi wake. Baada ya siku kadhaa, Nyakiiru aliwaita Ntahi, Mukwire na Kishaba na kuwaambia, "Nataka kumpelekea ujumbe Mfalme Kanyamaishwa ili arudi." Ntahi na Kishaba wakamwuliza, "Utampelekeaje ujumbe huo?" Nyakiiru akawaambia, "Mimi nitajifanya naumwa, nyinyi mmwambie kila mtu mmuonaye kuwa naumwa. Semeni kuwa Nyakiiru anaumwa sana. Sasa hivi leteni chombo cha maziwa, mmpige mshale ng'ombe muiweke damu yake katika chombo hicho, halafu mlete maziwa mchanganye na damu ile katika chombo."

Basi kikaletwa chombo, wakampiga mshale ng'ombe, wakachanganya damu na maziwa katika chombo hicho na kukiweka karibu na mahali alipolala Nyakiiru. Mambo hayo yalifanywa kwa siri. Hakuna mtu aliyejua ila Ntahi na Kishaba na watu aliokaa nao Nyakiiru.

Kesho yake Nyakiiru akamwambia Ntahi, "Chagua mtu mmoja atakayekwenda na mtu wangu kwa Kanyamaishwa." Basi Ntahi akaleta mtu mmoja, alipofika Nyakiiru akampa mtu wake kati ya wale aliokuja nao kutoka Bunyoro, halafu akamwagiza hivi, "Ufikapo kwa Kanyamaishwa umwambie hivi: rafiki yako Nyakiiru anaumwa sana tangu siku nyingi, yuko karibu na kufa, anakuuliza kuwa je akifa, kufuatana na mipango yenu, nani atakutawaza kama mfalme?" Halafu akasema, "Mkisha mwambia hivyo mmwoneshe faraghani chombo cha maziwa na kumwambia kuwa haya ndiyo matapishi yake." Baada ya maagizo hayo ya Nyakiiru kwa mtumishi wake huyo, mtu na mwenzake wakaondoka kwenda wote wawili.

Basi wakasafiri mpaka kwa Kanyamaishwa. Walipomwona, mtumishi wa Nyakiiru akamwambia, "Tafadhali bwana, twende faraghani nikwambie." Kanyamaishwa akaondoka wakaenda wote wawili nje. Walipofika nje yule mtumishi wa Nyakiiru akamwambia Kanyamaishwa, "Mweshimiwa, rafiki yako Nyakiiru yu mahututi, siku nyingi anaumwa sana, anakaribia kufa, ameniagiza nikuulize kuwa je, akifa bila kuonana nawe, kufuata ile mipango yenu, nani atakutawaza kuwa mfalme?" Baada ya maneno hayo, huyo mjumbe akafungua na kufunua kile chomba na kumwonesha Kanyamaishwa yaliyomo na kusema, "Angalia makohozi ya rafiki yako."

Kanyamaishwa alipoona yale maziwa yaliyochanganyika na damu akadhani ni usaa uliochanganyika na damu aliokohoa rafiki yake, akajua kwa uhakika kuwa yu mahututi, atakufa. Basi mara akaondoka Kibumbiro bila hata kumjulisha Mulinda mtawala wa Kibumbiro, akasafiri pamoja na watu wake mpaka ukawa usiku. Walisafiri usiku mpaka wakafika Kigarama kwa Nyakiiru.

Basi Kanyamaishwa akafurahi sana. Nyakiiru akamwambia Kanyamaishwa, "Sasa wewe uliondoka na kukaa Kibumbiro usirudi huku, je, kama ningekufa nani angekutawaza kama mfalme."

Kanyamaishwa akamjibu na kusema, "Nilikaa Kibumbiro ili niwazoeshe raia wa huko." Hakumwambia ushauri aliokuwa amepewa na Mulinda. Siku hiyo wote wawili Nyakiiru na Kanyamaishwa waliongea usiku kucha, wakipeana habari za siku nyingi.

Kesho yake Nyakiiru akamwambia waziri mkuu Ntahi apige ngoma kuwaita raia wote, ili awaambie neno.

Basi ngoma zikapigwa, watu wote wakakusanyika, Nyakiiru akamwambia Ntahi, "Mpeleke Kanyamaishwa umtambulishe kwa watu, uwatangazie kuwa mfalme mpya ni huyu hapa."

Ntahi akampeleka Kanyamaishwa kwa watu akawaambia, "Huyu hapa ndiye mfalme wetu." Watu wote wakafurahi sana na kushukuru. Ntahi akamwambia Nyakiiru, "Waambie watu wajenge ikulu mpya atakapokaa Mfalme Kanyamaishwa. Hawezi kukaa katika ikulu ya Baba yake (Mfalme Ntumwa) kwani mzimu wa Mfalme Ntumwa anaweza akamfuatilia na kumuua."

Basi Kanyamaishwa akaondoka katika ikulu ya Mfalme Ntumwa pamoja na wake wanne wa Mfalme Ntumwa. Wanawake alioenda nao ni wale wazee, wale waliokuwa bado vijana na wasichana wote walibaki katika ikulu ya Mfalme Ntumwa. Humo ndimo alibaki pia Nyakiiru.

Kanyamaishwa aliondoka na ngoma iitwayo Nduru. Ngoma hiyo ilikuwa ngoma ya kifalme ya Mfalme Ntumwa. Alienda ili ajengewe ikulu. Alitoka ikulu ya baba yake pamoja na Ntahi. Walipoenda wakapata nafasi nzuri wakaketi chini. Walijenga jumla ya nyumba tisa siku hiyo hiyo zikaisha. Wakajenga na uzio kuzungukia ikulu, wakaweka na lango la kuingilia. Baada ya hayo Mfalme Kanyamaishwa akaingia katika ikulu yake na raia wote wakafurahi sana. Mahali ilipojengwa ikulu ya Kanyamaishwa hapakuwa karibu sana.

Nyakiiru akabaki na kuishi katika ikulu ya Mfalme Ntumwa. Baadaye aliikarabati naye ikawa ndiyo ikulu yake. Raia walimweshimu na kumtii kama walivyomweshimu na kumtii Mfalme Kanyamaishwa. Hii ni kwa sababu waziri mkuu Ntahi aliyekuwa hakimu wa raia alikuwa rafiki na mchanjani wa Nyakiiru. Basi Nyakiiru aliishi hivyo na raia wakampatia jina la KIBI, wakiwa na maana ya kuwa Nyakiiru alikuja kama mtangatangaji, kama mtu maskini, wakubwa wanamkaribisha, akageuka akawa mtu mwovu mpaka akaua Mfalme Ntumwa. Ndiyo wakampatia jina hilo KIBI KIBUNGA (ovu litangatangalo). Nyakiiru aliposikia watu wakimwita hivyo naye akasema, "Jina langu ni Kibi." Basi jina hilo likawa ndilo jina lake. Akawa haitwi tena Nyakiiru, bali Kibi likawa jina lake la daima.

Kanyamaishwa alibaki ni Mfalme wa Kiziba. Ikulu yake ikapewa jina "MPORORO." Maana ya neno hilo haijulikani tena. Kibi na Mfalme Kanyamaishwa walitembeleana na kuzungumza. Walionana kila siku ingawa hawakuishi karibu karibu. Mfalme Kanyamaishwa alibaki akijulikana kwa jina hilo hilo; hakupewa jina la kifalme. Aliishi akiwa mfalme lakini hakuwaheshimu wazee. Walipomjia na kutaka kumshauri hakupenda. Yeye alisema, "Hawa wana ushauri gani? Si hawa hawa waliomshauri baba yangu Ntumwa akanifukuza na kunitelekeza? Kwa hiyo aliagiza watu wawakamate wazee na kuwafunga. Wale aliowafunga baadaye walikimbilia kwa Kibi kwa usalama wao. Wakati huo Kibi alikuwa kama waziri mkuu wa Kanyamaishwa. Kibi alimwambia Ntahi amshauri mfalme aache kuua watu.

Mfalme Kanyamaishwa aliposikia ushauri wa Kibi aliufuata na kuwafungua wale ambao aliisha wafunga. Wale waliofunguliwa walienda kwa Kibi na kumshukuru sana. Raia wote waliogopa kwenda kwa Mfalme Kanyamaishwa, badala yake walienda kwa Kibi. Wakawa wanasemezana, "Mfalme wetu mpya ni mkorofi, bali mtu huyu Kibi ndiye anayetuokoa." Watu walio wengi walienda kutoa heshima zao kwa Kibi, kwa Mfalme Kanyamaishwa wakawa wanaenda wachache wachache.

Kanyamaishwa alipotoka katika ikulu ya baba yake na ngoma yake NDURU, ndipo Kibi alifungua ngoma yake NYAMILEMBE na kuiweka kwenye nafasi ya Nduru, ngoma ya Mfalme Ntumwa ilipokuwa inakaa. Wakati anaiweka pale hakuna mtu hata mmoja, isipokuwa watumishi wake aliotoka nao Bunyoro, aliyejua kuwa Kibi naye alikuwa na ngoma. Kadri Kibi alivyoendelea kuwatendea mema watu aliokuwa anawapiga na kuwafunga Kanyamaishwa, ndivyo wazee wote walivyoogopa kwenda kwa Mfalme Kanyamaishwa walio wengi walisema, "Sisi hatuendi tena kwa Mfalme Kanyamaishwa, tutaenda kwa Kibi." Walipokwenda kwa Kibi aliwapokea kwa upendo mkuu. Basi watu wakaanza kumwita naye MFALME WA KIZIBA. Watu waliokwenda kutoa heshima kwake walisema, "Tunaenda kutoa heshima kwa MFALME KIBI." Kama walivyotoa heshima kwa Mfalme Kanyamaishwa.

Kwa hiyo walibaki wakiwa wafalme wawili; ufalme wa Kibi ulitokana na upendo wake kwa watu, wao wakamwita mfalme. Kibi hakutaka kumnyang'anya Kanyamaishwa ufalme wake waziwazi kwa sababu aliogopa ule mkataba wa uchanjani wao. Alitaka amnyang'anye ufalme huo kwa ujanja na ndiyo ilikuwa nia yake. Kanyamaishwa hakuudhika aliposikia watu wakimwita Kibi Mfalme. Alikuwa anasema kuwa hiyo ni sawa kwa sababu ni rafiki wake na pia alijua asingekuwa mfalme bila msaada wake. Kwa hiyo Mfalme Kanyamaishwa na Mfalme Kibi wakakaa kwa amani.

Baadaye ikasikika kuwa Mulinda, mtawala wa Kibumbiro amegoma pamoja na mwenzie Ruzinga. Sababu ya kugoma kwao ni kwamba walisema kuwa hawataki kuja ikulu kwa sababu Kibi alimuua Mfalme

Ntumwa, na kwa hiyo waliogopa asije nao akawaua baada ya kuwafanya wawe karibu naye. Mulinda na Ruzinga walipelekeana habari hizo na wote wawili wakagoma kwenda kwa Mfalme Kanyamaishwa na Mfalme Kibi. Mfalme Kibi aliposikia habari za mgomo wa Mulinda na Ruzinga aliazimia wasiwaguse. Alikataa kuwagusa kusije kukatokea vurugu kabla ya ufalme wake haujajulikana wazi wazi. Azima hizi zilikuwa moyoni mwake, hakuzishirikisha kwa mtu yeyote.

Baada ya siku chache Mfalme Kibi akatuma watu wake waende Yombwe, kijiji cha Kyamutwara, wamwambie Rule kuwa anaitwa na Mfalme Kibi na kuwa ana neno la kumwambia. Rule alikuwa ndugu yake Nyakiiru, wote wawili wakiwa wana wa Njunaki. Rule alikuwa amehamia tu Kyamutwara, hakuwa na utawala wowote, hata wa kijiji. Rule alikuwa na mwanae aliyeitwa Muliro. Kijana huyo Muliro alikuwa shujaa sana. Mfalme Kibi alituma ujumbe kumwita Rule kwa kuwa alipata habari kuwa hana utawala wowote. Basi akaamua amwite ndugu yake wakae pamoja ili na watu wenye nia ya kumgomea wakijua ana nduguye watasita wala hawatamdhuru.

Wajumbe wa Mfalme Kibi wakaondoka wakasafiri mpaka Yombwe wakaingia kwa Rule, naye walimkuta nyumbani. Walipoingia nyumbani walimwambia Rule, "Tumetumwa na Nyakiiru, kaka yako, kukujulisha kuwa yeye sasa ni mfalme wa nchi, kwa hiyo anakuomba usiendelee kutangatanga, bali uende kwake mkae wote." Rule akapendezwa na ujumbe huo, akakubali kufuatana na wajumbe hao. Alifunga mizigo yake yote akaondoka na dada yake aliyekuwa mgonjwa wakati huo. Walisafiri usiku na kufika kwenye kivuko cha Kansinda. Kivukoni hapakuwa na mtumbwi wa kuwavusha. Rule akawaambia, "Ngonjeni niyajaribu maji nione kina chake." Basi akaingia mtoni kupima kina cha maji. Kina hakikuwa kikubwa, wote wakapita na kuvuka ng'ambo ya pili. Tangu hapo Rule akapewa jina la Rulenga – miiga, yaani, Mpimaji wa mito. Walipokuwa wameshatoka mtoni na wakati wa kuvuka mbuga ya Kajule, dada wa Rule akafariki. Wakamzika katika msitu uliokuwa karibu pale. Tangu hapo msitu huo ulijulikana kama msitu wa Wale. Mpaka sasa kila mtu wa ukoo wa Wale huzikwa msituni hapo. Wale hawazikwi vijijini. Baada ya kumzika walipanda mlima na kufika katika kijiji cha Kijumo. Pale walimtuma mtu atangulie na habari njema kwa Mfalme Kibi, kumweleza kuwa ndugu yake Rule yuko njiani anakuja. Habari ilipomfikia Mfalme Kibi akaagiza Rule apelekwe katika kijiji cha Rukurungo na kuwa hicho kitakuwa kijiji chake kama zawadi yake kutoka kwa mfalme. Pia akampelekea ng'ombe wa kuchinja na wa kumpatia maziwa, idadi ya ng'ombe hao haijulikani. Akawaambia watu wamsindikize mpaka kijijini humo ili apate kupumzika kwanza. Lakini akamwomba ampelekee kijana wao Muliro ili amwone. Mjumbe akampeleka Rule Rukurungo akamwambia, "Mfalme Kibi anasema kuwa upumzike kwanza kabla ya kwenda kuonana naye, lakini anaomba umpelekee Muliro ili amwone. Kesho yake Rule akampeleka Muliro kwa Mfalme Kibi akisema, "Nenda, utoe heshima kwa mfalme kwa niaba yako na yangu. Mwambie kuwa nami nikisha pumzika, nitakuja Ikulu kutoa heshima kwa Mfalme."

Basi Muliro akaja akafika Ikulu. Mfalme Kibi akampa nyumba ya kufikia na chakula. Kesho yake Muliro akahudhuria mbele ya mfalme, wakaongea kwa muda wa saa nyingi. Muliro akamwadithia mfalme, kuhusu uzoefu wake wa kupigana vitani. Mfalme Kibi alifurahi aliposikia jinsi kijana wao alivyokuwa shujaa wa vita. Mfalme Kibi alimjulisha Muliro kuwa Mulinda na Ruzinga walimwasi na kukataa kuhudhuria mbele yake.

Muliro aliposikia hivyo akamwambia mfalme, "Piga ngoma ya vita, twende niwaadhibu." Mfalme Kibi aliposikia kuwa kijana wake ana shauku ya kuwashinda waasi wake, alifurahi sana, akapiga ngoma ya vita, watu wote wakakusanyika. Watu walipokwenda vitani, Mfalme Kanyamaishwa na Muliro waliwaongoza watu kwenda kupigana na Mulinda na Ruzinga. Kibi hakwenda vitani, Muliro alienda badala yake. Walienda usiku na kufika kwa Ruzinga. Walimvamia na Muliro alimwua Ruzinga. Ruzinga alipokufa, watu wake wote wakakimbia. Baada ya kuuawa kwa Ruzinga, kijiji chake kikaitwa Ruzinga. Shamba lake lipo mpaka leo.

Baada ya kumwua Ruzinga, Mfalme Kanyamaishwa na Muliro walishika njia ya kurudi nyumbani, hawakwenda kwa Mulinda kwa sababu Mulinda alipopata habari za kuuawa kwa Ruzinga aliogopa na kukimbia, hakuna ajuaye alikokimbilia. Watu wake walikuja baadaye kujisalimisha.

Wakati Mfalme Kanyamaishwa na Muliro wanarudi nyumbani na watu wao wote (wakiwemo wa Ruzinga na Mulinda waliojisalimisha) walipofika katikati ya tingatinga, ndugu zake Ruzinga walimwona Muliro na kumtambua kuwa ndiye aliyeua kaka yao, basi wakamtupia mkuki na kumwua. Baada ya kumwua Muliro walikimbia na kutokomea. Baada ya kuuawa kwa Muliro, Mfalme Kanyamaishwa na watu wake walikuja na kufika katika Ikulu yake. Habari zikamfikia Mfalme Kibi kuhusu kifo cha kijana wake Muliro. Mfalme Kanyamaishwa akamshauri Mfalme Kibi kujilipiza kisasi kwa kuua watu kadhaa katika ukoo wa Ruzinga. Mfalme Kibi akakataa na kusema, "Muliro hajauawa kwa sababu za kawaida, bali ameuawa vitani, tukijilipiza kisasi, tunaweza kusababisha mgogoro miongoni mwa watu. Haidhuru, Muliro ameshakufa, na Ruzinga ameuawa pia.

Mfalme Kibi akatuma watu kumjulisha nduguye Rule kuwa maadui walikuwa wamemwua kijana wao Muliro. Mjumbe akafika kwa Rule na kumwambia, "Mweshimiwa, nimetumwa na Mfalme Kibi kukujulisha kuwa kijana wenu, Muliro, alienda vitani na kuuawa na maadui."

Alipopata habari hiyo, Rule alikasirika sana na kusema, "Kibi ameita mwanangu na bila kungoja amemtoa kwa maadui wamwue. Hanipendi, bali aliniita ili amwue mwanangu. Basi hatutaonana tena."

Mjumbe aliporudi kwa Mfalme Kibi akamweleza jinsi ndugu yake Rule alivyopokea habari ya kifo cha mwanae kwa kumkasirikia Mfalme Kibi na kuamua kutoonana naye tena. Mfalme Kibi akanyamaza. Kesho yake akampelekea Rule ng'ombe mmoja akaagiza watu wake wamwambie asikasirike bali achinje ng'ombe ale katika maombolezo yake. Halafu akumbuke kuwa kijana amekufa vitani na pia wale waliomwua nao wameuawa. Watu wakampeleka ng'ombe huyo Rukurungo kwa Rule. Rule alipopewa yule ng'ombe akamkataa na kuwaambia watu waliomleta, "Msimwingize kwangu, simtaki. Mrudishie Kibi ng'ombe wake awachinjie watu wake wale; baada ya kusababisha kifo cha mwanangu, mnaniletea ng'ombe ili nimweke wapi?"

Watu wakamrudisha ng'ombe kwa Mfalme Kibi na kumweleza jinsi Rule alivyomkataa ng'ombe huyo na jinsi alivyochukia. Mfalme Kibi akasema, "Mwacheni kwanza, tutatafuta mbinu nyingine. Kwa sasa Rule bado ana uchungu sana kwa sababu ya kifo cha mwanae."

Baada ya siku kama kumi Mfalme Kibi akamtuma mtu kwa Rule akisema, "Uende ukamwambie Rule kuwa kaka yako Kibi anakuita, ana neno la kukwambia." Yule mtu kaenda kwa Rule na kumpa ujumbe wa mfalme. Alipopata ujumbe wa kaka yake, Rule akafunga safari akaja ikulu kwa Mfalme Kibi. Alipofika kule alichagua nyumba fulani akaingia humo, hakuingia ikulu. Mfalme akamwita ili ampe mahali pa kulala akakataa akisema, "Nitalala popote nipatapo." Mfalme Kibi akasema, "Mwacheni." Kesho yake mfalme akamwita Rule. Huyu akafika ikulu mbele ya mfalme. Ilikuwa jioni na Rule alifika ikulu na chombo chake cha mkojo kuonyesha kuwa alikuwa na uadui na Mfalme aliyesababisha kifo cha mwanae. Siku hiyo alilala ndani ya ikulu na kwa sababu ya hasira, hakula chakula cha usiku. Asubuhi Mfalme Kibi alimwambia, "Usiendelee kukasirika kwa sababu kijana wetu Muliro aliuawa vitani akiwa anapigania ufalme wetu, basi usikasirike tena, tazama, nakupa mashamba Nyangoma na Bushunguru, na katika kijiji cha Kijumo ulimofikia nakupa shamba, licha ya kijiji chako cha Rukurungo. Huo ndio utawala wako. Zaidi ya hayo wewe ndiwe utakayeshughulikia usalama wangu kwa sababu wewe ndiwe ndugu yangu. Utakuwa mkuu wa waganga wangu, utakaa nao na kuwapa kuku wa kuagulia.

Baada ya kuona ukarimu wa kaka yake, akafurahi na kuacha hasira yake. Akatembelea mashamba yake na kijiji chake cha Rukurungo. Yeye alikaa ikulu kati ya waganga wa Mfalme Kibi. Hata mpaka leo, wale wajukuu wa Rule ndio waganga wakuu wa mfalme, ndio washikao kuku wa kumwagulia mfalme. Halafu kutokana na chombo cha Rule alichotumia ikulu alipokuwa amemkasirikia mfalme kwa ajili ya kifo cha mwanae, wajukuu wote wa Rule waendapo kulala ikulu huenda na vyombo vyao vya mkojo, hawakojoi ikulu wakikumbuka alilofanya babu yao Rule.

Baada ya Mfalme Kanyamaishwa na Mfalme Kibi kuuvunja uasi wa Mulinda na Ruzinga hapakuwa na vita nyingine.

SEHEMU YA 3

KACHWANKIZI

Njunaki awatuma wajumbe wake na msichana wake katika tawala zote wawapelekee wanawe mkufu wake na salamu zake
Kifo cha Njunaki
Mfalme Kibi akatalia mkufu wa Njunaki na pia msichana wake
Vita ya kwanza kati ya Kiziba na Kyamutwara
Kibi amshinda Kalemera I
Ikulu ya Kibi
Filimbi ya Kiziba

Siku moja Mfalme Kibi alifikiwa na mtu mmoja. Mtu huyo aliingia ikulu kwa Kibi na kumpa salamu za mama yake Njunaki. Mfalme Kibi alifurahi sana kupokea salamu za mama yake. Yule mtu akaendelea kumtaarifu Mfalme Kibi kuwa mama yake anapenda ajue kuwa yeye Nyakiiru alipoondoka, baba yake Mfalme Igaba aliuliza kuhusu kigoma chake Nyamilembe na kuambiwa kuwa kilikuwa kimepelekwa na Nyakiiru. Mfalme Igaba alikasirika sana na kusema kuwa mtoto huyo alikuwa amekata mishipa yake ya fahamu kwa kumwondolea kigoma chake hicho. Mfalme Kibi aliposikia habari hizo hakusema neno wakati huo. Lakini kesho yake Mfalme Kibi aliwaambia raia wake waliokuwa wamehudhuria kuwa jina la ngoma yake ya utawala ni KACHWANKIZI (Mkata-mishipa-ya-fahamu). Hata hivyo hakuwaonesha ngoma hiyo bali wao walisikia tu maneno ya Mfalme na kuamini bila kuona.

Raia wote wakaanza kuambizana kuwa ngoma ya utawala ya Mfalme Kibi ni Kachwankizi. Mpaka leo ngoma hiyo hujulikana kama KACHWANKIZI ENGOMA YA KIZIBA.

Kwa hiyo jina Kachwankizi, Mfalme aliitoa kwa ngoma yake baada ya kusikia ujumbe wa mama yake, Njunaki, akisema kuwa Mfalme Igaba alikuwa amesema, "Mtoto huyo amenikata mishipa ya fahamu, kwa kuchukua kigoma changu Nyamilembe."

Kwa hiyo Mfalme Kibi akaendelea kuishi, akaoa wanawake waliokuwa wa Mfalme Ntumwa. Wanawake aliooa walikuwa wawili ila koo zao hazijulikani tena.

Mke wa Mfalme Igaba, Njunaki, akapeleka mkufu wake na salamu zake kwa watoto wake. Nia ya kufanya hivyo ilikuwa kuwajulisha kuwa hajambo na kuwapunguzia ile hamu waliyokuwa nayo ya kumwona. Aliwatuma wanaume wawili na msichana mmoja. Wakati wa kuwatuma alisema, "Nendeni kwa wanangu wote walikokwenda, muwape salamu zangu na muwaoneshe mkufu wangu kama kumbukumbu yangu, halafu wakati wakurudi muurudishe kwangu."

Wanaume hao wawili na yule msichana kwanza walifika Nkole kwa Ntare. Walipofika kwake wakamwambia, "Mama yako Njunaki anakusalimu sana pia amekupelekea mkufu wake ili ukiuona umkumbuke." Mfalme Ntare alifurahi sana, akawapa ng'ombe mmoja waliyemchinja na kumla. Baada ya kukaa pale siku mbili wakavuka na kuingia Karagwe kwa Ruhinda, wakamwambia, "Mama yako, Njunaki, anakusalimu, amekupelekea mkufu wake ili uuguse ili upunguze hamu yako ya kumwona."

Mfalme Ruhinda alifurahi sana, akawagawia ng'ombe mmoja ambaye walimchija na kumla. Baada ya kukaa pale siku mbili walimuaga Mfalme na kusema, "Tunaelekea kwa mjukuu wa Njunaki, Nyarubamba, mfalme wa Kyamutwara." Mfalme Ruhinda akawaruhusu wakaondoka. Walipofika Kyamutwara wakakuta kumbe Nyarubamba ameshakufa. Walionana na mwanae Kalemera I, walimwambia, "Bibi yako Njunaki anakusalimu sana. Amekupelekea mkufu wake ili uuguse na kumkumbuka. Kalemera alifurahi sana, akawapa ng'ombe mmoja, wakamchinja na kumla. Baada ya kukaa pale siku mbili walimuaga mfalme na kumwambia kuwa wanaelekea Kiziba kwa Mfalme Kibi, Nyakiiru. Mfalme Kalemera akawaambia, "Vizuri, nendeni na mkakae kule siku mbili, halafu mrudi hapa kabla ya kurudi kwenu.

Wajumbe wakaondoka na kufika Kiziba kwa Mfalme Kibi, walipofika mbele yake wakamwambia, "Mama yako, Njunaki anakusalimu sana na amekupelekea mkufu wake ili uuguse upunguze hamu yako ya kumwona."

Wakati huo Mfalme Kibi aliishapata habari kuwa mama yake Njunaki aliishafariki, ambapo wale wanaume walioleta mkufu wake walikuwa hawana habari za kufariki kwa malkia huyo, kwa sababu kifo chake kilitokea baada ya kuondoka kwao.[40] Mfalme Kibi alipoona mkufu wa mama yake alijisemea moyoni, "Hii ni bahati yangu, maadamu mama ameshafariki, na baada ya kunitumia mkufu wake, basi mama amenirithisha mkufu wake na ukuu wake, mkufu huu ndio mama."

Basi Mfalme Kibi akawaambia wale wajumbe, "Rudini nyumbani kwenu mkufu nabaki nao hapa kwangu."

Basi wale wanaume wakaondoka Kiziba na kurudi Kyamutwara. Basi wakamwambia Mfalme Kalemera I, "Tulipofika Kiziba, Mfalme Kibi akatujulisha kuwa Njunaki ameshafariki na akatwambia turudi nyumbani lakini mkufu tusirudi kwetu nao."

Mfalme Kalemera akasema, "Kibi anataka kujikweza, mkufu unastahili kubaki na sisi tuliotangulia kuupokea. Basi akapiga ngoma na raia wake wakakusanyika, wakaenda vitani. Yule msichana aliyebeba mkufu kutoka Bunyoro alikuwa hakwenda Kiziba, aliugua na kubaki kwa Kalemera. Alipoona mambo yamekuwa hivyo akasema, "Nipelekeni mimi niende niulete mkufu huo." Watu walipokusanyika, Mfalme Kalemera akawatuma wale wajumbe wawili pamoja na msichana wao huko Kiziba. Walipofika ikulu kwa Mfalme Kibi, yule msichana akadai apewe mkufu arudi nao nyumbani. Mfalme Kibi akamjibu yule msichana, "Potelea mbali na huo mkufu, je, ni wako? Si mkufu wa Mama yangu?" Akawaambia watu wa Mfalme Kalemera waliowasindikiza, "Kama msingekuwa wajumbe wa mfalme ningewaua,[41] lakini sasa ondokeni hapa mwende zenu." Halafu akamwambia yule msichana, Wewe huondoki hapa, wewe ni mtumwa wa mama kwa hiyo wewe ni mali yangu." Basi msichana akazuiliwa ikulu na watu wa Mfalme Kalemera wakaondoka. Walipofika nyumbani wakamkuta mfalme kati

[40] Msichana yule hakufuatana na wale wanaume wawili kwenda Kiziba kwa sababu alikuwa anaumwa. Miguu yake ilikuwa imevimba kwa hiyo walikuwa wamemwacha katika ikulu ya Mfalme Kalemera huko Kyamutwara.

[41] Huu ndio ulikuwa mwanzo wa kubadilishana wajumbe au uhuru wa kibalozi. Hata vita kali ya wafalme ingekuwa kali kiasi gani, wajumbe wao wasingeweza kuuawa. Hili linakubalika mpaka leo. Desturi hii ilianzia kwa wajumbe wa Mfalme Kelemera I aliompelekea Mfalme Kibi wa Kiziba.

ya raia waliokusanyika wakamwambia, "Mfalme Mtukufu, Mfalme Kibi ametupiga sana, amekataa kutoa mkufu na akabaki na yule msichana."

Kesho yake Mfalme Kalemera I akaishambulia Kiziba. Mfalme Kibi alipopata habari ya Kalemera kutaka kuipiga Kiziba akaagiza raia wake wa mpakani na Kyamutwara wajongee karibu naye, ili Kalemera ajapo awakute pamoja.

Watu wote wa Kiziba wakakusanyika ikulu kwa Mfalme Kibi. Basi Mfalme Kalemera akatuma majeshi yake yakaingilia Ishozi na Bwanjai. Walipofika Kikukwe pande zote mbili zikakutana na kupigana. Walipopigana Mfalme Kibi akawashinda Wahyoza wa Mfalme Kalemera, wakakimbia. Wengi wakauawa. Aliwafukuza huku akiwaua mpaka walipofika Kyamutwara. Watu wa Kiziba walipofika Kyamatuwara waliteka ng'ombe wengi sana wakarudi nao nyumbani. Mfalme Kibi yeye hakwenda vitani bali alibaki Kiziba. Wapiganaji wake waliporudi wakamtolea ng'ombe wengi waliokuwa wameteka. Mfalme Kibi alipoona ng'ombe hao wote waliotekwa na kupata habari kuwa maadui wengi walikuwa wameuawa, akafurahi sana. Basi majeshi yake yote akawapa ng'ombe, pia wapiganaji wake wote akawapa jina la "ABAKOMEZI" (Wakomeshaji) kwa sababu walikuwa wamewakomesha maadui kwa kuwaua kwa wingi. Tangu hapo watu wa nchi hizi mbili huitana MAADUI. Watu wa Kiziba walisema, "Maadui walitaka kutuua." Watu wa Kyamutwara walisema, "Maadui wametuua." Wakaitana maadui. Tangu hapo watu wa Kiziba huwaita watu wa Kyamutwara maadui; na watu wa Kyamutwara huwaita watu wa Kiziba maadui. Bila shaka wote wapiganao huitana maadui.

Katika mbuga walipopigania vita Mfalme Kibi alijenga ikulu na kuipa jina"Kazirangane" akiwa na maana kuwa majeshi ya pande zote mbili yalitoana jasho pale. Katika ikulu hiyo alimweka mwanamke mmoja wa ukoo wa Wabango. Hii ni kwa sababu alitaka ashike nafasi ya mama yake Njunaki aliyekuwa wa ukoo wa Wabango. Ule mkufu wa Njunaki alioletewa kutoka Bunyoro akautoa kwa mwanamke huyo autunze na yule msichana alioubeba toka Bunyoro akawa mtumishi wake. Mfalme Kibi akampa mwanamke huyo jina la Njunaki kama la mama yake.[42]

Basi Mfalme Kibi akaendelelea kuishi katika utawala wake. Siku moja alifikiwa na wajomba zake, wa ukoo wa mama yake Njunaki, kutoka Bunyoro. Walipokuwa kwao walipata habari kuwa Nyakiiru mpwa wao

---

[42] Hata leo Njunaki mmoja akifa, warithi wake wote huitwa Njunaki kama mama wa Mfalme Kibi.

*Maelezo ya Mhariri: Cheo cha mama wa Mfalme, Njunaki, alipokufa mwenye cheo hicho, kilirithiwa na mwanamke mwingine wa ukoo wa Wabango, ukoo wa mama wa Kibi.

aliishakuwa mfalme. Basi wakafunga safari ili wamfuate mpwa wao. Wajomba zake waliokuja walikuwa mwanamme mmoja na wanawe. Walipofika kwa Mfalme Kibi aliwatambua na kufurahi sana kwa kuwaona. Aliwapa nyumba ya kufikia na chakula. Wakalala pale siku mbili. Baada ya siku mbili mfalme alimpa huyo mjomba wake mkubwa cheo, akatambulika rasmi kama mjomba wa mfalme akamfanya mtawala wa kijiji cha Bugombe. Tangu hapo kijiji cha Bugombe hutawaliwa na wajomba wa mfalme. Kila mfalme mpya humpa mjomba wake utawala wa Bugombe. Hufanya hivyo kwa kufuata mfano wa Mfalme Kibi. Hata leo Bugombe hujulikana kama kijiji cha wajomba wa mfalme.

Basi Mfalme Kibi na Mfalme Kanyamaishwa wakakaa katika utawala wao wa Kiziba. Lakini hapo Mfalme Kanyamaishwa hakuwa na nguvu sana; Mfalme Kibi alifanya jinsi atakavyo naye ndiye aliyependwa sana na watu. Mfalme Kanyamaishwa aliona jinsi Mfalme Kibi anavyofanya kila apendalo lakini alibaki kuangalia tu hakuweza kupinga. Watu walio wengi walimpenda Mfalme Kibi. Sifa yake ikavuma kuliko ya mwenzake. Lakini, hata hivyo mwenzake hakumtenda lolote baya. Mfalme Kibi na Mfalme Kanyamaishwa waliendelea kugawana kila kitu na kupendana. Kwa sababu Kanyamaishwa alishuhudia upendo mkuu aliompenda Mfalme Kibi, basi asingeweza kumkasirikia kwa lolote. Mfalme Kibi alitumia ujanja tu ili atukuke kuliko Kanyamaishwa, lakini ule urafiki wao wa damu ulimfanya ampende sana hata hivyo.

Mfalme Kibi baada ya kujiimarisha katika utawala akawa anafanya apendavyo katika vijiji vyote. Rafiki yake Kyato aliyemsafirisha katika mtumbwi wake pale mwanzoni akamfanya mtawala wa Kishenge. Kishenge ni kijiji ukingoni mwa mto alipofikia Mfalme Kibi wakati anatoka Buhanga. Mfalme Kibi akamwambia Kyato, nenda uwe mtawala wa Kishenge ili utunze mtumbwi wetu tuliotumia wakati tunakuja. Basi Kyato akakaa Kishenge kama mtawala wake.

Mfalme Kibi alikuwa na filimbi iliyoitwa Nshegu. Kila alipotaka kuwaita watu, Mfalme Kibi alipuliza filimbi hiyo, ilifanana na zumari. Mfalme Kibi alikabidhi filimbi hiyo kwa mtu wake Mziba aliyetoka naye Bunyoro na kumwambia. Wewe ndiwe utakayepuliza filimbi kuwaita watu. Asubuhi utaipuliza kuniamsha. Mziba huyo ikawa kazi yake kupuliza filimbi. Na watoto wake aliowazaa wakarithi kazi hiyo, basi wakapewa jina la Bashegu (Wapiga-filimbi); tangu hapo mpaka leo watu hao huitwa hivyo.

Mziba alipoona amepewa cheo hiki akawaambia Mmiro na Mukurwa nao wawe wanapuliza filimbi hiyo kujulisha kuwasili kwa mfalme. Basi

Wamiro na Wakurwa nao wakafanya kazi hiyo ya kupuliza filimbi hiyo lakini Mziba ndiye kiongozi wao katika kazi hiyo.

Kila atawalapo mfalme mpya, ni Mziba aanzaye kufanya kazi ya kupuliza filimbi hiyo, halafu Mmiro na Mkurwa hufanya kazi hiyo baadaye. Mziba ndiye kiongozi wao.

Mfalme Kibi alipompa Mziba kazi ya kupuliza filimbi yake aliipa jina la NTINEIRAI. Maana ya jina hili haijulikani.

Utengenezaji wa filimbi iitwayo Nshegu huwa hivi. Hutafutwa upinde ulioua mtu. Halafu kutoka upinde huo huchanjwa njiti mbili za bapa. Njiti hizi hupangwa pamoja kwa kuacha nafasi katikati. Halafu huzungushiwa kwa pamoja govi la dume la ng'ombe na kuwa kama zumari. Sababu ya kutumia upinde ulioua mtu na govi la dume ni kuonesha kuwa Kibi alikuwa mwanamme thabiti. Hata leo mfalme hakosi filimbi ya namna hiyo, yaani "ensheegu."

Mwanamme Mzirambogo ambaye Mfalme Kibi alikuja naye kutoka Bunyoro, mfalme alimwambia, "Wewe ndiwe ushirikiane na Mziba katika kazi hii, halafu Mziba abaki kuwa Musheegu (Mpiga-filimbi). Basi Muzirambogo na Mziba wakawa walinzi wa Ngoma ya Ufalme. Mfalme aliwapenda sana na aliwapa vyakula vingi na utajiri kwani ndio aliokuja nao. Raia wengine wote wa Kiziba walipoona jinsi Mfalme anavyowapenda watu hao na kuwapa kila kitu walichohitaji wakawapa jina la "Bataraara"- Wasiolala njaa. Kweli hawakuweza kulala njaa, walipata kila walichohitaji na watu wengine walikuja kuwaomba msaada.

Hata leo walinzi wa Ngoma ya Mfalme huitwa BATARAARA. Jina hili walipewa tangu wakati wa Mfalme Kibi.

SEHEMU YA 4

KUWASILI KWA MSIITA ALIYEBAKI NYUMA AKIVUNA ULEZI

Nyumba ya Kasiita
Kuwasili kwa Ishamura mwana wa Kibi na kurudi kwake Buganda
Uzee wa Kibi na kifo chake

Siku moja Mfalme Kibi alimwona mtumishi wake Msiita aliyekuwa amebaki nyuma akivuna ulezi wakati wa safari ya Nyakiiru ya kutoka Bunyoro. Mwanamme huyo kule alipokuwa akitangatanga nyikani, alipata habari kuwa bwana wake Nyakiiru alishapata utawala na kuwa mfalme. Basi akafunga safari ya kumfuata Nyakiiru.

Mwishowe alifika ikulu, langoni akakatazwa kuingia ndani. Yeye akawaomba walinzi waende wakamjulishe kwa mfalme na kumwambia, "Mtumishi wako Msiita aliyekuja naye, aliyebaki akivuna ulezi, sasa amewasili, yuko langoni." Walinzi wa mlango wakaingia ndani na kumwambia Mfalme Kibi, "Mtukufu Mfalme, mtu mmoja anasema kuwa ni mtumishi wako Msiita aliyebaki nyuma akivuna ulezi; sasa yuko langoni, tumemkataza asiingie." Mfalme Kibi akawaambia, "Nendeni mkamlete hapa." Walienda nje na kumleta ndani. Alipofika akamsalimu mfalme kwa heshima. Basi Mfalme Kibi akamwuliza, "Ulikuwa wapi wakati wote huo?" Naye akajibu, "Niliwatafuta nisiwapate. Basi nikatangatanga huko na huko, mpaka nilipopata habari za mlikokwenda, na hatimaye nikafika hapa." Mfalme Kibi akamwambia kwa utani na kwa kebehi, "Uliumwa sana njaa ukapoteza ufalme. Angalia sisi ambao hatukujali njaa, tulivumilia, sasa tumepata ufalme. Nawe ungevumilia, kwa kuwa wewe ndiwe uliyebeba ngoma yangu, sasa hivi ndiwe ungekuwa mlinzi mkuu wa ngoma yangu ya utawala. Wale uliowaachia ngoma sasa wameshakuwa watu wakubwa, na matajiri sana. Wewe ni kama uliyeuza ngoma ya ufalme kwa ulezi."[43] Watu waliosikia mfalme akimkebehi Msiita wakaelewa kuwa Msiita alipoumwa njaa aliuza ufalme wake ili apate chakula. Watu wakawa wanamkebehi hivyo.

Basi Mfalme Kibi akamwambia Ngoga, "Peleka mtumishi wangu huyu Msiita alale kwako, kwani wewe ndiwe uliye na nyumba nzuri." Halafu akamkaribisha na zawadi ya mguu wa ng'ombe, vibuyu viwili vya pombe, na mikungu minne ya ndizi. Ngoga alikuwa mtumishi wa mfalme, ukoo wake alikuwa Mwende.

Usiku huo Msiita alilala kwa Ngoga. Kesho yake Mfalme Kibi akaagiza watu kukusanya vifaa vya ujenzi na kujenga mwishoni mwa uwanja wa ikulu nyumba moja upande wa kushoto na nyingine upande wa kulia ili milango ya nyumba hizo ikabiliane. Watu wakakata miti ya ujenzi na kujenga nyumba mbili kama walivyoelekezwa na Mfalme Kibi na kuzikamilisha. Walipomaliza kuzijenga Mfalme Kibi akamwita Ngoga na kumwambia, Mpeleke mtumishi wangu Msiita umpe ile nyumba ya nje, ndiyo nyumba yake akae humo. Halafu wewe ukae katika nyumba ya ndani. Wewe uwe mlinzi wake. Kila ujapo kuhudhuria mbele yangu mje wote wawili. Usikubali yeye Msiita aingie peke yake ndani ya ikulu. Akitaka chochote uje naye au wewe uje umwombee." Halafu akachagua watu wawili wa ukoo wa Wagahya na kuwaambia, "Nyinyi nendeni mkaishi na mtumishi wangu Msiita nyumbani kwake."

Halafu Mfalme Kibi akamwambia Msiita huyo, "Nenda ukawe mlinzi wa lango langu, ukae pale ndiyo nafasi yako' uchunge zawadi ziingizwazo ikulu ili utoe baadhi ziwe zako. Chukua baadhi ya ng'ombe uchinje au ufuge, chukua baadhi ya ndizi na baadhi ya vibuyu vya pombe."

Msiita akamwuliza, "Mtukufu Mfalme, hunipi tena kazi ya kutunza ngoma yangu?" mfalme Kibi akamjibu, "Hapana, kwa sababu ngoma uliipoteza." Wewe nenda ukae langoni. Hapo ni kama bado unatunza ngoma, na hatimaye utairudia."

---

[43] Utani huu unasemwa mara nyingi hata sasa kuhusu Wasiita.

*Maelezo ya Mhariri: Ngoma ni neno linalotumika kwa maana ya ufalme katika tawala za Wahaya kama Kiziba.

Tangu hapo Msiita akaishi pale langoni pa ikulu.[44] Basi Mfalme Kibi akawa mzee. Wake zake wawili walichukua mimba na kumzalia wote wawili watoto wa kiume. Wote wawili wakakua na kupewa majina, mmoja akaitwa Rukunyiai na wa pili akaitwa Ishamura.

Baadaye Mfalme Ntumwa akamshushia laana Mfalme Kibi akidai, "Wewe ulikuja nikakupenda, nikakufadhili, lakini wewe ukaniua na kuchukua ufalme wangu." Akamshushia laana kubwa, na Mfalme Kibi akaugua sana.

Basi watumishi wa Mfalme Kibi walipoona kuwa mfalme ameugua sana wakapiga ramli na kugundua kuwa Mfalme Ntumwa ndiye anayemshushia laana kwa sababu ndiye aliyemuua. Wakamjulisha Mfalme Kibi kuwa laana inatoka kwa Mfalme Ntumwa aliyemuua. Mfalme Kibi akaulizia ni kitu gani anaweza kumtambikia Mfalme Ntumwa ili aondoe laana yake, lakini vitu vyote vikawa havifai. Baada ya kupiga ramli kwa muda mrefu akapata jibu la kumtolea Mfalme Ntumwa mwanae wa kumzaa Rukunyia ili amridhishe apate kumwondolea laana hiyo. Basi Mfalme Kibi akachukua mwanae wa kumzaa Rukunyiai pamoja na ng'ombe 4 na msichana mmoja akavipeleka kwa Mfalme Kanyamaishwa kama tambiko kwa Mfalme Ntumwa.

Mfalme Kanyamaishwa akamjengea Rukunyiai nyumba katika ikulu yake, akawa kama mwana wa Mfalme Ntumwa.

Mfalme Ntumwa alipoona kuwa Mfalme Kibi amemtolea mwanae wa kumzaa Rukunyiai akaridhika, akaacha kumshushia laana na Mfalme Kibi akapona akawa haugui tena.

Siku moja Mfalme Kibi aliona mwanae Ishamura akifika kwake. Mwanae huyo, Mfalme Kibi alikuwa amemzaa kabla hajaondoka kwao Bunyoro. Alimwacha akiwa mdogo mno, wala alikuwa hajampa hilo jina la Ishamura. Alipokua, mtoto huyo akaondoka Bunyoro akaenda kwa baba yake mdogo, Mfalme Kimera (Nkidi), Buganda. Baadaye akapata habari kuwa baba yake mzazi Nyakiiru alikuwa amepata ufalme akaja kumwona.

---

[44] Hata leo nyumba ya Msiita aliyojengewa na Mfalme Kibi inaitwa, Nyumba ya Kasiita. Kila mfalme atawalaye hujenga nyumba ya Kasiita na ya Ngoga, zinazokabiliana Msiita hakupewa kijiji au shamba aliishi pale ikulu mpaka alipofariki. Hata sasa mtu akikaa sana ikulu na kutumikia, watu husema kuwa ametumikia muda mrefu ikulu kama kwamba anatumikia kwa Kasiita. Kitendo cha Kasiita kutoruhusiwa kurudi kwenye kazi yake ya kulinda ngoma ya mfalme kimewafanya watu watunge methali isemayo "Ufalme haukabidhiwi" kama unatawala watu, ukamwachia mwingine atawale kwa niaba yako, polepole yeye ndiye atakuwa mtawala wa watu hao. Mfalme Kibi aliweka Ngoga kumchunga Kasiita asiingie ikulu peke yake kwa sababu alihofia Kasiita angeweza kuiba ngoma yake ya utawala, hakumwamini kiasi kizima.

Basi huyo kijana Ishamura akafika Ikulu ya Mfalme Kibi. Alipofika langoni akawambia walinzi, "Nendeni mkamwambie mfalme kuwa mimi ni mwanae aliyemwacha Bunyoro nikiwa mdogo, sasa nimekuja kumwona." Walinzi wa mlango wakafikisha ujumbe kwa Mfalme Kibi wakamwambia, "Mwanamme mmoja amefika mlangoni anasema ni mwanao uliyemwacha Bunyoro akiwa mtoto mdogo na kuwa sasa amekuja kukuona." Mfalme aliposikia habari ya kuwasili kwa mwanae akafurahi sana, akawaambia walinzi waende wamwite aje ndani. Wakaenda wakamwita.

Alipokuja alikuwa na watu wengi kama 40, alipofika mbele ya mfalme akamsalimia. Mfalme Kibi alipomwona akamtambua. Basi akafurahi sana kumwona mwanae. Mfalme Kibi akamuuliza mwanae, "Nilikuacha ukiwa mtoto mchanga, sasa, jina lako ni nani?

Kijana akamwambia kuwa aliitwa Ishamura. Mfalme akacheka kwa vile mwanae aliyemzaa Kiziba anaitwa Ishamura na huyu aliyemwacha Bunyoro anaitwa Ishamura, jina lilelile. Mfalme alifurahi sana akampa mwanae zawadi ya ng'ombe 2 wa nyama. Kesho yake tena akampa wengine wawili; kila siku akawa anampa ng'ombe wawili. Yeye Ishamura alichinja wale ng'ombe na kuwagawia watu wake aliotoka nao Buganda na watu wengine wa Kiziba. Watu wa kijijini wakampenda sana kwa sababu aliwapa nyama. Wakati wa kuwasili kwake Mfalme Kibi alikuwa amemuuliza, "Sasa unakaa wapi?" Naye akamjibu kuwa alikuwa anakaa Buganda kwa baba yake mdogo Kabaka (Nkidi).

Baada ya miezi miwili Ishamura alimwambia baba yake kuwa angetaka kurudi nyumbani. Mfalme Kibi akamwambia, "Hapana, ukae huku." Watu wa Mfalme Kimera aliokuwa amekuja nao wakasema, "Hatuna budi kurudi naye kwa sababu alikuja kukutembelea tu. Tungerudi nyumbani bila yeye Mfalme Kimera angekasirika sana."

Basi Mfalme Kibi akamwambia mwanae, "Haya nenda lakini mara kwa mara urudi kunitembelea. Halafu Mfalme Kimera akikuruhusu, uje kukaa moja kwa moja." Halafu akawaambia watu wa Mfalme Kimera, "Mwambieni Mfalme Kimera anipelekee mwanangu." Wakajibu, "Ndiyo, mfalme."

Basi Ishamura akaondoka akarudi kwao Buganda. Mfalme Kibi akawa mfalme mzee sana. Nyumba ya mikutano akaipa jina la "KABARALEMWA" (WATAKAPOCHOKA). Maana ya jina hilo ni kwamba watu walioilinda nyumba hiyo walikuwa wananung'unika na kuseam, "Watu wamechoshwa na kulinda nyumba hii!" Basi mfalme akaipa jina hilo la "Kabaralemwa."

Mfalme alibaki anaishi na mwanae mmoja tu; kwa sababu alizaa watoto wawili, Rukunyiai na Ishamura. Rukunyiai akamtoa kwa Ntumwa, akabaki na Ishamura peke yake. Ishamura yule mwingine akaendelea kukaa Buganda. Watu wa mfalme walipomwangalia mwanae Ishamura walisema, "Mtoto huyu ni njinga sana kama mbawala, ambaye hafai lolote. Huyu mtoto naye ndivyo alivyo. Ni mnyamavu mno. Je, mfalme atakapofariki huyu ataweza kujieleza mbele ya watu ili awe mtawala wa watu? Ishamura akaaye Buganda ndiye mwanamme shujaa."

Basi wakati huo Mfalme Kibi akawa mgonjwa sana, akakosa nguvu, akaaga dunia.

SURA YA VIII[45]

KIFO CHA MFALME KIBI

Kubusu kwa mwanae Ishamura Njobe
Kuzikwa kwa Mfalme Kibi
Shuguli ya Murwani
Azima ya wazee kumfukuza Ishamura Njobe
Kufukuzwa kwake na kuhama kwake
Ishamura wa Buganda atawala
Chumvi ya magadi na ushauri kwa mfalme
Uzao wa Ishamura
Uzee wa Ishamura na kifo chake

Baada ya kifo cha Mfalme Kibi Ishamura Njobe akambusu marehemu baba yake. Baada ya kubusu kwake Ishamura Njobe alitoka katika ikulu ya baba yake akajenga yake ya muda. Ikulu hiyo iliitwa BISHANSHA (Majani makavu ya migomba).[46] Mwili wa Mfalme Kibi ulikaa siku tisa kabla ya kuzikwa. Walifanya hivyo ili mfalme aoze wapate kung'oa mfupa wake wa taya la chini. Baada ya siku tisa taya likang'oka

[45] Maelezo ya Mhariri: Katika chapa ya 1949 namba za sehemu zimepangwa vibaya, namba saba inarudiwa mara mbili. Kuanzia hapo wamezipanga tena ipasavyo.

[46] Mpaka sasa mfalme akifa mrithi wake huishi kwanza katika ikulu ya "BISHANSHA", inaitwa hivyo kwa sababu nyumba zake hufunikwa na kuezekwa kwa makuti makavu ya migomba.
*Maelezo ya Mhariri: Hukaa katika Bishansha kwa muda wa siku tisa akiwa anakamilisha taratibu za mila na desturi.

wakaliweka juu ya kiti alichokuwa akikalia mfalme na kuwekwa katika chumba cha kuabudu ndani ya jumba la mfalme.[47] Baada ya kung'oa taya ulíletwa mtumbwi na ndani yake ukawekwa mwili wa Mfalme Kibi.

Baada ya kumweka ndani ya mtumbwi wazee wote wakakubalina apelekwe Kitara ng'ambo ya mto, kwa sababu ndiko kwao alikotoka. Baada ya kuvuka mto waliona msitu mdogo, mle walilima kaburi na kuizika maiti ya Mfalme Kibi pamoja na mtumbwi.[48] Baada ya kumzika walimzungushia uzio na pia miramura. Desturi ya kupanda 'miramura' kwenye makaburi ilianzia kwa Mfalme Kibi. Baada ya shughuli hiyo waliingia katika chombo chao na kurudi nyumbani. Walipofika kwenye sehemu ya tingatinga ambapo walikuwa wamefyeka kivuko wakati wa kumpeleka Mfalme Kibi kumzika, walipaita mahali hapo Kisinga. Maana ya jina la kivuko hicho haijulikani. Hata leo kivuko hicho hujulikana kwa watu wote kama Kivuko cha Kisinga.

[47] Mfalme wa Bunyoro akifa, taya lake la chini huondolewa. Wanafanya hivyo ili kufunika taya hilo na kuliweka juu ya kigoda kuliweka katika rubaya (madhabahu) ya Rwensinga (Nyumba yake) ambayo sasa itaitwa Gashani (mahali pa maombi). Watu wote husema kuwa Mfalme yuko mle, kwa sababu huona taya lake. Baada ya kufa Mfalme Kibi naye alioza na taya lake liliondolewa, likafunikwa na kuwekwa katika Rubaya na watu walisema kuwa yumo Rwensinga. Hata sasa wafalme wanapokufa hufanywa hivyo; taya huondolewa, huwekwa juu ya kigoda, huwekwa ndani ya rubaya; watu husema mfalme bado yumo na huendelea kumwita mfalme. Huliweka taya katika nafasi ya mfalme katika nyumba yake inayoitwa Rwensinga. Watu wote huogopa nafasi hiyo wakisema kuwa mfalme yupo ingawa wanajua kuwa alikufa. Wakikumbuka taya hilo husema ndiye mfalme. Huweka walinzi na humweka mwanamke mmoja mwenye cheo cha mke wa mfalme. Mwanamke huyo haolewi. Kama mtu angelala naye na kumpa mimba, mfalme alimwua.

*Maelezo ya Mhariri: Neno la siku hizi "kwegashaniza" (kusali) linatokana na "gashani." Baadaye matumizi ya neno hilo yalipanuliwa na kuingiza nyumba lilipowekwa taya, na baadaye shamba au mashamba ya jirani: "bugashani." Kurudiwarudiwa kwa maelezo yake, kama katika mfano huu kunaonyesha kuwa Lwamgira alitaka kujulisha uhusiano wa desturi za Kiziba na zile za Bunyoro na pia kuonesha utofauti wa mila husika za Kiziba.

[48] Sababu iliyowafanya watu waweke mwili wa Mfalme Kibi katika mtumbwi ni kwamba baada ya siku 9 za kungoja aoze, alikuwa ameoza sana na ananuka sana. Watu wakashindwa namna ya kumbeba, ikabidi wamweke katika mtumbwi. Tangu hapo Mfalme afapo huwekwa katika mtumbwi. Na kwa sababu hiyo mfalme aliye hai haingii katika mtumbwi, havuki mto mkubwa au ziwa, kwani husema kuwa siku moja atazikwa katika mtumbwi, kwa hiyo haifai nizikwe nikiwa hai, nikiingia katika mtumbwi naweza kujisababishia kifo. Wafalme wa Kiziba ambao hawakutoka Bunyoro walikuwa hawazikwi katika mitumbwi. Desturi hii ilikuwa ya wafalme wa Bunyoro na huku Kiziba ilianza na Mfalme Kibi. Wakati yuko hai, huwa marufuku Mfalme kukutana na watu waliobeba mtumbwi, kwa sababu mtumbwi humkumbusha mazishi yake ya baadaye.

Ukoo uliomzika mfalme ni mmoja tu wa Warwani. Kwa sababu kule ng'ambo Kitara, baada ya kulimwa kaburi, Mrwani ndiye aliyekuwa wa kwanza kunyanyua mtumbwi na kuuweka shimoni. Jina la Mrwani huyu halijulikani tena.

Baada ya kurudi nyumbani, wale watu waliomzika Mfalme Kibi wakapewa jina la "Bashote" na wale waliobaki nyumbani.[49] Waliitwa hivyo kwa sababu walikuwa wamechonga miti ya kuchimbia kaburi. Lakini wao hawakulitaka jina lile wakawaambia wenzao kuwa wao hawastahili kuitwa "Bashote" ila mmoja wao wa ukoo wa Warwani kwa sababu yeye ndiye aliyekuwa wa kwanza kuchonga "mshote" (mti wa kuchimbia shimo), pia ndiye aliyekuwa wa kwanza kumnyanyua mfalme ili kumzika. Baada ya kujitetea hivyo wale waliokuwa wamebaki nyumbani wakalitoa jina la "Mshote" kwa huyo Mrwani peke yake.

Basi wazee walimpeleka Mrwani huyo katika ikulu ya Mfalme Kibi na kumwambia, "Wewe ukae humu, wala usitoke na kwenda kumsalimia mfalme aliye hai. Tangu hapo Murwani akapata kazi ya kuzika Wafalme na marufuku ya kumsalimia mfalme. Mrwani mwenyewe, watoto wake na uko wake wote tangu hapo wakaacha kuwasalimia wafalme.

Hata leo Warwani ndio wazikao mfalme pindi afapo. Baada ya kumweka Murwani katika ikulu ya Mfalme Kibi, humo waliweka na mwanamke mmoja wa ukoo wa Washaga kama mke wa mfalme marehemu, pia wakaweka humo ng'ombe jike tisa na dume moja, likiwa la kumi.[50]

Wakati wa uhai wa Mfalme Kibi, alipotoka Bunyoro akiitwa Nyakiiru akamwua Mfalme Ntumwa na kuwa mfalme na kukaa katika ikulu ya Ntumwa, alitoa jina kwa ikulu hiyo. Alisema, "Ikulu yangu itaitwa "MUGUNGA." Maana yake. Nimemuua mfalme." (Naita omukama namugunga). Jina hilo limebaki mpaka leo. "Mugunga, ikulu ya Mfalme Kibi."

Siku aliyofariki Mfalme Kibi wazee walituma ujumbe Buganda kumwita mwana wa Mfalme Kibi, Ishamura aliyekaa kwa Mfalme Kimera. Wazee wote waliazimia wakisema, "Kwa sababu huyu Ishamura Njobe aliyetawala hana uwezo kutawala na ni mjinga sana tumwite Ishamura akaaye Buganda ili pindi ajapo tumfukuze huyu ili yule atakayekuja ndiye tumfanye mfalme. Baada ya kumzika Mfalme Kibi na kufanya hayo yote tuliyoeleza hapo juu, Ishamura Njobe alibaki katika

---

[49] Ukoo uliomzika mfalme ulikuwa mmoja, ule wa Barwani. Kwani walipofika kule ng'ambo baada ya kuchimba kaburi, yeye Murwani alimnyanyua Mukama na kumweka kaburini. Ila jina lake halijulikani.

[50] Maelezo ya Mhariri: Jambo hili linafanya maelezo 32 yaeleweke vizuri zaidi. Cheo cha Mke wa mfalme Marehemu katika gashani kilibaki katika ukoo wa Bashaga kwa mlolongo mzima wa wafalme wa Kiziba. Uchaguzi kuhusu atakayepewa cheo hicho ulifanywa na wafalme waliorithi baadaye. Katika falme za jirani k.m. Kihanja utaratibu ulikuwa huo huo. Tunajua kidogo kuhusu cheo hiki katika Buhaya. Habari zilizo nyingi zilitolewa na wanawake wazee wa kijiji cha Katuruka, ambacho zamani kilikuwa makao makuu na gashani la Rugomora Mahe wa Kyamutwara kuu. (Angalia Schmidt 2014 & 2017).

ikulu yake ya muda na wazee walichelewesha makusudi ujenzi wa ikulu ya kudumu ili kwanza awasili yule mtarajiwa kutoka Buganda. Huko walikuwa wamepeleka wajumbe wawili ili wamwambie Ishamura wa Buganda kuwa baba yake alikuwa mgonjwa mahututi ili aje upesi.

Wajumbe hao walipofika Buganda wakamwambia Ishamura, "Tumemwacha baba yako akiwa mahututi usipoenda haraka utakuta amekwisha kufa." Alipopata ujumbe huo, kesho yake akafunga safari pamoja na mama yake aliyeitwa "Nyakabinga." Aliondoka bila kumuaga baba yake mdogo, Mfalme Kimera. Alifuatana na wale wajumbe waliotumwa kumfuata na mama yake Nyakabinga. Wakafika Kiziba katika Ikulu ya baba yake wakakutana na wazee waliokuwa wamemtumia ujumbe wa kuja. Wazee hao ni Ntahi, Mukwire na mjomba wa Mfalme Kibi aliyekaa kijijini Bugombe, pamoja na wazee wengine waliokuwa wamepanga nao. Wazee hao walipomwona Ishamura, walifurahi sana. Walilala naye siku moja. Kesho yake, siku ambayo wangemjengea Ishamura Njobe ikulu ya kudumu, wazee wote pamoja na watu wao wakaingia katika ikulu ya muda alimokaa Ishamura Njobe na ngoma ya kifalme. Walipoingia ndani wakamwambia Ishamura Njobe, "Ondoka uende zako, wewe sio mfalme tena, sasa mfalme ni huyu Ishamura aliyetoka Buganda. Kukawa na kelele kubwa sana. Watu wote wakapiga kelele na kusema, "Mfalme ni Ishamura aliyetoka Buganda, wewe Ishamura Njobe sio mfalme tena." Basi Ishamura Njobe aliposikia hivyo akaogopa akidhani walitaka kumuua, akaondoka na watu wachache sana, na watu aliokuja nao Ishamura kutoka Buganda wakamfukuza lakini taratibu sio kwa nia ya kumuua. Ishamura Njobe alipowaona wakimfukuza akaingia katika tingatinga mpaka alipofika Ruzinga. Kutoka Ruzinga aliendamp aka Buyango katika kijiji cha Nyanga. Alilala nje karibu na msitu mdogo. Msitu huo mpaka leo huitwa "BYAISHAMURA" kwa sababu Ishamura alilala pale.

Mtawala wa Buyango alipopata habari kuwa Mfalme Ishamura Njobe alikuwa amefukuzwa akaogopa kumpokea, asije naye akafukuzwa na Mfalme Ishamura aliyetawala, basi naye akamfukuza.

Ishamura Njobe alipotoka Buyango alienda mpaka msitu wa Mifunyai, akafika kwenye kivuko cha Kagera kiitwacho Mukunya akavuka mpaka ng'ambo Kitara, sehemu iitwayo Kanyabulemu akakaa humo. Watawala wa Kanyabulemu wakampa mashamba akaishi humo. Baadhi ya watu wake wakarudi Kiziba. Mfalme mpya hakuwaua bali aliwapa mashamba. Hata leo Mfalme apiganapo na ndugu yake na kumfukuza akaenda katika nchi nyingine, watu wake wakirudi nyumbani, mfalme hawafukuzi bali huwapa mashamba. Desturi hii imeanza tangu utawala wa Ishamura

Njobe na Ishamura kaka yake aliyemfukuza. Huko Kanyabulemu Ishamura Njobe aliishi na kuzaa watoto wengine, waliojulikana kama WASHAMURA. Hata leo huitwa Washamura wa Kanyabulemu.

Baada ya kumfukuza Ishamura Njobe, wazee walitoka katika ikulu ya muda alimokuwa Ishamura Njobe, wakaondoka na Ngoma ya Ufalme, wakampeleka mfalme mpya kwenye visima kuoga. Walileta chumvi ya magadi[51] na kuiweka katika maji, wakafuata moto kule Nyabitunga[52] alipoutoa Nyakiiru wakati wa safari ya kutoka Bunyoro alipotengeneza mwenge kwa vipande vya mirumba. Basi mfalme Ishamura akaingia visimani akaoga. Wakati wa kutoka mtu mmoja akamvuta juu kwa kumshika mkono. Hata leo mfalme wakati wa kutawazwa, huingia katika kisima na kuoga, wakati wa kutoka mtu mmoja humshika mkono na kumvuta nje kama ilivyofanywa kwa Mfalme Ishamura. Visimani humo huwekwa chumvi kama ilivyofanywa wakati wa Ishamura. Kuchimba visima na kuweka chumvi ni desturi iliyoanza wakati wa kutawazwa Ishamura.

Basi Mfalme Ishamura alipoingia visimani alioga. Wakati wa kutoka, mtu alimshika mkono na kumtoa. Hata sasa mfalme mpya akitawazwa huenda kuoga, wakati wa kutoka husikwa mkono na kutolewa kama ilivyofanywa kwa Mfalme Ishamura. Lakini wamtoao majini ni wale wa ukoo wa Wataraara. Huo ndio ukoo umtoao mfalme kisimani. Wakati akioga Mfalme Ishamura alikuwa amesimama kisimani pamoja na Mtaraara.[53]

Basi Mfalme Ishamura alipotoka visimani, wazee walimpa wosia wakisema, mfalme haogopi mtu yeyote; nyang'anya mali ya watu uitumie, halafu uwe mfadhili wa watu, uelewe vizuri koo zote,

---

[51] Sababu ya kulima visima na kumwogesha mfalme ni kujulisha kwamba mfalme alikuwa amejiosha kutokana na hali ya raia wa kawaida na kuwa mfalme, amejiosha kutokana na umaskini wote. Waliweka chumvi majini ili aioge kwa sababu walitaka mfalme awe mtamu kama chumvi, watu wote wampende sana siku zote kama vile wapendavyo chumvi. Hata sasa kuna methali isemayo: Ni mtamu kama kwamba alioga maji yenye chumvi ya magadi. Magadi ni aina ya chumvi (omushura). Watu wakiona mtu anayependwa ndiye wasemaye kuwa ni mtamu kama mtu aliyeoga katika chumvi ya magadi. Hata sasa mfalme anapotawazwa huogeshwa katika visima vilivyochimbwa vikiwa vipya. Halafu huwekwa visimani humo chumvi ya magadi kama Ishamura alivyofanya. Visima na chumvi vilianza wakati wa Mfalme Ishamura.

[52] Hata sasa wakati wa kumtawaza mfalme mpya chumvi huletwa kutoka kijijini Nyabitunga. Moto uliokuwa nyumbani kwa mfalme marehemu huzimwa, mfalme mpya hukoka moto wake mwenyewe, nao hauzimiki kamwe, huwaka siku zote, usiku na mchana, mpaka hapo mfalme huyo anapofariki. Hata Mfalme Kibi alikuwa na moto kama huo, ambao ulizimwa pale tu alipofariki, ili mfalme mpya akoke moto wa kwake mwenyewe.

[53] Hata sasa mfalme mpya aendepo kuoga, huingia kisimani na mtu kama Ishamura alivyosimama kisimani na mtu. Mtu huyo alikuwa Mtaraara. Sababu iliyomfanya asimame kisimani na Mtaraara ni kwamba Mtaraara alikuwa badala ya ngoma ya mfalme. Kwa hiyo watu walisema kuwa mfalme ameoga na ngoma yake.

uwapende raia wako wote, usisite kuua mjomba wako, ndugu yako, fanya lile na vile utakavyo wewe. Sehemu pale walipotolea wosia huo huitwa KASHWA.[54]Basi baada ya Mfalme Ishamura kupokea wosia huo, wazee waliwaambia watu wote waende wakamshike sungura[55] watu wote walienda wakamshika sungura, wakamleta mpaka kwa mfalme.

Basi Mfalme Ishamura aliondoka kutoka visimani alikokuwa akiogea. Mfalme alipoondoka kutoka visimani watu wote walifurahi sana. Filimbi za mti zilipigwa zikitangulia mbele ya mfalme. Mfalme alipokuwa bado kwenye visima raia ndipo walikuwa wakijenga ikulu ya kudumu. Walijenga nyumba zote hesabu ile kama ya nyumba za Mfalme Kibi Nyumba zote 9 zilijengwa na kuisha kwa siku ile moja. Kabla ya kuanza ujenzi wa ikulu hiyo Mfalme Kanyamaishwa ndiye alikita njiti za kuonesha mipaka ya ikulu. Kwa sababu Kanyamishwa ndiye alionesha mipaka ya ikulu, hata sasa kabla ya mfalme kujenga ikulu yake ya kwanza, mtu wa ukoo wa Kanyamaishwa[56] ndiye aoneshaye mipaka ya ikulu.

Baada ya Kanyamaishwa kuonesha mipaka ya ikulu, mfalme alitoa ng'ombe 2 na kumpa Kanyamaishwa kama shukrani kwa kuoneshwa mipaka ya ikulu yake.[57]

Akiwa njiani kabla ya kufika ikulu, Mfalme Ishamura aliletewa kasisi akampiga teke.[58] Halafu aliletewa mwanamme mmoja akamfunga. Raia

---

[54] Maana na mwanzo wa maneno kuhusu Kashwa vimeandikwa huko nyuma, ukurasa wa 14, pale mtoto wa Nyinamwiru alipomwua Mfalme Nyamugira. Hata sasa wafalme wote wapya wanaotawazwa hupewa wosia kama hiyo aliyopewa Mfalme Ishamura. Maelezo ya Mhariri: Kashwa ni Kishwa (kichuguu) kidogo. Tunakumbuka kichuguu alipouawa Mfalme Nyamugira, wazee walipoanza kukubali utawala wa kiimla.

[55] Sababu ya kushika sungura ni kwamba wazee walifikiria kuwa sungura ndiye mnyama mtaratibu sana asiye na tabia mbaya yoyote. Walisema, tuchukue ngozi yake tufunike nayo kibuyu cha maziwa cha mfalme kilichoitwa "Rukondo." Hata sasa mfalme mpya anapotawazwa, watu hushika sungura na kumleta akiwa hai. Hutoa ngozi yake na kuiweka juu ya kibuyu cha maziwa cha mfalme kiitwacho Rukondo.

[56] Mfalme Kanyamaishwa alionyesha mipaka ya ikulu kwa sababu wazee wote walijua kuwa Kanyamaishwa ndiye mkuu wa nchi; kwa hiyo waliogopa kujiwekea mipaka wao wenyewe Mfalme Ishamura asije kuadhibiwa na mizimu na kufa. Walisema: Mfalme Ntumwa angeweza kusema, "Mliniua na baadaye mkaninyang'anya ardhi yangu na kuimiliki."

[57] Hata leo mfalme mpya akianza kutawala mwana wa Kanyamaishwa hupewa ng'ombe 2 kama alizopewa Kanyamaishwa. Zamani alipewa ng'ombe 2, ila sasa kwa sababu ya kuadimika kwa ng'ombe, hupewa 1. Baada ya kuweka mipaka ya ikulu, hata kama eneo ni dogo sana, mfalme huwa hawezi kuliongeza; hukaa katika eneo hilo lililooneshwa na mwana wa Kanyamaishwa.

[58] Humpiga teke kasisi kuonesha kuwa amewavua ukasisi. Kasisi wengine wote, yeye ndiye amekuwa kasisi. Kasisi huyo walimvua hirizi aliyovaa kichwani wakamvika Mfalme Ishamura. Wakasema kuwa hirizi hiyo sasa ndiyo taji la mfalme. Hii ni kwa sababu kila mfalme hufananishwa na kasisi na huitwa kasisi. Taji la mfalme huitwa KALINDA. Maana ya jina hilo ni kwamba hiyo hirizi iliyokuwa inamlinda kasisi sasa itamlinda mfalme.

wakasema, “Ni vizuri mfalme kumfunga ili hapo baadaye aendelee kuwafunga watu ili wamwogope sana.”

Basi Mfalme Ishamura, baada ya kufanya hayo yote alifika mbele ya lango la ikulu. Kabla hajapita langoni alitoa kafara ya RUBUZA.[59] Rubuza ni mbuzi mweusi. Baada ya kutoa kafara hiyo alitaka kupita langoni. Lakini watu wa langoni kwa Kasiita wakamkataza. Walipomkataza aliwapa ng'ombe mmoja wakamruhusu apite.

Basi Mfalme Ishamura alipita langoni na kufika Kabaralemwa, nyumba ya mkutano. Pale pia alitoa kafara ya NJERU.[60] Pale pia kuna lango akazuiliwa kupita. Walipomzuia nao akawapa ng'ombe mmoja.[61] Basi mfalme alifika mbele ya Rwensinga uwanjani. Hapo pia alitoa kafara ya RUTALE. Baada ya kutoa kafara hiyo aliingia Rwensinga nyumbani kwake na kukaa juu ya kiti chake. Baada ya kukaa juu ya kiti chake waganga na waandamizi wao wakaondoka wakapeleka ngoma ya mfalme ili kuiweka katika nyumba yake. Walipofika uwanjani mbele ya nyumba ya ngoma pale pia walitoa kafara ya Njeru na ya Rutale.[62]

Baada ya kufanya hayo yote, Mfalme Ishamura alivua mavazi aliyokuwa amevaa akavaa mavazi mengine mazuri zaidi. Basi aliondoka akaenda kwenye Ikulu ya ngoma ili wamwoneshe Ngoma yake kwa sababu wakati huo wote alikuwa hajaiona. Walipoenda alifika mbele ya mlango wa Rwensinga ya Ngoma. Alipofika mlangoni Wataraara, walinzi wa Ngoma, wakamzuia wakisema, “Kwanza tupe mahari ndipo tukuoneshe Ngoma yako.” Nao akawapa ng'ombe mmoja; wakamruhusu akaingia nyumbani ilipo Ngoma. Basi Wataraara waliwachagua vijana

---

Kwa sababu Mfalme Ishamura alimvua kasisi cheo chake na kumfunga mtu hata leo mfalme mpya wakati wa kutoka visimani kuoga naye humvua kasisi cheo chake na kufunga mtu kama alivyofanya Mfalme Ishamura. Watu waliomfunga mtu huyo hiitwa “Bahenge” ndio hufunga watu kwa niaba ya mfalme. Ukoo wao ni Waziba. Mfalme akitaka kuua mtu, Bahenge ndio wauao. Watu wa koo nyingine hawaui watu kwa niaba ya mfalme, ila hao Waziba Wahenge.

*Maelezo ya Mhariri: Hapa “mwana” ina maana ya mtu wa ukoo wa Kanyamaishwa.

[59] Sababu ya kutoa kafara ya Rubuza (mbuzi mweusi) ni kwamba mfalme ametoa katika ufalme wake matatizo yote, hakuna jambo lolote litakalomfanya apoteze ufalme wake. Ndiyo maana mbuzi aliyechinjwa aliitwa Rubuza (Apotezaye).

*Maelezo ya Mhariri: Kumchinja mbuzi mweusi anayesimama badala ya “mikosi” ni kitendo cha kukinga mfalme asifikwe na mikosi

[60] NJERU ina maana ya koondo mweupe.

*Maelezo ya Mhariri: Kinyume cha ishara ya Rubuza kinahusu usafi na upya katika taratibu za ibada za Wahaya.

[61] Kutoa ng'ombe hao kunaitwa kutoa mahari. Maana yake mfalme ametoa mahari kwa walinzi wa mlangoni. Mlango wenyewe kwa lugha ya kawaida huitwa Rwigi, lakini kwa lugha ya taratibu hizo huitwa Lwigo.

[62] Rutale na Njeru. Walitoa kafara hizo mbili wakiwa na maana ya kutakasa Ngoma. Mfalme wake alikuwa amekufa, sasa imepata mfalme mwingine, kwa hiyo nayo imetakata. Mpaka sasa Wataraara hufanya hivyo mfalme mpya anapotawazwa. Nyumba ya Ngoma nayo huitwa Rwensinga kama ya mfalme.

wawili Wataraara ambao hawajaoa wakashika Ngoma, wakainyanyua, halafu wakampa mfalme njiti ya kupiga ngoma, naye akapiga ngoma.[63] Baada ya mfalme kupiga Ngoma Wataraara watu wazima wakakaa chini na kuiambia Ngoma maneno yafuatayo:

mfalme huyu aliyekumiliki umpe baraka
awe mfalme mkuu aheshimiwe sana
apigane awashinde maadui

Baada ya maombi hayo kiongozi wa Wataraara alimwambia mfalme akisema,

> "Mtukufu Mfalme, ngoma inasema kuwa imekupenda sana. Inasema kuwa utakuwa mfalme mkuu, watu watakutii sana, tena utazaa watoto wengi sana."

Baada ya ombi hilo kwa Ngoma, Mtaraara kiongozi alimwambia Mfalme:

Mfalme mtukufu, ngoma inasema kuwa imekupenda sana, eti utakuwa mfalme mkuu, watu watakutii sana, kuwa utazaa watoto wengi. Watu waliokuwepo waliposikia maneno hayo wakashukuru sana, wakasema,

"Ngoma ishinde, mfalme aishi." Kwa sababu Ngoma pia huitwa "mfalme."

Kiongozi wa Wataraara alishika mkuki[64] wenye mpini wa "rugasha" na kuutoa kwa mfalme akisema, "Mfalme, shika mkuki huu, ni zawadi uliyopewa na Ngoma, ukufae sana." (Maneno hayo yote yalisemwa na Wataraara, kwa sababu ngoma yenyewe haiwezi kusema).

---

[63] Kupiga ngoma, ina maana kuwa mfalme amejulikana kwa watu wote. Hata leo mfalme akizeeka kwa amani watu husema "Alipiga Kachwankizi ikapendezwa naye." Pia kuna na msemo kwa mtu jeuri atukanaye watu, watu husema, "Hivi wewe unaonesha jeuri na kutukana watu kama kwamba ulipiga juu ya uso wa Kachwankizi." Maana yake, "Wewe ni mfalme aliyepiga Kachwankizi."
*Maelezo ya Mhariri: Methali ya mwisho inakumbusha ngoma ya mfalme ambayo humpa uwezo wa kufanya apendalo, na mtu wa jeuri atakaye kufanya kama apendavyo na kumbe siye mfalme.
[64] Hata leo mfalme anayetawazwa huingia Makao Makuu ya Ngoma na kushikishwa mkuki kama alivyofanya Mfalme Ishamura.

Mavazi ya mfalme:[65] Mafundi huparua ngozi ya ng'ombe ambayo hubaki ni nyeupe sana; upandeni hushonewa singa za nyani ambazo huninginia. Ngozi hiyo haipakwi mafuta, bali hukaa ikiwa nyeupe pe.

Baada ya taratibu hizo, Mfalme Ishamura alitoka kwenye Rwensinga ya Ngoma akarudi kwenye Rwensinga yake mwenyewe. Rwensinga ya Ngoma huitwa "OWABANDI" (KWA WAHESHIMIWA) kwa sababu kuna Ngoma ya mfalme, nayo inatisha. Baada ya Mfalme Ishamura kuingia Ikulu yake, ndipo na mama yake, Nyakabinga, aliingia katika nyumba yake. Nyumba hiyo pia huitwa Rwensinga. Hii ni kwa sababu naye huitwa Mukama kama mwanae Ishamura. Tangu hapo mama wa Mfalme huitwa Mukama (Malkia).

Basi Mfalme Ishamura akakaa miaka mingi katika Ikulu yake. Ikulu yake ilikuwa karibu na ile ya Mfalme Kibi.

Mfalme Ishamura baada ya kutawala kwa muda mrefu na kupendwa sana na raia wake, akajigamba:

Mimi Ishamura mwana wa Nyakabinga
Mwana wa Baasha na Baashakazi
Niliyesambaratisha matarajio ya wengine
ya kwangu hayakuweza kusambaratishwa

Alijiita mwana wa Basha na Bashakazi kwani huo ndio ukoo wa mama yake. Alisema alisambaratisha matarajio ya wengine yaani ya ndugu yake Ishamura Njobe aliyemtangulia kama Mfalme.

Mfalme Ishamura alitawala kwa muda mrefu lakini hakupata mtoto. Alipoona angekufa bila mtoto akapigia ramli koo zote za Kiziba ili ajue ni katika ukoo gani angepata mwanamke wa kumzalia mtoto. Koo zote zikaonekana hazifai. Basi Mfalme Ishamura akasikitika sana kwa kukosa mtoto. Baadaye akaelekezwa na ramli kuwa apate mke kutoka Kyamutwara atakayemzalia mtoto. Lakini awe anatoka katika ukoo wa Watundu.

Baada ya kuelekezwa hivyo, siku moja mwanamme mmoja akahamia Kiziba kutoka Kyamutwara, sehamu ya Bugabo, katika kijiji cha Bunyonya. Ukoo wa mtu huyo alikuwa Mtundu. Jina lake aliitwa

---

[65] Lakini wafalme wa sasa hawavai ngozi ya namna hiyo. Wao huvaa ngozi za namna nyingine, nazo ni za ng'ombe na huzipaka mafuta. Ngozi ya namna hiyo huitwa "KIJAGALI", maana ya jina hilo haijulikani. Mavazi ya wafalme wa siku hizi huitwa NYAMBARWA. Yale ya wafalme wa kale yalijulikana kama "NFULULE."

*Maelezo ya Mfasiri: Neno Nyambarwa linalotokana na lugha ya Kiganda ua Kihaya cha zamani au cha kiibada. Siku hizi linatumika kwa mavazi ya ibada za kanisani.

Karukabirago. Alipohama alikuja na mtoto wake wa kike. Alipokuja Kiziba akafikia katika kijiji cha Bwere kwa mchanjani wake. Baada ya siku moja, mtu huyo akaenda na rafiki yake kwenye Ikulu ya mfalme ili aombe shamba. Safari ya kufika Ikulu ilichukua takribani saa moja. Walipofika Ikulu, yule rafiki yake wa Kiziba akapita langoni na kupokelewa kwa Mfalme Ishamura. Akamwambia mfalme, "Nimemleta mchanjani wangu, ana shida ya shamba." Mfalme akamwagiza amlete rafiki yake mbele yake. Alimpomleta yule mhamiaji akamwamkia mfalme na kumwambia, "Mfalme wangu, nimehamia kwako ili unipe hifadhi na mahitaji." Mfalme Ishamura akamwuliza, "Ukoo wako ni upi?" Yule mtu akamjulisha mfalme kuwa alikuwa Mtundu. Mfalme aliposikia kuwa ukoo wake ni ule alioelekezwa ili kupata mwanamke wa kumzalia mtoto, akafurahi. Pili alipoambiwa kuwa ametoka Kyamutwara, nchi aliyoelekezwa na ramli kumpata mke wa namna hiyo, Mfalme Ishamura alimpenda sana mwanamme huyo. Akamzawadia ng'ombe dume na kibuyu cha pombe na kumwabia, "Peleka dume huyo uchinje, ule, pale ulipofikia, halafu kesho rudi hapa nikupe shamba."

Basi huyo mhamiaji akaondoka na rafiki yake kule alikofikia. Halafu mfalme alipopata habari kuwa yule mhamiaji ambaye ni Mtundu, alikuwa na mtoto wa kike wa ukoo wa Batundu alioelekezwa na ramli kumpata mke wa kumzalia mtoto, alifurahi sana. Kesho yake aliporudi mbele ya mfalme, alimsalimia. Mfalme akampa ng'ombe 2 na akampa mjumbe aliyepewa maagizo haya, "Umpeleke mgeni huyo katika kijiji cha Bwere alikofikia, umtengee shamba zuri, umkabidhi." Mfalme akamwambia mgeni, "Nenda na ng'ombe wako upate shamba, halafu baadaye nikupe zaidi." Yule mhamiaji akamshukuru mfalme, akaondoka zake pamoja na mjumbe wa mfalme. Walipofika Bwere, mjumbe wa mfalme akachagua na kumtengea shamba moja zuri sana yule mhamiaji wa mfalme.

Baada ya kumkabidhi lile shamba, mjumbe alirudi kwa mfalme na kutoa taarifa alivyomtengea yule mhamiaji shamba zuri na kulimkabidhi. Mfalme akasema, "Sawa." Yule mhamiaji alipokabidhiwa shamba zuri sana na kupewa ng'ombe wawili alifurahi kupita kiasi.

Siku nne baada ya kumpa yule mgeni shamba, Mfalme Ishamura alipeleka ng'ombe 2 na kondoo, na kuwaambia watu wake, "Pelekeni wanyama hawa kule Bwere kwa mhamiaji wangu mmwambie apokee ng'ombe 2 na kondoo mmoja kutoka kwa mfalme kama posa ya binti yake." Baada ya maagizo hayo ya mfalme, wale watu waliondoka na kwenda Bwere kwa yule mhamiaji. Walipofika nyumbani kwake wakampa ujumbe wa mfalme, "Pokea ng'ombe 2 na kondoo mmoja kutoka kwa mfalme kama posa ya binti yako." Yule mwanamme akawajibu, "Sawa, ni vema mfalme aoe. Nina haja gani na mtoto?" Halafu akawaambia wajumbe wa mfalme, "Vyema, lakini mimi ni mhamiaji sina kitu, nitapata wapi nguo za kumvika mke wa mfalme?" Wale wajumbe wakajibu, "Sawa, sisi ngoja tutume ujumbe kwa mfalme ampelekee nguo mkewe." Wakampeleka mtu Ikulu, alipofika akamwambia mfalme, "Mtukufu, yule bwana anaomba nguo ambazo mke wa mfalme atavaa wakati wa kuja huku." Mfalme akapeleka shuka la murumba moja na shanga. Akawaambia, "Ondoeni takataka mtakazokuta amevaa miguuni mmvike shanga.[66] Wajumbe wakaondoka wakapeleka murumba na mkufu wa shanga. Walipofika nyumbani kwa yule bwana wakalala pale siku moja, kesho yake baba akamkabidhi binti yake kwa wajumbe wa mfalme. Wao wakamvika binti huyo shanga miguuni na kumfunika kwa shuka la murumba. Halafu wakamnyanyua na kumpeleka ikulu. Mfalme alipomwona akaridhika naye na kusema, "Ni mzuri, anafaa."

Basi huyo msichana akakaa ikulu akawa mke wa mfalme. Mfalme akaendelea kuishi na hatimaye mke wake huyo akapata mimba na kumzalia mtoto wa kiume. Mfalme Ishamura alipoona kuwa mke wake amemzalia mtoto akafurahi sana. Mtoto huyo alipokua akapewa jina akaitwa WANUMI. Maana yake amepatikana kwa kupiga ramli ya dume (enyaura) baada ya kukosa mtoto kwa muda mrefu. Baada ya kumzaa WANUMI, Mfalme Ishamura aliwazaa na watoto wengine wengi.

Basi hatimaye Mfalme Ishamura aliugua na kufariki. Alipofariki mwanawe Wanumi akambusu na kurithi ufalme wa baba yake.[67]Basi huyo mwana wa mfalme Wanumi akawa ndiye mfalme. Mfalme Wanumi, baada ya kumbusu marehemu baba yake, akaondoka katika ikulu ya baba yake akaenda kujenga ikulu ya kwake.

Maiti ya Mfalme Ishamura ilikaa nyumbani muda wa siku tisa ili liweze kung'olewa taya lake kama ilivyokuwa kuhusu Mfalme Kibi.

Baada ya kung'olewa taya lake, Mfalme Ishamura aliwekwa pia katika mtumbwi akasafirishwa mpaka Kitara, ng'ambo ya mto Kagera, kama alivyopelekwa baba yake Mfalme Kibi. Alipopelekwa ng'ambo ya mto akazikwa katika kimsitu alipozikwa Mfalme Kibi. Kuzikwa kwa

[66] Hata leo mfalme atakapo kuoa binti wa mtu fulani hupeleka kama posa shanga na shuka la murumba, pia hupeleka ng'ombe mmoja na mbuzi mmoja, kama vile alivyofanya mfalme Ishamura.

[67] Kitendo cha kubusu ni kwamba mwana wa mfalme marehemu, atakayemrithi marehemu babaye, hufika kwenye maiti ya babaye, watu huamsha mikono ya marehemu naye hulamba katika viganja vya baba yake. Hiyo ndiyo alama kuwa marehemu amemkabidhi mwanae ngoma ya utawala.

mfalme hujulikana kama “kubyalira” (kupanda). Taya lake lililong’olewa liliwekwa katika ikulu yake ambapo viliwekwa na vitu vingine kama vilivyowekwa katika ikulu ya Mfalme Kibi.

SURA YA IX

SEHEMU YA 1

UTAWALA WA MFALME WANUMI

Mama wa Mfalme Mwendwa
Ikulu ya Mfalme Mulema
Watoto wake na sehemu zao za utawala
Kupagawa kwake na malipizi yake
Kanshekera
Mfalme Bwogi ashambulia Kiziba
Kabanda amshinda Bwogi
Unafiki wa Kabanda na kuhama kwake
Marufuku ya Waziba kuoa binti za wafalme wa Kyamutwara

Baada ya kutawazwa, Mfalme Wanumi aliondoka katika ikulu ya Mfalme Ishamura akaenda na ngoma yake ya utawala na mama yake, ili ajenge ikulu yake. Alipofika Nshumba pale ndipo alijenga ikulu yake. Zikajengwa nyumba tisa kama alizokuwa amejenga baba yake na zikamalizika katika siku moja. Yeye pia walimletea moto, akaoga katika visima walimoweka chumvi. Baada ya hayo watu wakamfukuza na kumshika sungura, akamwondolea kasisi madaraka kwa kumpiga teke; akamfunga mtu; kabla ya kuingia ikulu mpya akatoa sadaka ya kuchinja, walinzi wakamwekea kizuizi; basi, kwa kifupi, yale yote aliyofanya Mfalme Ishamura naye akayafanya; hata leo kila mfalme hufanya hayo wakati wa kutawazwa.

Baada ya kukamilisha ujenzi wa ikulu, Mfalme Wanumi akatoka kuoga kwenye visima akaingia Ikulu yake. Baada ya kuingia ikulu naye akaingia katika makao ya Ngoma, kama alivyofanya mfalme Ishamura. Kule akatimiza kanuni zote kama Ishamura alizotimiza.

Baada ya hayo Mfalme Wanumi akakaa katika ikulu yake. Mama wa mfalme akapewa jina "Mwendwa" (Mpendwa). Maana ya jina hilo ni kuwa alipendwa na ufalme kwa sababu alitoka kwao Kyamutwara wakati Mfalme Ishamura alipokuwa amekosa mtoto, akamzalia Mfalme mtoto ambaye amepata Ufalme. Kwa hiyo ufalme ulimpenda na kumsubiri yeye ili awe mama wa mfalme.

Mfalme Wanumi hakupewa jina jipya la utawala; alibaki na jina lake hilo, Wanumi. Mfalme Wanumi alitoa jina "Mulema" kwa ikulu yake. Maana ya jina hilo haijulikana. Ikulu hiyo iliwekewa mipaka na mtoto wa Kanyamaishwa, kama yeye Kanyamaishwa alivyoiwekea mipaka ikulu ya baba yake Ishamura. Kanyamaishwa alikuwa ameshafariki. Mwanae ndiye aliyekuwa hai, ila jina lake halijulikani tena. Lakini inajulikana kwa uhakika kuwa mwanae ndiye aliyepima ikulu ya Mfalme Wanumi. Mfalme Wanumi akatawala ufalme wake, na nyakati hizo hakutenda jambo lolote.

Mfalme Wanumi alipata watoto wafuatao: Wa kwanza, alikuwa Bwanamba, halafu Kabanda, Muleguza na wa mwisho Matwi. Baada ya kuzaa wanawe hao akawa mfalme maarufu.

Baadaye aliwapa wanawe sehemu za kutawala. Matwi alimpa utawala wa Ishozi. Basi Matwi akaondoka akaenda Ishozi, akajenga katika kijiji cha Kanyange. Kabanda alimpa utawala wa Rukurungo na Bwanamba alimpa utawala wa Kikukwe. Muleguza hakumpa utawala wowote bali alikaa Ikulu, lilipokuwa shamba lake. Baada ya kuwapa wanae utawala alibaki katika ufalme wake. Lakini Mfalme Wanumi alikuwa msumbufu, aliwanyang'anya raia wake mali zao. Hasa aliwanyang'anya ng'ombe wao wazuri. Alipenda sana ng'ombe, basi akawa hatulii.

Katika kijiji cha Bukwali palikuwa na kasisi wa Wamara aliyekuwa wa ukoo wa Washengya. Kasisi huyo alikuwa na ng'ombe mzuri sana mweupe. Ndiye alikuwa ng'ombe bora kuliko wote. Mfalme Wanumi akataka kumnyang'anya ng'ombe huyo. Wazee wakamzuia wakisema, "Siyo vizuri kumnyang'anya ng'ombe wa Kasisi wa Wamara." Mama yake pia akamkataza akisema, "Hutamnyang'anya ng'ombe Wamara." Mfalme akanyamaza. Baada ya siku chache mfalme akaondoka na wawindaji wake akaenda kuwinda. Aliwaacha wazee nyumbani, akaenda na vijana wasio na woga. Alipoenda akafika Karogosho, kijiji cha bondeni. Alipofika hapo akawatuma watu wake akisema, "Nendeni mkamswage ng'ombe huyo, mali ya mwanamme wa Bukwali, kasisi wa Wamara." Wale watu wake walipofika machungani wakamwona huyo ng'ombe mweupe wakamswaga na kumleta. Walimkuta Mfalme Wanumi pale walipokuwa wamemwacha. Mfalme alipomwona ng'ombe huyo akafurahi sana. Mara akaanza safari ya kurudi nyumbani. Basi akaingia ikulu na ng'ombe huyo. Baadaye akaagiza watu wampeleke malishoni katika kundi la ng'ombe wake. Mfalme akabaki ikulu.

Yule kasisi alipopata habari kuwa mfalme alikuwa amenyang'anya ng'ombe wake, akafanya safari akaja ikulu ili ajitetee kwa mfalme amrudishie ng'ombe wake. Aliondoka amevalia taji lake la ukasisi. Safari ya kutoka Bukwali kufika Ikulu ni ya takribani saa moja. Alipofika alimkuta Mfalme Wanumi ameketi nyumbani kwake. Kwanza alimsalimia mfalme halafu akamkaribia mfalme na baada ya kuvua taji lake la ukasisi akamvika mfalme taji hilo. Baada ya kumvika mfalme taji lake hilo, huyo kasisi wa Wamara akaondoka mbio. Watu walioona lililotendeka wakapiga mbio kumfuata yule kasisi wa Wamara ili wamshike. Yule kasisi alipofika mwisho wa uwanja wa ikulu akatoweka ardhini. Wale waliokuwa wakimfukuza wakawa hawana mtu wa kumshika tena, basi wakarudi ikulu. Walipofika ikulu wakamkuta Mfalme Wanumi ameshapagawa na Wamara. Watu wakashangaa na kusikitika, wakasema, "Tulimkataza mfalme asinyang'anye ng'ombe wa Wamara, angalieni sasa matokeo ya kutoshauriwa kwake!" Tangu hapo Mfalme Wanumi akawa mpagawaji wa Wamara. Wazee wakaulizia kwa waganga; baadhi yao wakasema, "Tufanye malipizi kwa kutoa sadaka kwa Wamara na kumrudishia ng'ombe wake." Lakini wazee wengine wakashauri hivi, "Tusitoe sadaka kwa yule Mshengya wa Bukwali aliyemvika mfalme taji lake, ambaye hata hivyo ameshatoweka kabisa, aheri tupeleke sadaka zetu na yule ng'ombe mweupe kwa Washengya wa Bukabuye. Ikaonekana ushauri huu wa pili ndio sahihi, ulithibitishwa na waganga. Wakati huo pale ikulu kulikuwa na Mshengya wa Bukabuye.

Basi wazee wakamfanya alale ikulu, tena alale juu ya kitanda kimoja na mfalme. Kwa njia hii walitaka mzimu wa Wamara umtoke juu ya kichwa cha mfalme umpagae huyo Mshengya wa Bukabuye. Na kweli baada ya kutoka usingizini mzimu ukawa umehama kutoka kwa mfalme na kumshika huyo mwanamme Mshengya. Basi wazee wakamwondoa yule Mshengya na kumvika lile taji la kasisi wa Wamara alilokuwa amevikwa mfalme; halafu huyo mwanamme wakampa mikuki 4. Halafu wakamleta yule ng'ombe mweupe wakaongeza wengine 7 na dume 1, wote pamoja ng'ombe 9, na kondoo 1 wakamtolea, wakampa na binti wa mfalme Wanumi ili amwoe. Baada ya kutoa hayo yote wakachagua watu wa kumsidikiza huyo mwanamme mpaka kwake Bukabuye. Walipofika Bukabuye wakamjengea Wamara ikulu na huyo Mshengya wa Bukabuye akawa kasisi mkuu wa Wamara. Basi Wamara akafurahi sana kuona sadaka alizomtolea Mfalme Wanumi. Ikulu waliyomjengea akaiita Kashekera (Mahali pa kuchekea) akimaanisha kuwa amefurahi sana na kuangua kicheko. Ngoma aliyopewa akaipa jina "NYAMINYAGO", maana yake, nimeiteka.

Baada ya kujenga ikulu ya Wamara ya Bukabuye, kasisi wa Wamara wa Bukabuye akawa mkuu kuliko yule wa Bukwali, na Mfalme Wanumi akawa anapeleka sadaka zake katika ikulu ya Wamara ya Bukabuye.[68] Baada ya kumtambikia Wamara, Mfalme Wanumi akawa hapagawi sana, matukio ya kupagawa yakapungua. Angeweza kumaliza siku 2 au hata 4 bila kupagawa. Hata hivyo mizimu ya Wamara haikumwacha kabisa.

Siku moja Mfalme Wanumi akaletewa habari kuwa Mfalme Bwogi wa Kyamutwara amekuja kumshanbulia. Basi Mfalme Wanumi akapiga ngoma za vita, watu wake wote wakakusanyika. Akawatuma vitani ili wakutane na kupigana na adui huko Bugandika. Mwanae Kabanda aliyetawala Rukurungo akawa ndiye kiongozi wa kumkabili Bwogi. Mfalme Bwogi mwenyewe aliongoza jeshi lake. Mapigano yakaanza na mwishowe Kabanda akamshinda Mfalme Bwogi. Jeshi la Mfalme Bwogi likakimbia, Kabanda akawafukuza na kuua maadui wengi sana, hata ikambidi Mfalme Bwogi akimbilie msituni Rwasina. Kabanda na watu wake nao wakaingia msituni humo na kuendelea kuwaua. Kule msituni Kabanda akakutana na Mfalme Bwogi akataka kumwua. Lakini Mfalme Bwogi akajitambulisha na kumwomba Kabanda asimwue, bali akubali wafunge mkataba wa urafiki wa damu. Kabanda akaghairi kumwua, akakubaliwa akafunga mkataba wa urafiki wa kuchanjana. Baada ya kuchanjana, Kabanda akatoka msituni na kuwaita watu wake akisema, "Tokeni msituni nyote turudi nyumbani, maadui tulioua wanatosha." Watu wote wakaitikia amri ya Kabanda, wakarudi nyumbani. Kabanda akaongoza watu wote mpaka Ikulu ili atoe taarifa kwa Mfalme

---

[68] Maelezo ya mhariri. Matumizi haya ya neno "ikulu" yanaonesha nyumba ya Wamara ambapo kasisi wake angekuwa anaishi.

Wanumi. Mfalme Wanumi alifurahi sana kupata taarifa ya ushindi wao, aliwashukuru watu wake na mwanae Kabanda. Akawazawadia madume ya ng'ombe ili wachinje wale. Walipotoa taarifa walileta pia nyara[69] wakazitoa kwa mfalme.

Baada ya taarifa kwa mfalme, wapiganaji waliondoka na kurudi nyumbani kwao, na usiku uliisha ingia. Usiku ulipoingia, Kabanda akaenda katika nyumba yake ya kufikia. Usiku baadhi ya watu fulani wakamwambia Mfalme Wanumi, "Tungeua watu wengi zaidi, hata Mfalme Bwogi tungemteka kama si Kabanda aliyetuita tuache kupigana turudi nyumbani." Mfalme akakasirika sana akasema, "Kama mngemteka Mfalme Bwogi tungewadai mali nyingi ili kumwachilia, tungepata ng'ombe wengi sana." Basi akamlaumu sana mwanae Kabanda akatuma watu ili waende wamnyang'anye Kabanda mali zake. Watu walitumwa wakamnyang'anya mali zake zote.

Basi Kabanda akaja kwa mfalme kutetea mali yake. Mfalme hakukubali utetezi wake, akasema, "Ulifanya vibaya sana, ulifanya sisi kukosa mali za Kyamutwara." Kabanda alipoona kuwa amenyang'anywa mali zake zote na mfalme amekataa kumsamehe, akaondoka na kuhamia kwa Mfalme wa Kyamutwara. Alimkuta Mfalme Bwogi Ngarama ilipokuwa Ikulu yake. Mfalme Bwogi alipoona rafiki yake amehamia kwake akafurahi sana. Alimpa ng'ombe wawili wa kuchinja na ng'ombe wawili wanyonyeshao ili anywe maziwa na pia akampenda sana.

---

[69] Kila auaye adui humnyang'anya vazi lake la ngozi au mrumba na baadaye huonesha nyara hiyo kwa mfalme kama ushahidi wa kuua adui.

Baada ya ushindi wapiginaji hushangilia na kuimba:

Tumewaua, Oh! Tumewaua wote, Oh!
Dume letu ni kali!*
Wah, Wah, Tumewaua, Wah!
Tumewaua wote, Wah!**

Halafu hukutana na wake zao waliokuja kuwalaki na kuwaletea pombe na togwa la ndizi. Wanawake wakiona waume zao waliorudi salama kutoka vitani hurukaruka kwa furaha nyingi na kuimba:

Nyoyo zetu ni nyeupe kama uyoga mweupe***
Ni nyeupe katika ufalme wetu****
Mfalme wetu anaitwaje?
Anaitwa mshindi wa wafalme.

*Wanaume walisema, "Dume wetu ni mkali" wakimaanisha kuwa mfalme wao ana nguvu sana, kwa hiyo wataendelea kuwaua maadui.

**Halafu kule kujibu "wah" ina maana ya "ndiyo."

***Halafu wanawake kusema "Kanyawera nayera omu ngoma" ina maana kuwa, "Nyoyo zetu zimetakata, tumefurahi sana, wanaume zetu wamerudi salama, hawajauawa vitani, wamepigana kwa ushujaa na kuleta heshima na amani kwa nchi yetu.

****Kanyawera" ni uyoga mzuri mweupei. Basi ndiyo kusema nasi nyoyo zetu ni nyeupe kama "Kanyawera." Maana ya "Mukama waitu niwe mulema ngoma" ni "Mfalme wetu ana nguvu kuliko wafalme wengine." Kila mara mfalme apokeapo nyara hufurahi sana na kuwashukuru watu wake. Kila mara, baada ya kupokelewa, huwekwa mahali zinapoonekana kwa watu wote kama kumbukumbu ya kuwa mfalme amewahi kuua maadui wengi.

Mfalme Bwogi akampa Kabanda binti wake ili amwoe, halafu akampa ng'ombe 60 akisema, "Wewe ndiwe uliyeniokoa, ama sivyo ningalikufa." Licha ya zawadi hizo akamfanya mtawala wa kijiji kikubwa kilichojulikana kama Yombwe. Kabanda alikuwa na desturi ya kuwinda. Kila awindapo humpelekea mfalme Bwogi wanyama alioua, na huwapa watu wake nyama. Siku moja alienda kuwinda, na aliporejea nyumbani alimkuta mkewe, binti wa Mfalme Bwogi, ameketi juu ya kiti chake akiwa amezungukwa na mkutano mkubwa wa watu. Siku hiyo Kabanda hakusema neno, alinyamaza tu. Mara ya pili alienda kuwinda akashinda huko mpaka jioni. Mara hii tena alimkuta mke wake huyo ameketi juu ya kiti chake; safari hii alitupa mkuki akamchoma na kumuua. Baada ya kumuua alijikalia nyumbani.

Watu wakafika ikulu wakamwambia Mfalme Bwogi kuwa Kabanda amemwua binti yake mkewe. Basi Mfalme Bwogi akamtuma mtu wake aende amwite Kabanda. Yule mjumbe alifika kwa Kabanda akamwambia kuwa anaitwa na mfalme. Kabanda akaondoka akaenda mpaka ikulu. Mfalme Bwogi akamwuliza Kabanda, "Kwa nini ulimwua binti yangu?" Kabanda akamjibu mfalme, "Nilirudi kutoka kuwinda nikamkuta ameketi juu ya kiti changu, nikamsamehe. Safari ya pili nilienda kuwinda, niliporudi nikakuta amekalia kiti changu, nikamwua."

Mfalme Bwogi akasema, "Sawa, ulikuwa na haki ya kumwua. Tangu lini mwanamke akakalia kiti cha mme wake. Sasa nitakupa binti yangu mwingine awe mke wako." Lakini Kabanda akakataa akisema, "Sitaki kumwoa kwa sababu nikilala naye anaweza kunichinja kulipiza kisasi, na hii ikasababisha uhasama kati yetu." Kabanda hakurudi Kiziba. Alibaki Kyamutwara mpaka alipofariki.[70]

---

[70] Tangu wakati Kabanda alipokataa kumwoa binti wa Mfalme Bwogi mpaka sasa kwa wana wa mfalme wa Kiziba, Waziba imekuwa marufuku kuoa mabinti wa Mfalme wa Kyamutwara. Desturi hiyo ilianza hivyo.

SEHEMU YA 2

BWANAMBA NA MATWI

Wazee wahamishia ngoma kwa Bwanamba kutoka ikulu
Matwi apata habari kuwa ngoma iko kwa Bwanamba
Unafiki wa Matwi na mheshimiwa wa Bwanamba
Matwi apendana na mke wa Bwanamba
Uwindaji wa Matwi na Bwanamba
Matwi amnyang'anya Bwanamba ngoma yake na ufalme wake
Bwanamba ajiua
Kifo cha Mfalme Wanumi

Basi Mfalme Wanumi aliishi hivyo, hakuacha kupagawa, ingawa siyo mara nyingi. Wazee wakafanya shauri na kusema kwa sababu mfalme haachi Kupagawa, hataweza kukaa na ngoma ya kifalme kwa sababu ngoma haiwezi kukaa kwa kiti wa mizimu. Kwa hiyo wakakubaliana kuiondoa ikulu na kuiweka kwa mwana mkubwa wa mfalme, yaani kwa Bwanamba. Wazee walifanya shauri hili bila kuwajulisha raia. Basi wazee walikuja usiku wakaihamisha ngoma kutoka ikulu na kuipeleka kwa Bwanamba, ikakaa huko. Mfalme Wanumi mwenyewe alikuwa hana habari. Tangu hapo Ngoma ikakaa kwa Bwanamba. Watu wote wakidhani Ngoma iko ikulu. Hata wana wengine wa mfalme hawakuwa na habari kuwa Ngoma ya mfalme ilikuwa kwa kaka yao Bwanamba.

Mfalme Wanumi akaendelea kukaa katika ikulu yake na raia wakaendelea kuja kutoa heshima zao kwake. Lakini mtu mmoja alimpeleka Matwi faraghani na kumwambia, "Ingawa huna habari, lakini ukweli ni kuwa Ngoma ya kifalme haimo ikulu tena, bali ilipelekwa kwa Bwanamba ndipo ilipo tangu siku nyingi." Matwi alipopata habari hiyo aliitunza kama siri yake ya moyoni.

Akiwa na siri hiyo moyoni, Matwi aliondoka na kwenda nyumbani kwake Ishozi. Huko alikaa siku mbili halafu akarudi ikulu kutoa heshima zake kwa mfalme. Huko alimkuta Bwanamba kati ya wale waliohudhuria kwa mfalme. Matwi akataka kwenda nje kukojoa. Wakati wa kuondoka kwenda nje alimwashiria mheshimiwa (mlinzi) wa kaka yake Bwanamba. Baadaye kidogo mheshimwa wa Bwanamba naye akatoka nje kumfuatia Matwi. Matwi akamwambia mheshimwa wa kaka yake, "Chochote utakacho nitakupa kama utakubali nikutume maneno yangu kwenu." Mheshimiwa huyo aliposikia kuwa Matwi anataka kumtuma kwao, akashukuru na kujibu, "Ndiyo mwadhama, niko tayari, nitume." Basi Matwi akamwambia, "Uende umwambie mke mpendwa wa Bwanamba kuwa Matwi angetaka uwe mpenzi wake, pia uongeze kumwambia kuwa alikutamani siku nyingi lakini alikuwa hajapata wasaa wa kukujulisha, ila sasa ameniona mimi akanituma kwako." Matwi alishajua kuwa ngoma ya mfalme ipo katika nyumba ya huyo mke mpendelevu wa Bwanamba. Yule mwanamme akajibu na kusema, "Ndiyo, mwadhama, nitamwambia." Matwi akasema, jIbu lolote atakalokupa utanijulisha baada ya siku mbili nitakaporudi." Yule mwanamme akajibu, "Ndiyo mwadhama."

Wote wakarudi nyumbani. Matwi akaendelea kuongea na ndugu zake humo ndani. Jioni Matwi akaanza safari ya kurudi kwake Ishozi na Bwanamba akarudi kwake Kikukwe. Bwanamba alipofika nyumbani akaingia katika nyumba yake kuu. Yule mtumishi wake aliyetumwa na Matwi akaingia katika nyumba ya nyuma ya mke mpendelevu wa Bwanamba, akamkaribia na kumwambia kwa sauti ya chini, "Nimetumwa na Matwi kuwa anakupenda sana, na anaomba uwe mpenzi wake, mlale pamoja."

Yule mwanamke aliposikia hivyo akafurahi sana na kujibu, "Nami nampenda sana, nenda umwambie kuwa kama unampenda sana, utamkuta katika mbuga ya Kyaikuku anapolima njugu mawe. Atanikuta pale wakati anaenda kuhudhuria ikulu kwa mfalme, ili tuweze kuongea." Siku ya pili Bwanamba alienda kuhudhuria ikulu; na Matwi pia akaja kuhudhuria mbele ya mfalme. Basi walipofika, Bwanamba, Matwi, na raia wote wakaingia ndani kuhudhuria mbele ya mfalme. Yule mwanamme akamkonyezea Matwi, naye Matwi akaelewa na kutoka nje. Baada ya Matwi kwenda nje na yule mtumishi wa Bwanamba akaondoka taratibu na kumfuata nje. Huko nje yule mwanamme akamwambia Matwi, "Mwadhama, nilifikisha ujumbe wako; naye alifurahi sana, naye anakupenda sana; anaomba mkutane katika mbuga ya Kyaikuku anakolima njugu mawe ili mpate kuongea." Matwi akamwambia yule mjumbe wake, "Mwambie kesho nikija nimkute kondeni kwake." Basi Matwi akamzawadia mjumbe wake huyo kitu alichokuwa ameomba, ingawa hakijulikani tena.

Basi wote wawili wakarudi ndani ya nyumba. Jioni kila mtu akarudi nyumbani kwake. Yule bwana alipofika akamwambia yule mwanamke, "Kesho atakukuta pale unakolima ili muongee." Yule mwanamke akasema, "Sawa." Kesho yake Bwanamba akaenda ikulu kwa mfalme na mkewe akaenda kulima. Alipokuwa akilima akaja Matwi akamtakia kazi njema; naye akamshukuru. Matwi akamwambia mwanamke , "Siku nyingi nakupenda, natamani tulale pamoja." Mwanamke akajibu, "Sawa, bwana, nami nakupenda sana." Matwi akamwambia, "Nataka nilale nawe leo hii." Aliposikia hivyo akaacha kulima, akaondoka na kumwacha msichana wake wa kazi akiendelea kulima. Walipofika kwa Bwanamba wakapita kwenye mlango wa nyuma wa uzio wa Bwanamba wakaingia katika nyumba ya yule mwanamke. Walipofika yule mama akatandika, wakalala. Hata wakati wa kulala wote Matwi aliangalia kila upande wa nyumbani kuona ilipo ile ngoma. Baada ya kulalana, aliangaza na kuona kitu kilichofunikwa chote na kuuliza, "Hicho ni nini?" Mwanamke akajibu, "Hiyo ndiyo ngoma yenu, inatunzwa nyumbani humu."

Matwi hakujibu neno, bali alimwambia yule mama, "Baada ya siku nne nitarudi." Naye akajibu, "Sawa, Bwana." Matwi aliondoka na kurudi nyumbani kwake. Kesho yake asubuhi Matwi alifika ikulu kuhudhuria mbele ya mfalme. Bwanamba naye alifika ikulu. Matwi na Bwanamba wakaanza kubishana. Matwi akamwambia Bwanamba kuwa mbwa wake walikuwa wanaua wanyama wengi kuliko wa kaka yake. Bwanamba akamjibu, "Mwongo wewe, mbwa wangu ndio hodari kuliko wa kwako. Halafu Bwanamba akamwuliza Matwi, "Kwa nini jana hukudhuria ikulu, ulikuwaje?" Matwi akajibu, "Nilienda kuwinda, nina mbwa hodari sana, niliua mbawala 20, tena na wasasi wangu ni hodari sana kuliko wale wa kwako, akaendelea kusema, tukiwinda wote nina uwezo wa kuua mbawala 30 kabla wewe hujaua hata mmoja." Bwanamba akasema, "Wasasi wangu hawawezi kushindwa na wa kwako hata mara moja." Bwanamba akasema, "Nataka kesho tuwinde tuone ni nani kati yetu ataua mnyama akiwa wa kwanza. Matwi akasema, "Basi na tuwinde katika msitu wa Kyeshenya nami nitakuzidi kuua wanyama wengi. Tena kabla hakujapamzuka nitakuwa nimeshamua mnyama wa kwanza. Basi Bwanamba akarudi nyumbani kwake na Matwi akarudi nyumbani kwake. Usiku Bwanamba akawaambia watu wake, "Pigeni tarumbeta asubuhi mapema sana, ili tuwinde kumzidi Matwi." Basi wasasi wakapiga tarumbeta wakaalikana kwenda kuwinda.

Matwi naye alipofika nyumbani akakusanya watu wake wote na kuwaambia, "Kesho amkeni usiku sana, kila mmoja akiwa na mikuki miwili muelekee Nyungwe, mwingie katika msitu wa Kyeshenya mkipiga tarumbeta usiku ili muwe wa kwanza kuwinda kabla ya watu wa Bwanamba kuja." Halafu akawaambia raia zake wazee na viongozi, baada ya kuingia msituni mkisikia mayowe Kanyigo, mje upesi kwa sababu nitakuwa nimetenda jambo kule kwa sababu kuna kitu nataka kukiteka kule. Hilo lakini aliwaambia watu wake waaminifu, hakuwaambia watu wote kwa kuhofia wasije wakampasha habari Bwanamba.

Basi asubuhi na mapema, walipowika jogoo, Baragumu zilipigwa na watu wote wa Matwi wakaamka wakafanya kama Matwi alivyokuwa amewaambia. Walisafiri usiku wakipiga Baragumu wakaingia katika msitu wa Kyeshenya. Bwanamba aliposikia ya kwamba Matwi ameingia kwanza msituni akahofu angeua mbalawa kabla yake. Basi naye akaondoka na watu wake akaingia msituni kwa kufuata njia tofauti. Lakini Matwi hakujali, alibaki nyumbani ila Bwanamba alidhani Matwi naye ameshaingia msituni. Kulipopambazuka Matwi aliondoka nyumbani akiwa na watu wake wanne akaenda Kikukwe, akaingia nyumbani kwa Bwanamba katika nyumba ya yule mwanamke mpenzi wake. Yule mama alipomwona Matwi akadhani amekuja ili walale pamoja. Matwi akamwuliza mwanamke, "Bwanamba yuko wapi?" Naye akajibu, "Ameenda kuwinda." Basi Matwi akaenda pale ilipotundikwa ngoma akaitoa." Mwanamke alipoona kuwa Matwi ameondoa ngoma mahali pake akataka kumshika kumnyang'anya ngoma. Matwi akamfuma mwanamke huyo kwa mkuki akamwua. Baada ya kumwua akatoka nje, watu wake wakaipokea ngoma wakatoka nje na kukimbia. Kabla ya kukata roho yule mwanamke akatoa sauti ya kukoroma. Watu waliosikia mlio wake wakaja kujua kulikoni. Walimkuta ndio anakata roho. Basi watu hao wakapiga ngoma na kupiga mayowe. Yeye Matwi akaondoka kwa haraka akaenda nyumbani kwake Ishozi. Wawindaji wote waliokuwa msituni wakasikia mayowe na mlio wa ngoma. Watu wa Matwi waliojua siri yake waliondoka haraka msituni na kwenda kwao Ishozi, wakakuta Matwi ameshafika kule. Watu wa Bwanamba waliposika mayowe na mlio wa ngoma ukitoka kwao wakarudi haraka nyumbani. Bwanamba alipofika nyumbani kwake akaambiwa na watuishi wake kuwa Matwi alikuja kwa uficho akaua mke wake na kuondoka na ngoma. Basi Bwanamba akapiga ngoma na watu wake wakakusanyika. Basi Bwanamba akaondoka kwenda kushambulia Ishozi kwa Matwi ili arudishe ngoma yake. Walipoondoka wakapita njia ya tingatinga wakavuka mpaka ng'ambo ya Ishozi. Matwi alikuwa ameshatayarisha watu wake. Basi alipoona washambuliaji wakija akatoka kwake wakakutana katika mbuga iliyo karibu na kwa Matwi wakapigana. Katika mapigano hayo watu walikufa wengi sana. Upande wa Bwanamba ukawaelemea watu wa Matwi. Yeye Bwanamba hakuwepo katika mapigano hayo, bali alikuwa amebaki nyumbani Kikukwe. Matwi akakimbia na kuingia nyumbani kwake Kanyange. Watu wa Bwanamba wakamfukuza Matwi mpaka kijijini kwake. Walipoingia kijijini wakachoma moto nyumba za Kanyange. Matwi na watu wake walipoona kuwa watashindwa wakajihimu na kukabiliana na watu wa Bwanamba na kuwaua kwa wingi. Watu wa Bwanamba wakaelemewa sana. Watu wa Bwanamba walipoona kuwa wengi wao wamekufa na wao wamebaki wachache wakapita katika tingatinga mpaka ng'ambo ya kwao Kikukwe. Basi Matwi akawaambia watu wake wasiwafukuze adui zaidi, wasivuke tingatinga kwani upande wa pili ndipo mfalme baba yao alipo. Matwi na watu wake wakatoka vitani na kurudi nyumbani kwao.

Wakati mapigano yakiendelea, Bwanamba alikuwa juu ya mlima karibu na nyumbani kwake akiangalia jinsi walivyopigana. Baadaye aliona watu wake wakirudi wakikimbia na kumpa taarifa kuwa watu wake walio wengi wamekufa. Bwanamba aliposikia kuwa watu wake wote alioamini wamekufa akachanganyikiwa. Akajiuliza, "Huko mbeleni Matwi akiwa mfalme mimi nitamwamkiaje?" Basi akaghafirika na sababu ya hasira akajichoma kwa mkuki, akajiua.[71]

Baada ya Bwanamba kujiua, wazee wakashauriana na kusema, "Maadamu Bwanamba amejiua mwenyewe, shauri lake, yeye sasa ni mtu aliyejiua, kwa hiyo hatuwezi kumzika kijijini kwetu.[72] Apelekwe Kitara azikwe huko.

Mbuga ambapo Matwi aliua watu wengi wa Bwanamba, ilipewa jina la "Mulindike" (Mrundike) ikiwa na maana kuwa aliua watu wengi akawarundika mbugani humo.

Jioni hiyo baada ya kuwaua watu wa Bwanamba, Matwi aliondoka kuelekea kijijini Kyelima ambapo watu wake waliipeleka ile ngoma ya

---

[71] Mlimani ambako Bwanamba alijiulia palipewa jina la "Nyawamira" kutokana na kitenzi "kumira" (kumeza). Maana yake: pamemeza matumaini ya Bwanamba ya kuwa mfalme.

[72] Desturi hii ilianza tangu wakati huo. Mtu akijiua hazikwi kijijini.

ufalme. Alipofika Kyelima aliikuta hiyo ngoma. Pale mahali alipokuta ngoma hiyo akapaita "Mutanga" (Mzuiaji) akiwa na maana kuwa kijiji hicho kimezuia ngoma yake isinyang'anywe.

Baada ya hapo watu wakakusanyika wengi sana. Wakakata miti na matete, wakajenga nyumba. Baada ya kujenga, Matwi akaishi Ishozi akiwa na ngoma ya kifalme, Kachwankizi. Baba yake aliendelea kukaa Kanyigo, katika ikulu yake. Aliishi mpaka akawa mzee sana, na hatimaye aliugua na kufa.

Siku moja, wakati Matwi yuko nyumbani kwake Ishozi, Izinga, mtu mmoja akaja na kumwambia, "Ondoka uende kubusu Mfalme Wanumi, alifariki jana. Matwi aliondoka usiku akafika ikulu, akaingia na kumbusu baba yake, na baada ya kumbusu alirudi usiku na kuingia kwake Izinga.

Baada ya kufariki kwa Mfalme Wanumi, wazee walileta ngozi kavu wakamfunga nayo. Halafu wakamsafirisha mpaka ng'ambo ya mto, Kitara, kama walivyofanya kuhusu Mfalme Kibi na Mfalme Ishamura. Lakini walipofika ng'ambo hawakumzika ardhini bali walikita miti, udongoni wakaleta maiti ya Mfalme Wanumi wakaisimamisha juu ya miti waliyokita.[73] Halafu walileta mikuki wakaikita mbele yake.

[73] Waliamua asizikwe udongoni kwa sababu alikuwa anapagawa kama "mbandwa" kwa hiyo waliamua wamzike kama walivyozika "mbandwa." Sababu iliyofanya "mbandwa" wote kabisa wasizikwe ardhini ni kwamba watu waliogopa mizimu iwapagaayo isiwakasirikie. Ndiyo maana ilikuwa marufuku kuzika "mbandwa" na ndiyo maana Mfalme Wanumi hakuzikwa kaburini.

SURA YA X

MFALME MATWI

Utawala wake
Ikulu zake Kizigo na Kigoma
Mnyambo amkimbiza mtoto wa Bwanamba na kumpeleka Karagwe
Vita 3 za Bwogi na kushindwa kwake
Bwogi aomba amani
Urafiki wake na malipizi yake
Utabiri wa Kabura
Matwi Amalizi uadui kati yake na mwana wa Bwanamba
Uzao wake na uzee wake
Laana yake na kufa kwake

Mfalme Matwi alipofika kwake Izinga watu wakaenda kutafuta moto kama ilivyofanyika kwa ajili ya wafalme waliotangulia. Chumvi ikatafutwa na visima vikachimbwa, watu walimshika sungura. Baada ya hayo yote Mfalme Matwi akaondoka akaenda kuoga. Wakati akioga, matete na miti vilikatwa na nyumba tisa zilijengwa na kumalizika katika siku moja juu ya kilima kilichokuwa hapo karibu.

Kabla ya kuingia katika ikulu yake, Mfalme Matwi alimwondolea kasisi madaraka, akamfunga mtu, akachinja sadaka kadhaa, akatimiza taratibu zote kama walivyofanya Wafalme Kibi, Ishamura na Wanumi, na hatimaye aliingia katika ikulu ya ngoma na kufanyiwa yote waliyofanyiwa wafalme hao wote. Ikulu yake aliyojenga akaipa jina la KAZIGO. Maana ya Kazigo haijulikani tena kwa mtu yeyote. Mama yake mfalme akapewa jina la NYABIKINDI, maana ya jina hilo pia haijulikana. Mwanamke huyo alikuwa wa ukoo wa Bende.

Baada ya siku nyingi za utawala wa Mfalme Matwi, mama wa Bwanamba alikuwa na mtumishi mmoja Mnyambo aliyechunga ng'ombe wa Bwanamba. Mtumishi huyo akamwambia mama wa Bwanamba, "Kwa sababu una mjukuu wa Bwanamba na kwa kuwa Matwi ndiye amekuwa mfalme ambaye ndiye kama aliyemuua Bwanamba, inawezekana sana anaweza akakuua wewe na mtoto wako. Kwa hiyo ondokeni niwapeleke Karagwe mkae huko." Mama wa Bwanamba akakubali ushauri huo, wakaondoka, wakahamia Karagwe. Mnyambo huyo akaenda akamwambia Mfalme Ruhinda aliyetawala Karagwe wakati huo, "Mfalme wangu, nimemleta mtoto wa mfalme wa Kiziba, nyumbani kwao walichukiana, nikaja naye. Mfalme Ruhinda akasema, "Sawa, unaweza kukaa naye." Halafu Mfalme Ruhinda akampa mwanamme huyo ng'ombe wa maziwa na kumwambia, "Mpatie huyo mtoto maziwa apate kunywa."

Mfalme Matwi akaendelea na kuwa mfalme mashuhuri, lakini akakosa mtoto. Baada ya kuomba ushauri wa waganga wazee wakagundua kuwa Bwanamba ndiye aliyemfunga kizazi. Bwanamba alisema, "Wewe ndiwe uliyeniua, basi nawe hutapata mtoto." Basi Mfalme Matwi akabaki hivyo, kila apigapo ramli hafanikiwi kuhusu kizazi.

Wakati fulani ikatokea Mfalme Bwogi wa Kyamutwara akamshambulia Mfalme Matwi. Maadui wakaingilia Kibumbiro na Bugandika. Baadhi walichoma moto Bugandika na Kibumbiro. Mfalme akapiga ngoma watu wake wote wakakusanyika. Wakaondoka wakaenda vitani wakiongozwa na Mfalme Matwi mwenyewe. Walipita njia ya Gera wakaenda. Maadui alikutana nao Bugandika. Mfalme Bwogi hakwenda vitani bali aliwakilishwa na jemadari wake.

Walikabiliana pale Bugandika, wakapigana. Watu wa Kiziba ambao waliishakimbia walipomwona Mfalme Matwi nao wakajihimu. Wakaamka kwa nguvu na kumkabili adui, wakawaua watu wengi kati yao. Watu wa Kyamutwara wakashindwa, wakakimbia. Maadui wengine walikimbilia katika msitu wa Munene, wengine katika ule wa Rwasiina. Mfalme Matwi alipoona wamekimbia akawafukuza akiwa anaua watu wengi sana. Alivuka mpaka ng'ambo ya msitu, akafika Kyamutwara akateka ng'ombe wengi sana kule Katoma katika kijiji cha Kitwe. Baada ya kuteka ng'ombe, Mfalme Matwi alirudi Kiziba akafika Bugandika akakaa pale. Hakurudi katika ikulu yake ya Kazigo kule Ishozi. Alisema, "Hapana sirudi Ishozi, kwa sababu nikirudi huko maadui wanaweza kurudi na kuua watu wangu. Nataka nikae hapa ili niweze kuwaua maadui wengi." Kesho yake Mfalme Bwogi akashambulia tena. Alikuwa amekasirika na kusema, "Matwi aliua watu wangu, ngoja nimshambulie, aje akome."

Mfalme Matwi alipoona kuwa maadui wameshambulia tena, akapiga ngoma, watu wake wakakusanyika. Baada ya watu kukusanyika Mfalme Matwi akamchagua mpiganaji wake shujaa sana aliyeitwa Magembe wa Bugandika aongoze watu vitani. Magembe akaondoka na watu akaenda vitani. Magembe na watu wote wakavuka mpaka Kyamutwara, Mfalme Matwi akabaki na watu baadhi katika mbuga ya Kahongolero. Mapigano yakaanza kati ya watu wa Magembe na maadui. Baada ya muda watu wa Kiziba wakasogezwa nyuma. Basi Magembe alipoona kuwa watu wake wamelemewa akavuka akarudi ng'ambo ya Kiziba, na watu wa Kyamutwara wakiwa wanamwandama. Walipofika katika mbuga alimokuwa akisubiri Mfalme Matwi, watu wa Kiziba wakasimama na yakawa mapigano makali sana. Mfalme Matwi alipoona kuwa maadui wamezidisha nguvu, akasimama mwenyewe akampiga adui mmoja mkuki akafa. Maadui walipoona kuwa upande wao mtu amekufa walikimbia. Mfalme Matwi akaanza kuwafukuza akiwa anawaua watu wengi. Mfalme Matwi akapita njia ya tingatinga akimtafuta Bwogi ili amteke. Lakini hata safari hiyo Mfalme Bwogi hakuja vitani. Basi Mfalme Matwi alipokwenda mbio, watu wa Kyamutwara wakagundua kuwa nia yake ni kuwazuia mbele, basi wao wakapinda wakaelekea vijiji vya Kihanja. Basi Mfalme Matwi akateka ng'ombe wengi sana akarudi nyumbani. Alipofika katika mbuga alikomwulia yule adui, akaacha pale mkuki wake makusudi. Sababu iliyofanya atupe pale mkuki wake haijulikani tena. Hata leo sehamu alipotupa mkuki wake hujulikana kama Kahongolero kwenye mkuki wa Matwi.

Basi Mfalme Matwi akarudi Bugandika na kusema, "Sitoki hapa tena kwa sababu maadui wanaweza kurudi na kuharibu nchi yangu."

Akajenga ikulu yake Bugandika na kuiita "KIGOMA." Maana ya jina hilo haijulikani. Basi Mfalme Matwi akakaa Bugandika.

Mfalme Bwogi akapiga ngoma tena watu wake wakakusanyika, akawapa kiongozi wakashambulia Kibumbiro wakachoma moto vijiji vya Mafundize na Kashaba. Watu wa Kibumbiro wakaona nchi ikiungua moto, wakapiga ngoma, wakakusanyika, wakawafukuza maadui wakarudi kwao. Watu wa Kibumbiro wakarudi kwao lakini hawakuingia katika nyumba zao, walikuwa kambini kwa sababu walifikiri maadui hawakuondoka kabisa. Wabumbiro wakamteua mtu mmoja ili apeleke taarifa kwa Mfalme Matwi amjulishe walivyowaua maadui. Mjumbe huyo akafika kwa Mfalme Matwi akahadithia kisa chote jinsi walivyopigana. Mfalme Matwi aliposikia jinsi raia wake walivyopigana na adui siku iliyotangulia akakasirika sana. Akaondoka akafika Ngono akavuka. Akafuata mwisho wa msitu wa Munene mpaka akafika Kashaba. Alikuwa ameondoka Bugandika usiku, akafika Kibumbiro Kashaba majogoo yakiwika. Asubuhi hiyo maadui wakarudi kupigana, lakini bila kujua kuwa Mfalme Matwi aliishawasili, walidhani ni watu wa kawaida kama wale waliokwishapigana nao. Mfalme Bwogi alikuwa ameweka viongozi wawili katika jeshi lake, Mate na Rulinga. Walipofika Kashaba wakamkuta Mfalme Matwi, wakapigana. Walipoanza kupigana Mfalme Matwi akaamka na watu wengi sana akawafukuza watu wa Kyamutwara kwani hawa walikuwa wachache. Walipokimbia, Mfalme Matwi akawaandama na kuua watu wengi sana. Mfalme Matwi akatua porini, watu wake wakawafukuza na kuwaua maadui. Walipofika Ngarama, Ruhoko na Musira; wakateka ng'ombe wengi sana. Baada ya kuteka ng'ombe nyara wakarudi nyumbani. Wakamkuta Mfalme Matwi akiwasubiri porini wakamwonyesha ng'ombe waliowateka nyara. Mfalme Matwi alipowaona alifurahi sana na kuwashukuru watu wake. Basi Mfalme Matwi akaondoka pale akafika Kashaba kijijini. Watu wakakata miti na matete wakamjengea ikulu pale, ikakamilika naye akaingia. Ikulu hiyo ilikuwa kambi tu alimoanza kukaa, kwani popote alalapo mfalme hujulikana kama ikulu. Asubuhi Mfalme Matwi akatoka nje na kufika katika mbuga iliyoitwa "Kasimbo" akapumzika. Watu wakamletea ng'ombe wote waliowateka nyara jana yake. Wote pamoja walikuwa makundi tisa. Akatenga makundi manne yawe ya kwake. Halafu kuhusu makundi 5 yaliyobaki akawaita viongozi waliotawala vijiji mbalimbali. Mtawala wa Kibumbiro, Mtawala wa Bugandika na watu wake walioitwa "Ikobe", Mtawala wa Buyango na watu wake walioitwa wakati huo "Kagiraki", Mtawala wa Ishozi na Bwanjai na watu wake "Abamirakwo", Mtawala wa Kanyigo na watu wake "Mukomezi", na Mtawala wa Bugandika na watu wake "Murahukya." Lakini majina ya Watawala hao (Abakungu) hayajulikani tena. Mfalme Matwi akawapa ng'ombe wa makundi hayo matano na kuwaagiza wawagawie watu wao waliowateka nyara ng'ombe hao. Watawala hao wa sehemu mbali wakagawia watu wao ng'ombe mmoja au pengine ng'ombe mmoja kwa watu wawili mpaka watu wote wakapata. Watu wote walipoona kuwa wamepewa ng'ombe wengi hivyo, wakamshukuru Mfalme Matwi na kumpatia jina la Rukamira-balenzi-rwa-Kazigo (Mtoa maziwa-kwa-vijana-akaaye-Kazigo). Wakasema, "Baadhi yetu hatujawahi kumiliki ng'ombe, sasa mfalme ametupa maziwa", wote wakajawa furaha. Baada ya hapo Mfalme Matwi akakaa Kashaba siku 40, watu wake walikuja na kuhudhuria kwake pale. Baada ya muda huo akarudi kwake Kigoma, Bugandika. Baada ya siku nne tangu arudi akapokea ujumbe kutoka kwa Mfalme Bwogi ulioletwa na mtu moja aliyemwambia, "Ee mfalme, nimetumwa na Mfalme Bwogi akikuomba muache kupigana nyinyi kwa nyinyi bali mpendane, mtumiane ujumbe wa amani." Mfalme Matwa akajibu, "Sawa, ila Mfalme Bwogi alete ng'ombe wa kunifanya nitundike ngao zangu, niache kupigana naye." Mjumbe akarudi kwa Mfalme Bwogi na kumwambia, "Mfalme wangu, nimefikisha ujumbe wako, yeye akajibu kuwa ni sawa, ila nikwambie umpelekee ng'ombe wa kumfanya atundike ngao zake, asikushambulie tena." Baada ya kusikia jibu hilo, Mfalme Bwogi akampelekea Mfalme Matwi ng'ombe 20 na kijana ambaye angefanya mkataba wa urafiki wa damu. Basi wajumbe wakaja wakafika ikulu na kumwambia Mfalme Matwi, "Mfalme Bwogi amepeleka ng'ombe 20, halafu amempeleka mwanae kukutaka mkataba wa urafiki wa damu." Mfalme Matwi alipowaona ng'ombe akseama, "Sawa sitawashambulia tena, halafu na nyinyi mwache husuda, tuhusiane, mali ya kwenu ije kwangu na mali ya kwangu iende kwenu." Halafu akamleta kijana, ambaye kabla alikuwa ndugu yake, lakini bila shaka si mtoto wake kwa sababu yeye hakuwa na mtoto, akamfungisha mkataba wa urafiki wa damu, na mtoto wa Mfalme Bwogi. Baada ya kuchanjana akawapa ng'ombe wakamchinja na kumla. Halafu akawaagiza akisema, "Nendeni mmwambie Mfalme Bwogi kuwa hamtapigana tena, bali muwe marafiki." Wajumbe wakaondoka wakaenda wakamjulisha Mfalme Bwogi ujumbe wa Mfalme Matwi. Mfalme Bwogi akafurahi sana. Kiziba na Kyamutwara wakaanza kutembeleana. Watu wa Kyamutwara wakaanza kuhudhuria mbele ya Mfalme Matwi na kumwomba zawadi, pia watu wa Kiziba wakaanza kuhudhuria mbele ya Mfalme Bwogi na kuomba zawadi. Basi ikawa amani kati ya nchi hizi mbili. Mfalme Matwi hakupata tenda vita kutoka Kyamutwara mpaka alipofariki.

Mfalme Matwi akaendelea kukaa katika ikulu yake ya KIGOMA, Bugandika na kutembelea mara kwa mara ikulu ya KAZIGO, Ishozi. Basi akaendelea na ikulu 2, mara akae mwezi mmoja KIGOMA, halafu akae mwezi mwingine KAZIGO, hivyo.

Mfalme Matwi akakaa bila mtoto, akawauliza waganga lakini hakufanikiwa, basi yakawa masikitiko. Baada ya kupiga ramli mara nyingi mwishowe akashauriwa kwenda Igara kwa Kabura ili ampe uzazi.

Igara ni nchi fulani na Kabura ndiye alikuwa mfalme wa huko. Yeye Kabura alikuwa mtabiri hodari.[74]

Basi Mfalme Matwi akamtuma mjumbe wake aliyeitwa Mulori, ukoo wake Mukuma, na maagizo haya, "Uende kwa kabura umuulize kwa nini sikupata mtoto." Akawapa mzigo wa mirumba na furushi la kahawa wampelekee Kabura.

Mulori akafunga safari na wanawe 4 wakaenda wakafika Igara, wakaingia nyumbani kwa Kabura. Kabura hawakumwona. Watu wake Kabura wakawapatia mahali pa kulala mpaka siku ya pili. Kesho yake wakarudi kwa Kabura. Halafu Kabura akaenda na kukaa katika chumba cha ndani. Mulori naye akafungua zawadi alizokwenda nazo. Alipozifungua watu wa Kabura wakaziweka, halafu wakamwambia Mulori, "Basi sema ujumbe uliokuja nao." Mulori akakaa sebuleni na kusema, "Mfalme Matwi alinituma niulize kwa nini hakuzaa mtoto, anaomba Kabura umjulishe kwa nini alikosa mtoto."

Basi mtumishi wa Kabura akaondoka akaleta "Oruyebe" juu ya "rushunda", ruyebe ulikuwa umefungiwa chuma cha kengele. Baada ya kutikisa "ruyebe" aliusimamisha kwenye mlango wa chumba ambako alikuwa Kabura. Halafu mwanaume huyo akarudi karibu na mlango na kukaa chini.

Kabura akatamka bila ya kuambiwa lolote, "Matwi aende alete mtoto wa Bwanamba, aliyekwenda Karagwe. Baada ya kumleta yeye na mtoto huyo wamalize uadui kati yao. Halafu Matwi alete kijana mwingine wa ndugu yake alale na mtoto wa Bwanamba.[75] Pia amfanye mtawala wa vijiji, ampe na ngoma. Ngoma hiyo atakayompa aipe jina 'Kachwa Bwiko' (Mwisho wa uadui). Lakini itakuwa yule mtoto wa nduguye ambaye atampa ngoma na kijiji. Mtoto wa Bwanamba ampe Kikukwe kijiji cha baba yake Bwanamba, halafu amjengee nyumba karibu na ikulu ya kufikia kila anapokuwa na zamu ya kuhudhuria mbele ya mfalme. Mfalme Matwi ampende sana kijana huyo mtoto wa Bwanamba. Baada ya kutimiza hayo yote, Mfalme Matwi ndipo atapata watoto. Halafu atafute mkuki, aupe jina la Bishegeshe; maana ya Bishegeshe ni ile mikuki

[74] Maelezo ya Mhariri: Kabura ni mhusika mkuu katika historia ya Mfalme Mahe wa Kyamutwara Kuu, mjukuu wa Kalemera Mugango. Aliporudi kutoka Uganda alikokuwa amekimbilia, Mahe alijulikana kama Rugomora Mahe. Katika safari zake alikaa kama mkimbizi kwa Kabura na mwishowe alimchokoza Kabura mpaka huyu akaagua kuwa Mahe angerudi Kyamutwara kuwa mfalme. (Angalia uk. 19 - 20, *Rugomora the Great: The Haya Iron King of rhe 17th Century: Rugomora Mkuu: Mfalme wa chuma wa Wahaya wa Karne ya 17*).

[75] Mtoto atakayelala na mtoto wa Bwanamba, naye akiwa mvulana, watalala kwenye nafasi moja, walale pamoja, wajifunike mrumba mmoja, hapo ndipo uadui utaisha.

*Maelezo ya mhariri: Katika toleo la mwanzo, maelezo haya yalikosewa na kuwekwa kwenye uk. wa 146 badala ya 143.

iliyomchoma Bwanamba akatoka damu wakati wa kufa kwake. Mkuki huo ampe mtoto wa Bwanamba. Na hapo baadaye mtu yeyote atakayeua mtu ni mtoto huyo atakayemshika na kumnyang'anya mali yake yote. Sehemu ya mali hiyo itakuwa ya kwake na nyingine itakuwa ya mfalme. Hiyo ndiyo iwe kazi na cheo chake ikulu. Baada ya hayo Mfalme Matwi atafute mwanamke aliyeachwa, tena wa ukoo wa Batundu, amwoe ili amzalie mtoto. Baada ya kujifungua asimnyonyeshe mwanwe bali aachishwe ziwa, na Mfalme Matwi ampeleke kwa mwanamme mwenye mwanamke aliyezaa mtoto mwingine ili mwanamke huyo anyonyeshe mtoto wa kwake na wa mfalme. Baada ya kujifungua mtoto mwanamke huyo wa mfalme afukuzwe arudi kwao, wala asiruhusiwe kumwona mwanae aliyemzaa, bali wamfiche kwa sababu akimwona mtoto huyo anaweza kufa."

Baada ya kupata uaguzi huo, Mulori, mjumbe wa mfalme alirudi nyumbani. Alipofika nyumbani akaenda ikulu na kumpa Mfalme Matwi taarifa ya uaguzi wa Kabura. Akamweleza kila kitu. Basi Mfalme Matwi alituma watu 4 kwenda Karagwe kwa Mfalme Ntale na kusema, "Mfalme Matwi ametutuma kukuomba umpelekee mtoto wa kaka yake Bwanamba. Mfalme hakumfukuza bali yeye alikimbia tu. Sasa anaomba umpeleke kwake ili ampe mali."

Wale wanaume wote 4 walifunga safari na kwenda Karagwe, kule walitoa kwa Mfalme Ntale ujumbe wa Mfalme Matwi. Mfalme Ntale akasema, "Sawa, mpelekeni mwanae kwake." Mtoto na bibi yake wakaondoka wakaja na wajumbe wa Mfalme Matwi. Walipofika, mfalme alikuwa KIGOMA, Bugandika. Siku hiyo walilala bila kuonana na mfalme kwa sababu waliogopa ule uadui kati yao. Kesho yake Mfalme Matwi alitoka Kigoma akaenda Kazigo, Ishozi. Yule kijana aliyetoka Karagwe naye akapelekwa Kazigo. Mfalme Matwi alipofika Kazigo akaandaa yote yaliyohitajiwa kuondoa uadui. Asubuhi walileta mtoto wa Bwanamba na mtoto mwingine, labda wa nduguye, pia wakaleta na mbuzi. Mtoto wa Bwanamba akashika kichwa cha mbuzi na yule mtoto mwingine akamshika upande wa nyuma. Waganga wakakamata yule mbuzi vipande viwili, nusu kwa nusu wakati watoto hao wawili wakiwa wamemshika. Mtoto huyo aliyemshika mbuzi pamoja na mtoto wa Bwanamba, alifanya hivyo badala ya mfalme, ndiyo maana walisema kuwa mfalme ameondoa uadui. Jioni mtoto wa Bwanamba na yule mwingine waliwalaza wote kama alivyoagiza Kabura. Asubuhi yule mtoto aliyeondoa uadui na mtoto wa Bwanamba akapewa na mfalme ngoma iliyopewa jina la Kachwa-Bwiko (Mwisho wa uadui) kama alivyoagiza Kabura, halafu akapewa kijiji cha Ruhano. Halafu mkuki alioshika Mfalme Matwi wakati wa kuondoa uadui ndio aliompa mtoto wa Bwanamba na Kuuita Bishegeshe, halafu akamrudisha mtoto huyo katika kijiji cha baba yake Bwanamba. Halafu mtoto huyo akajengewa nyumba karibu na ikulu. Tangu wakati Mfalme Matwi alipotenda kitendo cha kumaliza uadui, watu walianzia hapo kutenda kama yeye mpaka leo. Pia ndipo Mfalme Matwi alimpa mtoto wa Bwanamba cheo cha kunyanga'anya mali ya kila auaye mtu.

Baada ya hayo yote Mfalme Matwi alitafuta mwanamke wa ukoo wa Batundu aliyetengana na mmewe akalala naye. Alipolala naye, mwanamke huyo akachukua mimba. Mfalme Matwi hakulala na mwanamke huyo mara nyingine.

Mwanamke huyo baada ya kipindi wamalizacho wanawake wote, akajifungua mtoto. Mara tu baada ya kujifungua mtoto, mara mtoto wakamwondoa (Mtoto aliyejifungua alikuwa mvulana). Walifanya kama Kabura alivyoagiza; wala mama hakumtambua vizuri mwanae kwa sababu walimnyang'anya mama mtoto kabla hajamwangalia vizuri, alishtukia hana mtoto tena.

Mfalme Matwi akapata habari kuwa raia wake mmoja, jina lake Nshambu, amepata mtoto siku hizo. Basi akaagiza, "Pelekeni mwanangu kwa Nshambu ili mke wake amnyonyesha mwanangu." Basi wanaume wawili na kijakazi aliyebeba mtoto, walimpeleka kwa Mshambu na kumwambia, "Tumetumwa na Mfalme Matwi kukuletea mtoto wake, anataka mke wako amnyonyeshe pamoja na mwanao. Lakini anasema usimwambie mtu hata mmoja kuwa huyu ni mtoto wa mfalme, uwaambie watu kuwa ni mtoto wako na kuwa ulizaa mapacha."

Basi watu hao wawili na kijakazi wakarudi Ishozi wakamwambia mfalme walivyofanya. Mfalme kasema, "Sawa." Mwanamke huyo aliyezaa mtoto, siku chache baada ya kujifungua, Mfalme Matwi akamwambia, "Rudi nyumbani kwenu." Basi mwanamke huyo akatoka Ikulu akarudi nyumbani kwa baba yake.

Mtoto akakaa kwa Nshambu, akakua. Mfalme Matwi alipeleka mara kwa mara ng'ombe wa maziwa kwa Nshambu ili mwanae anyonyeshwe. Mtoto akaachishwa ziwa akafikia umri wa kwenda na mtoto wa Nshambu aliyenyonya naye kuchunga ndama mbugani.

Siku moja yule kijakazi aliyembeba mtoto huyo na kumleta kwa Nshambu pamoja na wanaume wawili, alipokuwa matembezini alimkuta mtoto wa mfalme mbugani akamkumbuka. Baada ya kumwona alienda kwa mama wa mtoto huyo akamwambia, "Una habari? Mtoto wako hakufa, yuko hai, anakaa kwa bwana mmoja aitwaye Nshambu huko

Kikukwe. Ukienda utamwona mtoto aliyevaa shanga miguuni, ukiona shanga alizovalishwa mtoto, huyo ndiye mtoto wako."

Mwanamke huyo alipopata habari hiyo akafurahi sana, akaondoka kwa haraka, asubuhi mapema jua lilipoanza kuwa kali. Alipofika kule alikutana na watoto hao, wa kwake na wa Nshambu, wametoa ndama nje, wanaenda kuchunga. Alipomwona mwanae akampakata mapajani. Wakati amemshika mwanae na kumlea mapajani kwa furaha, akazimia kwa kuzidiwa na hisia, akafa akiwa amemshika mwanae mikononi. Watu waliofika pale na kumwona mwanamke alivyokwisha kukata roho, wakapiga mayowe. Waliopiga mayowe ni watoto waliochunga ndama na watoto hao wawili. Watu wazima walifika wakamwona mwanamke aliyekufa akiwa amempakata mtoto. Baada ya kumwona waliondoka na kwenda ikulu. Walimjulisha Mfalme Matwi kuwa mwanamke alikuja kumwona mwanae, akamkuta anachunga ndama, akampakata na kufa akiwa amemshika mwanae juu ya mapaja yake. Mfalme Matwi aliposikia habari hizo akakumbuka uaguzi wa Kabura. Basi Mfalme Matwi akasema, "Mwanangu hafi tena. Mama yake amekufa badala yake. Jambo ambalo lingemwua mtoto, limemwua mama yake, amemponya mwanae. Mfalme Matwi akasema tena, "Nendeni mkamzike kwa vitu 9. Vitu 9 kwa mfano, mirumba tisa."[76]

Mfalme Matwi akazidi kuagiza, "Baada ya kumzika mama yake mumrudishe kwangu." Baada ya maagizo hayo Mfalme Matwi akaondoka Kazigo akaenda Kigoma, Bugandika. Halafu akasema, "Wale ng'ombe waliokuwa kwa ajili ya maziwa ya mwanangu, msiwahamishe waacheni wawe mali ya Nshambu."

Basi watu wakaenda, wakarudi Kikukwe, wakamzika yule mama wa mtoto kama walivyoagizwa na Mfalme Matwi.

Baada ya kumzika wakamleta mtoto, wakampeleka Kigoma alipokuwa Mfalme Matwi. Mfalme alipomwona mwanae akafurahi sana kwa sababu tangu azawaliwe alikuwa hajawahi kumwona. Akaagiza watumishi wake wampeleke mwanae kwa raia wake mmoja aitwaye Kagembe, ukoo wake Mwende, apate kukaa huko akae Bugandika. Halafu baada ya kumwona mwanae akampa jina la "KITONKIRE." Akawaambia watu wote, "Mwiteni Kitonkire kwa sababu alipozaliwa, hakumnyonya mama yake mzazi. Ndiyo maana nimempa jina la Kitonkire.

[76] Kwa sababu siku zote mtu mwenye cheo au heshima kubwa huzikwa kwa vitu 9. Hata kwenye mazishi ya wafalme vitu vitumikavyo hesabu ya kila kimoja huwa 9. Tisa huchukuliwa kama hesabu yenye bahati. Kwa hiyo mwanamke huyo aliheshimiwa sana kwa sababu alikuwa amenzaa mtoto wa mfalme.

Basi mtoto Kitonkire akapelekwa kwa Kagembe, mtumishi wa mfalme, akaa huko. Mfalme Matwi akampa ng'ombe wa maziwa na wasichana wa kumlea. Mfalme Matwi alimshukuru sana Nshambu akisema, "Ulimlea vizuri mwanangu." Akampa zawadi ya ng'ombe 4. Nshambu akarudi nyumbani kwa furaha mpaka kwake Kikukwe.

Baada ya kutatua matatizo hayo, Mfalme Matwi alizaa watoto wengine wengi, kwa sababu Bwanamba ndiye aliyekuwa amemzuia kuzaa. Baada ya kuondoa uadui akaanza kuzaa sana.

Basi Mfalme Matwi akakaa katika ikulu yake Kigoma, akawa mzee sana. Akawa analala usingizi siku2, au 4 au pengine hata siku 9 bila kuamka.

Mfalme Matwi akawaita watu wake na kuwaambia, "Wakati mnanibeba kutoka Kigoma kwenda Kazigo msinipitishe kwenye pengo la baridi, njia ya Rukurungo.[77] Watu wakajibu, "Ndiyo."

Siku moja Mfalme Matwi akalala usingizi, watu wake wakasema, "Maadamu amelala usingizi tukatishe kwenye pengo la baridi." Hii ni kwa sababu walikuwa wamechoshwa na kupita njia ya chini. Wabebaji wakamweka katika ngozi kama ilivyokuwa desturi yao wakaongoza kupitia katika pengo la baridi. Walipofika katika pengo la baridi Mfalme Matwi alitoka usingizini na kuuliza, "Mbona baridi imekuwa kali, hapa ni wapi?" Wakamwambia kuwa walikuwa katika pengo la baridi. Mfalme Matwi akawaambia, "Nyinyi ni watu msiojali, niliwakataza njia ya pengo la baridi, sasa mmethubutu kunipitisha njia hiyo?" Akawaambia, "Basi nirudisheni Kigoma. "wakamrudisha huko. Kiasi tu cha kufika ikulu akakata roho.

Baada ya kufariki kwa Mfalme Matwi, mwanae Kitonkire akambusu. Kabla hajakata roho, Mfalme Matwi alisema, "Mmenipitisha katika sehemu niliyowakataza kunipitisha, mlitaka nife upesi, basi na nyinyi hamtakuwa na maisha marefu. Mtakuwa mnakufa katika umri mfupi." Wakati anafariki, Mfalme Matwi alikuwa amezeeka na kuwa mkongwe sana. Tangu hapo hakuna mfalme aliyawahi kuishi umri mrefu kama yeye.

Basi alipokufa Mfalme Matwi mwanae Kitonkire akamrithi. Kitonkire alitoka katika ikulu ya Mfalme Matwi pamoja na ngoma na vitu vingine vya kifalme akajenga ikulu ya muda katika kijiji cha Mutukura. Ukaagizwa moto na chumvi na mahitaji mengine ya kumweka mfalme wakfu.

---

[77] Bonde la baridi ni mwanya kati ya milima kunakovuma upepo kutoka Kitwe na Rwasiina kuelekea upande wa Rukurungo na Katendagurao, sehemu hiyo ndiko Matwi hakupenda apitishwe.

Wazee wakashauriana na kusema, "Tumtume mtu aende Igara kwa Kabura ili atueleze mfalme mpya atakavyotawala." Wakamwita yule mwanamme Muroli ambaye Mfalme Matwi alikuwa amemtuma kwa Kabura kuulizia kuhusu swali la uzazi, wakamtuma mara ya pili kwa Kabura ili aulizie akisema, "Mfalme mpya amenituma ili umshauri atakavyotawala." Muroli akafunga safari akaenda Igara kwa Kabura. Alipofika kule alilala siku moja, siku ya pili akaingia nyumbani kwa Kabura akiwa na mashuka sita ya mirumba na chuma ambacho hakijafuliwa akamwambia, "Mfalme wetu mpya amenituma kukuomba wewe uwe ndiwe mshauri wake."

Kabura akamwambia, "Rudi umwambie mfalme mpya atoke katika ikulu alipo ajenga ikulu katika kijiji kiitwacho Kishoju. Mfalme wa Bunyoro ataua watoto wake na watu wake wengi. Lakini yeye mfalme akienda yeye mwenyewe Bunyoro kufanya malipizi kwa mfalme wa Bunyoro, katika ikulu yake atamwacha mtu anayeitwa Kashumba, basi akirudi kutoka Bunyoro mfalme ampige teke halifa wake huyo akisema, "Nakufanya mwasi", baada ya hilo aondoke katika kijiji cha Kishoju ajenge ikulu yake katika kijiji cha wajomba zake Bikonge. Akiishi pale wajomba zake wafe wote. Sababu iliyomwua mama yake ndiyo itawaua na wajomba zake Watundu. Baada ya matukio hayo yote yeye atakuwa mfalme asiye na hitilafu yoyote.

Basi Muroli akaondoka akarudi Kiziba. Akampa Mfalme Kitonkire na wazee ujumbe aliopata kutoka kwa Kabura. Mfalme akasema, "Sawa, yote alivyoagiza nitayatimiza."

Baada ya hayo wakampeleka Mfalme Matwi kumzika. Naye wakampeleka Kitara kama wafalme waliomtangulia, pia wakamfanyia kama wafalme hao wakaondoa taya lake na kumzika ndani ya mtumbwi.

SURA YA XI

SEHEMU YA 1

MFALME KITONKIRE (MAGEMBE 1)

Kutawazwa kwake
Kuasi kwa Kahyabara na akili yake
Kusaliti kwa Bihindeki
Kushikwa kwa Kahyabara na kifo chake

Mfalme Kitonkire alipofika kwake Mutukura, aliondoka pale akaenda Kishoju akajenga ikulu, jumla ya nyumba kama za wafalme waliomtangulia, akaoga katika maji ya chumvi ya magadi. Kabla ya kuingia ikulu alichinja sadaka kama wafalme wote. Naye alienda kwenye ikulu ya ngoma na kufanyiwa kama walivyofanyiwa watangulizi wake.

Halafu akaletwa mwanamke wa ukoo wa mama yake Mtundukazi, akawekwa kama mama yake, akapewa jina la "Mwendwa" kama mama wa Mfalme Wanumi.

Basi Mfalme Kitonkire akakaa kwake akiwa Mfalme wa Kiziba. Wazee wakataka wamchagulie jina la kifalme, asiendelee kuitwa Kitonkire. Wakiwa bado wanafikiria jina hilo yeye Kitonkire akawaambia, "Nitaitwa Kagembe kama yule baba aliyenilea huko Bugandika." Wazee wakasema, "Sawa, lakini utaitwa Magembe kwa sababu "Ka" inafanya jina lako kuwa dogo, kumbe wewe siyo mdogo, bali ni Mfalme." Mfalme akasema, "Sawa." Akatoa ng'ombe mmoja akampa yule mzee Kagembe akisema, "Nanunua jina lako, sasa limekuwa langu." Yule baba Kagembe akapewa jina jingine asiitwe Kagembe tena. Basi mfalme akajulikana kama Mfalme Magembe na watu wakawa wanakuja kila siku kuhudhuria mbele yake.

Wakati huo Kahyabara mwana wa Mfalme Wanumi aliyeishi katika kijiji cha Kafunjo akaghairi kuja kutoa heshima zake kwa mfalme, akajikalia nyumbani kwake. Mfalme Magembe akawa anajiuliza kwa nini Kahyabara anakataa kuja kutoa heshima zake kwa mfalme kinyume na raia wengine wote. Basi akaagiza watu wake waende wakamnyang'anye kwanza ng'ombe wake. Lakini Kahyabara aliamka na kuwarudisha ng'ombe wake na kuwapiga wajumbe wa mfalme na kuwafukuza. Watu wakarudi na kumwambia Mfalme Magembe jinsi Kahyabara alivyowapiga na kuwafukuza. Mfalme Magembe akakasirika. Alipiga ngoma raia wote wakakusanyika na kwenda vitani. Kahyabara akakita mashina ya migomba katika mbuga kubwa na kuyafunika kwa vyungu vilivyoonekana kama vichwa vya watu.[78] Halafu akawaweka watu wake katika mbuga hiyo ili wakimbie huko na huko kati ya mashina ya migomba. Mfalme Magembe alipoondoka na watu wake akaketi juu ya mlima, watu wake wakaondoka pale wakafika kwenye tingatinga la Kafunjo wakawakuta watu wa Kahyabara wakaanza kupigana. Kahyabara alikuwa na watu wengi kwa sababu ndiye alikuwa mtawala wa eneo lote la Mazinga. Watu wengi walikufa pande zote mbili. Watu wa Mfalme Magembe walipoona ng'ambo mashina ya migomba wakadhani ni umati wa watu, wakaogopa kuvuka ng'ambo ya pili wakawa wanashuku kuwa huenda ikawa Kahyabara amewaita Wanyoro kuja kumsaidia; kwa hiyo wakaendelea kupigana pale walipokuwa. Jua lilipokuchwa wakaacha kupigana, Mfalme Magembe akarudi kwake na Kahyabara akarudi kwake. Wakaazimia kuendelea na mapigano kesho yake.

Wakati wa usiku kukafika kwa Mfalme Magembe mtu mmoja wa Kahyabara jina lake Bihindeki, ukoo wake Mbango, aliyemwambia, "Ingawa ulishinda unapigana na Kahyabara. Kahyabara hana watu wowote, uliogopa bure, sasa unipe zawadi nikushauri utakalofanya." Mfalme Magembe akamzawadia ng'ombe mmoja aliyemchinja, akampa na nyumba. Bihindeki akaondoka baada ya kumwambia mfalme, "Kesho asubuhi uende vitani, ukifika Kanyamuganja sehemu

[78] Alifanya hivyo ili Mfalme Magembe akiyaona hayo mashina ya migomba kutoka mbali afikiri kuwa ni jeshi kubwa la watu.

mlikokuwa mnapigania, utasikia sauti ya filimbi yangu akisema, "Nenda mbali kuelekea Rugogo (Rugogo ni msitu). Mkisikia hivyo, mwende kule muwashambulie pande zote mbili ili mwaue. Mkitoka sehemu ya nyuma yao mzichome kwanza nyumba zao."

Baada ya kumpa ushauri huo Mfalme Magembe, Bihindeki akaondoka na kurudi kwao.

Asubuhi na mapema Mfalme Magembe akapeleka watu wake vitani. Walipofika Kanyamuganja, walikokuwa wamepigana jana yake, wakakabiliana na watu wa Kahyabara, wakaanza kupigana. Baada ya muda mfupi wakasikia filimbi ya Bihindeki kama alivyokuwa amewaambia. Baada ya kusikia ile filimbi, Mfalme Magembe akatenga baadhi ya watu waliofuata ukingo wa msitu na kufika nyuma ya Kafunjo. Watu hao wakaingia kijijini na kukichoma moto. Kahyabara alipogeuka nyuma akaona nyumba kijijini kwake zinaungua. Ikambidi kukimbia kuelekea kijijini. Basi Mfalme Magembe na watu aliokabiliana nao Kahyabara akavuka tingatinga na kumweka Kahyabara katikati. Watu wa Kahyabara wakauawa wengi na Kahyabara akatekwa.

Mfalme Magembe alikuwa amebaki ng'ambo ya pili ya tingatinga. Baada ya kumteka Kahyabara watu wa Mfalme Magembe wakaenda kumpa taarifa Mfalme kuwa Kahyabara ametekwa. Mfalme Magembe akaagiza, "Nendeni mkamwue." Watu wakaenda wakamwua Kayabara. Mfalme Magembe akamwita Bihindeki na kumwambia, "Kwa sababu wewe ndiwe uliyenishauri vizuri, basi wewe uwe mtawala wa Kafunjo, kijiji cha Kahyabara.

Basi Mfalme Magembe akarudi kwake Kishoju. Nchi yote ikapata amani, Mfalme Magembe akaishi vizuri katika ufalme wake.

SEHEMU YA 2

WATOTO WA MAGEMBE

Vita ya mfalme wa Bunyoro.
Utabiri wa Kabura unatimia
Kufa kwa watoto wa Magembe
Kamahwa, Mashangano na Katamira na msichana Nyabukazi
Mfalme Magembe anajisalimisha Bunyoro
Mgomo wa Kashumba na kufukuzwa kwa Muzinga

Wakati huo Mfalme Magembe alikuwa ameshazaa watoto wafuatao: Kamahwa, Katamira, Mashangano, Muzinga na Msichana Nyabukazi.

Siku moja Mfalme Magembe alifikiwa na Wanyoro, watu wa Mfalme Ruhaga wa Bunyoro. Alisema, "Kwa nini Mfalme aliyepata utawala hakuja kutoa heshima kwangu?" akawaambia watu wake, "Nendeni mkamshambulie." Basi Wanyoro wakashambulia. Walipofika Mtoni wakatengeneza daraja la ngozi kavu za ng'ombe, wakavuka wengi sana. Mfalme Magembe alichagua mwanae Kamahwa aongoze vita. Wakakabiliana na Wanyoro wakapigana. Walipopigana kitambo watu wa Kiziba wakashindwa kwa sababu Wanyoro walikuwa wengi sana. Basi Kamahwa akauawa. Ndugu yake Katamira, alikuwa mgonjwa wa kisonono naye akauawa. Mashangano alitaka kukimbia, akajaribu kuogelea lakini mkondo wa maji ulimzidi nguvu akafa maji. Baada ya kufa majini maiti yake ikakumbwa na maji mpaka Kanyigo. Pale ilitolewa majini na kuzikwa. Kabla hajauawa Kamahwa alikuwa na mbwa wake. Alipokimbia kwenda kujificha mbwa wake alimfuata. Wanyoro wakafuata mbwa wake wakamfikia Kamahwa na kumuua.[79] Wanyoro waliua watu wengi mno, halafu walifika ikulu na kuchoma moto. Mfalme Magembe akakimbia na kujificha. Binti wa mfalme, Nyabukazi, wakamteka na kwenda naye. Walipofika Mtoni wakataka kumvusha lakini msichana huyo akakataa akakaa chini. Walipotaka kumnyanyua akakataa, basi wakampiga wakamwua.

Wanyoro wakaondoka wakarudi kwao Bunyoro. Mfalme Magembe akatoka alipokuwa amejificha, akajenga ikulu mpya karibu na ile ya zamani. Halafu akapiga ngoma akawaambia raia wake waliokusanyika, "Ni nani kati ya koo zenu zote aliye tayari kwenda Bunyoro na kufanya malipizi. Koo zote wakaogopa wakanyamaza kwa kuwa wote waliogopa Wanyoro. Mfalme Magembe akasema, "Fungeni mizigo niende mimi mwenyewe." Hapo ndipo alikumbuka utabiri wa Kabura kwake. Akamwita Kashumba na kumwambia, "Wewe baki hapa, mimi naenda Bunyoro." Basi Kashumba akabaki kama halifa wa mfalme ili kulinda raia na kuwahukumu."

Mfalme Magembe akafunga safari akaenda Bunyoro. Aliondoka na watumishi wake wa vyeo mbalimbali. Alipeleka meno 2 ya tembo, vyuma vya kumtolea mfalme wa Bunyoro, shanga na simbi. Basi akavuka akaanza safari kutoka Kiziba kufika ikulu ya Bunyoro ni safari ya siku 7. Alipofika ikulu watu wa mfalme wakamwona na kumuuliza, "Wewe unatoka wapi?" Mfalme Magembe akawajibu, "Mimi ni Magembe, Mfalme wa Kiziba." Basi wakaenda na kumwambia Mfalme Ruhaga, "Mfalme Mtukufu, kuna Mfalme Magembe wa Kiziba, amefika huku."

Mfalme Ruhaga aliposikia kuwa Mfalme Magembe amekuja akatoka nje ili aonane naye. Alipofika alipo Magembe huyo akamwamkia kwa heshima na kusema. Baada ya salamu hiyo ya heshima, akaja mbele ya Mfalme Ruhaga na kusema, "Mfalme mtukufu, baba yangu Mfalme Matwi alifariki, mimi nikamrithi. Kabla sijaja kutoa salamu zangu, wewe ukanishambulia, ukawaua watu wangu na watoto wangu, sasa nimeamua nije mbele zako nione kwa nini mfalme aliniadhibu na kwa kosa gani. Ndiyo maana niko hapa mbele yako."

Mfalme Ruhaga akasema, "Sawa, vitu ambavyo vimeshaharibika vimeharibika. Hatuna uwezo wa kuvirudisha. Sasa uondoke urudi

[79] Hata sasa, baada ya Kamahawa kuwapagaa watu ni marufuku mbwa kuingia katika gashani lake; kwa sababu Kamahwa husema kuwa mbwa ndiye alimsaliti na kumuonesha kwa maadui wakamwua.

kwako Kiziba, wala usirudi huku tena. Mfalme haendi mwenyewe; yeye hutuma. Basi nawe uwe unatuma watu wa kuja kunifikishia salaamu zako. Lakini usiwe jeuri na kuniasi. Nitakupa watu wangu wakusindikize njia yote. Kila waonapo ng'ombe wawanyang'anye na kukupa wewe, pia vitu vingine watakavyoona vile, wakupe upeleke kwenu."

Mfalme Ruhaga hakuonana naye tena. Palikuwa na mwanamme mmoja aliyeitwa Kalyabigunju, yeye ukoo wake alikuwa Mubiito kama Mfalme Ruhaga. Huyu alipomwona Mfalme Magembe akampenda sana, wakafunga mkataba wa urafiki wa kuchanjana. Baada ya kuchanjana naye akamwambia Mfalme Magembe, "Napenda twende wote, wewe uwe bwana wangu." Akaondoka akaja naye. Kijana huyo alikuwa bado mdogo wa umri, tena alikuwa hajawa na mali nyingi.

Basi Mfalme Magembe akaondoka na watu wa Mfalme Ruhaga aliompa wamsindikize na kumpatia ng'ombe wa kunyang'anya njiani. Umoja wa watu hao ulijulikana kama "Bahura." Basi wakaja wakinyang'anya ng'ombe kwa ajili yake. Basi Mfalme Magembe akavuka akiwa na ng'ombe wengi sana. Alipovuka mpaka Kiziba akafika nyumbani kwake. Alipofika raia wote wakaja kumlaki pamoja na Kashumba halifa wake. Mfalme Magembe alipomwona Kashumba akampiga teke na kusema, "Nakufanya mwasi usije ukanifanya mimi niasi." Alifanya hivyo kutimiza utabiri wa Kabura. Basi Kashumba akaondoka na kwenda nyumbani kwake Rugaze.[80]

Mfalme Magembe akasema, "Hapa ni mahali pasipofaa. Kijiji hiki ni "Kyamukumura" kwa sababu wanangu wamefia hapa."

Basi akaondoka Kishoju akaenda Bikonge. Hapa akajenga ikulu yake mpya. Wakajua Mfalme Magembe yuko Bikonge, Kashumba alikufa kijijini kwake Rugaze. Watu wakasema, "Hawezi kuzikwa kijijini kwa sababu ni mwasi tangu mfalme alipompiga teke. Basi wakampeleka Nkenge na kumzika huko. Watu wote wakasema, "Kashumba amekufa kwa sababu Mfalme Magembe alimfanya mwasi kwa kumpiga teke."

Mfalme Magembe aliendelea kukaa kwake Bikonge. Alimpenda sana rafiki yake Kalyabigunju aliyekuja naye kutoka Bunyoro. Alimpa wanawake wengi na ng'ombe wengi mno. Kalyabigunju huyo alilala ikulu kwa vile mfalme alimpenda sana. Basi Kalyabigunju akapendwa sana na Mfalme kuliko watu wengine wote. Siku moja watu wakaja na kumwambia mfalme, "Mtukufu Mfalme, mwanao Muzinga na mtumishi wako Kalyabigunju waishio ikulu, siku zote hulala na wake

[80] Hata sasa pale Kantare-Rugaze kuna kaburi la Kashumba – mwasi. Mfalme hawezi kujenga nyumba pale. Ni marufuku kwa sababu gashani ni la Kashumba. Sehemu moja ya kijiji huitwa KYAKASHUMBA.

zako." Habari hiyo ikamkasirisha sana mfalme. Akamfukuza mwanae Muzinga. Muzinga alipofukuzwa akavuka mto mpaka Kitara. Akaishi katika kijiji kiitwacho Ilumo walipokaa mafundi wa kutengeneza ngozi wa ukoo wa "Wakyaga." Muzinga alifanya urafiki nao, akaishi nao naye akajifunza ufundi wa kutengeneza ngozi. Kalyabigunju akajengewa nyumba nje ya ikulu. Yeye hakufukuzwa kwa sababu alikuwa rafiki mkubwa wa Mfalme Magembe.

SEHEMU YA 3

MFALME KALEMERA ASHAMBULIA MFALME MAGEMBE

Mfalme Kalemera aharibu Kiziba
Kurudi kwa Muzinga na kushindwa kwa Kalemera
Mfalme Kalemera ajificha na kuokoka juu ya jukwaa la ndizi
Kifo cha Kaza na kupagawa kwa Magembe

Mfalme Magembe akaishi nchini kwake na watoto wake wawili: Kahiigi na Rutahindwa. Kahiigi aliishi Kijumo na Rutahindwa aliishi Rukurungo.

Siku moja Mfalme wa Kyamutwara, Kalemera II akashambulia Kiziba na kuchoma moto Bugandika. Wakati huo Kahiigi na Rutahindwa walikuwa bado wadogo, hawakuwa na nguvu. Maadui wakachoma moto vijiji vyote mpaka wakafika Ndwaniro, mbuga ya Kishoju na kupigana. Walikaa pale siku nyingi wakipigana kila siku. Mfalme Kalemera mwenyewe akakaa Kijumo. Kila asubuhi alivigawa vikosi vyake vilivyoshambulia Buyango na Kanyigo. Akaleta mbuzi wake akawaweka katika msitu wa Kantare. Nia ya kufanya hivyo alisema kuwa mbuzi ndio wajuao kuteketeza misitu; kwa hiyo alitaka kuharibu msitu ambapo watu hukimbilia wasipate tena mahali pa kukimbilia wakati wa vita. Akachoma moto ikulu ya Mfalme Magembe, naye Mfalme Magembe akakimbilia msituni Mifunyai akakaa huko. Mfalme Kalemera akakaa Kiziba na kuiharibu sana. Kwenye jiwe ambako alisimama kugawa vikosi vyake leo panajulikana kama KYA-KALEMERA.

Wakati Mfalme Magembe yuko Mifunyai asijue la kufanya, akamwita mtu wake Nyakayaga, ukoo wake Muziba-Mutaraara, ambaye ndiye aliyepiga filimbi Ntineirai, akamwambia, "Ondoka uende alikoenda Muzinga umpelekee sindano na uzi wa ngozi; ukimwona umwambie, wewe umekaa huku kusafisha ngozi lakini Kiziba imeingiliwa, mwambie kama hataki kurudi hapa kupigana apokee sindano na uzi wa ngozi awe mwanamke ashone ngozi." Mwanamme huyo Nyakayaga akaondoka akaenda Ilumo, kijiji cha Bakyaga. Alipofika mbele ya nyumba akapiga filimba yake. Muzinga alikuwa nyumbani akisafisha ngozi na wenzake. Aliposikia, akawaambia wenzake, "Filimbi inayolia si ya hapa, inafanana filimbi ya Kiziba." Wakaacha kusafisha ngozi kitambo. Nyakayaga akapiga tena filimbi yake. Muzinga akatoka nje na kumbe akamwona Nyakayaga mtumishi wa baba yake. Akamshika mkono akamwingiza nyumbani. Walipofika nyumbani Nyakayaga akafungua mkoba wake akatoa sindano na uzi wa ngozi na kumwabia, "Mfalme Magembe amekupelekea sindano na uzi wa ngozi ili kama hutaki kwenda kupigana kwa ajili yake, basi ugeuke mwanamke na kushona ngozi."

Muzinga akamwuliza Nyakayaga, "Adui ameharibu vipi Kiziba?" Nyakayaga akajibu na kumwambia, "Adui ameharibu sana Kiziba kiasi kwamba Mfalme Magembe amekimbilia msituni Mifunyai na Mfalme Kalemera ametoka kwao na kuishi Kiziba na kuisambaratisha." Muzinga akachinja dume kwa ajili ya mtumishi wa baba yake. Halafu akamtuma, "Nenda umwambie Mfalme Magembe apigane na maadui, na umwambie kuwa mimi Muzinga nitamsaidia."

Yule mwanamme Nyakayaga akarudi na ujumbe huo kwa Mfalme Magembe. Baada ya hapo Mfalme Magembe akaanza kupigana na adui. Baada ya kutuma ujumbe kwa baba yake akamwambia mtawala wa Ilumo na wa vijiji vingine wamsaidie kupigana na maadui wanaopigana na baba yake. Watawala hao wakakusanya kikundi cha mitumbwi nyingi wakaabiri na kufika Bushasha, Bugabo. Wakatoka kwenye mitumbwi wakaanza kuchoma moto nyumba na kukata migomba kwa sababu wanaume wote wa Kyamutwara walikaa na mfalme wakiharibu Kiziba. Muzinga akafika kwenye ikulu ya Kalemera akaichoma moto. Halafu akamshika binti wa Mfalme Kalemera akamkata mikono na midomo, akawapa watu wa Mfalme Kalemera na kuwaagiza, "Mpelekeeni Mfalme Kalemera mmwambie kuwa yeye amekazana na kuharibu Kiziba lakini nyumbani kwake kumeharibiwa." Mfalme Kalemera alipomwona binti yake aliyekatwa mikono na midomo akapata uchungu mwingi. Akaamuru wapiginaji wake waache mara moja kupigana na kurudi nyumbani. Kwa hiyo watu wa Kyamutwara wakashindwa na kukimbilia nyumbani.

Watu wa Mfalme Magembe waliua maadui wengi mno, hata wengine walitumia kotama kuwaua; wakawa pia wanatikisa mizinga ya nyuki, nyuki wakawauma maadui na kuwaua. Wakaua watu wengi mno. Mfalme Kalemera akakosa mahali pa kwenda kwa sababu nyumbani kwake ndiko Muzinga alipokuwa akisambaratisha kila kitu. Mfalme Kalemera akaingia katika kijiji cha Kayanga, katika nyumba ya mwanamme mmoja aliyeitwa Kahaibale. Alipoingia nyumbani mle, Mfalme Kalemera akaona jukwaa la kuivisha ndizi za pombe, akakwea juu ya jukwaa hilo ili kujificha. Watu wote wa Mfalme Kalemera wakasambaa pote, wakajificha katika misitu ya Kalembo na Munene sababu waliogopa kuridi nyumbani kukutana na Muzinga.

Jioni Mfalme Kalemera akamwona mwenye nyumba Kahaibale akija. Alipofika nyumbani kwake Kahaibale akatoka kutoa mirumba yake kwenye jukwaa alipojificha Mfalme Kalemera. Kahaibale akamwona Mfalme. Mfalme akamwambia mwenyenyumba, "Mimi ni Mfalme Kalemera, usiniue. Tuchanjane." Wakachanjana. Baada ya kuchanjana Mfalme Kalemera akamwambia Kahaibale, "Unipeleke kwetu Kyamutwara nikupe mali." Kahaibale akakubali, akampeleka Mfalme Kalemera kwake Kyamutwara. Kule Mfalme Kalemera akamzawadia Kahaibale ng'ombe 60 na wanawake 5, akamfanya mtawala wa kijiji kilichoitwa Yombwe.

Muzinga akapata kutoka Kyamutwara ng'ombe wengi na mali nyingi sana na ngoma nyingi. Alipofika katika kijiji cha Kashenge akatundika ngoma hizo mitini na kuzipiga, zikatoa mvumo mkubwa sana. Halafu alituma mtu aende amwite Mfalme Magembe atoke kule alipokuwa amejificha. Kisa cha kupiga ngoma alikuwa anataka Mfalme Magembe asikie na aje.

Mtu mmoja akafika alipo Mfalme Magembe na kumwambia kuwa mwanae Muzinga alikuwa amekuja baada ya kuiharibu Kyamutwara. Mfalme Magembe akasema,"Sawa." Basi akafurahi sana kwani mwanae amewaua maadu na kumaliza vita. Akasema, "Si niliwaambia kuwa "Mwaka Gushuubirwe" (Mavuno yaliyotazamiwa) atakuja." Basi akaondoka akatoka msituni akaja nje. Alipofika katika tambarare ya Nyanga akaona jiwe akaketi juu yake; Muzinga akaja akamkuta hapo. Muzinga akamwelezea baba yake aliyvopigana na akatoa kwake ng'ombe na vitu alivyoteka. Mfalme Magembe alifurahi sana kuona ng'ombe na vitu vingi namna hiyo. Lile jiwe ambako aliketi linajulikana kama Jiwe-Jeupe mpaka leo. Kwa sababu pale alipokea vitu vizuri, vilivyofanya roho yake iwe nyeupe. Sehemu Muzinga alipopiga ngoma panajulikana kama "KITI-KYA-NGOMA," (mti wa ngoma) mpaka leo. Muzinga hakuondoa ngoma hizo pale na kuzileta Kiziba; aliziacha pale na yumkini zilioza pale kwa sababu hawakuzipenda kwa vile zilikuwa za Kyamutwara na siyo zao.

Baada ya matukio hayo, Mfalme Magembe aliondoka na kwenda Mweyanjale alipojenga ikulu mpya. Baada ya kujenga ikulu yake akaamuru ijengwe nyingine mbele ya ile yake kwa ajili ya Muzinga. Ikulu ya Mfalme Magembe na ile ya mwanae Muzinga zikawa zimekabiliana. Mfalme Magembe akakaa pamoja na mwanae Muzinga wakawa wanatawala nchi pamoja. Mfalme Magembe baada ya kuhukumu kesi aliipeleka kwa Muzinga ili na yeye ahukumu kama alivyofikiri. Kila mtu aliyehukumiwa nao alisema kuwa amehukumiwa na Muzinga na Magembe. Muzinga na Magembe walileta amani nchini mwao. Hata sasa watu wahukumuo husema, "Hebu tutoe hukumu kama ya Muzinga na Magembe." Maana yake hukumu safi kama waliyotoa Muzinga na Magembe. Mfalme akaishi katika nchi yake na mwanae Muzinga ambaye naye aliheshimwa kama Mfalme. Wakyoga walioishi na Muzinga uhamishoni Ilumo Mfalme Magembe akawapa kijiji cha Mifunya kama zawadi yao. Walipendelea kukaa Mifunya kwa sababu kijiji kilikuwa karibu na mto na wao walikuwa wavuvi. Watu wa Kitara ambao walienda vitani na Muzinga, Mfalme Magembe akawapa ng'ombe wengi sana wakarudi kwao.

Moto aliochoma Muzinga kule Bugabo, Kyamutwara, ndio ulioenea na kuchoma misitu yote. Kutoka Bugabo ulifika Kiziba na kuchoma misitu ya Kajai, Rushalira, Rushaaru na misitu mingine yote mpaka ikaisha. Hata sasa watu wanapochimba ardhini chini sana hugundua miti iliyotoweka ardhini. Miti hiyo hujulikana kama "MAZOORO", hutumika kwa kuchoma mkaa. Alipochoma moto huo ndipo alipewa jina la MWOKYA-NSHARU (Mchomaji wa matingatinga).

Mfalme Magembe aliendelea kuishi. Nyakati hizo alifika kijana fulani mhamiaji kutoka Mpororo aliyeitwa "KAZA." Kaza alipofika akaishi kwa Mfalme Magembe, na mfalme akampenda sana. Siku moja Mfalme Magembe alikuwa anatembea ndani ya ikulu yake akiwa na wapendwa wake Kaza na Kalya-bigunju. Wanawake wa mfalme walipowaona wakasema, "Angalieni jinsi Kaza alivyo mzuri kuliko Mfalme," na kweli Kaza alikuwa mzuri wa sura. Mfalme Magembe alisikia maneno yao akakasirika na kusema moyoni, "Wanathubutuje kusema kuwa mtumwa wangu ananizidi mimi?" akakasirika sana. Akawaita wanawe Muzinga na Kahiigi na kuwambia, "Nendeni mkakate vitawi vya kuagulia mwende navyo katika mbuga ya Kyabishumba mkiwa na Kaza. Mkifika kule mchimbe shimo refu na jembamba. Baada ya kuchimba shimo hilo nyinyi kwa zamu muingize mikono yenu mkisema, "Mfalme anatibu shida zote na kuziweka ndani ya shimo jembamba, basi ziingie humo, bali sisi zisituingize katika shimo kama hilo." Mkiweka mikono yenu msishindilie sana udongo ili baadaye muitoe bila shida. Lakini Kaza akiingiza mkono nyinyi mshindilie sana ili asiweze kutoa mkono wake ili afie pale."

Basi Muzinga, na Kahiigi na Kalya-bigunju na Kaza wakaenda na kufanya kama alivyoelekeza Mfalme Magembe. Wakachimba shimo refu na jembamba. Baada ya kufanya hivyo wakaingiza mikono yao zamu kwa zamu. Kaza alipoingiza mkono wake wakashindilia sana asiweze kuutoa tena. Alipokwama hivyo wakamchoma kwa mikuki akafa, wakaondoka na kumwacha pale. Kaza alikuwa mgomvi sana kiasi kwamba walimwogopa sana, ndiyo maana walifanya mbinu ya kumchimbia shimo kama hilo. Waliporudi nyumbani walikuta Mfalme Magembe na wakeze wote wamepagawa na mzimu wa Kaza.

Wazee wakafanya shauri wakapiga ramli wakaona inafaa kumhonga Kalya-bigunju rafiki wa mfalme ili huyo apagawe badala ya mfalme. Kwa hiyo Kalya-bigunju akalala pamoja na mfalme juu ya kitanda kimoja, kesho yake Kaza aliishampagaa Kalya-bigunju. Wakaleta binti wa mfalme aliyeitwa Nyante, wakaleta ngoma wakaipa jina "Kasike'enyege" likiwa na maana kuwa mfalme amejiletea shida kwa kuwafanya wageni tu kuwa marafiki zake, wakaongeza na ng'ombe tisa, wakavipeleka kwa Kaza kijijini Kashenye alikokaa. Walipofika mara hiyo akaja mwanamke wa ukoo wa Bagabo akiwa amepagawa na Kaza.[81] Mwanamke huyo wakati anapita akienda kuchota maji Mtoni alimkuta Kaza yuko karibu kukata roho. Alimwonea huruma, akautoa mkono wake shimoni kwa kufukua, halafu akampa maji ya kunywa. Kaza alimpagaa mwanamke

---

[81] Tangu zamani za Mfalme Magembe, siku iliyotangulia mwezi mwandamo na mwezi mpevu wapishi wa mfalme hawakumletea mfalme chakula cha usiku. Hii ni kwa sababu watu walisema mwezi ulikuwa na huzuni ndiyo maana haukuandama au haukuwa mpevu. Na kwa hiyo mtawala wa nchi ilibidi afunge chakula. Hii ni kwa sababu mwezi ulikuwa kitu muhimu sana. Lakini baadaye wazee wakasema, "Haifai mfalme kufunga chakula katika utawala wake." Kwa hiyo waganga (embandwa) waliulizia kuhusu jambo hilo na mizimu ikaelekeza mkuu wa ukoo wa Wagabo afunge chakula badala ya mfalme. Tangu hapo kabla ya mwezi kuandama au kuwa mpevu mkuu wa Wagabo alilala bila kula chakula kwa niaba ya mfalme. Ndiyo maana watu huseme Wagabo hawali chakula cha usiku; ilikuwa wakati wa utawala wa Mfalme Matwi Wagabo walipopewa kazi hiyo.

*Maelezo ya Mhariri: Hakuna sehemu yoyote katika maandishi maelezo haya yanahusishwa nayo.

huyo kama shukrani. Alisema, "Huyu ndiye mama apewe mali yote watakayonihonga." Mzimu wa Kaza ukasema, "Nataka twenda mlimani Byeberengero, ndiko mtakaponitolea sadaka." Wote wakaondoka kwenye mlima huo. Walipofika pale wakakusanya ng'ombe wote wa Kiziba. Kaza akasema, "Kamueni maziwa, na pigeni mishale ng'ombe itoke damu, ili maziwa na damu vitiririke mpaka Kabubi, pale nilipouawa; hapo ndipo nitaamini kuwa Magembe amenitolea sadaka."

Basi ng'ombe wakakamuliwa maziwa, wakapiga mishale ng'ombe damu ikadondoka, maziwa na damu vikatiririka mpaka Kabubi. Akiwa amempagaa yule mwanamke Kaza akaangua kicheko cha furaha na kusema, "Magembe alinichimbia shimo kama la nyoka, mimi nilitaka kumchimbia shimo la mauti."[82] Wazee wakamwambia, "Basi mweshimiwa tukupeleke Kihaana, kijiji alichokupa mfalme." Yeye aliyekuwa amepagawa akaenda Kihaana na kulala huko siku moja, akarudi mlimani Kyebelengero walikomwaga maziwa na damu, wakamjengea pale. Wakaleta na ushanga mmoja mkubwa sana wenye madoadoa, pamoja na mirumba na kafara, na ushanga huo wakasema kuwa nayo ni sadaka kutoka kwa mfalme. Kaza akasema, "Nimemshikisha adabu kweli." Kuhusu msichana Nyante, Kaza alisema," Huyu sasa ni mtumwa wangu, siyo binti-mfalme tena, kwa sababu kwa nini wakati wa uhai wangu hawakumtoa kwangu akawa mke wangu? Jina lake siyo Nyante tena, ataitwa Nyamihanda." Ule ushanga hata leo watu huutumia kwa matusi wasemapo, "Mwangalie meno kama ushanga wa Kaza," wakimtukana mtu mwenye meno makubwa.

Baada ya kumtolea Kaza sadaka Mfalme Magembe akawa hapagawi tena, akaendelea kama mfalme katika nchi yake, kisa cha Kaza kikaisha.

[82] Maana yake, nilitaka kumwua.

SEHEMU YA 4

VITA NA KARAGWE

Ruhinda mfalme wa Karagwe ashambulia Kiziba kuiharibu
Mwigara aiharibu Kiziba
Kushindwa kwa Wanyambo na kuuawa kwa Kahiigi
Kutekwa kwa Mwigara na kuuawa kwake
Ruhinda atoa sadaka kwa Magembe.
Vita ya pili kati ya Kiziba na Karagwe
Ruhinda ashindwa kabisa.
Bugunda kwa Mugasha
Kashfa ya Magembe na kisasi cha Mwigara
Kufa kwa Magembe

Mfalme Magembe akastawi nchini mwake. Ikatokea kuwa Mfalme Ruhinda wa Karagwe akamshambulia. Kiongozi wa vita akamchagua Mwigara mwanae. Mfalme Ruhinda hakwenda vitani. Mwigara akashambulia akiwa na watu wengi mno. Walipofika Kibumbiro kwenye mto Mwisa, wakakabiliana na watu wa Kiziba. Walipigana muda mfupi watu wa Kiziba wakakimbia. Baadhi yao wakaenda Kitara na wengine wakakimbilia msituni Munene. Basi Mwigara akavuka mto Ngono akachoma moto na ikulu ya Mfalme. Mfalme

Magembe akakimbilia Ruzinga, kesho yake akavuka mpaka Bugombe, Kanyigo. Hapo Mwigara akaiharibu Kiziba akawaweka watawala katika vijiji vyote. Mwigara akajaribu kumshambulia Magembe ili amtoe Bugombe lakini akashindwa mara mbili. Mapigano yalikuwa Kikongoro.

Mwigara, baada ya kushindwa kumg'oa Magembe, akapiga ramli ili ajue kama atamshinda. Wakachinja kuku na kutabiri. Mtabiri wa Mwigara aliitwa Rushwashwa. Kuku akaonesha kuwa Mwigara ataiharibu Kiziba lakini kuku huyo akaonesha kuwa baadaye Kiziba itawageuka na kuwaua. Mwigara alipoona kuwa kuku alikuwa na utabiri mzuri, wakamweka majini ili waone kuwa kesho yake angeendelea kuwa na utabiri mzuri.

Wakati wa usiku mtabiri huyo Rushwashwa akasema moyoni, "Hebu nimpeleke kuku huyu kwa Mfalme Magembe ili awaue maadui wake, halafu ndiye atakayekuwa bwana wangu na kunipa mali nyingi kuliko mfalme wa Karagwe. Akaondoka na kuku aliyemtabilia Mwigara ushindi, akaenda mpaka mahali alipokuwa Mfalme Magembe huko Bugombe. Alipofika kule akaomba ajulishwe kwa Mfalme Magembe ili apate kumwambia neno.

Walinzi wakaenda wakamwambia Mfalme Magembe kuwa kuna Mnyambo anayetaka kumwambia neno. Mfalme Magembe akawaambia wamwite aje mbele yake. Wakamwita akaja. Alipofika mbele ya mfalme akamwambia, "Mtukufu Mfalme, tumeagua kuharibu nchini yako, lakini baada ya kuagua mimi nikaona kuwa baada ya kuharibu nchi yako wewe baadaye utawaua maadui wako kwa wingi, basi baada ya kuwashinda maadui wako, mimi utanipa nini?"

Mfalme Magembe akasema, "Sawa, kwanza niwaite waganga wangu wamwangalie kwanza kuku huyo, asije akawa ameletwa kuniua mimi mwenyewe." Lakini wazo lake hili hakumwambia Rushwashwa.

Basi wakaitwa waganga watabiri wa Mfalme Magembe wakamwangalia huyo kuku aliyeletwa na mwaguzi wa Mwigara. Wakamwambia Mfalme Magembe, "Ni kweli baadaye tutawaua, basi sasa kwanza kukimbia mpaka hapo adui atakapokuja kushambulia. Mfalme akamwambia Rushwashwa, "Nikishinda na kuwaua maadui wangu, wewe nitakupa binti yangu umwoe, halafu nikupe na utawala wa kijiji na pia ng'ombe wengi uwe tajiri." Siku ya pili naye mfalme akaagua na kutabiri kumzika kambalemamba njiani ili maadui wakija na kumruka basi angewaua kwa wingi. Baada ya kutabiriwa hayo akaondoka akaenda Buhanga. Wavuvi walileta mtumbwi wakamvusha ziwani mpaka kwenye kisiwa cha Bushungwe, Mfalme Magembe akaishi kisiwani. Wakati huo, Muzinga mwana wa Mfalme Magembe alikaa msituni Ruzinga. Kutoka humo aliwakabili mara kwa mara maadui na kupigana nao.

Asubuhi Mwigara alimwita mganga wake Rushwashwa lakini hakuonekana. Basi Mwigara akaondoka na kwenda vitani, akawatuma wapiganaji washambulie pande zote. Awali ya kwanza alichoma moto kijiji cha Bugombe alimokuwa Mfalme Magembe. Akachoma moto na vijiji vingine vyote, kama Kigarama, Bukwali na Kashenye. Yeye Mwigara wakati huo hakwenda vitani bali alibaki Kitobo. Watu na baadhi ya viongozi wao ndio waliokwenda vitani. Walienda wakichoma moto nyumba na kukata migomba. Walipofika Buhanga wakaweka kambi yao wakakaa na kumsubiri Mfalme Magembe aliyekuwa kisiwani Bushungwe. Wao Wanyambo hawakuweza kuvuka na kwenda kule kwa sababu hawakuwa na mitumbwi wala hawakuwa na ujuzi wa mambo ya ziwani.

Mfalme Magembe akapiga ramli na akaagua kwenda kumsujudia Mugasha (Mzimu). Mugasha alikuwa baharini Bunyaga. Alituma kumsujudia ili ampe mvua iwanyeshee Wanyambo, pinde zao zioze ndipo ataweza kuwaua. Mfalme Magembe alimtuma mtumishi wake na kumwambia, "Mugasha akinipa mvua nami nitampa mwanamke kutoka Isheshe (Visiwa vya Ssese) na kundi la ng'ombe wa mabaka,[83] na pia nitampeleka kwangu nimpe kijii na nimjengee nyumba."

Mjumbe akaondoka akavushwa kwa mtumbwi mpaka kwa Mugasha. Akaingia nyumbani na kumpa ujumbe wote kutoka kwa Mfalme Magembe. Baada ya kutoa ujumbe huo wazee wa Mugasha wakajibu na kumwabia mjumbe wa Mfalme Magembe, "Sawa, rudi nyumbani, Mugasha atampa mvua iue Wanyambo. Nenda umwambie mfalme achukue mkuki auweke katika mpini wa mti wa rugasha ili Mugasha aweze kumsaidia." Mjumbe akarudi akamwambia Mfalme Magembe maneno hayo. Basi Mfalme akakata mti wa rugasha na kuutumia kama mpini wa mkuki.

Magembe alipokwenda kukaa kisiwani Bushungwe alikwenda na watu wake wa ukoo wa Waziba. Watu hawa walipeleka moto na kuni; baadhi yao hawakuzipeleka. Walipofika kisiwani wakamkokea moto akaota. Baada ya kupata joto akasema, "Watu wangu hawa nawapa jina la "Batagabwa." Alikuwa na maana "Siwezi kuwatoa wamtumikie

[83] Ng'ombe wa "mahinda" maana yake ng'ombe wenye madoa makubwa meupe.

mtu mwingine, kwa sababu wamenifanyia jambo la maana kwa kunikokea moto."

Mfalme Magembe alikaa Bushungwe jumla ya siku saba. Baada ya mjumbe wake kutoka kwa Mugasha, ikanyesha mvua kubwa sana. Iliponyesha mvua Mfalme Magembe na watu wake wakalala usingizi, bali Wanyambo walinyeshewa sana kiasi cha kuganda miili. Basi mvua ikaacha kunyesha. Ilipokoma mtani wa Mfalme Magembe akatoka nje na kupiga kelele, "Tumekataa, tumekataa!" Watu wote wakashtuka na kuamka. Baada ya kuamka hawakuweza kuona watu aliokuwa anasema nao mtani wa mfalme. Pia Wanyambo waliokuwa ng'ambo ya pili nao wakashtuka. Basi mfalme akawaambia watu wake, "Ingizeni mitumbwi majini tuwajaribu maadui; tutakaa hapa mpaka lini?" Watu wa mfalme wakapiga makasia wakavuka mpaka ng'ambo Buhanga. Wanyambo wakaamka wakakabiliana nao wakaanza kupigana. Wanyambo walipotaka kurusha mishale yao, pinde zao zikalegea na kukatika kamba kwa sababu zilikuwa zimenyeshewa sana mvua. Kwa sababu hiyo watu wa Kiziba wakawakabili Wanyambo na kuwaua kwa wingi. Watu wa Kiziba wengine waliokuwa wamejificha misituni wakatoka humo na kuanza kuwaua Wanyambo wengi sana. Muzinga akatokea Ruzinga akaja akiwaua Wanyambo. Kahiigi akatokea Ishozi naye akaja akiwaua Wanyambo. Basi Wanyambo wakakimbia wakarudi nyuma. Mfalme Magembe akatoka nyuma, naye akaja akiwaua Wanyambo. Pale walipomuua Mnyambo maarufu, mbuga hiyo ikapewa jina lake. Hata leo mbuga za Kiziba zina majina yanayotokana na Wanyambo mashuhuri waliojulikana, sio ya kila Mnyambo. Wakaenda wakiwaua kwa wingi.

Kahiigi mwana wa Mfalme Magembe aliyetokea Ishozi alikuja akiwaua Wanyambo. Alipofika nyumbani kwake Rukurungo alimkuta kiongozi wa Karagwe aliyeitwa Rukokobe. Rukokobe alipomwona akiua raia wake akarusha mshale akamwumiza kifua. Watu wakamfikia Rukokobe na kumwua. Baada ya kifo cha Rukokobe, Wanyambo wakashindwa na kukimbia. Basi Kahiigi akanyanyuliwa na kuletwa katika kijiji cha Ruheru na kuwekwa hapo. Wakamletea dawa ya kuganga jeraha. Halafu wakaondoka usiku huo na kuja Ruzinga. Walipofika Ruzinga wakamweka chini tena kumpa dawa. Pale alifika mama mmoja wa Kigesho, alipoona Kahiigi hali chochote sababu ya maumivu makali akampa ngogwe Kahiigi akisema, "Walau jaribu kula ngogwe kidogo." Kahiigi akala Ngogwe lakini akaanza kukohoha na mbegu za nyanya hizo zikawa zinadondoka kutoka kinywani mwake mpaka chini. ngogwe alizokula hazikumfaa lolote.

Walitoka Ruzinga wakafika Kikukwe. Pale Kikukwe Kahiigi alifariki akazikwa.[84]

Baada ya kuwapagaa watu, Kahiigi alijigamba
Mimi ni Walao ngogwe
Na kukohoa mbegu zake
Mkuu wa Kabato

Alijiita hivyo kwa sababu ya ngogwe alizopewa na yule mama wa Ruzinga akala. Kahiigi alimpagaa mwanamke huyo ambaye alimwita naye mama yake kwa sababu alimhurumia akampa ngogwe wakati wa kufa kwake. Pale ambapo Kahiigi alipumzika ilijengwa ikulu yake. Rukurungo kuna ikulu yake kwa sababu aliishi pale baada ya kumrithi ndugu yake Rutahindwa. Ruheru alipopumzika pana ikulu yake, pia Ruzinga kuna ikulu yake. Hata leo Kahiigi huwaadhibu watu wengi kwa kuwafanya wakohoe na kufa. Mtu akikohoa kwa sababu ya Kahiigi haponi tena. Watu wengi hufanya malipizi kwake na humwogopa sana. Kahiigi hakuwa mfalme, bali mwana wa mfalme tu. Kabla ya Kahiigi kukohoa, inaonekana ugonjwa wa kukohoa ulikuwa haujajulikana nchini Kiziba. Baada ya kufa kwa kukohoa na ugonjwa huo ukaingia watu wakaupa jina la "Kahiigi." Hata leo mtu afapo kutokana na kukohoa, watu husema ameuawa na Kahiigi.

Pia Muzinga na baadhi ya watu wakaendelea wakiwaua adui. Walipofika Bubuga wakakutana na Mwigara, mwana wa mfalme wa Karagwe aliyekuwa kiongozi wa vita wakamshika mateka. Pale waliua Wanyambo wengi sana wasioweza kuhesabika. Baada ya kuwashinda hivyo Wanyambo wale waliookoka bila kuuawa wakafukuzwa mpaka Mwisa, mpaka wa Karagwe na Kiziba.

---

84 Kahigi alipoanza kupagaa watu alijigamba akisema, Mimi ndiye
Watu hula ngogwe (ntongo) na kukohoa mbegu zake
Mwana maarufu wa Kabato.

Alijiita hivyo kwa sababu ya ngogwe alizopewa na mwanamke wa Ruzinga. Yeye Kahigi alimpagaa mwanamke huyo akisema kuwa naye ni mama yake kwa sababu alimwonea huruma na kumpa ngogwe wakati wa kukata roho. Sehemu zote alipopumzika Kahigi, baada ya kuanza kupagaa watu, palijengwa madhabahu zake. Rukurungo kuna madhabahu yake kwa sababu alikaa huko alipokuwa amemrithi kaka yake Rutahindwa. Pia Ruheru alipopumzika alijenga madhabahu yake. Ruzinga pia alijenga madhabahu yake. Hata leo Kahigi huadhibu na kuwaua watu wengi kwa kuwafanya wakohoe kama yeye alivyokufa akikohoa. Kahigi akimfanya mtu akohoe mtu huyo haponi tena. Watu wengi hufanya malipizi kwa Kahigi na humwogopa sana. Kahigi hakuwa mfalme, bali alikuwa mwana wa mfalme tu. Kabla ya Kahigi kufa kwa kukohoa yumkini ugonjwa wa kukohoa ulikuwa haujajulikana nchini Kiziba. Baada ya Kahigi kufa kwa ugonjwa huo na watu wengi wakafa kwa ugonjwa huo wakaupa jina la KAHIGI. Hata sasa mtu akifa kwa ugonjwa huo watu husema ameuawa na Kahigi.

Habari ya kutekwa kwa Mwigara Mwana wa Mfalme Ruhinda ikamfikia Mfalme Magembe, na pia akapewa habari ya kutekwa kwa ng'ombe wengi waliokuwa wameletwa kutoka Karagwe kuwapatia maziwa Wahima na wana wa mfalme, maana hawa hawakula chochote ila maziwa na nyama. Alipopata habari ya kutekwa kwa Mwigara, Mfalme Magembe alifurahi sana, akasema, "Wamemwua mwanangu Kahiigi, basi nendeni mkamwue Mwigara afe naye kama mwanangu." Wazee wakamshauri mfalme wakisema, "Tusimwue sasa hivi, kwanza tutake malipizi ya ng'ombe wengi wa kumkomboa mwana wa mfalme." Mfalme Magembe akakubali ushauri wao na kuamuru Mwigara apelekwe kijijini Katonga alindwe pale mpaka watakapopata malipo ya ng'ombe wengi, lakini baadaye wamwue. Ushauri huu ilikuwa siri yake na wazee wake, tu, raia hawakujua linaloendelea.

Basi Mfalme Magembe alienda kwake Mweyanjale akajenga ikulu akakaa humo. Watu wote waliokuwa wamekimbilia Kitara wakarudi. Waliporudi mfalme akatoa amri ya kuvuta maiti zote za Wanyambo waliouawa na kuzitumbukiza mitoni na ziwani ili kuepuka harufu mbaya. Hata hivyo watu hawakuweza kuondoa maiti zote kwa sababu Wanyambo walikuwa wameingia kwa wingi nyakati mbali katika kipindi cha miezi miwili waliyoikalia Kiziba na kuiharibu. Wanyambo waliobahatika kurudi Karagwe walienda wakamweleza Mfalme Ruhinda kuwa watu wake wengi walikuwa wameuawa na pia mwanae Mwigara aliuawa.

Mfalme aliposikia habari ya kifo cha mwanae alisikitika sana. Akawapeleka watu waende Kiziba wapate habari sahihi kama kweli aliuawa au kama alitekwa.

Watu waliotumwa wakaja wakafika ikulu. Mfalme akapata habari akaamuru waletwe mbele yake. Walipofika mbele ya mfalme wakasema, "Mfalme mtukufu, tumetumwa na Mfalme Ruhinda, kuulizia kama ulimteka mwanae, umpelekee habari ili aje amkomboe mwanawe." Mfalme Magembe akasema, "Sawa, mwanae ninaye. Nendeni alipo, mjue kuwa kweli ninaye, halafu mwende mkamwambie Mfalme Ruhinda achukue ng'ombe wote wa Karagwe awalete waijaze Kibumbiro na mito inayoizunguka ndipo nitampa mwanae."

Wajumbe wakaenda wakamwona Mwigara na macho yao, halafu wakarudi Karagwe na kumpelekea ujumbe Mfalme Ruhinda wakisema, "Mfalme wa Kiziba anasema umpelekee ng'ombe wengi wajaze Kibumbiro ndipo akupelekee mwanao. Mwigara bado anaishi kweli nasi tumemwona kwa macho yetu."

Mfalme Ruhinda alipohakikisha kuwa mwanae bado yu hai, na kuwa wametaka ng'ombe ili amkomboe, alifurahi sana. Akasema, "Sawa, nitamkomboa mwanangu."

Akaanza kukusanya ng'ombe. Akawatuma watu wake akisema, "Nendeni katika nchi yangu yote mswage kwa nguvu ng'ombe wengi muwalete hapa." Watu wakaingia katika vijiji vyote wakanyang'anya na kuleta ng'ombe wengi sana.

Basi Mfalme Ruhinda akawapeleka ng'ombe hao wakaja wakajaza Kibumbiro yote toka mpakani na Karagwe mpaka Kihani kwenye mto Ngono.

Basi mjumbe wa Mfalme Ruhinda akafika mbele ya Mfalme Magembe na kumwambia, "Mfalme Mtukufu, tumeshaleta ng'ombe, nao wamejaza Kibumbiro yote, basi tunaomba utupe Mwigara tumpeleke nyumbani."

Mfalme Magembe akajibu, "Ondokeni mwende zenu, Mwigara hayupo, nimeshamwua kwa sababu mliua mwanangu Kahiigi, ndiyo maana nimememwua mwana wa Mfalme Ruhinda kujilipiza kisasi cha mwanangu Kahiigi mliyemwua."

Basi watu wakampeleka nje Mwigara ili kumwua. Wakampeleka Ibaraihangwe na pale walimwua. Baada ya kumwua wazee wakasema, "Kwa sababu Mwigara ni mgeni hatazikwa nchini mwetu, apelekwe Kitara azikwe huko." Watu wakampeleka. Wakati wa kumpeleka walifika Nyamilima. Wakamweka chini ili kungoja mtumbwi wa kumvusha. Walipomweka chini akamezwa na kichuguu.

Basi Mfalme Magembe akakusanya ng'ombe akafanya makundi mengi sana, halafu akawagawia raia wake wote ng'ombe wengi, kila mmoja akapata ng'ombe wake, maana ng'ombe hao walikuwa wengi sana.

Mfalme Ruhinda apigana na mfalme Magembe mara ya pili na kushindwa kabisa

Wajumbe wakarudi kwa Mfalme Ruhinda na kumwambia, "Mfalme Magembe amemwua mwanao Mwigara kwa sababu, anasema, ulimwua mwanae Kahiigi, naye sasa amemwua Mwigara kujilipiza kisasi kwa ajili ya Kahiigi, na ng'ombe amewachukua.

Mfalme Ruhinda akakasirika sana, akasema, "Kama Mfalme Magembe aliamua kumwua mwanangu kwa nini aninyang'anye na ng'ombe wangu." Akawa amekasirika sana, akapiga ngoma na kusema, "Ngoja nende tukabiliane." Baada ya kupiga ngoma watu wote wakaenda vitani. Mfalme Ruhinda mwenyewe akaongoza jeshi lake kushambulia Kiziba. Alipofika Kibumbiro akalala pale. Mfalme Magembe akapata habari kuwa Mfalme Ruhinda amemshambulia naye akapiga ngoma ya vita. Wakapatana namna ya kumkabili adui. Mfalme Magembe akasema, "Mimi nitavuka Nkenge niende Kagarama, nikifika kule niwashe mwenge ili mjue kuwa nimeshafika kule." Muzinga akasema, Mimi nitaanza kupigana nao ng'ambo, Kihani, sitaruhusu wavuke kuja upande wa huku. Wakafanya mbinu ya kuwavuta ili wakija wawaweke katikati ili wawaue vizuri Wanyambo.

Mfalme Magembe akapata habari kuwa Mfalme Ruhinda mwenyewe anaongoza jeshi lake. Kwa hiyo Mfalme Magembe akaondoka usiku na kufika Kagarama. Alipofika kule akawasha mwenye juu ya kilima ili kujulisha kuwa Mfalme Magembe ameshafika huko na ili Muzinga auone moto huo. Ikawa asubuhi, Mfalme Ruhinda akashambulia na kumkuta Muzinga Kihani. Wakakabiliana, wakaanza kupigana. Walipopigana Wanyambo wakashindwa. Walipokimbia Muzinga akawafukuza akiua wachache. Mfalme Ruhinda alikuwa amebaki Kitengule. Raia na viongozi wao ndio walikuwa wanapigana. Walipofika Ngorogoro Wanyambo wakasimama wakaacha kukimbia. Ikawa vita kali na Muzinga akajeruhiwa mkono kwa mshale, na kupigana wakapigana sana. Mfalme Magembe alipoona kuwa wamekataa kushindwa akaamuka yeye na watu wake akapita nyuma ya Wanyambo. Wanyambo walipoona kuwa wameshambuliwa kwa ghafla wakakimbia. Watu wa Kiziba wakawafuata wakiua Wanyambo wengi mno. Muzinga alipoona kuwa amejeruhiwa akaomba afungwe mkono aendelee kupigana. Wakamfunga, akapigana. Walipofika kwenye kijito cha Kamaizi, Wanyambo wakakatalia pale, wakapigana sana kwa sababu baadhi ya wale waliokuwa wamekimbia walirudi kuwasaidia wenzao. Wakapigana sana. Muzinga akapata majeraha 9. Baada ya kujeruhiwa kwa Muzinga, watu wa Kiziba wakapigana sana na kuwafukuza Wanyambo.

Wanyambo wakakimbia bila kusimama. Walipofika Mwisa, mpakani na Karagwe, Mabano, mwana wa Mfalme Ruhinda akauawa, basi Wanyambo wakashindwa wakarudi kwao Karagwe. Viongozi wa Kiziba wakakata mti na kuukita katikati ya Mwisa na kuwaambia Wanyambo, "Mti huu ndio "Inyeisa", tumewafanya mnye mavi. Njoni huku Kiziba kutuchungia ng'ombe wala siyo kutushambulia kwa sababu leo tumewafanya mnye mavi." Mpaka leo Mwisa hujulikana kama kwenye "kati-ka-Inyeisa."

Basi Mfalme Magembe na raia wake akarudi kutoka vitani. Muzinga akaletwa mabegani mpaka ikulu Mweyanjale. Mfalme Magembe akaingia kwake ikulu. Muzinga akawekwa nyumbani kwake, akauguzwa mpaka akapona. Hakufa kwa sababu ya majeraha.

Ndiyo maana alipewa jina la utani, "Ruhungura Ngoma na Mijwo rwa Kaita" (Asalimishaye Ufalme kwa Damu, mtoto wa Kaita). Kilima cha Kagarama Magembe alipowasha mwenge ili Muzinga ajue kuwa amefika, kilipewa jina la "BALIBONA-MYAI."[85] Kile kijito Kamaizi Mzinga alipopatia jeraha na baadaye akapona, jina lake lilibadilishwa na kuitwa K'AMATA kwa sababu ni kijito kizuri chenye bahati maana jeraha alilopatia pale Muzinga halikumwua.

Baada ya kuwashinda Wanyambo mfalme alikaa nyumbani kwa amani, Kiziba haikushambuliwa tena na nchi yoyote nyingine.

Baada ya Mfalme Magembe kukaa siku nyingi kwa amani, Wanyambo kutoka Karagwe wakaja Kiziba kwa wingi. Walikuja minajili ya kuchunga ng'ombe kwa sababu Karagwe kulikuwa kumebaki ng'ombe wachache tu. Wala wasingevumilia kukaa Karagwe kwa sababu wachungaji hao chakula chao ni maziwa. Wasingekuja Kiziba wangekufa. Walipokuja Mfalme Magembe akawapa makundi ya ng'ombe wakachunga, na hawakurudi Karagwe. Huo ndio mwanzo wa koo fulani zilizotoka Karagwe, zilifika wakati huo maana Wanyambo wakutapo ng'ombe ndipo waishipo.

Mfalme Magembe alipoona amekaa kwa amani, na vita yote ikaisha alifurahi sana.

Mganga Rushwashwa aliyemwibia kuku wa Mwigara akampa zawadi yake. Alimwoza binti wake wa kuzaa, akampa vijiji viwili, Ngorogoro na Kabingo, akamzawadia na kundi kubwa la ng'ombe. Basi Rushwashwa akabaki Kiziba akawa mganga wa mfalme. Watoto aliowazaa ndio ukoo wa Balenge wenye kazi ya uganga wa kuagua kwa kuku kama babu yao Rushwashwa.

Mfalme Magembe akaenda kijijini Bugunda akajenga ikulu. Akamleta mwanamke wa Kisheshe na kundi zima la ng'ombe wa mabaka akawaweka katika nyumba hizo alizojenga na kusema, "Angalia Mugasha nakutolea sadaka kwa sababu ndiwe uliwafukuza maadui zangu uliponipa mvua nikawaua Wanyambo. Yale niliyoagana nawe nimekupa. Mugasha akampagaa huyo mwanamke wa Kisheshe aliyepewa, naye akakaa nyumbani kwa Mugasha na Bugunda ikajulikana kama ikulu ya Mugasha. Kila mara Mfalme Magembe alipohitaji mvua alituma kwa Mugasha. Bugunda; na aliendelea kutoa sadaka na kuweka humo vitu vingine vingi.

Baada ya siku nyingi Mfalme Magembe akiwa katika ufalme wake binti yake aliyeishi ikulu akapata mimba, mimba hiyo alikuwa amepewa

---

[85] Maelezo ya mhariri: Wataona mwanga wa ghafla kama umeme.

na Mfalme Magembe mwenyewe. Ilipoonekana kuwa binti huyo ameipata mimba pale ikulu wakataka isijulikane kuwa ni ya Mfalme Magembe. Wakamwona mwanamme mmoja Muhima aliyekuwa ametoka Karagwe na jina la Muhima huyo aliitwa Mugasha. Ukoo wa Mugasha alikuwa Mumbwi. Wazee wakampeleka binti aliyepata mimba kwa Mugasha wakamwambia, "Tazama mfalme amekupa mwanamke, amekuoza. Ndugu zake Mugasha walipoona kuwa binti-mfalme ana mimba, na ametolewa kwa Mugasha, wakaogopa wakadhani kuwa huenda ikawa Mugasha amempa binti-mfalme mimba. Wakaogopa wakahama na kurudi kwao Karagwe. Lakini Mugasha alijua hajatenda kosa kama hilo, akaamini mfalme amempa mwanamke, basi akamwoa. Baada ya miezi michache wakiwa pamoja, binti-mfalme akamzaa mtoto wa kiume. Mtoto wake akanyonya, akakua na kupewa jina la Kengabo. Akajulikana kuwa ni wa ukoo wa Wambwi ingawa hakuwa wa ukoo huo bali ni mtoto wa Mfalme Magembe, na mama yake pia alikuwa binti wa Mfalme Magembe. Mtoto alijulikana kama Mumbwi kwa sababu Mugasha alikuwa Mumbwi, ndio ulikuwa ukoo wake. Mugasha aliishi Bugandika Igurugati, hata leo ndicho kijiji cha Wambwi. Basi Kengabo akawa mtoto wa Mugasha na kumbe si mtoto wake, ukoo wake akawa Mumbwi na kumbe si Mumbwi. Baadaye alipozaa watoto wasichana wakaolewa na mfalme akazaa nao watoto wa kiume. Watoto hao walipokua wakawa wakorofi na wagomvi. Na mama zao Wambwikazi hawakai kwa amani ikulu bali huwa watu wa mizozo.[86] Hata leo Wambwi huogopwa sana huleta mizozo katika familia za kifalme. Baadhi ya watu husema ukorofi wao ulianza tangu Kengabo alipofanywa kuwa Mumbwi na kumbe ni Muziba. Shida yote ilianzia pale.

Nyakati hizo Mfalme Magembe aliandamwa na mzimu wa Mwigara, mwana wa Mfalme Ruhinda wa Karagwe, aliyeuawa alimwambia Mfalme Magembe akisema, "Hangepokea ng'ombe wa kunikomboa halafu mkaniua." Alimwandama sana na Mfalme Magembe akawa anaugua mara kwa mara. Halafu watoto waliozaliwa ikulu wakawa wanakufa kwa kuandamwa na Mwigara. Waaguzi wakashauri atafutwe mwanamke wa ukoo wa Wasingo, ambao ndio ukoo wa mama wa Mwigara na aolewe ikulu, akizaa mtoto wa kiume mtoto huyo apewe jina la Mwigara, ndipo Mwigara ataacha kumwandama mfalme na watoto wake. Wakati wakifikiria kutuma watu kutafuta mwanamke wa ukoo wa mama wa Mwigara zikapatikana habari kuwa watu wawili,

[86] Maelezo ya mhariri: Matumizi ya tamathali za usemi ni njia ya kuficha athari za matendo ya ngono kati ya jamaa wa karibu.

Iligamara na Buturumba, Wasingo wa Karagwe wamehamia kijijini Bugunda. Mfalme akaambiwa habari hiyo na kwamba watu hao wana watoto wa kike. Mfalme Magembe akaagiza waletwe ili apate kuwapa mali. Mjumbe akatumwa Bugunda, akawaambia. Iligarama akaitikia wito akaja pamoja na binti yake. Buturumba akakataa kuja kwa kisingizio kuwa yeye anapendelea kukaa Bugunda ili watoto wake wapate samaki wa kula, wasije wakapelekwa mahali pengine wakapata dhiki. Mjumbe akarudi ikulu akiwa na Iligarama. Iligarama alipofika ikulu mfalme akamnyang'anya mwanae; binti huyo akawekwa ikulu, Iligarama akapewa kundi la ng'ombe na shamba katika kijiji cha Kafunjo. Iligarama alifurahi sana akamshukuru Mfalme.

Mfalme Magembe aliletewa msichana yule akampiga kofi na kuomba, "Mwigara uache kuniandama, tazama nakutolea mama yako, akimzaa mtoto wa kiume aitwe Mwigara kama wewe, ashike nafsi yako.

Wazee wakamshauri mfalme ahakikishe yule Mnyambo asirudi Karagwe na kuchukua binti yake, Mwigara akazidi kuwaandama kwa sababu msichana huyo alikuwa bado mdogo mno na alikuwa amerudishwa kwa baba yake akue kwanza. Wakamshauri Mfalme Magembe amwoze Iligamara binti-Mfalme, ili huyu amchunge yule msichana mpaka baada ya kuvunja ungo ambapo wangemchukua na kumleta ikulu. Mfalme Magembe akasema, "Sawa." Basi wakampelekea Iligamara binti mfalme akawa mke wake. Halafu wakamwamisha kutoka Kafunjo wakamweka Rwaihorogo; kisha alimwondoa Rwaihorogo na kumpeleka Kyabahima, Ishozi, ili akae huko. Ingekuwa vigumu kwake kutoka kule na kutoroka kwa sababu sio upande unaolekea Karagwe. Wakamwagiza binti-mfalme aliyeolewa na Iligamara ahakikishe mara msichana huyo avunjapo ungo, amlete mara moja ikulu. Basi Iligamara alikaa Kyabahima. Mwisho binti yake alivunja ungo. Basi yule binti-mfalme, mke wa Iligamara, alimpeleka msichana huyo ikulu na kumjulisha mfalme kuwa alikuwa amevunja ungo. Mfalme akaagiza msichana apelekwe kwa mwanae Muzinga ili amwoe. Walimpeleka kwa Muzinga na kumwambia Muzinga, "Mfalme amekuoza msichana huyu." Muzinga alifurahi sana akampokea akawa mkewe na akamshukuru Mfalme. Wakati wote msichana huyo alipoishi kwa Iligamara, Mfalme alikuwa amemchagua mtu mmoja aliyeitwa Ruraba, wa ukoo wa Wasaizi, ili amchunge Iligamara asihame.

Basi Muzinga akalala na mke wake huyo, naye akachukua mimba. Jina lake aliitwa Nyamata. Mimba ilikua na mwishowe akazaa mtoto wa kiume. Mtoto huyo alipewa jina la Mwigara kufuata ahadi aliyokuwa ameweka Mfalme Magembe alipompiga kofi. Akapewa na jina jingine akaitwa Mbogo. Mtoto huyo alipozaliwa walimwondoa kwa Muzinga wakampeleka Ruganjo pamoja na mama yake akawa anamnyonyesha. Alijengewa nyumba huko na Rulaba yule msaidizi alipewa kazi ya kukaa hapo kama mlezi wake. Mwanamke huyo Nyamata hakuolewa tena na Muzinga. Mwigara alikaa nyumbani kwake Ruganjo mpaka akawa mwanamme wa makamo. Baada ya kumzaa Mwigara, Muzinga alizaa watoto wengine: Kashumba na Rubuli, lakini Mwigara ndiye mwanae wa kwanza. Baada ya kuzaliwa kwa Mwigara, Mwigara yule marehemu akaacha kuwaandama mfalme na familia yake.

Mfalme Magembe akawa mfalme mzee na hatimaye akafa. Alipofariki mwanae Muzinga akaja akambusu. Baada ya kumbusu marehemu baba yake, akaondoka na ngoma yake katika ikulu ya baba yake akajenga ikulu ya muda karibu na pale, Kikono.

SURA YA XII

MFALME MUZINGA (NYAKASHOKE)

Ufalme wa Mfalme Muzinga
Mwanawe, Mwigara, aenda Bunyoro kupeleka salamu zake kwa mfalme Ruhaga
Mwigara awa kipenzi wa mfalme wa Bunyoro
Ugonjwa wa Mfalme Muzinga na kufa kwake
Mfalme Ruhaga akataa kumpa Mwigara ruhusa Mwigara anafanya mbinu ya kutoka ikulu kwa Ruhaga

Baada ya siku tisa Mfalme Magembe akatolewa taya, akawekwa katika mtumbwi akasafirishwa mpaka Kitara.

Mfalme Muzinga alienda akakaa katika ikulu ya muda siku kadhaa. Baadaye walikwenda kutafuta moto na chumvi, wakachimba mabwawa, na kumshika sungura. Basi ikulu ya kudumu ikajengwa, nyumba 9 zilizojengwa na kuisha siku moja. Basi Mfalme Muzinga akatoka kuoga, akampiga mganga teke, akatoa kafara akaingia ikulu. Akaenda kwenye nyumba ya ngoma; huko akafanyiwa yote aliyofanyiwa Ishamura, na mwisho akaingia katika nyumba yake mwenyewe. Mama yake akapewa jina Kahita, alikuwa Mshaga ukoo wake.

Basi Mfalme Muzinga akaishi, akajulikana na raia wote wakaja kutoa heshima zao. Baada ya miaka kama 3 wakaja wajumbe kutoka Bunyoro kwa Mfalme Ruhaga. Aliwatuma akisema, "Nendeni mmuulize Mfalme

Muzinga kwa nini tangu atawale hajaja kutoa heshima zake, je amegoma au vipi?" walipokuja wakafika ikulu, walinzi wakatoa habari kwa Mfalme Muzinga naye akaruhusu waitwe. Walipofika mbele yake wakampa ujumbe wa Mfalme Ruhaga. Yeye akajibu, "Hapana, baba alifariki, na tangu hapo nilikuwa sijazoea. Basi ngonjeni sasa nije niwatume watu wa kwenda kukaa kwa Mfalme Ruhaga na kuhudhuria kila siku mbele yake." Mfalme Muzinga akawaita raia wake akawataka wajitokeze baadhi watakaokwenda kukaa Bunyoro ili kutoa heshima zao mbele ya mfalme kila siku. Raia wote wakaogopa wakifikiria kuwa wakienda kule wanaweza kuuawa, kwa sababu waliwaogopa sana Wanyoro. Hapo akajitokeza Mwigara, mwana wa Mfalme Muzinga akasema, "Mimi nitakwenda nitumikie ili niuwakilishe ufalme wetu." Mfalme Muzinga alipoona kuwa raia waliogopa na mwanae ndiye aliyejitolea kwenda kutumika badala yake, akafurahi sana akasema, "Sawa." Akakusanya chuma, simbi na shanga akampa Mwigara ampelekee Mfalme Ruhaga. Basi Mwigara akaondoka akiwa na ng'ombe wengi, baadhi wakiwa wa maziwa, wengine wa kuchinja, akiwa amesindikizwa na watu wengi alivuka na kusafiri mpaka ikulu ya Mfalme Ruhaga. Alipofika akapewa malazi ya muda, baadaye watu wake wakamjengea na kumtengenezea mahali pa kuishi. Baada ya siku mbili akamtuma mjumbe kwa mfalme aliyemjulisha kuwa Mfalme Muzinga alikuwa amemtuma mwanae Mwigara kutoa heshima zake mbele ya Mfalme Ruhaga.

Mfalme Ruhaga akampelekea ng'ombe 8 akisema, "Achinje ale, baadaye nitamwona." Wakampelekea Mwigara ng'ombe hao na ujumbe wa Mfalme. Mwigara akachinja ng'ombe hao akawala na watu wake.

Baada ya siku nne. Mfalme Ruhaga akatoka nje, basi Mwigara akafika mbele ya mfalme kutoa heshima kwa niaba ya baba yake. Halafu akafungua zawadi alizoleta na kumkabidhi mfalme. Mfalme Ruhaga akafurahi na kumshukuru sana. Alimwona Mwigara alivyo mwana wa Mfalme kweli, halafu akauliza, "Kwa nini uje wewe wasije raia? Basi kwa kuwa wamekupeleka wewe, utabaki hapa, uishi nami, utarudi nyumbani baada ya muda mrefu. Mimi nitakupa chakula utakachokula." Hivyo Mwigara akaishi Bunyoro, alikuwa anacheza mieleka pamoja na watu wake na Wanyoro; pia alicheza mchezo wa kurusha mishale. Alikaa huko Mfalme Ruhaga alikuwa anampa vyakula vingi.

Wanyoro walipoona alivyo mtu mwenye nguvu, aliyewaangusha katika mieleka wakampanga jina "Mbogo."

Mfalme Muzinga akaishi katika nchi yake akatawala kwa amani. Hakuwa na vita ya kushambuliwa. Akaishi vizuri katika ufalme wake. Raia wake wakampa majina:

Mchomaji wa matingatinga, mfalme wa Nyanga
Mwenye meno yaliyopinda, mtoto wa Kahita
Ateteaye ufalme kwa damu yake[87]

Basi Mfalme Muzinga akatawala kwa amani nchi yake, bila shida yoyote, kwa sababu hakuna mfalme aliyekuja kumshambulia. Lakini hakutawala miaka mingi, wala hakuwa mzee. Alitawala misimu takribani 4 tu akaugua.

Alipougua wazee wakasema, "Tumtaarifu Mwigara atoke Bunyoro kwa sababu mfalme anaumwa sana." Wakawatuma watu wakaenda wakamwambia, "Tumeacha Mfalme Muzinga akiwa mgonjwa sana, afadhali, urudi nyumbani." Mwigara akatuma ujumbe kwa Mfalme Ruhaga, lakini Mfalme Ruhaga akakataa kumwacha aende. Mwigara alikuwa amekaa Buyoro miaka mitatu. Mfalme Ruhaga alipokataa kumpa ruhusa, wajumbe wakarudi nyumbani.

Mfalme Muzinga akazidiwa na ugonjwa, akafariki.

Mfalme alipofariki, wajumbe wakarudi Bunyoro na kumwambia Mwigara kuwa mfalme alikuwa ameshafariki. Alipopata habari hizo, akawaambia wajumbe, "Msitoe habari hizo kwa mtu yeyote yule." Basi yeye akajisingizia ugonjwa akalala siku 4. Baada ya siku hizo walichanganya maziwa na damu katika chombo naye Mwigara akasema, "Mpelekeeni Mfalme Ruhaga mmwambie kuwa Mwigara ni mgonjwa mahututi anatapika usaa na damu." Baada ya kuona chombo hicho Mfalme Ruhaga akaamuru, "Mnyanyueni mkarudishe kwao, asije akakata roho, akiwa hapa ikawa balaa."

Basi akanyanyuliwa na kusafirishwa. Njiani wakamweka chini akaanza kutembea yeye mwenyewe, kwa sababu hakuwa mgonjwa bali hiyo ilikuwa mbinu ya kumruhusu aje. Mwigara akatembea usiku na mchana mpaka akavuka mto na kufika Kiziba. Alipokuja alikuta mfalme ana miezi minne tangu alipofariki. Alifikia katika kijiji Katoke, Buyango, akajenga ikulu ya muda.

---

[87] Rwokya Nshaaru: Achomaye matingatinga inakumbusha moto aliouchoma wakati wa vita yake Kyamutwara.
Biinonkondo: Meno yaliyopinda: Haijulikani kwa nini walimwita hivyo. Labda meno yake yalikuwa yametokeza nje. Kahiita ni jina la mama yake.
Ruhungura-ngoma-na-mijwo. Asalimishaye ufalme kwa njia ya damu. Inakumbusha alipoumia akasalimisha ngoma isiungue. Na pia alipata ufalme baada ya kuupigania na kuuvujia damu.

SURA YA XIII

MFALME MWIGARA

Kyamutwara inaharibu Kiziba
Mfalme Mwigara achimbisha mto wa Igutu
Mfalme Mwigara amdanganya Mfalme Kalemera III
Utabiri wa Mwigara
Kashumba aonya
Kushindwa kwa Mfalme Kalemera
Majina ya vikosi vya Kiziba
Kashumba arudi Kiziba na kupewa Bitunde na heshima kubwa
Watoto wa Mwigara na kifo chake

Mfalme Muzinga alipofariki ndipo Mfalme Kalemera III wa Kyamutwara aliposhambulia Kiziba, kwani walikuwa wanasema kuwa wakati huo Kiziba walikuwa bado katika maombolezo na kuwa wangeweza kuwashinda na kutawala nchi. Walipokuja wakakuta Kiziba haijawa na mfalme wakaipiga na kuibananga.

Mfalme Muzinga alipofariki hawakungoja atolewe taya bali aliwekwa mara moja katika mtumbwi na kupelekwa mazishini Kitara. Hii ni kwa sababu mara alipofariki maadui wakashambulia. Taratibu zote za kutawaza mfalme hazikufanywa kuhusu Mfalme Muzinga. Mfalme Muzinga alipofariki, Kashumba ndugu yake Mwigara akakaimu ufalme kwa niaba ya kaka yake aliyekuwa Bunyoro. Watu walikuwa wamemchagua Kashumba awe mfalme, lakini yeye alikataa. Alikataa kwa sababu alikuwa anamwogopa kaka yake Mwigara, pia alikuwa anafikiri kuwa kwa sababu Mwigara ndiye aliyotolewa kwa mzimu wa Mwigara wa Karagwe aliyekuwa anamwandama Mfalme Magembe, kwa hiyo kama angerithi ufalme naye angeweza kuandamwa na mzimu huo na kufa.

Mwigara alipotoka Bunyoro akakuta Kashumba ameitunza Kachwankizi. Yeye ndiye alikuwa akilala na ngoma hiyo akiogopa isiporwe. Kashaumba aliposikia kuwa Mwigara amerudi, akatoka nje na raia wote kwenda kumlaki kaka yake; kaka yake alipowasili akamkabidhi ngoma yake na kumwambia, "Niliitunza kwa ajili yako, sasa hii hapa." Mwigara alifurahi sana kuona kuwa ndugu yake alikuwa amemtunzia ngoma yake.

Mwigara alipofika Katoke akawaita raia walikokuwa wamekimbilia misituni wakaja. Walifika mbele yake kwa furaha sana na kusema, "Hatimaye tumepata mfalme." Basi wakamjengea, Mwigara akakaa hapo siku zikapita. Wakati huo wakaja watu kumshitaki Kashumba wakisema, "Anataka kuwa mfalme, tena ana ng'ombe wengi sana wazuri; aliwanyang'nya kutoka kwa watu na kutoka katika makundi ya mfalme."

Kwa sababu hiyo, Mwigara akamshambulia Kashumba akamnyang'anya mali yake na akamfukuza nchini. Kashumba akahama na kwenda Kyamutwara. Siku chache baada ya kufukuzwa kwa Kashumba, Kyamutwara wakashambulia Kiziba. Adui alimkuta Mwigara Katoke wakapigana naye. Mwigara alishindwa upesi kwa sababu alikuwa hajajiimarisha bado na raia wake waliokuwa wamekimbilia nje ya nchi walikuwa hawajarudi. Mwigara alipoona kuwa hawezi akavuka mto wa Ngono, kwenye kivuko cha Kyengezi, akafika ng'ambo Mazinga akalala katika kijiji cha Igoma. Kesho yake maadui wakatokea upande wa pengo la Kagarama wakaja kupigana na Mwigara. Hata safari hiyo Mwigara alishindwa na kukimbilia katika tingatinga la Bigega, Mazinga.

Baada ya kumshinda Mwigara, maadui walirudi kwao Kyamutwara. Raia wa Kiziba wakatoka kule walikokuwa wamejificha wakaja kwa mfalme. Walipokusanyika wakaanza kushauriana. Wakasema, "Kyamutwara wana nguvu kuliko sisi, je wakirudi tufanyeje?" wakakubaliana waende katika kijiji kidogo cha Igutu,[88] karibu na mto Kagera, wajenge ikulu. Baada ya kujenga ikulu wakashauriana wachimbe

[88] Tangu hapo mfalme wa Kyamutwara alipiga marufuku usafirishaji wa kondoo kutoka Kyamutwara kumpeleka Kiziba.

mto kukizungushia kijiji cha Igutu. Ushauri huo ulitolewa na Mfalme Mwigara mwenyewe. Ndiye aliyewaambia watu wake wachimbe mto upande wa Kiziba ili Igutu izungukwe na maji, ili watu wa Kyamutwara wakija wazuiwe na mto pande zote.

Watu wakaanza kuchimba mto, wakaanzia Kagera na kukizunguka kijiji mpaka upande wa pili wa Kagera. Wakaendelea kuchimba, lakini walipokuwa karibu na kumaliza wakachoka, wakakaa kitako. Mfalme Mwigara akatoka nje akakuta wameacha kulima wamekaa kitako. Alipoona walivyochoka akasema, "Nyie rai wangu, mmeshindwa kupigana na adui akatufukuza, sasa nimewaambia kunichimbia mto, pia mkashindwa; basi nyinyi mtanifaa nini?" Akaongeza kusema, "Hapo mbeleni mtaitwa mkuki wa Mwigara usiofaa kitu. Hata sasa msiendelee kuchimba; acheni."

Baada ya kusema hivyo akawaita waganga wake wakaingia nyumbani, akawaambia, "Watu walete udongo kutoka sehemu mbali ili muague ni wapi nijenge ikulu yangu ya kudumu ili nitoke kijijini Igutu."

Watu wakaondoka, wa koo za Wagahya na Wakuma wakaenda kuleta udongo wa kuagua ni wapi ikulu ijengwe. Walifika Bihambo wakatoa udongo wakauleta. Waganga wakautoa kwa kuku waliyemchinja na kuagua. Baada ya kuagua ikaonekana pale ndipo pafaapo kujenga ikulu. Pia ikaaguliwa kwenda Kyamutwara na kuleta kitu chochote kwa mfano kondoo au ng'ombe dume, kukileta Kiziba ndipo mfalme ataweza kuwaua maadui.

Baada ya uaguzi huo Mfalme Mwigara akawaambia raia wake, "Mwende Kyamutwara mniletee mbuzi kutoka huko ndipo nitawaua maadui." Raia wote wakaogopa, asipatikane hata mmoja wa kujitolea kwenda Kyamutwara. Walipoogopa, yeye usiku wa manane aliondoka na watoto wawili wa kumbebea mzigo, akiwa amevaa mavazi yasiyo ya kifalme, akatoka Izinga alimokuwa akaenda Kyamutwara. Alipoenda akafika kwenye ikulu ya Mfalme Kalemera saa za jioni akaingia katika nyumba ya mtu mmoja aliyeishi jirani na ikulu. Akamwambia, "Naomba uende unijulishe kwa Mfalme Kalemera, umwambie kuwa Mfalme Mwigara amemtuma mtu ili akuletee ujumbe."

Yule mwanamme akaenda mbele ya Mfalme Kalemera akamwambia, "Mtu amefika nyumbani kwangu, anasema kuwa ni mjumbe wa Mfalme Mwigara." Mfalme Kalemera aliposikia kuwa Mfalme Mwigara amemtumia mjumbe akafurahi sana. Akamwambia yule mwanamme, "Mchagulieni nyumba iliyo nzuri sana mmweke humo alale pale." Yule mtu akaenda akampeleka Mwigara akampa nyumba akalala pale. Yule mwanamme akamwambia Mfalme Kalemera, "Mgeni huyo ni mzuri sana wa sura, huenda ikawa ni ndugu wa Mfalme Mwigara, hawezi kulala bila kupelekewa zawadi." Mfalme Kalemera akaagiza apelekewe kibuyu cha pombe, kondoo na ndizi kutoka ikulu. Walipokea zawadi hizo katika nyumba alipo Mwigara na kumwambia, "Mweshimiwa, mfalme amekupelekea zawadi hizi, uzitumie, kesho atakupelekea zawadi." Kwa wale watu Mwigara akasema, "Namshukuru sana mfalme." Wale watu walioleta zawadi wakaondoka. Mwigara akasema, kondoo awekwe mpaka kesho, ndipo atachinjwa kwa sababu sasa tumeshachelewa."

Yule mwenye nyumba akapika ndizi na fiwi na kupakua. Yeye Mwigara akasema, "Nimechoka sana, siwezi kula, nitakula kesho." Wale watoto wake wakala peke yao, na baada ya kula wakalala. Watu wa nyumbani wote walipolala fofofo, Mwigara akawaamsha polepole wale watoto, wakamfungua yule kondoo taratibu wakatoka nje wakakimbia njia yote mpaka kivuko cha Ngono wakavuka na kufika kwao Igutu. Kesho yake waganga wakamchinja yule kondoo aliyeibiwa kutoka Kyamutwara wakamtumia kwa kuagua. Ikaaguliwa kuwa ni vizuri mfalme ajenge ikulu yake ya kudumu Bihambo na kutoka pale aweze kuwaua maadui. Baada ya uaguzi huo, waliondoka Igutu wakafika Mtoni Ngono na kuvuka, wakaja moja kwa moja mpaka Bihambo, pale wakajenga ikulu na Mfalme Mwigara akaingia humo.

Raia wote wakakusanyika kwa Mfalme Mwigara na kumchezea wakimwahidi utii. Mfalme Mwigara akatengeneza ikulu yake, yeye na raia wake wakafurahi sana. Siku nne baadaye Mfalme Mwigara alipiga ngoma za kutangaza kuwa amefanikiwa. Walipopiga ngoma za Tangazo za Mfalme Mwigara, Mfalme Kalemera akasikia na kuuliza, "Kulikoni?" Akaambiwa kuwa Mfalme Mwigara amepata utabiri wa fanaka akajenga ikulu. Mfalme Kalemera akasema, "Pigeni ngoma, kesho tumshambulie." Ngoma zikalia. Mfalme Kalemera aliisha mjulisha Kashumba ndugu yake Mwigara aliyekuwa amehamia Kyamutwara kuwa Mwigara alikuwa ameiba kondoo na kuwa amepata uaguzi wa fanaka akajenga ikulu akapiga na ngoma za Tangazo. Akamwomba Kashumba aje waende wampige Mwigara ili yeye ndiye awe mfalme wa Kiziba baada ya kumfukuza Mwigara.

Baada ya kupewa ujumbe wa Mfalme Kalemera, Kashumba aliondoka nyumbani kwake Yombwe, Kyamutwara, akasafiri usiku mpaka kwa Mfalme Mwigara na kumjulisha kuwa Mfalme Kalemera anakusudia kumshambulia, kwa hiyo akamshauri akusanye watu ili awe tayari kupigana naye. Baada ya kumwonya kaka yake akarudi usiku huo Kyamutwara ili isijulikane kuwa yeye ndiye msaliti.

Basi Mfalme Mwigara akapiga ngoma za vita. Raia wengine wakaenda vitani usiku, lakini wengine hawakwenda mapema. Waliowahi kwenda vitani ni Buyango, Katendaguro na Kibumbiro. Mfalme Mwigara akawaambia wale wa Kibumbiro nyinyi msubiri katika pengo. Majeshi matatu ya vita yalipo kwenda vitani wakaja ikulu usiku wakasubiri. Maadui nao wakaja usiku wakashambulia ikulu. Basi wakaamka wakakabiliana na kupigana. Walipopigana watu wa Kiziba wakawashinda watu wa Kyamutwara, baadhi waliuawa katika uwanja wa mbele ya ikulu, wakawafuza na kuendelea kuwaua, wengine walitumbukia katika mto wa Ngono. Wengi sana walikufa. Waliendelea kuwafukuza na kuwaua mpaka katika msitu wa Munene. Watu wa Kyamutwara walikufa kwa wingi.

Asubuhi Mfalme Mwigara akatoka nje. Baada ya muda wakaja kwake jeshi la Rukurungo, ndio kwanza wanakuja vitani. Alipowaona akawaambia, "Sasa nyinyi mmenisaidia nini? Nyinyi ni woga sana. Nendeni mziburuze maiti zilizolala uwanjani ikulu mwatoe. Nyinyi hujiita "Wasaidizi wa mfalme", sasa mmenisaidia nini? Tangu sasa hamtaitwa"WASAIDIZI WA MFALME", bali "WABURUTAJI." Ndiyo jina lenu kwa sababu mmeburuta maiti." Hata sasa kikosi cha Rukurungo hujulikana kama "WABURUTAJI" tangu walipoburuta miili ya wafu.

Baadaye kidogo wakawasili watu kutoka Bugandika. Akawaambia, "Nyinyi niliwaita kuwaua maadui lakini hamkuamka mapema. Angalieni sasa mnavyosongonyoa miguu." Watu wakawacheka sana kutokana na msemo huo "kusongonyoa miguu." Hapo zamani kikosi hicho kilijulikana kama "IKOBE." Tangu wakati huo hata leo kikosi hicho kimeitwa "WASONGONYOAJI" (ABAGANDIKA).

Halafu wakafika kikosi cha Kanyigo kilichojukana kama "Washambuliaji." Akawaambia, "Angalieni washambuliaji, kusema kweli nyinyi sio washambuliaji kama mgekuwa washambuliji mgaliwashambulia maadui waliokuja kunishambulia. Sasa nyinyi ni "WASIOSHAMBULIA" (ABATAKOMERA). Tangu hapo wakawa hawaitwi "Washambuliaji" tena.

Baadaye aliwaona Batalindwa mlimani wakija. Akasema, "Nyie sio Batalindwa/wasiozuilika, kwa sababu badala ya kufanya haraka kuwaua maadui mmeshinda mlimani mkisokota ndevu tu. Basi kikosi hicho kikajulikana kama "WASOKOTAJI" (ABASHUKURA).[89] Kikosi

---

[89] Hapa kwa mara ya kwanza inatajwa "Miteeko" (wingi). Muteeko kilikuwa kikundi cha watoto wa miaka 10 mpaka 12 waliokusanywa na kukaa ikulu ili wapewe mafunzo ya stadi mbali mbali za kazi kwa muda wa miezi mitatu kila mwaka, kwa kipindi cha miaka mitatu. Walipewa mafunzo ya vita, michezo na kazi mbali mbali kama kuchunga, kukata nyasi, kujenga nyua n.k.

cha Buyango waliokwenda vitani akawapa jina "BAHANGARA," "WAJASIRI" kwa sababu walithubutu kupigana na maadui. Jina la kikosi hicho ndilo hilo mpaka sasa. Akakiita kikosi cha Katendaguro jina la "WASAIDIZI WA MFALME" (ABAJUNANGOMA). Akasema jina hili mnalistahili kwa sababu mmenisaidia kuwaua maadui. Kikosi cha Kibumbiro akakipa jina "KICHAKA WA SIMBA" (KASHUGI K'ENTALE). Akiwa na maana kuwa maadui walidhani hakuna yeyote mwenye nguvu kuwapinga, kumbe nyinyi mmeamka na kuwa kama simba atokaye msituni.

Basi Mfalme Mwigara akaingia nyumbani kwake akiwa amefurahi sana kwa sababu alikuwa amewaua maadui wengi.

Halafu alipeleka ujumbe Kyamutwara kumwita ndugu yake Kashumba ili ampe mali. Kashumba aliposikia kuwa anaitwa na kaka yake, akaondoka Kyamutwara akarudi Kiziba. Alipokuja, Mfalme Mwigara akapeleka watu wa kumlaki. Walimkuta Kashasha wakamlaki na kumsindikiza mpaka ikulu. Mfalme Mwigara akamshukuru sana na kumwambia, "Ulinitunzia ngoma yangu, nilipokuja ukaikabidhi kwangu, watu wakakushtaki kwa uzushi kuwa Kashumba ameasi, nikakunyang'anya mali yako na kukufukuza, lakini hata hivyo angalia sasa wewe ndiwe uliyeniponya dhidi ya maadui kwa kunionya, sasa nakupa jina la "KATIMA KATAINA BUGIMBI" "ROHO ISIYO NA UBAYA WOWOTE." Basi hebu nikutajirishe." Akampeleka katika nyumba yake ya kifalme na kumpa mahali pa kuketi, akamwambia unaruhisiwa kuingia nyumbani humu na mkuki wako. Halafu akampa ngoma aliyoita "BITUNDE" na kusema, "Chukua ngoma hii ili ikuletee mali utajirike kama ulivyonitajirisha mimi. Wewe pia ni mfalme, ukae chini ujitawale." Akampa na kijiji Ruzinga kama utawala wake. Akamkabidhi na makundi yote ya ng'ombe wake wote ili ayachunge na kuyaangalia.

Basi Kashumba akaondoka akaenda Ruzinga akiwa na furaha kubwa kwani Mfalme Mwigara ameonesha shukrani kwake.

Mfalme Mwigara wakati wa kutawala hakuoga wala hakufanyiwa zile taratibu zote wafanyiwazo wafalme wanapotawazwa kwa sababu hakutawala wakati wa amani bali alitawala wakati wa vita tupu.

Mfalme Mwigara alipomaliza vita akakaa raha mstarehe, watu wote wakalima kwa sababu sasa hayakuwapo mapigano yoyote. Alipata

---

Walipomaliza mafunzo hayo walisimikwa kama kikosi fulani cha vita (regiment au battalion) cha watu wa umri fulani. Katika Kamarampaka inatajwa mara nyingi kuwa mfalme aliunda vyama au taasisi zilizojulikana kama "Miteeko ." Baadaye baadhi ya wana wa mfalme wa balangira nao waliunda "Miteeko."

mtoto wa kiume na kumpa jina Irungu. Hii ni kwa sababu mzimu wa Irungu alikuwa anamwandama ukitaka ampe mwanae jina hilo na kumtaka sadaka ya mali. Mama wa mtoto huyo alikuwa Mushagaikazi kwa ukoo. Alipata mwana wa pili akamwita Kishaija. Alipata mwana wa tatu akampa jina Kahyabara. Alimpa jina hili kwa sababu Kahyabara mwana wa Mfalme Wanumi aliyeuawa na Mfalme Magembe alikuwa anamwandama. Basi akampa mwanae jina hilo. Wanae hao watatu wakakua na kuwa watu wazima. Mfalme Mwigara akawafanya watawala wa vijiji. Irungu alimpeleka Kibumbiro, Kishaija alimpeleka Kanyigo na Kahyabara akamtawaza Bukabuye.

Baada ya kuzaa na kuwapa utawala wanae hao, Mfalme Mwigara aliishi kwa amani wala hakuingia vitani tena. Mara kwa mara alituma wajumbe Bunyoro kupeleka heshima zake kwa Mfalme wa huko.

Mama yake aliugua na kufia Nyamurondo, Kayanga. Mwili wake ulipelekwa na kuzikwa Musibuka.[90] Wakati wa kufariki kwake alikuwa safarini akiwa anapelekwa ikulu kutoka Ishozi. Mama yake Mfalme Mwigara alikuwa anaishi Ishozi, Kanyange. Kwa sababu alifia njiani ndio maana alipelekwa Musibuka kwa ajili ya mazishi.

Mfalme Mwigara naye akaugua sana na kufariki. Baada ya kufariki kwake mwanae mkubwa Irungu akaja akambusu. Baada ya kubusu akaondoka na kujenga ikulu ya muda kijijini Kishoju.

Baada ya kutolewa taya, Mfalme Mwigara aliwekwa katika mtumbwi ili apelekwe Kitara azikwe. Waliompeleka wakati bado wako njiani, walipofika Kyengezi, kivuko cha mto Ngono, Mfalme Irungu akasikia kuwa baba yake anapelekwa Kitara kwa Mazishi, akakataa akisema, "Hapana, wazee wa kale walikosea, iweje mfalme atawale nchi yake halafu afariki, wamtoe katika nchi yake na kumpeleka azikwe ugenini Kitara? Nendeni muwakataze wasimpeleke Kitara, wamwache kwanza pale kijijini alipo, ili kwanza nipate uhakika! Kwa hiyo wakamweka chini hapo Kyengezi akiwa ndani ya mtumbwi wake."

[90] N.B. Angalisho: Watu wengine husema kuwa kwa sababu mama wa Mwigara alikuwa mtu wa Karagwe ndiyo maana watu wa koo za kifalme walikatazwa kula samaki. Jambo hili halina uhakika. Kweli mama wa Mwigara alikuwa bibi Mnyambo, lakini Iligamara babu-mzaa-mama wa Mwigara na Buturumba ndugu yake walipotoka Karagwe na kuja Kiziba walikaa kwanza Bugunda ili watoto wao wapate kula samaki. Kwa hiyo haukuwa mwiko kwao kiasi kwamba samaki hawangeweza kuingia nyumbani kwao.

SURA YA XIV

SEHEMU YA 1

MFALME IRUNGU (BURUNGU)

Wafalme wanazikuliwa Kitara na kuzikwa Kiziba
Makaburi ya wafalme na kupagaa kwao
Taratibu za makaburi ya wafalme
Mama wa Mfalme Burungu anaitwa Binyonyo
Ikulu ya Bwera
Mfalme Burungu anamtorosha binti wa Mfalme Rugomora II wa Kyamutwara
Washasha wanahamia Kiziba
Kosa la Kabuzi na kufukuzwa kwake
Wahima waanza kukamua ng'ombe ikulu
Kabuzi amshitaki baba yake kwa Ruhaga
Mfalme wa Bunyoro
Kabuzi atengwa

Mfalme Irungu akatafuta ushauri wa waganga ili ajue afanyeje, kuhuss mazishi ya Mfalme Mwigara. Akashauriwa kufukua wafalme wote ili kuwatoa Kitara na kuwaleta Kiziba. Basi akawaita watu na kuagiza waende Kitara na kuchukua udongo kidogo kutoka kila kaburi ya mfalme kuufunga na kuuleta Kiziba. Basi watu wakaondoka wakaenda Kitara. Wakatoa udongo kutoka Kaburi ya Mfalme Kibi na kutoka kila kaburi ya mfalme. Wakafunga udongo huo katika vifurushi mbali mbali, kila kifurushi akakabidhiwa mtu maalumu atakayekitunza. Baada ya kukusanya udongo wakarudi. Baada ya kuvuka mto Kagera walimchagua mtu mmoja wakamtuma kwa mfalme amjulishe kuwa wamerudi. Mfalme Burungu akaagiza udongo wa kila mfalme upelekwe katika ikulu yake uzikwe. Halafu akaagiza kuwa katika kila ikulu ya mfalme wachinje sadaka mbili, ya ng'ombe dume na ya mbuzi. Watu wakafanya hivyo. Wakachinja sadaka hizo katika ikulu ya kila mfalme. Halafu wakazika katika ikulu ya kila mfalme udongo kutoka kaburi lake. Udongo wa Mfalme Wanumi wakaufunga katika ngozi na kuuweka katika nyumba yake juu. Watu wakaufunga katika ngozi wakauweka juu katika nyumba yake.[91] Walipomfunga ndani ya ngozi wakamweka nyumbani juu. Wanumi alikuwa ameshapagaa watu. Baada ya kuwazika wafalme wote katika ikulu zao mbalimbali wakamzika na Mfame Mwigara katika kijiji kidogo karibu na kivuko cha Kyengezi. Pale wakajenga ikulu ya kaburi. Katika ikulu hiyo wakaweka mwanamke mhima wa ukoo wa mama wa Mwigara (Msingo) jina lake Mugaya. Baada ya kuanza kupagaa watu akaanza kuua sana watu. Kabla ya kuua mtu alimtuma mtu wake aliyeitwa Majwambo na mjakazi wake, Nyabohwa, ambao walikuja kama mizimu. Hao ndio Mwigara alituma kuua mtu. Wote wawili waliishakufa, basi Mwigara alipoanza kupagaa watu nao wakaanza kupagaa na kuja kama mizimu. Kabla ya kuua mtu alimfunga miguu asiweze kuamka, mara nyingine mtu huyo alifariki au walitoa sadaka kwa Mwigara na kumponya. Watu wakawa wanamwogopa sana Mwigara, naye akawa anawaua sana. Mtu amtukanaye mwenzake au kumnyang'anya mali yake aliyeonewa humshitaki kwa Mwigara naye humwua. Basi Mwigara aliendelea kuua watu wengi na watu kumtolea sadaka.

---

[91] Hata sasa katika gashani la Wanumi ngozi iliyotumika katika kumtundika juu bado ipo. Katika nyumba hiyo ni marufuku mtu yeyote kuamsha kichwa na kungalia juu. Mtu akifanya hivyo huuawa na Wanumi. Hata wale waingiao nyumbani humo kukoka moto huinama na kuangalia wakati wote chini tu. Zamani Wanumi alikuwa mkali akiwaadhibu wakosaji, hata sasa bado ni mkali sana.
Mtu kama angalijikwaa na kuvuja damu katika mbuga ya Rukiri au mbuga zingine za karibu ilimbidi aingie kwa Wanumba na kutoa taarifa kuwa amejikwaa. Alipofanya hivyo wazee walimpiga faini ya simbi 9 au mwingine 90 au mbuzi kufuata walivyoona wao; walimwambia ni budi atoe kafara kwa sababu amevuja damu mbele ya nyumba ya Wanumi. Kama angeghairi kutoa taarifa, angalikufa baada ya kufika nyumbani kwake siku hiyo hiyo.
Basi Wanumi aliendelea kuwa mkali na watu walimwogopa sana na kumwotea mbali.

Wakati huo walipozika udongo wa kila mfalme katika ikulu yake, ndipo walienda katika ukoo wa mama yake wakamtoa msichana wa kuishi katika ikulu hiyo kama mama yake, pia walimleta msichana kutoka katika ukoo wa mkewe na kumweka ikulu kushika nafasi ya mke wake, pia kutoka ukoo wa wapishi walimchagua mtu wa kuwa mpishi,hivyo hivyo mtunza pombe ya mfalme, mkoka moto.

Basi maadamu kila kazi iliyofanyika ikulu wakati mfalme akiwa hai ilifanyika katika ikulu ya kaburi. Humo wakaweka na wazee wa kuhukumu. Wakaweka humo pia ngoma na kupiga kila uandamapo mwezi.

Baada ya Mfalme Burunga kutayarishia hivyo wafalme mababu zake mahali pa kukaa, wafalme huko kuzimu walifurahi na kuanza kuwapagaa watu walio hai.

Baada ya Mfalme Irungu kufanya hayo yote, moto na chumvi vilitafutwa, sungura alishikwa na visima vikachimbwa. Ikulu ikajengwa Bwera. Mfalme akaondoka akaenda akaoga, akampiga teke kasisi na kumstaafisha, akachinja sadaka, akaingia katika nyumba ya ngoma.

Baada ya kutimiza taratibu hizo zote akakaa kwa amani katika ikulu yake ya Bwera. Wakati wa kachagua jina la mfalme walibadilisha kidogo juu Irungu wakamwita Burungu. Mama wa mfalme akaitwa Binyonyo, ukoo wake alikuwa Mushagaikazi.

Basi Mfalme Burungu akaishi katika nchi yake, kama mfalme kamili, raia wa Kiziba wakamjia kutoa heshima zao na kumfanyia kazi.

Siku moja akapata habari kuwa Mfalme Rugomora II wa Kyamutwara alikuwa na msichana mzuri sana. Basi Mfalme Burungu akatuma ujumbe kwa Mfalme Rugomora ili kumchumbia msichana huyo lakini Mfalme Rugomora akakataa. Baada ya kukataa kwake walifika Kiziba watu kutoka Kyamutwara wa ukoo wa Bashasha wakamwambia Mfalme Burungu kuwa wao wangeweza kumtorosha binti huyo wa Mfalme Rugomora na kumleta kwake. Mfalme Burungu akasema, “Sawa.”

Basi Mfalme Burungu akauliza kwa Waganga akashauriwa ampelekee msichana huyo shanga za kuvaa, ili zikimpendeza aweze kukubali kutoroshwa. Watu hao wakachukua zile shanga. Wakaondoka na watu wa Mfalme Burungu wakarudi Kyamutwara. Walipofika wakaingia nyumbani kwao karibu na ikulu ya Mfalme Rugomora. Mmoja kati ya wale wanaume, Bashasha, akachukua zile shanga akaingia ikulu. Alipokutana na yule msichana akampa zile shanga na kumwambia, “Mfalme Burungu amekupelekea shanga hizi kama zawadi kutoka kwake Kiziba.” Msichana huyo alifurahi sana kupokea shanga hizo.

Baada ya kuziona na kuzivaa shanga hizo akasema rohoni mwake, "Huko kulikotoka shanga hizi ningefika huko ningepata vitu vingi vizuri."

Yule mwanamme akamwambia pia kuwa Mfalme Burungu angependa kumuoa. Yule msichana akasema, "Sawa, usiku ukiingia, tuondoke twende."

Usiku ulipoingia wakaondoka wakatembea usiku kucha wakamleta msichana huyo. Lakini aliletwa na watu wa Burungu siyo wale Bashasha. Baada ya kufika Kiziba walimweka katika kijiji cha Kyazi wakaenda ikulu kutoa taarifa. Mfalme Burungu alitaka aje aingie ikulu, lakini wazee wote walikataa wakisema, "Haifai kumleta mwanamke kutoka Kyamutwara ambaye pia ni Mhindakazi na binti wa mfalme umwoe." Wazee walitoa ushauri huo kwa sababu waliogopa tangu Kabanda mwana wa Mfalme Wanumi alipomwua binti wa Mfalme Bwogi wa Ngarama, ndoa kati ya Baziba na Bahinda ilipigwa marufuku. Alipokatazwa, Mfalme Burungu akanyamaza. Lakini akampelekea yule msichana chakula apate kula, na ng'ombe wa maziwa, na akatengenezewa nyumba ya kulala. Baada ya siku nne wale Bashasha wakahamia Kiziba. Sababu ya kuhama kwao ilikuwa hii. Kazi yao ikulu walikuwa walinzi wa mlango. Mfalme Rugomora aliwauliza, "Binti yangu alipopita mlikuwa wapi?" Swali hilo likawatisha wakaamua wote wahame. Walipohamia, Mfalme Burungu akawapa mashamba katika kijiji cha Kyazi alipokuwa yule msichana, akawapa na ng'ombe. Mfalme Burungu ilimbidi atembee mpaka Kyazi usiku ili alale na msichana huyo kila siku. Msichana huyo aliitwa Kizenga. Mfalme alipolala naye hivyo akampa mimba. Baada ya kuchukua mimba hatimaye alimzaa mwana akapewa jina la Kashule. Mtoto huyo akakua, akazaa na mtoto wa pili, naye mvulana akaitwa Kagufa.

Siku moja mfalme akiwa njiani kutoka Bwera kuelekea Kyazi ili alale na mkewe Kizenga, akagongwa na nyoka. Wale watu aliokuwa nao wakamshika nyoka huyo wakarudi naye ikulu, Bwera. Kesho yake Mfalme Burungu akawaambia watu kuwa aliumwa na nyoka alipokuwa anaenda uani. Mfalme akaugua na baadaye alitibiwa na kupona.

Baada ya kupona akapiga ramli akashauriwa kumpeleka nyoka huyo Kyamutwara kwa sababu waganga walisema, "Kwa kuwa mfalme aligongwa nyoka wakati akienda kulala na binti wa Rugomora basi ilikuwa adhabu ya kuvunja mwiko." Watu walimpeleka nyoka yule na kumweka kwa Rugomora matatizo yakaisha.

Baada ya kuumwa na nyoka Mfalme Burungu aliacha kwennda kulala na mwanamke huyo kwa sababu wazee wote walimsisitizia kuwa walimkataza mwanamke huyo yeye akabisha ndiyo maana aliumwa na nyoka.

Baada ya hapo Mfalme Burungu aliishi na kuzaa watoto wengine waliopewa majina yafuatayo: Kilimba aliyezaliwa na mwanamke wa ukoo wa Basimba. Alimzaa pia mtoto mwingine akamwita Irungu jina lililokuwa lake mwenyewe. Alimrithisha jina hilo kwa sababu yeye alipokuwa mfalme akaitwa Burungu, mzimu Irungu ukamwandama tena kutaka kumdhuru, kama ulivyokuwa umemwandama baba yake Mfalme Mwigara. Baadaye alimzaa mtoto mwingine akamwita Kabuzi, aliyefuatiwa na msichana aliyepewa jina Nyaibona. Baada ya watoto wake kuwa watu wazima akawapa utawala wa vijiji. Kilimba akapelekwa Rukurungo, Irungu akapewa. Bugandika, Kashule akapewa utawala wa Mbale, Kaguta akapelekwa Nyabutaizi. Kabuzi hakupewa kijiji bali alikaa ikulu akiwa na kazi ya kukamua ng'ombe. Hapo zamani watoto wa mfalme ndio waliokamua maziwa ya mfalme. Baada ya kuwapa wanawe vijiji alikaa kwa amani nchini mwake.

Siku moja jioni ng'ombe walipotoka malishoni Kabuzi akaanza kukamua maziwa. Mmoja wa wanawake watumwa wa mfalme alimshikia chombo cha maziwa. Baada ya kujaza chombo cha maziwa alimkabidhi huyo mwanamke, lakini mwanamke huyo alishika vibaya chombo hicho kikadondoka chini na maziwa yakamwagika. Maziwa yalipomwagika mwanamke huyo kwa kumwogopa mfalme akapiga yowe na kusema, "Angalia Kabuzi amenibaka." Wanawake wa kitumwa walikuwa wanashinda uchi. Alipopiga kelele hivyo mfalme akasikia na kusema, "Kumbe siku zote huwa mnanipa maziwa machafu! Nendeni mkamfukuze Kabuzi atoke ikulu." Watu wakamfukuza Kabuzi, akapita mlangoni na kwenda nje. Kesho yake mfalme akatoa amri ya kuwapa Wahima kazi ya kukamua maziwa yake kwani alisema, "Kwa kuwa wake zangu ni Wahima, kaka zao hawatataka kulala nao.

Basi wakaletwa Wahima ikulu ili wakamue maziwa ya mfalme. Tangu hapo hata leo Wahima ndio wenye kazi ya kukamua maziwa ikulu. Tena ndio ulikuwa mwisho wa watoto wa mfalme kumkamulia maziwa. Kabuzi akaishi kijijini tu kama kwamba si mtoto wa mfalme. Mfalme akamchukia sana Kabuzi. Basi Kabuzi alipoona kuwa amechukiwa sana na mfalme, akahama nchi, akaelekea Bunyoro. Alipofika kule akamwendea Mfalme Ruhaga na kumwabia kuwa Mfalme Burungu alimchukia sana ndiyo maana alihamia kwake. Mfalme Ruhaga akamwuliza, "Kwa nini alikuchukia na kumbe wewe ni mtoto wake?" Kabuzi alimwambia alivyosingiziwa kuwa alikuwa akilala na wake wa mfalme na jinsi alivyofukuzwa ikulu na kuishi kijijini kama mtu aliyechukiwa. Mfalme Ruhaga akajibu, "Kwa kuwa Mfalme Burungu alikuchukia kiasi hicho nawe ukiwa mwanae, basi nitakwenda kupigana naye nione kwa nini alikuchukia."

Mfalme Ruhaga aliposema hivyo, watu wa Kiziba waliokuwapo wakarudi nyumbani na kumjulisha Mfalme Burungu kuwa Mfalme Ruhaga ameamua kumshambulia kwa sababu ulimfukuza mwanao Kabuzi.

Mfalme Burungu aliposikia hivyo akafanya haraka kutuma kwa Mfalme Ruhaga ujumbe na zawadi ili amweleze kosa la Kabuzi la kuacha kukamua maziwa ya mfalme na kutaka kulala na mke wake, jambo lililopelekea kumwaga maziwa mlangoni mwa nyumba ya mfalme, akaongeza kueleza kuwa baada ya kumchafulia ndipo alikuja kumshtaki. Wajumbe wa Mfalme Burungu wakafunga safari ya kwenda Bunyoro. Walipofika njiani wakakutana na vikosi vyote vya Bunyoro na viongozi wao wakiwa njiani kumsindikiza Kabuzi. Wajumbe wa Mfalme Burungu wakawapa vingozi wa Mfalme Ruhaga ujumbe waliotumwa na mfalme. Viongozi wa vikosi walipoelewa sababu ya kufukuzwa kwa Kabuzi wakamwuliza, "Wewe ulikuja kushitaki kumbe uliacha umemchafulia baba yako?" Kabuzi akashindwa kujieleza. Wakamfunga kamba na kumkabidhi kwa wajumbe wa Mfalme Burungu. Wao wakarudi nyumbani wakaghairi kuishambulia Kiziba kwa sababu waliona kuwa mwenye kosa ni Kabuzi.

Kabuzi alipoletwa mbele ya Mfalme Burungu hakuuawa bali alifukuzwa mara ya pili. Safari hii alikimbilia Buzinja na huko alikaa mpaka alipokufa.

SEHEMU YA 2

WANYORO WASHAMBULIA KIZIBA

Kushindwa kwa Burungu
Mziba na Mzirambogo wanakimbia na ngoma
Kupotea kwa Kachwankizi na Mziba
Kuwambwa kwa Rubona
Nshamba aipata Kachwankizi
Wasimba wawa walinzi wa ngoma
Kachwankizi inatakaswa kwa sadaka na kuingizwa ikulu
Cheo cha Bataraara kuhusu ngoma
Burungu atengeneza ngoma kwa ajili ya
Baba yake na mababu zake Nyamukura
Dhambi ya Burungu
Burungu awachoma moto wakeze
Uzee wake na kufa kwake

Siku hizo Mfalme Burungu alishambuliwa na Wanyoro, lakini sababu ya shambulio hilo haijulikani. Basi Wanyoro wakavuka mto Kagera na kuingia Kiziba.

Mfalme Burungu akapiga ngoma za vita watu wote wakaenda vitani, wakaenda wakakabiliana na adui wakapigana. Baada ya mapigano mafupi watu wa Kiziba wakashindwa. Wanyoro wakaingia Kiziba na kuichoma moto. Ikulu nayo wakaichoma moto. Mfalme Burungu akakimbilia msituni Ruhaija. Watu waliokuwa wamembeba mama wa mfalme walipofika kijijini Rwonga malkia, akachoka na kuwaambia, "Niwekeni chini, wakamweka chini. Mara Wanyoro wakafika pale wakamwua. Tangu hapo kile kijiji kinaitwa "Kambahiire" kufuata neno la mama wa mfalme alilosema, "Kambahiire balye" (Ngoja niwaachie wale). Hata leo kijiji hicho kidogo hujulikana kwa jina hilo la Kambahiire. Wanyoro wakaua watu wengi sana, waliobaki wakakimbilia misituni.

Mtaraara mmoja na Mzirambogo wakakimbilia Mazinga wakaingia katika msitu Kikuru. Walipoingia msituni ngoma ya kifalme Kachwankizi waliyokuwa wamekimbia nayo wakaitundika mtini, wao wakakaa chini ya mti. Mzirambogo akamwambia Muziba, "Wewe kaa hapa usitoke, ngoja mimi niende kijijini nitafute chakula, nitafute moto na kupata habari. Huyo akaondoka zake, Mziba akakaa pale akilinda ngoma.

Mzirambogoalipofikakijijiniakakutakumbemaaduiwameshaondoka. Akarudi msituni kumwita mwenzie warudi kijijini. Alipofika msituni akasahau njia aliyokuwa amepitia. Basi akaanza kuita. Akaita mara nyingi bila kupata jibu. Mziba kila aliposikia sauti ya mwenziwe alidhani anafukuzwa na maadui. Basi yeye alizidi kutokomea mbali zaidi na kujificha. Mzirambogo alikimbia popote msituni bila kufanikiwa kumwona Mziba. Baada ya kumtafuta siku mbili bila mafanikio akarudi kumjulisha Mfalme Burungu. Mzirambogo alipoondoka yeye akakaa chini ya mti mpaka alipokufa kwa njaa. Alipofia ngoma ikabaki mtini bila mlinzi.

Wakati huo Mfalme Burungu aliisharudi ikulu aliyojenga upya. Alipopata habari za kupotea kwa ngoma na Mziba, akapeleka watu msituni kutafuta ngoma yake. Watu wakaingia msituni Kikuru na kutafuta toka upande mmoja mpaka wa pili, lakini hawakuweza kuiona ngoma. Wakaleta taarifa kwa Mfalme Burungu. Basi Mfalme Burungu akasema, "Haidhuru, kama ngoma imepotea tutachonga nyingine." Watu wote wakamjibu na kusema, "Sawa mfalme, watu wako ndio ufalme, ndiyo ngoma."

Watu wakakata mti ulioitwa "Mujuga-ngoma" wakachonga ngoma na kuiwamba. Wakati wa kuwamba ngoma hiyo, mtu mmoja jina lake Nshambu, ukoo wake Musimba, alienda msituni kukata mitambaazi ya kutengenzea vikapu vya kuvulia samaki. Alipoangaza huko na huko akaona ngoma iliyofunikwa na vitambaa juu mtini; na chini ya mti akaona masalia ya mtu aliyekufa. Basi akaelewa kuwa bila shaka ndiyo ngoma iliyopotea. Akatoka msituni akiwa anafyeka kinjia akaenda kwa Mfalme Burungu akamwambia, "Mtukufu Mfalme, nimegundua ngoma iliyopotea." Mfalme Burungu alifuraha sana kupata habari hiyo. Akapeleka msituni watu wa kutambikia ile ngoma kabla ya kuileta. Hata hivyo hakutuma watu wa aina yoyote, bali alichagua katika koo zenye heshima tu. Wakaingia msituni wakiongozwa na Nshambu, akawaonesha ngoma ile. Wakatoa pale sadaka 4 kwa ajili ya ngoma. Sadaka 2 zilikuwa za madume ya ng'ombe, na 2 za mbuzi, jumla sadaka 4. Wakazoazoa mifupa ya Mziba aliyekufa kwa njaa mbele ya ngoma wakaiweka katika mirumba, wakarudi wakaileta Kachwankizi. Walipofika ikulu Mfalme Burungu akaagiza Mziba marehemu apelekwe na kuzikwa katika kijiji cha Ruganjo. Watu wakaenda Ruganjo wakachagua shamba moja na humo wakaizika mifupa ya yule Mziba.

Ile ngoma ikapelekwa mahali walipokuwa wanachongea ngoma mbadala ya Kachwankizi, halafu na Kachwankizi wakaiwamba upya kwa kamba za shaba ikawa imara, kwani ilipokuwa mtini kamba zake ziliisha oza.[92] Ngoma iliyokuwa ikiwambwa ikapewa jina "Rubona" (Mgunduzi), likiwa na maana kuwa "imeigundua Kachwankizi." Kwa sababu ni wakati wa kuiwamba ilipopatikana Kachwankizi, ndiyo maana wakasema kuwa ndiyo iliigundua Kachwankizi. Mahali pale walipokuwa wanawambia ngoma pakapewa jina "Kabambiro" (mahali pa kuwambia ngoma). Watu wakaambizana kuwa mfalme amewamba ngoma yake kwa madini ya shaba. Walisema hivyo kwa kumshukuru kwa sababu walikuwa hawana ngoma na sasa wamepata ngoma madhubuti.

Basi wakaondoka pale wakaelekea ikulu. Kabla ya kuingia ikulu zikachinjwa kafara 9. Madume ya ng'ombe 4, kondoo 4 na kuku 1, kafara zote 9 zikiwa nyeupe tupu.

Mfalme Burungu akachagua kundi la ng'ombe tisa mara mbili, akalipa jina "Ntanga" yaani (waliozuia ngoma isipotee); kundi hili nalo likiwa la ng'ombe weupe watupu.

Basi mfalme akaingia ikulu akiwa na furaha kubwa, watu wakiimba na kucheza kwa furaha.

Yule bwana Nshaba aliyeigundua ngoma akapewa kazi ya Mtaraara (mlinzi wa ngoma). Mfalme akampa ng'ombe 9, akampa na kijiji Kalegeya, Ruzinga, akawa Mtaraara kamili. Tangu hapo Wasimba nao wakawa walinzi wa ngoma. Mziba aliyeifia ngoma akapewa jina "MUHAMIRA-NA-NGOMA" (Mwaminifu kwa Ngoma). Alipewa

---

[92] Watu wengine wanasema kuwa Kachwankizi ilikuwa imewekwa chini. Nshambu alipoigundua nyuzi zake zilikuwa zimeliwa na mchwa. Lakini yumkini, kwa sababu Mziba na Mzirambogo waliogopa wasinyang'anywe ngoma hiyo, walikuwa wameificha juu mtini. Walifikiri kuwa kama wangetishwa na kukimbia maadui wangedhani wanakimbia wasiuawe kama wengine na wasingeiona ngoma, nao baadaye wangerudi na kuitoa mtini.

jina hilo kwa sababu hakukubali kuiacha ngoma bali aliambatana nayo mpaka alipokufa.

Kwa sababu hiyo Waziba wakawa wakuu kati ya walinzi wa Ngoma, Wazirambogo wakawa wa pili kwa cheo cha ulinzi ingawa kwanza ndio walikuwa wakuu. Hata hivyo ingawa walishindwa waliendelea na cheo chao cha walinzi wa ngoma.

Baada ya kupatikana kwa ngoma yake, Mfalme Burungu alikaa kwa furaha nchini mwake, akifurahi na watu wake.

Mfalme Burungu akasema, "Bahati ya kuipata tena ngoma yangu imetoka kwa mababu zangu, kwa hiyo ili niwashukuru nitawatengenezea nao ngoma za kwao. Basi akatoa amri watu waende Kihanda palipokuwa mti mnene sana ili waukate ili aweze kuchonga ngoma na kuzitoa wakfu kwa mabubu zake. Watu wakaenda wakaukata mti ule wakautenga sehemu kama alivyokuwa amewaelekeza. Watu waliopewa kazi ya kuukata mti ule walikuwa Wazirambogo. Baada ya kuchonga ngoma kutokana na mti ule walienda wakamjulisha Mfalme Burungu. Mfalme akaagiza wachinjwe ng'ombe ili zipatikane ngozi za kuwamba ngoma hizo. Halafu aliwaagiza watu waende porini na kumshika simba na kumleta akiwa hai. Watu wakaondoka wakamshika simba wakamleta akiwa hai kwa Mfalme. Baada ya kumleta walimwua na kutoa ngozi yake waliyotumia kuwamba ngoma moja. Mfalme Burungu akaitoa wakfu kwa baba yake Mwigira na kuipa jina NZAIREGE (Nimezaa vizuri), likiwa na maana kuwa Mwigara alimzaa mtoto mwema aliyemtolea wakfu ngoma. Ngoma hiyo, Nzairege, ilikaa nyumbani kwa Mwigara ikiwa inadai kisasi. Mtu angetenda ovu bila kujulikana vizuri naye akakana alipelekwa mbele ya Nzairege na kuambiwa, "Kama hujatenda ovu hili lamba juu ya Nzairege." Basi yule mtu alilamba juu ya Nzairege. Kama alikuwa na hatia alikufa papo hapo, kama hakuwa na hatia hakudhurika.

Basi ngoma hiyo ilitisha na watu waliiogopa sana. Iliwambwa ngoma ya pili ikapewa jina "RUTUKURA" (Ngoma Nyekundu). Hii ilitolewa wakfu kwa Mfalme Magembe. Mfalme Burungu ndiye aliyetoa jina hilo. Halafu iliwambwa ya tatu ikapewa jina "RWASHA." Hiyo ilitolewa wakfu kwa Mfalme Muzinga. Ziliwambwa pia ngoma nyingine mbili, NYAWANGOMBE na "MUZAIRE N'OHAI" ambazo hakutoa kwa wafalme wowote. Halafu aliwamba ngoma kubwa sana ya kwenye shina la mti aliyoita "KIHINDA" (NGOMA IVUMAYO). Ngoma hii ilikaa ikulu. Kihinda ilikuwa ngoma kubwa sana kiasi kwamba ilinyanyuliwa na watu 6 na ili itoe sauti ilipigwa na watu 4. Mvumo wake ulifanya ardhi itikisike. Ilipigwa ili kumwamsha na kumkaribisha mfalme. Ngoma hiyo,

Kihinda, bado ni nzima hata sasa, ipo nyumbani kwa Mfalme Burungu, Bukeire. Baada ya kuwatolea ngoma hizo, mizimu ilifurahi sana:

Watu wakawa wanamwita
Omukama Burungu
Rufunda omu Byoma
Engundu ya Binyonyo

Yaani Mfalme Burungu
Mpana kuliko Vyuma
Mfalme Mkuu, mwana wa Binyonyo

Walikuwa na maana ya kusema, "Maadui walikuja kumwua wakashindwa.

Wakati huo alipata habari kuwa kasisi wa Muzora, Bugandika Kyangoi ana ng'ombe atoaye maziwa mengi sana. Mfalme Burungu akasema, "Nendeni mmlete ng'ombe huyo hapa, tutampa ng'ombe mwingine. Iweje kwa kasisi kuwa na ng'ombe atoaye maziwa mengi sana?"

Watu wakaenda wakanyang'anya ng'ombe huyo na kumleta ikulu. Kesho yake yule kasisi akaja akiwa amepagawa mzimu. Alipokuja akamkuta Mfalme nyumbani Kaguru. Kasisi aliingia nyumbani kwa mfalme asimkute. Basi alivua taji lake akaliweka juu ya kiti cha mfalme akatoka ikulu na kwenda zake.

Watu wakampa habari Mfalme Burungu kuwa kasisi amevua taji lake na kuliacha juu ya kiti cha mfalme. Mfalme Burungu akaja kushuhudia, lakini kabla ya kufika nyumbani kwake Mzimu Ruzini ukampagaa mfalme. Waganga wakatabiri ni kitu gani kitarudisha taji la kasisi kwake ili muzimu umwache mfalme. Utabiri ukamwangukia mpishi wa mfalme, ukoo wake Mwihuzi. Basi wakamlaza mpishi huyo juu ya kitanda kimoja na mfalme. Kesho yake yule mpishi akapagawa. Wakampa ng'ombe 8 na yule aliyenyang'anywa akawa na tisa, wakampa na mavazi ya mfalme wakampeleka mpaka Mukyamo, akalala pale. Siku ya pili Mfalme Burungu akasema, "Sadaka zisipelekwe kwa kasisi aliyevua taji lake; bali zipelekwe Bwera, Kashelero. Pale ijengwe ikulu ya Muzora na sadaka hizo ziwekwe humo. Wajumbe walienda Bwera, Kashelero wakamjengea Muzora Ikulu ambayo imedumu mpaka leo. Basi Muzora akaacha kumpagaa mfalme. Mfalme aliendelea kutoa sadaka humo. Hata leo mfalme akitaka kutoa sadaka kwa Muzora, sadaka hiyo hupelekwa katika ikulu yake ya Bwera, Kashelero. Hata hivyo kabla ya kutoa sadaka Bwera, Kashelero hutolewa kwanza sadaka pale Mukyamo, kasisi wa Muzora alipolala.

Baada ya hayo Mfalme Burungu aliendela kuishi nchini mwake kwa furaha na raia wake. Wakampenda sana na kumfurahia.

Wakati fulani Mfalme alipiga ngoma ili kukusanya raia wake ili awaone. Basi walipokuja mbele yake na kucheza ngoma ya vita, akaona mtu mmoja maskini aliyevaa vazi la kamba za umondo akiwa ameshika upinde. Ukoo wa mtu huyo alikuwa Mrondo. Mfalme akasema, "Huyo maskini mwenye upinde mikononi ndiye anayeharibu ngoma yangu ya vita." Yule mtu maskini akamjibu mfalme na kusema, "Kusema kweli wewe Burungu ni mtu mkorofi, badala ya kunitukana si ungenipa mavazi mazuri?" Mfalme Burungu akamwambia, "Haya endelea na ngoma." Ngoma ya vita ilipoisha mfalme akawapa madume ya ng'ombe wakachinja na kuwagawia ili wale. Hatimaye watu wote walirudi nyumbani kwao wakiwa wanamshukuru mfalme wao Burungu.

Siku moja Mfalme Burungu akawauliza waaguzi afanye nini ili kuwaroga Wanyoro wasimshambulie tena. Akashauriwa apeleke mtu Bunyoro, ili mtu huyo amtukane Mfalme wa Bunyoro. Akifanya hivyo atauawa na Mfalme wa Bunyoro. Akiuawa masalia yake yatumiwe na Mfalme Burungu kuwaroga Wanyoro wasije tena kushambulia Kiziba. Baada ya kupata uaguzi huo akajaribu kumpata mtu wa kwenda kumtukana Mfalme wa Bunyoro, lakini hakumpata. Watu wote waliogopa, hakuna aliyethubutu kujitolea.

Basi Mfalme Burungu akasema, "Nendeni mkamwite yule maskini aliyethubutu kunitukana wakati mlipokuwa mnanichezea ngoma ya vita. Ndiye atakwenda Bunyoro, hataogopa."

Yule maskini alipoletwa mbele yake, Mfalme akampa maagizo akisema, "Uende Bunyoro, ukifika huko umwambie mfalme wa Bunyoro kwamba kama uliposhambulia Kiziba ungekutana na Mfalme Burungu angekushika na mavi yako yangekaukia mkunduni."

Basi yule maskini akafunga safari pamoja na watu wengine akaenda Bunyoro. Alipofika ikulu walinzi wa mlango wakamjulisha mfalme. Naye mfalme akaagiza aletwe mbele yake. Yule maskini alipofika mbele ya Mfalme wa Bunyoro akageuka akampa kisogo na kumwambia, "Ungekutana na Mfalme Burungu angekushika na mavi yako yangekaukia mkunduni." Mfalme akasema, "Maskini huyu amenitukana, nendeni mkamwue." Mara maskini akatiwa mbaroni na wenzake wakakimbia. Maskini akauawa, lakini wenzake wakawa wamejificha karibu na pale na kuona alivyokuwa anauawa. Wauaji walichukua mambo wakamchoma nayo kuanzia mtulinga mpaka mkunduni akawa kama nyama iliyobanikwa. Baada ya kumwua wakaondoka. Usiku wenzake wakafika pale wakaondoa mambo mwilini mwake wakamkata kichwa. Ndivyo walivyokuwa wameagizwa. Baada ya kufanya hivyo wakashika njia na kurudi Kiziba. Walipofika wakampa mfalme wa Kiziba kichwa cha maskini alichokuwa amewatuma kukileta wakakikabadhi kwake. Waaguzi walichukua chuma wakafua ncha ya mpini wa mkuki walipotundika kichwa hicho. Kichwa na mpini wake kikapewa jina "NYAMUKURA" likiwa na maana kuwa Mfalme Burungu sasa amekua hatashambuliwa tena na Wanyoro kwa sababu tumewaroga. Kichwa hicho bado kipo; hukaa kwa kila mfalme atawalaye. Mambo waliyotoa katika mwili wa maskini aliyeuawa wenzake walikuja nayo na kuikita kwenye kivuko cha Kyaishemwero katika njia waliyokuwa wakipitia Wanyoro wakati wa kushambulia Kiziba.

Baada ya Mfalme Burungu kufanya uchawi huo Wanyoro hawakuwahi kushambulia tena Kiziba. Baada ya vitu hivyo mfalme aliishi kwa amani, hakushambuliwa tena na Wanyoro.

Mfalme Burungu aliunda kikosi cha watu akawaita "Abalwera" ambacho kiliundwa na chakari watupu wanyongaji wa watu. Mfalme Burungu akaanza tabia ya kila anapotaka kumwua mtu anamtoa kwa kikosi chake hicho nao wanamkata midomo kabla ya kumwua. Alipotoa mtu kwao ili wamwue aliwaambia, "Mpelekeni mkamkate midomo." Chakari hao wakawa wanaua sana watu. Raia wakamwongopa sana mfalme wakawa wanamwotea mbali.

Mfalme Burungu alikuwa akitembea usiku akiotea karibu na nyumba za watu kusikiliza wale waliomsema vibaya. Siku moja alisimama nje ya nyumba ya mtu mmoja. Mtu huyo alikuwa amechukua panga la mfalme kukatia ndizi za kutengeneza pombe ya mfalme kwa sababu ndiyo ilikuwa kazi yake. Bahati mbaya mtu huyo alikuwa amevunja panga hilo. Mfalme wakati akiotea usiku karibu na nyumba yake akamsikia akisema, "Kweli nimevunja panga la mfalme, lakini aheri ningevunja panga la mtu hai ...." Mfalme akatoka hapo akitafakari maneno hayo. Akajiuliza, "Kumbe mbele za watu mimi sio mtu hai tena, nimekufa?" Mfalme akarudi zake ikulu. Kesho yake akamwita mtu huyo na kumwuliza, "Jana usiku mlikuwa mnazungumza nini nyumbani kwenu?" Yule mtu akajibu, "Hapana mfalme wangu." Mfalme akamwambia, "Ulisema kuwa umevunja panga la mfalme, lakini aheri ningevunja la mtu hai, kumbe mimi mbele ya macho yenu siyo mtu hai, bali nimekufa?" Mtu yule akaogopa akasema moyoni, "Sasa nakufa." Mfalme Burungu akamwambia, "Basi haidhuri, sitakudai panga langu, nakusamehe. Wala nami sitatembea tena usiku kati ya nyumba zenu kwa sababu mnanitukana. Sitaki kusikia matusi yenu nisije nikakasirika nikawaua kwa wingi." Tangu hapo Mfalme Burungi akapunguza sana mauaji ya watu.

Mfalme Burungu akawa mzee, akaanza kulala mfululizo siku mbili bila kuamka. Watu wakaanza kumwamsha kwa kupiga ngoma yake Kihinda. Ni pale walipoipiga alipotoka usingizini. Ikawa desturi yake.

Wakati huo Mfalme Burungu akaugua na akawa mgonjwa kwa siku nyingi. Waganga walipoulizwa wakasema kuwa wake zake ndio chanzo cha mizimu iliyotaka kumwua mfalme. Wakamshauri mfalme atoe mali ili awaapize mizimu ya wake zake isije ikamwua. Mfalme Burungu akakataa akisema, "Tangu lini mfalme akalazimika kutoa mali ili awaapize mizimu?" Akawaambia watu wake, "Jengine nyumba." Basi nyumba ilijengwa na ikawa tayari. Halafu Mfalme Burungu aliwakusanya wake zake waliokuwa wamemshitaki kwa mizimu yao akawaweka katika nyumba hiyo, akaagiza mlango ufungwe. Baada ya hapo aliichoma moto nyumba hiyo. Wanawake hao wakafia ndani. Mfalme alichagua wanawake wengine kutoka katika koo zao akawafanya wakeze badala ya hao aliochoma moto.[93]

Mfalme akawa mzee mkongwe. Alipolala usingizi hakuamka mpaka ipigwe ngoma yake Kihinda.

Siku moja jamaa mmoja jina lake Kamugobe wa ukoo wa Bagahya aliwaambia wana wa mfalme na viongozi wengi maarufu, "Mnaona kuwa mfalme amekuwa mzee sana, kwa nini hamfikirii kumwuliza nani atakuwa mfalme nyuma yake, yeye akifariki? Je akifariki bila kututajia mfalme atakayemrithi, sisi tutafanyaje?" Wote wakajibu wakisema, "Nani athubutuye kumwuliza swali kama hilo kama si kujitakia kifo?" Yeye Kamugobe akawaambia, "Mimi nitakwenda nimwambie, haidhuru hata akiniua." Basi aliondoka na kuingia ikulu. Akawaomba watu wa ikulu wapige Kihinda mfalme atoke usingizini ili apate kumwabia neno.

---

[93] Wazee wengine huadithita kuwa Mfalme Burungu alipozeeka sana hakuweza kulala na wake zake. Wake hao walibaki kunungunika na kuwatania wifi zao wakisema, "Mambo hayo awezaye kuyavumilia Kihuguru." Kihuguru alikuwa dada wa Mfalme Burungu. Jumla ya wake hao walikuwa 20. Mfalme Burungu aliposikia maneno hayo alikasirika akisema kuwa wanadhani analala na dada yake. Basi akajenga nyumba pale Ruganjo – Garukuri akawaunguza wakeze wote ndani ya nyumba hiyo.
Baada ya kuwachoma moto watu walizoa majivu yao na kuyatupa mbali mbugani. Mbuga hiyo ikaitwa Gebituumo, mbuga ya marundo. Wanawake wawili kati ya waliochomwa moto walikuwa wametoka Rushasha na wa ukoo wa Wagaha. Koo za waliobaki hazijulikani tena. Baada ya kuwaunguza wakeze hao, Mfalme Burungu alioa hesabu hiyo hiyo ya wake wengine na kutoka katika koo zile zile za hao aliowachoma. Alijenga nyumba nyingine kwa ajili yao. Nyumba hiyo ilijulikana kama Egambwa – Bato, yaani kusikikako sauti za wanawake vijana.

Ngoma ilipopigwa mfalme akaamka na kuuliza, "Kulikoni?" Kamugobe akamjibu, "Mfalme Mtukufu, nimekuja kukuuliza swali; siku hizi ukilala usingizi huamki mpaka siku 6 au hata 8. Je ukipitiliza na kufa usingizini bila kututajia mfalme mrithi wako, sisi raia wako tutasema nini? Si tutakuwa kichekesho kwa mataifa mengine yote."

Mfalme Burungu akamjibu na kusema, "Una roho ya ujasiri kupita kiasi, umethubutu kuja kunihoji kuhusu kifo changu?" Akawaambia watu, "Iteni wauaji, wampeleke wakamwue." Wauaji wakaja wakamwondoa, na kwenda naye hatua chache. Mfalme akawaambia, "Mrudisheni." Wakamrudisha. Mfalme akasema tena, "Mpelekeni." Kamugobe akajisema moyoni, "Sasa nakufa, na hii kwa sababu ya kuthubutu kusema." Lakini mfalme akasema tena, "Mrudisheni." Safari hii Mfalme Burungu akampa dume la ng'ombe na vibuyu vya pombe na kumwambia, "Peleka dume hili ule pamoja na wake zako na watoto wako. Baada ya siku mbili rudi hapa nikuue. Umezidi ujasiri. Umethubutuje kuniambia mambo ya kifo changu."

Basi Kamugobe akarudi nyumbani kwake. Akamchinja huyo dume akamla na wakeze na watoto wake. Baada ya siku mbili alizopewa akawaaga wanawe akisema, "Naenda kufa." Akaondoka akaenda kukikabili kifo. Alipofika ikulu, walinzi wakamjulisha mfalme kuwasili kwake. Mfalme akawaagiza wamlete ndani. Alipofika, wakaitwa na watu wote ili kuhudhuria mbele ya mfalme. Basi mfalme akatokea mbele ya watu wote, akaanza kuwalaumu wanawe, wajombaze na viongozi wote akisema, "Imekuwaje nyinyi nyote kushindwa hekima na mtu huyo asiye na cheo chochote? Je, ningefariki bila kuwaachia mfalme wa kunirthi mgefanyeje?" Kamugobe amewazidi nyote umaarufu. Tangu sasa atapokea sehemu ya mahari kutoka posa ya kila binti mfalme aolewaye;[94] halafu kila achinjwapo fahali yeye atapokea ulimi na kichwa. Mfalme akamzawadia Kamugobe mashamba 9 na utawala wa kijiji cha Igoma.

Basi Mfalme Burungu aliwaambia watu, "Kati ya wanangu wote hakuna anayeweza kuwa mfalme kwa muda mrefu. Akitawala mwanangu atakufa upesi. Kwa hiyo, nikifa atakayetawazwa ni Karwihula mwana wa mwanangu Kagaruki." Watu wote wakakubali uamuzi wa Mfalme. Kagaruki mwenyewe hakuwepo. Watu walienda wakamwambia maneno ya mfalme. Basi yeye Kagaruki akaondoka akaenda kuwinda. Alijisemea moyoni kuwa baada ya kuwaua wanyama ndipo angepata wasaa wa

[94] Hata sasa binti wa mfalme aolewapo ni Wagahya, wanaukoo wa Kamugobe wapatoa sehemu ya mahari yake na pia kila achinjwapo fahali ndiyo walao ulimi na kichw

kumwona mfalme bila matatizo. Huko mawindoni akaua wanyama wanne: Duma, "rutoni", paka-shume na 'mutelere'. Basi akaja mbele ya mfalme kumtolea wanyama hao. Alipofika akaomba wamwamushe mfalme ili amtolee mawindo yake. Watu wakapiga ngoma mfalme akaamka. Alipoamka mwanae Kagaruki akaleta mbele yake wanyama na kumtolea. Mfalme akafurahi.

Kagaruki akachukua fursa hiyo kukaa mbele ya Mfalme na kumwambia, "Mtukufu baba, nimekosea nini mpaka umchague mwanangu awe mfalme na kumbe sisi wanao bado tuko hai?" Wakati wote nilitamani na kuahidi kuiharibu Kyamutwara, na sasa nasikia kuwa mwanangu ndiye atarithi ufalme. Je, mataifa ya nje si yatatudharau na kusema, "Mfalme Burungu hakuzaa wana wa maana, ndiyo maana alimwachia mjukuu ufalme?" Mfalme Burungu akamjibu na kusema, "Hapana, siyo kwamba mimi nawachukia wanangu. Wewe kwa mfano ramli ya kifalme imetabiri kuwa utakufa baada ya vipindi vitatu vya mwaka." Kagaruki akamjibu baba yake, "Haidhuru kama kufuata utabiri huo nitatawala vipindi vitatu na nikaongeza vingine vitatu au vinne vya kwangu nikifa."

Mfalme Burungu akamwambia, "Kama unathubutu kufanya hivyo, njoo unibusu." Kagaruki akapiga moyo kondo, akaja kwa mfalme na kumbusu.

Siku nne baada ya kubusu kwa Kagaruki Mfalme Burungu alifariki. Kagaruki akajenga ikulu ya muda Kantale. Baada ya siku tisa Mfalme Burungu akang'olewa taya akawekwa katika mtumbwi na kuzikwa katika ikulu ya Bukeire, kwani alikuwa na ikulu mbili. Ngoma yake Kihinda ikabaki katika ikulu yake. Mila na desturi za mazishi zikafuatwa na katika ikulu yake wakaweka yale yote yaliyoandikwa kuhusu wafalme waliotangulia.

SURA YA XV

KUTAWAZWA KWA MFALME MAGEMBE II

Taratibu za kifalme
Mfalme Nkwenge ashambulia Kiziba
Mfalme Magembe aishinda Kyamutwara, aua watu wengi na kuteka ng'ombe wengi
Mfalme Magembe aiba nanga Kyamutwara
Nyakaihura, mama wa mfalme ashambulia Bugabo
Ikulu ya Gera
Mfalme Magembe amwua Mfalme Nkwenge
Waziba waanza kuhapa kwa jina la Magembe

Baada ya Kagaruki kujenga ikulu yake ya muda, mabwawa yalichimbwa Kiholero, chumvi na moto vikaletwa na taratibu zote zikafuatwa. Aliingia mabwawani na kuoga kama wafalme wote wafanyavyo. Baada ya kuoga aliletwa kasisi akamwondolea cheo chake, akamfunga mtu. Wakati bado yuko mabwawani, raia wote walijenga ikulu ya kudumu pale Bwanjai, Ruti. Nyumba zote zikatimia kama za wafalme wote. Ikulu ya mama yake mfalme ikajengwa Kantale, Nyakahunga. Baada ya ujenzi wa ikulu, Mfalme Kagaruki akaingia ikulu na ngoma yake. Sadaka zile zile zikachinjwa kama ilivyo kawaida wakati wa kutawazwa mfalme. Mama yake akaondoka na kuingia katika ikulu yake. Ngoma yake ikaingizwa katika ikulu ya ngoma kufuata mila na desturi. Mfalme Kagaruki akapewa jina la Magembe II na mama yake akaitwa Nyakaihura. Raia wakaja kuhudhuria mbele ya mfalme, kumfanyia kazi naye akawa anawachinjia ng'ombe wanakula.

Siku chache baada ya kutawazwa kwake, Mfalme Nkwenge wa Kyamutwara alituma mjumbe wake ili amwulize Mfalme Magembe, "Kwa nini ulitawazwa bila ruhusa yangu, je na wewe unadhani u mfalme?" Mjumbe huyo akaja akamwambia hivyo Mfalme Magembe. Mfalme Magembe akamtuma mjumbe huyo huyo amwambie Mfalme Nkwenge hivi, "Kwa nini Magembe aombe ruhusa kwako? Je, wewe ni bwana wake? Hujui kuwa naye ni mfalme katika nchi yake?" Yule mjumbe akapeleka ujumbe wa Mfalme Magembe kwa Mfalme Nkwenge. Basi Mfalme Magembe akapiga ngoma raia wake wote wakamkusanyikia, akawaambia, "Nataka kumshambulia Mfalme Nkwenge ili nikikutana naye anieleze kwa nini alituma ujumbe kwangu kuniuliza kwa nini nilitawazwa bila ruhusa yake. Basi yeye mwenyewe aliondoka usiku na watu wake akashambulia Kyamutwara akianzia kijijini Bulembo na Buchurago, akawaua watu, akateka ng'ombe wengi sana, pamoja na wanawake na watoto na mbuzi. Baada ya kuteka vitu hivyo akarudi kwake Bwanjai, Ruti. Ng'ombe wote akawagawia watu wake wakafurahi wakamsifu ushujaa wake. Watumishi wa mama yake akawapa ng'ombe waliokonda. Mama mfalme naye huwa na watu wake. Kesho yake akashambulia Ngarama na Ruhoko, akawaua watu wengi sana, akateka ng'ombe wa huko, akafyeka migomba akarudi na ng'ombe wengi sana akawagawa kwa watu wake.

Mfalme Nkwenge akatuma mjumbe kwa Mfalme Magembe aliyesema, "Mfalme Nkwenge anasema kuwa ulikuwa unaiba tu, unajipitishapitisha tu, sasa yeye anataka kukushambulia." Mfalme Magembe akajibu na kusema, "Na aje atanikuta hapa."

Mfalme Nkwenge akashambulia. Yeye akabaki Katoma, raia wake wakaja wakaanza kupigana katika Bwazi pale Kyendanzigu, Mfalme Magembe alikuwa bado nyuma. Wakati yuko safarini akija alikuwa na wapiganaji wake; wote wakiwa wamevaa nguo za umondo; kwa sababu yeye Mfalme Magembe alikuwa amewaambia watu wake wavune umondo, wavae nguo za umondo, na wawe wanaondoka wachache wachache na kuharibu Kyamutwara, tena naye alikuwa amevaa nguo za umondo pia. Alipofika Kijumo akamwona mwanamke aliyekuwa akilima, na alikuwa amewasha moto akichoma nyasi katika konde lake. Watu wa Magembe walipoona moto wakakanyaga konde la yule mama ili wapate moto, basi yule mama akawakaripia akisema, "Angalie wanaume wazima wanavyokanyaga konde langu!" Hakuweza kumtofautisha mfalme kwa sababu naye alikuwa amevaa nguo za umondo. Mfalme Magembe akaambia watu wake, "Huyu mama ana haki ya kutukaripia; sisi bado tuko hapa tunakanyaga kondo lake, ambapo wanaume wameshaanza kupigana." Walitoka pale mbio. Walipofika katika mapigano Mfalme Magembe akashika ngao yake akaingia katika safu ya maadui akaua watu tisa. Mpiganaji wake Mushonga akawaua watu 12, mpiganji wake mwingine Kigongo akaua watu 7. Watu hao walikuwa jasiri sana, ndio walikuwa mashujaa wa vita wa Mfalme Magembe. Basi watu wa Kiziba wakaua watu wengi wa Kyamutwara. Watu wa Kyamutwara wakakimbia wakiandamwa na kuuawa na watu wa Kiziba. Mfalme Magembe alienda akaichoma ikulu ya Mfalme Nkwenge.

Naye Mfalme Nkwenge akakimbia na kujificha pangoni. Mfalme Magembe aliteka ng'ombe wengi na mali nyingi kwa muda wa siku mbili. Aliacha amekita mkuki wake huko kujulisha jinsi alivyowaua. Aliukita katika kijiji cha Kimbugu, mahali panapojulikana mpaka leo kama "Kwenye Mkuki wa Magembe." Halafu akafika katika kijiji Bukoba akakita mkuki wake mwingine. Sehemu hiyo hujulikana mpaka sasa kama Hamugembe. Basi akarudi, aliporudi wapiganaji wake akawapa ng'ombe wengi wakafurahi. Mama wa Mfalme Magembe alipopata habari kuwa mwanae hupigana mwenyewe akasema, "Yumkini, mwanangu atauawa, tangu lini mfalme akapigana kwa mikono yake mwenyewe?" Basi akajisemea rohoni mwake, "Ngoja nitengenezeshe sindano, halafu niende nimchome mgongoni, asiposhutuka nijue kwa uhakika kuwa ni jasiri asiyeogopa kitu, halafu nijue kwa uhakika kuwa siku moja atauawa. Nikijua hivyo nimkataze asipigane tena kwa mkono wake mwenyewe." Akatengenezesha sindano akaenda nayo ili kumpongeza mwanawe. Alipofika akaketi nyuma ya Mfalme. Mfalme Magembe akamwadithia mama yake alivyokwenda vitani. Mama yake akashika sindano na kumchoma kidogo mgongoni. Mfalme Magembe alipohisi kuchomwa na sindano akajisukuma nyuma ili sindano imchome zaidi. Mama yake akaogopa. Akaondoa sindano akasema moyoni wake, "Mwanangu hana roho, hana woga, siku moja atauawa."

Basi mfalme akaanza kuwagawia watu wake ng'ombe. Watu wa mama yake akawapa wale wabaya. Mama yake akakasirika, akaondoka na kurudi kwake. Alipofika nyumbani kwake akawaambia watu wake, "Pigeni ngoma ya vita, na mimi niende vitani niteke ng'ombe wangu mwenyewe." Ngoma ikapigwa akaondoka na watu wake akaenda vitani. Alishambulia Bugabo na kuiharibu. Akaingia katika kijiji cha Bushaka akamwua mtawala wa kijiji hicho aliyeitwa Bunyonya. Kijiji nacho kikapewa jina la Bunyonya. Tangu hapo ikawa marufuku Mziba kulala katika kijiji hicho. Hata leo Mziba halali Bunyonya.[95] Mama wa Mfalme Magembe akaiharibu Bugabo. Aliteka na kuswaga ng'ombe wengi, alichoma nyumba na kuua watu wengi. Alipofika Bushaka akaketi juu ya jiwe kupumzika. Hata leo pale penye jiwe hilo hujulikana kama Lyamagembe. Basi malkia akarudi nyumbani kwa njia ya Katoma. Pale Katoma akakutana na Mwanae Mfalme Magembe, akiwa anaenda kumfuata mama yake huko alikoenda kupigana. Baada ya kukutana Katoma mama wa mfalme akamwadithia mwanawe jinsi alivyoishambulia na kuiharibu Bugabo. Wakarudi wote wakafika Gera. Pale Mfalme Magembe akajenga ikulu yake ya pili. Mama wa Mfalme akachukua baadhi ya ng'ombe wazuri akampa mfalme na kusema, "Wewe ulikuwa unanipa ng'ombe waliokonda, je ulidhani kuwa mimi sina uwezo?" Mfalme Magembe akajibu akamwambia mama yake, "Sasa najua wewe ni mtu mashuhuri." Akampa jina la utani akasema, "Wewe ni "Mbwamwitu aumaye Majogoo."

Basi Malkia Nyakaihura alirudi nyumbani kwake Kantale. Mwanae Mfalme Magembe akabaki katika ikulu yake ya Gera, akiwa anataka akae karibu na Kyamutwara, iwe rahisi kuharibu nchi hiyo.

Halafu Mfalme Magembe akakusanya wafua chuma wakaanza kutengeneza mikuki kwa ajili ya wapiganaji wake. Hata Mfalme Magembe mwenyewe alishika nyundo akatengeneza mikuki. Yeye lakini hakufua kwa ufundi bali alitengeneza mikuki haraka haraka bila kujali ubora. Baadaye alirudi katika ikulu yake ya Ruti.

Baada ya siku chache aliondoka na kushambulia Kyamutwara. Alipofika Yombwe aliwaona watu wakiwa wanakimbia vita. Akamwona na mwanamke mmoja aliyekuwa akikojoa akiwa amesimama kwa woga. Mfalme Magembe akawaambia watu wake, "Angalieni mwanamke anayekoja akiwa amesimama. Yule mwanamke lakini akajitetea akisema, "Kwa nini nisikojoe nimesimama wakati Mfalme wa Kiziba akojozaye watu wamesimama hatuachii uhuru wa kufanya vinginevyo." Mfalme Magembe aliposikia maneno ya mwanamke huyo akasema, "Badala ya jina langu wataniita Ikojoza-Bwemi (Akojozaye watu wakiwa wamesimama). Huu ni ushahidi kuwa wamesha niogopa. Siku hiyo hakuua watu bali alighairi na kurudi kwake Ruti.

Siku hizo Mfalme aliwaambia watu wake, "Sijawahi kumwona Mfalme Nkwenge, sijui sura yake. Kila mara niendapo vitani yeye hukimbia na

[95] Mziba wa ukoo wa mfalme, kwa sababu katika Kiziba hao ndio hasa huitwa Waziba.

kujificha pangoni. Kwa hiyo afadhali niende kwanza nijifiche pangoni, nyinyi mwende mshambulie ikulu yake akikimbilia pangoni anikute mle nimwone na halafu nimwue." Basi akaondoka usiku na kuingia pangoni. Asubuhi watu wake wakashambulia ikulu ya Kyamutwara, Mfalme Nkwenge akakimbia, lakini kabla ya kuingia pangoni akasikia harufu ya marashi akaghairi kuingia. Watu wakamwambia, "Umelipita pango." Yeye akajibu, "Nitaingiaje humo, Mkosa-haya wa Kiziba tayari yumo humo." Pango hilo lilikuwa linaitwa Nyamilima, lakini baada ya Mfalme Nkwenge kumwita Mfalme Magembe Muhwa-Nshoni (Mkosa haya) pango hili likaitwa Buhwa-Nshoni, ndilo jina lake hata leo.

Mfalme Nkwenge alipokataa kuingia katika pango hilo, Mfalme Magembe akatoka humo akawafokea; watu wa Mfalme Nkwenge wakaogopa na kukimbia. Mfalme Nkwenge alitaka kukimbia akashindwa. Basi Mfalme Magembe akamwahi na kumwua. Siku hiyo watu wa Kyamutwara waliuawa kwa wingi na watu wa Mfalme Magembe.

Katika kitabu kingine wazee wanasema kuwa hata safari hii Mfalme Magembe alikuwa ameenda Katoma ili kuua watu. Huko watu walikuwa wamejenga kuta za udongo ambapo wangejificha mchana. Wanasema kuwa kuta hizo za udongo ndizo ziligeuka njia za ng'ombe za Katoma zionekanazo mpaka sasa. Kila Mziba aliyeua mtu alijigamba, "Rwa Magembe!" isipokuwa wana wa Mfalme. Tangu wakati huo Waziba hujigamba "Rwa Magembe" vitani.

Baada ya kuiadhibu Kyamutwara kiasi hicho, Mfalme Magembe alirudi kwake Ruti na kupata amani tele.[96]

Mfalme Magembe alikuwa jasiri sana kiasi cha kupewa jina "Rukona-Manzi" (Akomeshaye mashujaa). Mashujaa wa Kyamutwara hawakufua dafu mbele yake. Alikuwa ameitisha Kyamutwara kiasi kwamba ng'ombe wake walienda kunywa maji ziwani Bukoba. Alipanda mti ulioitwa Kyakairabwa. Pale alipoupanda panajulikana kama Kyakairabwa hata sasa huko Kyamutwara.

Basi Mfalme Magembe akaishi kwa amani nchini mwake. Siku moja aliletewa habari kuwa mtu mmoja akaaye Kibumbiro alijipa jina kama la kwake, Bigembe. Halafu akaambiwa kuwa mtu huyo ana uwezo wa kuua chui akiwa peke yake. Mfalme Magembe akauliza, "Kwa nini alijipa

---

[96] Maelezo ya mhariri: Haya ni maelezo yasiyohusu maandishi ya kitabu hiki bali kitabu kingine: Katika kitabu kingine wazee wanasema kuwa hata safari hii Mfalme Magembe alikuwa ameenda Katoma kuwaua watu waliokuwa wamejenga maboma ambamo walijificha wakati wa mchana. Watu wanasema kuwa maboma hayo ndiyo yaligeuka kuwa barabara za ng'ombe zilizopo mpaka sasa.

jina langu? Nendeni mkamlete mbele yangu." Basi Bigembe akaletwa mbele ya Mfalme. Mfalme Magembe akamwuliza, "Kwa nini ulijipa jina langu?" Bigembe akajibu, "Mtukufu Mfalme, jina langu lilikuwa Magembe, lakini ulipotawazwa kuwa mfalme nikabadilisha jina na kujiita Bigembe. Hata hivyo nilikuwa na haki ya kuitwa Magembe kwa sababu nami ni mtu jasiri sana. Mimi huua peke yangu wanyama wakali kama simba na chui." Mfalme Magembe akamwuliza, "Kweli wewe huua chui peke yako?" Naye akajibu, "Ndiyo, peke yangu, nimeshawaua saba." Watu wa Kibumbiro waliwaleta hapa na kuwatoa kwa mfalme." Mfalme Magembe akaagiza apewe malazi mpaka kesho yake. Mfalme Magembe akawaambia watoto waliokuwa wanachunga mbuzi, "Pelekeni mbuzi wenu mchunge karibu na msitu uitwao Nyamutundu, mchunge kwenye ukingo wa msitu. Mkiona mnyama atakayemshika mbuzi mje upesi mkikimbia mnijulishe, tena mnijulishe mimi peke yangu, msiwajulishe mtu mwingine hata mmoja." Watoto wakaondoka na mbuzi wao wakachunga karibu na msitu walivyoelekezwa na mfalme. Walipokuwa wakichunga akatokea mnyama akashika mbuzi mmoja. Watoto wakaja mbio wakamjulisha mfalme. Mfalme akaondoka upesi na mkuki wake aliouita "Mutanyata" (Asiyekula chakula bila mboga) akafuata njia alimopita chui akimburuza mbuzi mpaka akamfikia. Alipomfikia akamfuma kwa mkuki. Alipopigwa mkuki, chui akaruka akashika mkono wa mfalme, halafu akafa na kuanguka chini. Mfalme akawambia watoto, nikisha ondoka, nyinyi mpige mayowe. Watu wakija msiwaambie kuwa chui ameuawa na mimi." Basi mfalme akaondoka akiwaameficha mkono ulioumizwa na chui akaingia ikulu. Watoto wale walipopiga mayowe watu wakakimbilia msituni na kukuta mizoga ya chui na mbuzi. Wakambeba chui wakaja naye mpaka ikulu na kutoa kwa mfalme, na kusema kuwa wamemwua chui. Mfalme akampokea. Kesho yake mfalme akamwita Bigembe kwake.

Alipokuja akamwuliza, "Wewe chui huwauaje?" Bigembe akajibu, "Chui huwa namchoma kwa mkuki wangu mara moja nikiwa peke yangu." Mfalme akamwambia, "nioneshe mikono yako." Bigembe akaonesha mikono yake, wala haikuwa na kovu yoyote. Mfalme Magembe akamwambia, "Kweli wewe ni mtu shujaa sana, ulikuwa unaitwa Bigembe, sasa utaitwa Magembe." Mfalme Magembe akampa Bigembe mkuki alioupa jina "Mutanaba" kama mkuki wake mwenyewe. Halafu akampa na ng'ombe na kumwambia, "Kaa kwa amani nyumbani kwako. Tangu sasa mfalme akitawazwa watu wote wenye majina kama la kwake awaache waendelee na majina yao." Halafu mfalme akawaambia raia waliokuwepo, "Yule chui mlionileteа jana nilimwua mimi, lakini aliniuma mkono huu hapa. Mwanaume huyu Bigembe ni jasiri sana. Amewahi kuua chui saba lakini hakuwahi kuumizwa na mmoja wao. Mimi angalieni, nimekuwa jasiri wa kuua watu lakini chui ameniuma mkono." Kama mfalme angemwua chui huyo bila kuumizwa naye, angemwuua Bigembe kwani angesema, "Majigambo yako hayana lolote kwa sababu chui ni mnyama wa kawaida." Lakini baada ya kushuhudia kuwa chui ni kweli mnyama mkali, ndiyo maana alimsifu Bigembe kama mtu shujaa sana.

Basi Mfalme Magembe akaendelea kuishi nchini mwake na mama yake Nyakaihura. Huyu pia alikuwa jasiri sana; kwa sababu ni mwanamke peke yake aliyethubutu kupigana vita na kunyang'anya ng'ombe wa nchi jirani. Mtundu-kazi huyu alikuwa jasiri kama mwanae Mfalme Magembe.

Mfalme Magembe alikuwa na watoto ambao majina yao ni haya: Mugasha, Rukirangabo, Karwihura, Nyamwiru na Kaijanangoma. Mfalme akawapa watoto wake utawala katika vijiji vifuatavyo: Mugasha alitawala Katendaguro, Rukirangabo alipewa Bugandika, Kaijanangoma alipelekwa Gera, Nyamwiru Bwanjai na Karwihura alitawala Rushasha.

Siku hizo Mfalme Magembe alipata habari kuwa makundi mengi ya ng'ombe wa Kyamutwara waliokuwa wamepelekwa Karagwe ili wasitekwe wakati wa vita yalikuwa yamerudi.

Alipopata habari hizo akapiga ngoma raia wakakusanyika, mfalme akaondoka na kushambulia Kyamutwara usiku. Walipofika Ruhoko wakateka ng'ombe wengi. Hata hivyo hawakuwateka wote kwa sababu wenye ng'ombe walishajua kuwa Mfalme Magembe angekuja kuwanyang'anya wakawa wamewaamishia sehemu nyingine.

Baada ya kuwateka ng'ombe, Mfalme Magembe alipanda juu ya kichuguu ili kuangalia watu wake wanavyowaswaga ng'ombe. Wakati akipanda juu ya kichuguu njiti kavu ya'rugushuru" iliyokuwa imekatwa na mchwa ikamchoma mguuni. Wakati huo alikuwa kwenye kijiji cha Nyakashange karibu na Mwisa upande wa Kibumbiro. Baada ya kuchomwa na njiti mguu akavimba sana. Watu wake wakamnyanyua na kumbeba juu ya ngao zao na kurudi nyumbani. Habari zikamfikia mama yake Nyakaihura kuwa mwanae ameumia katika uwayo wa mguu. Alipopata habari hizo akaondoka nyumbani akakutana na mwanae kwenye kivuko cha Kyaishemuhima akiwa amebebwa. Akawaamuru waliombeba wamweke chini mwanae ili amwangalie. Kulikuwa hapo na mhamiaji mmoja kutoka Karagwe aliyeitwa Nyaishaija, ukoo wake Mushaga, aliposikia Malkia Nyakaihura akiwaambia watu wamweke chini mwanae mfalme ili amwangalie alidhihaki akisema, "Nyinyi watu wa Kiziba mna roho ngumu, unamwona mwanao yuko mautini na bado unasema wamweke chini umwangalie? Unangoja nini, huna uchungu na mwanao?" Malkia hakujibu neno lakini alielewa alilotaka kusema yule Nyaishaija. Katika kupitapita kati ya watu akamwona mtu mmoja mwenye upanga, akamnyang'anya upanga huo, akajichoma nao, akajiua. Alipokufa watu wakabeba maiti yake. Wazee wakasema, "Kwa sababu amejiua ni kama aliyeuawa kwa mikuki.[97] Wakapeleka maiti yake katika kijiji kidogo cha Katongo walipoishi Batundu, wakamzika.

Mfalme Magembe, akiwa amebebwa, akafika Ikulu. Alipofika Ikuli mguu ukavimba sana. Kesho yake akaaga dunia.

Kwa sababu Malkia Nyakaihura alijiua kwa upanga, tangu hapo imekuwa mwiko upanga hauingii katika ikulu ya kaburi la Nyakaihura. Tena kwa sababu Nyaishaija alimwambia Nyakaihura, "Unaona mwanao yuko karibu na kufa na bado unataka awekwe chini umwangalie; badala yake kwa nini hujiui?" Watu husema kuwa Nyaishaija ndiye aliyesababisha kifo cha Nyakaihura. Aliyesababisha kifo chake siyo Nyaishaija bali neno lile tu alilomwambia.

Baada ya kifo cha Mfalme Magembe, mwanae Karwihura alimbusu. Baadaye alijenga ikulu ya muda.

---

[97] Kufuata mila zetu za zamani mtu aliyeuawa na mikuki au kwa kuumwa na nyoka hakuzikwa kijijini bali alipelekwa na kutupwa pangoni. Lakini Nyakaihura alikuwa malkia ndiyo maana alizikwa katika kijiji kidogo cha Katango. Lakini hata hivyo alikuwa kama aliyetupwa kwa sababu hakuzikwa katika nyumba yake ya kifalme.

SURA YA XVI

SEHEMU 1

MFALME KARWIHURA (MBONEKO I)

Kutawazwa kwake, ndugu zake na makosa yao
Mama yao awaasa bila mafanikio
Mwizi amtukana Nyamwiru kwa dharau
Mama wa mfalme ashauri namna ya kuondoa dharau hiyo
Kifo cha Mugasha
Vita kati ya Mboneko na nduguze
Mboneko awaua nduguze wakiwa Karagwe
Afarakana na mama yake

Baada ya siku kadhaa Mfalme Magembe akang'olewa taya na kuzikwa katika mtumbwi, kwa taratibu zote za mazishi zilizofuatwa wakati wa mazishi ya Mfalme Kibi alipozikwa. Ikulu kuliwekwa vitu vyote viliyvowekwa kwa Mfalme Kibi na katika ikulu za Wafalme wengine waagao dunia.

Karwihura alitawazwa akawa mfalme. Baada ya kumbusu marehemu baba yake watu wakaenda kumpongeza mama yake wakisema, "Furahi mwanao ndiye aliyembusu ili kuwa mrithi." Lakini yeye aliwajibu akisema, "Hamjui kuwa ufalme una utamu wake na uchungu wake? Kwa hiyo ni sawa ufalme kuupata na kutoupata. Je, nyinyi mnafikiri ufalme ni bahati? Hamwelewi kuwa tangu sasa nitaanza kukosa usingizi usiku kucha?" Mama wa Mfalme Karwihura alikuwa Mshagaikazi kiukoo, baba yake alikuwa ni Kishaija aliyemshauri Nyakaihura kujiua.

Baada ya siku chache Mfalme Karwihura aliingia mabwawani kuoga katika maji ya chumvi na taratibu zote zilizofuatwa kama wakati wa Mfalme Ishamura.

Basi ikajengwa ikulu pale Rushasha zikawekwa nyumba zote zijengwazo katika ikulu zote za wafalme. Baada ya ikulu kuwa tayari mfalme alitoa sadaka zote za kuchinjwa kama zile za Mfalme Ishamura na wafalme wengine, na hivyo akaingia katika ikulu yake. Taratibu zote akazitimiza. Ikulu ya mama yake ikajengwa kijijini Rwaihorogo.

Mfalme akapewa jina la Mboneko na mama yake akaitwa Buganzi. Ikulu ya mfalme ikaitwa Mutaro na ile ya mama yake ikaitwa Mpumuro.

Mfalme Mboneko akawa basi mfalme wa Kiziba. Mama yake akaendelea kuwapenda wanawe wote: Karwihura, Mugasha, Rukirangabo, Kaijanangoma na Nyamwiru. Wote hao mama yao alikuwa Buganzi. Mfalme Mboneko alipomrithi baba yake, Nyamwiru alipewa cheo cha Dada wa mfalme na alipewa kijiji cha Bwanjai. Buganzi aliendelea kuwapenda wanawe wote. Aliwaita mara kwa mara na kuwapa mali; Mfalme Mboneko pia aliwapenda nduguze.

Baada ya muda, Waziba wote (wana wa mfalme, nduguze na Mboneko) wakawa na mali nyingi, wakaanza desturi ya kukesha kwa ngoma na tafrija za watu wengi. Walipopata wafuasi wengi wakaanza kuonesha dharau kwa ndugu yao Mfalme Mboneko. Mama yao[98] alipogundua tabia yao ya kiburi akawaita ili aongee nao, awaonye kuhusu tabia yao mbaya. Walipofika kwake wakasema, "Mama umetuita, tumeshawasili, twambie basi ulilotuitia." Malkia Buganzi akajibu, "Sawa, nendeni kwenye malazi yenu, na kesho rudini niwaeleze." Walipoondoka alileta ng'ombe mnono akawaambia wapishi wake, "Mchinjeni, halafu ngozi yake iwambwe uani." Kesho yake akawaita Waziba[99] wakaja wakawa wanaongea na mama yao Buganzi. Buganzi akaondoka akaingia uani akaangalia ile ngozi iliyoambwa kule, akaona kuwa ilikuwa imefunikwa na wadudu, mainzi na nyenyere. Akamtuma mtu awaite Waziba.

---

[98] Katika Kiziba mama wa mfalme huitwa naye mfalme, na hata mfalme-mkuu. Na sio katika Kiziba tu bali hata katika Kyamutwara.

[99] Neno Mziba (Waziba) katika Kiziba lina maana ya mtoto wa mfalme au mtu wa ukoo wa mfalme au Mtaraara au mtu wa ukoo unaohusika na ufalme.

Walipofika uani akawauliza, "Mnaona nini?" Wakajibu, "Tunaona wadudu, mainzi na nyenyere waliofunika ngozi yote."

Akatoka uani akaja nyumbani na kuwaambia, "Rudini katika nyumba zenu mlikolala," wakaondoka. Baada ya hayo, jua likawaka kwa nguvu na ile ngozi ilikaukiana, mainzi na wadudu wengine wakaondoka. Basi Buganzi akawaita Waziba na kuwauliza tena, "Wadudu waliokuwa hapa wako wapi sasa?" Mugasha na Rukirangabo wakajibu, "Baaba ya ngozi kukauka wale wadudu wamekosa chochote wanachoweza kula, wakakata tamaa na kuondoka." Basi Buganzi akaingia nyumbani na kukaa chini. Halafu akawaambia wanawe, "Nyinyi mnapewa na mfalme ng'ombe na wanawake. Lakini mnapowachinja ng'ombe hamkumbuki kuwapa raia nyama, bali mnawagawia wanawake peke yao. Je, ufalme ukihama kutoka kwenu mtapata wapi raia wa kuwabebea mizigo? Raia watakata tamaa kuhusu nyinyi na kuwaacha kama wadudu walivyoiacha ngozi kavu. Basi nendeni mkagawe nyama yenu mpendavyo. Hilo ndilo lengo langu la kuwaita kwangu."

Buganzi alikuwa anaheshimika kwa busara yake, na pia alijua mambo mengi sana. Kuna na mambo mengine tutakayotaja yanayoonesha uelewa wake.

Baada ya siku nyingi, mwizi aliyejiita Mugayo (Dharau) alifika kwa Nyamwiru usiku akitokea Kyamutwara. Alipofika kwa Nyamwiru, huyo alikuwa ameshalala usingizi, alilima shimo, akapita katika shimo hilo na kuingia nyumbani na kuiba mali. Baada ya kuiba alimwamusha kwa kumwita, "Nyamwiru." Nyamwiru aliitika na kumwuliza mwizi, "Wewe ni nani?" Mwizi akajibu na kusema, "Mimi ni Mugayo" (Dharau). Halafu akamtukana Nyamwiru, "Nenda ukale mbwa!" baada ya kumtukana, aliingia katika shimo alilochimba ili aingie nyumbani, akaenda zake.

Baada ya hayo, Nyamwiru aliwaamsha wasichana wakapiga mayowe, wanaume wakaja. Hapo kale watoto wa mfalme hawakulala na wanaume nyumbani mwao, bali walilala na wasichana tu. Ni baada ya tukio hili la kuibwa kwa mali ya Nyamwiru, watoto wa mfalme walipoanza kuwa na walinzi wanaume. Mpaka leo wana wa mfalme hulindwa na watu wanaume. Nyamwiru alituma ujumbe kwa Mfalme Mboneko kumjulisha alivyotukanwa na mwizi. Mfalme Mboneko alipopata ujumbe huo akasema, "Sijui nifanyeje kuondoa kashfa hii, afadhali nendeni mkamjulishe mama yetu Buganzi ndiye atakayetushauri tufanye nini. Basi wakampelekea Buganzi ujumbe huo. Buganzi akatoa ushauri ufuatao, "Mfalme Mboneko awatume watu katika vijiji vyote wanyang'anye mali za watu na wazilete na kuziweka kwa Nyamwiru. Bali hizi zinyang'anywe tu, lakini zisitumiwe. Baada ya kunyang'anya mali hizo waniletee mimi habari, nami nitawaambia la kufanya. Mfalme Mboneko akapeleka watu wakateka ng'ombe na mali za watu na kuziweka kwa Nyamwiru.

Siku ile Nyamwiru alipotukanwa na yule mwizi alipoamka asubuhi hakunawa uso. Alifululiza siku nne bila kunawa uso. Baada ya kuteka mali na kuweka kwa Nyamwiru wakamjulisha Buganzi. Buganzi akaelekeza, "Mpelekeeni ngozi hizi Nyamwiru avae, halafu akae malangoni kwake. Watu walionyang'anywa mali zao wakija kutetea mali zao, yule atakayekuja wa kwanza amwambie, "Nakusamehe, wala asimlipishe chochote. Na wote watakaofuata awasamehe hivyo hivyo. Matokeo yake watu wote watamshukuru na kumsifu sana. Hii ndiyo itafanya tusi lile alilomtukana yule mwizi likasaulika. Halafu akaeleza akisema, "Yule mwizi alijiita "Mugayo" siyo kwamba lilikuwa jina lake bali alitaka kusema kuwa wewe Nyamwiru una sababu ya kudharauliwa na kutoogopwa kwa sababu ni vipi mwana wa mfalme alale nyumbani peke yake bila walinzi? Ndiyo maana akajiita Mugayo (Dharau). Halafu Malkia Buganzi akatoa amri kuwa tangu siku hiyo wana wa mfalme walale na wanaume nyumbani mwao ili wapate ulinzi.

Watu wakaanza kuja kutetea mali zao zilizotekwa mbele ya Mfalme Mboneko. Yeye akawaambia wajitetee mbele ya Nyamwiru. Walipofika kwa Nyamwiru akamwambia wa kwanza, "Nenda, usilipe chochote, nimekusamehe. Wote aliwarudishia mali zao, wakamshukuru sana, wakaondoka kwa furaha kubwa na mali zao. Watu wakampa Nyamwiru jina "Rubera -Balenzi" (Msaada wa Vijana) kwa vile aliwasamehe bila kulipa chochote. Ile kashfa ya tusi ikaisha na Nyamwiru akaishi kwa amani nyumbani kwake. Huu ni mfano mwingine wa busara ya Buganzi kwa kutatua matatizo magumu. Mfalme Mboneko akaendelea kukaa salama salimini.

Siku hizo ikatokea kuwa kaka yake Mugasha aliyetawala Katendaguro akafariki. Alipokufa ndugu zake Rukirangabo, Kaija-na-Ngoma, na Nyamwiru wakamzika katika mtumbwi kama mfalme kwa sababu walikuwa wanajikweza wala hawakumheshimu ndugu yao Mfalme Mboneko. Walipomzika watu wakaenda wakamwambia Mfalme Mboneko kuwa Waziba wamemzika kaka yao Mugasha katika mtumbwi. Mfalme Mboneko akatoa amri wamfukue wamtoe katika mtumbwi, kwa sababu yeye sio mfalme. Mjumbe akapeleka amri hiyo kwa Waziba lakini wao wakakataa kumfukua.

Mfalme Mboneko akawashambulia, akapigana nao. Waziba wakawashinda watu wa Mfalme Mboneko. Mfalme Mboneko akatuma ujumbe kwa Mfalme Bwogi II, akisema, "Naomba unisaidie kwa sababu ndugu zangu wameniasi." Mfalme Bwogi akapeleka wapiganaji na Mfalme Mboneko akapeleka jeshi lake na wote wawili wakawashambulia Waziba, wakateka mali zao zote. Wao wakakimbia mpaka Kibumbiro wakaendeleza uasi wao huko. Mfalme Mboneko mwenyewe aliongoza jeshi lake huko na kuwafukuza, nao wakakimbilia Karagwe.

Mfalme Mboneko akajenga ikulu yake mpya Kibumbiro akaipa jina "Mufundize" akiwa na maana kuwa "Ndugu zangu waliniasi sasa nimewadhibiti, hawaniwezi tena."

Alikaa Kibumbiro siku nyingi halafu akarudi Bugorora. Baada ya kushauriwa na ramli za waganga alijenga ikulu yake Bugorora na kukaa pale. Hakurudi tena Rushasha.

Malkia Buganzi alikataa kwenda Bugorora kwa sababu alimkasirikia Mfalme Mboneko alipowafukuza wanawe ndugu zake. Hata hivyo hakumkarisirikia sana kwani alijua kuwa nduguze mfalme walikuwa na jeuri dhidi yake.

Malkia Buganzi alikuwa na mtu wake. Jina lake Kashelembeire aliyemtuma Karagwe mara kwa mara kuwasalimia wanawe. Kila amtumapo Karagwe humpa ushanga wake awapelekee ili wauonapo wamkumbuke mama yao. Mtu huyo akawa anaenda mara nyingi huko Karagwe. Mwishowe habari zikamfikia Mfalme Mboneko kuwa mama yake mara kwa mara hutuma ujumbe kwa wanawe Karagwe kuwajulia hali. Basi mfalme akauliza, "Mama huwa anawapelekea nini?" Akajibiwa kuwa huwa anawapelekea ushanga wake kama kumbukumbu yake kwao. Basi mfalme akaagiza, "Mara mmwonapo mtu huyo mshikeni na mleteni kwangu; mleteni taratibu, msimpige." Baada ya siku chache watu wa mfalme walimwona Kashelembeire akiwa safarini kwenda Karagwe wakamshika wakamleta kwa Mfalme Mboneko. Mfalme akamwambia, "Kwa nini wakati wa kwenda Karagwe hupiti hapa kwangu, nami nikakupa ujumbe wa kuwapelekea Waziba?" Yule mwanamme akajibu, "Huwa sina amri ya kupita kwako." Mfalme Mboneko akampa zawadi nyingi na kumwambia, "Safari nyingine utumwapo Karagwe pitia kwangu." Naye akajibu, "Ndiyo mfalme wangu, nitakupitia." Baada ya maongezi hayo akaondoka akaendelea na safari yake. Baada ya Kashelembeire kuondoka mfalme akaanza kupiga ramli. Waganga wakamshauri kuweka uchawi juu ya ushanga wa mama yake ili awauwe nduguze waliomwasi: Rukirangabo, Kaijanangoma na Nyamwiru.

Siku moja Mfalme Mboneko alimwona yula mwanamme Kashelembeire akiwa safarini kwenda Karagwe. Alipokuja akalala Ikulu mpaka siku ya pili. Kesho yake Mfalme Mboneko akamwambia, "Nioneshe zawadi ambazo Malkia Buganzi huwapelekea wanawe.

Yule baba akamwonesha ule ushanga. Mfalme aliposhika ushanga ule akampa mchawi wake. Kashelembeire akaondoka, akaendelea na safari yake ya Karagwe. Alipofika kule akawaambia Waziba, "Mama yenu anawasalimu. Akawaonesha ule ushanga ili wafurahi. Wakakaa pamoja jua lilipokuchwa. Usiku ulipoingia Rukirangabo akawaambia nduguze, "Kwa sababu mimi ni kaka yenu nitatunza kwanza ushanga wa mama mpaka kesho. Kaijanangoma akakataa akisema, je, ulikuja huku kuwa mkubwa wetu? Ushanga ni wangu pia. Ukawa ubishi na baadaye wakaanza kutukanana. Kaija-na-ngoma akamchoma kaka yake kwa mkuki akamwua. Baada ya kumwua, mara akasikitika na kusema, "Lo, nimemwua mwana wa mamangu!" Basi akaingia nyumbani kwake akaichoma nyumba moto akafia humo pamoja na Nyamwiru ambaye naye alikuwa nyumbani humo.

Kashelembeire akarudi Kiziba na kumpa Buganzi habari jinsi wanawe walivyouawa. Buganza akaelewa kuwa Mboneko ndiye aliyewaroga, ingawa haijulikana ni nani aliyemwambia hilo. Buganzi akakasirika sana, akawa hapokei zawadi zozote zitokazo kwa Mboneko.

Yule baba Kashelembeire alipofahamu kuwa yeye ndiye aliyepeleka uchawi uliowaua Waziba na alipoona kuwa amechukiwa, akaamua kujiua.

SEHEMU YA 2

MFALME MBONEKO AOMBA DUA KWA IRUNGU ILI AELEWANE NA APATANE NA MAMA YAKE

Amwahidi Irungu zawadi iliyofungwa kwa nyuzi za Mafunjo
Tembo arudisha uhusiano mwema kati ya Mfalme Mboneko na mama yake
Mboneko aoa katika familia ya Kishumba
Watoto wa Mboneko
Waganga wapiga ramli na kumshauri
Mboneko kuwaua wanawe
Mboneko aelekeza macho Karagwe na kuingiwa masizi jichoni
Uaguzi wa Nyamuzinda
Mfalme atoa kwa Irungu sadaka iliyofungwa kwa nyuzi za Mafunjo
Kanda

Mfalme Mboneko alipoona kuwa pamekuwa uadui kati yake na mama yake akakosa amani. Akawa hajui afanye nini kumfurahisha mama yake. Basi akawaita waganga akawaamuru, "Pigeni ramli, mwague nifanye nini ili nipatane tena na mama yangu." Baada ya kupiga ramli akashauriwa kuomba dua kwa Irungu, kule Bulinda. Mfalme akatuma watu Bulinda kuomba dua kwa Irungu wakisema, "Ee, Irungu ukinipatia njia kunipatanisha na mama yangu, nitakutolea sadaka nzuri iliyofunikwa kwa nyuzi nyeupe za mafunjo.

Siku chache baadaye, Mfalme Mboneko alikuwa ameketi nyumbani kwake akaona mbele ya nyumba tembo saba wakija mbio kuelekea nyumbani kwake. Mfalme alishika uta wake na mishale akampiga tembo mmoja mshale akamwua. Tembo akaanguka katika uwanja wa karibu na nyumba ya mfalme. Watu wake Abakoba wakaja upesi nao wakawaua tembo 4; jumla ya tembo waliouawa wakawa watano ukiongeza yule aliyeuawa na mfalme. Wale wengine wawili wakakimbia na kuwaacha. Mfalme akasema, "Kateni mkia wa huyo niliyemwua mmpelekee mama yangu, mwambie kuwa tembo walimshambulia mfalme, nusura wamwue. Watu aliotuma walipofika kwa mama yake mfalme wakampa habari hiyo. Buganzi alipopata habari hiyo na kuona mkia wa tembo akapandwa hisia na kusema, "Tembo nusura wamwue mwanangu bila mimi kumwona!" Siku hiyo aliondoka na kwenda Bugorora kwa mwanae. Alipofika Bugorora aliingia moja kwa moja ikulu. Mfalme alikuwa nyumbani kwake Rwensinga. Alipowaona wale tembo waliofia uwanjani akashangaa sana. Alipofika mbele ya mfalme akampongeza kwa kumpa mkono. Mfalme akajibu, "Nawe hongera, kweli mama dua yako imeniepusha na kifo."

Basi akamwadithia mama yake alivyomwua tembo kwa upinde wake. Malkia Buganzi akamwambia mwanae, "Ebu nioneshe uta wako uliotumia kumwua tembo." Mfalme akamwonesha uta wake. Malkia Buganzi akamwambia mfalme, "Uta wako huu jina lake liwe "Mshambuliaji wa Nyang'au" kwa sababu umeutumia ukaua nyang'au hawa ambao wangeweza kukuua wewe." Tangu hapo Malkia Buganzi hakurudi kukaa tena Rwaihorogo. Alisema, "Mwanangu asije akafia mbali nami bila kumwona." Basi tangu hapo wakapatana na kupendana kweli kweli.

Tangu Malkia Buganzi alipouita upinde wa mwanae mfalme "Izinda-bikaaka" (Mshambuliaji wa nyang'au) kila mfalme atawalaye upinde wake huitwa Izinda-Bikaaka. Pia mjumbe yeyote wa mfalme akikuta watu wanaochinja mnyama, husema, "Nimeona upinde wa mfalme, Izinda-Bikaaka; basi wale wachinjaji humpa mbavu mbili zenye nyama.

Basi Mfalme Mboneko akaishi katika ikulu yake pamoja na mama yake, Malkia Buganzi. Siku hizo watu wakaja wakamwambia, "Mtukufu

Mfalme, bwana mmoja wa ukoo wa Batundu aitwaye Kishumba, mwenyeji wa Kijunja ana binti mzuri sana." Mfalme Mboneko akaamuru watu waende wamwambie Kishumba kuwa Mfalme anataka kuoa binti yake. Watu hao wakaufikisha ujumbe huo kwa Kishumba. Kishumba akajibu na kusema, "Vizuri, nendeni mkamwambie mfalme atume ujumbe ili nimwoze."

Mfalme akatoa ng'ombe mmoja na ushanga akampelekea Kishumba na kusema, "Mpelekeeni Kishumba mmwambie kuwa mfalme ametoa mahari, umpelekee binti yako mkubwa aitwaye Kashemeire, ndiye ampendaye." Wajumbe wakaondoka wakaenda na kumpa Kishumba ng'ombe na ule ushanga. Naye akamtoa kwao yule binti yake Kashemeire akisema, "Huyu hapa mke wa mfalme, mpelekeni. Akawakabidhi pia mzega kulikoninginizwa vibuyu, vyungu, majiko na vitu vingine apewavyo mwali kwenda navyo. Akawaomba wawasilishe kwa mfalme shukrani zake kwa ajili ya yule ng'ombe aliyenipa, wamwambie kuwa amefurahi sana. Wajumbe wakaondoka wamebeba ule mzega na wamefuatana na yule mwali. Walipofika Kagarama, mwanamme aliyekuwa amebeba mzega akajikwaa juu ya jiwe na kuanguka. Alipoanguka mzega ukagawanyika sehemu mbili na vile vitu vilivyokuwa vimefungwa juu yake vikaharibika. Wakamtuma mmoja wao kati yao aende amjulishe mfalme kuhusu kuvunjika kwa mzega na kuharibika kwa vitu vilivyokuwapo. Yule mjumbe akamkuta mfalme ndani ya ikulu yake akampa habari kama alivyotumwa. Mfalme akasikitika akawa hajui afanyeje. Basi akawatuma watu wamwulize Malkia Buganzi ili amshauri mfalme atakalofanya. Malkia Buganzi alipopata habari hizo akatoa ushauri ufuatao, "Mfalme asiogope, tukio hili haliwezi kuhatarisha maisha ya mfalme, ni balaa linalomhusu mwali peke yake. Lakini Mfalme atume watu kwa Kishumba, kama ana msichana mwingine naye amwoze kwa mfalme haraka iwezekanavyo ili huyo wa pili aje aingie ikulu kwanza. Kashemeire na msafara wake wapewe nyumba pale Kagarama, wasubiri pale mpaka mfalme ajue kama Kishumba ana binti mwingine."

Baada ya kuwauliza wazee akaambiwa kuwa Kishumba ana binti mwingine lakini bado mdogo sana, anaitwa Kashabano, ndipo ameanza kufuatana na wenzake kwenda mtoni kuchota maji. Mfalme akasema, "Hicho kisichana kitatosha. Basi akamtuma mjumbe wake kwa Kishumba akimwomba amwoze kisichana chake Kashabano leo hii ili kiingie ikulu kabla ya Kashemeire aliyefikwa na balaa. Kishumba akakubali kumwoza mfalme mara ya pili. Mfalme akapeleka ng'ombe mwingine kama mahari. Kishumba akakitoa kisichana chake, Kashabano kwa wajumbe wa mfalme ili wakipeleke kwa mfalme na kumwambia amemwoza na huyo pia.

Basi Kashabano akaletwa akaingia wa kwanza ikulu. Alikaa ikulu ingawa hangeweza bado kulala na mfalme kwa sababu alikuwa mdogo sana. Baada ya Kashabano kuingia Ikulu mfalme aliwatuma watu Kagarama wamlete Kashemeire na msafara wake. Wakaitwa wakaja wakaingia ikulu, mfalme akalala na Kashemeire lakini Kashabano akawa ndiye mkuu kati ya wake wa mfalme. Kashabano akashika nafasi ya dada yake Kashemeire ambaye mfalme alitaka ashike nafasi hiyo kama asingefikwa na balaa. Mfalme Mboneko mpaka wakati huo alikuwa hajamwoa mwanamke wa kwake tangu awe mfalme. Wake aliokuwa nao ni wale aliokuwa amewarithi kutoka kwa Mfalme Magembe. Lakini wanawake waliorithiwa hawapewi hadhi ya mke wa kwanza. Mfalme Mboneko alitaka mke wake wa kwanza awe Kashemeire. Lakini huyu alipofikwa na balaa ikambidi amwoe mdogo wake apate cheo hicho.

Kutokana na wake aliokuwa amerithi, Mfalme Mboneko alikuwa ameshazaa watoto wafuatao: Kahengezi na Kyankumba na dada yao Nyaibona. Kyankumba alikuwa amepewa utawala wa Kanyigo. Haijulikani tena Kahengezi alikuwa amepewa utawala wa sehemu gani.

Basi Mfalme Mboneko akaishi katika ufalme wake pamoja na wakeze. Na Kashemeire akampatia mfalme mtoto, jina lake aliitwa Nyarwangu. Mfalme Mboneko alifurahia sana uzao wake na aliwapenda sana wanawe. Waganga wake wakaagua na kumkataza mfalme asiinue macho yake kuyaelekeza walikokwenda ndugu zake. Mfalme akawa haelekezi macho yake kuangalia Karagwe.

Siku moja walifika kwake wanaume waliofuatana na msichana mmoja aliyeitwa KABOGA. Kaboga alikuwa amepelekwa na mfalme wa Bunyoro Kyebambe aliyekuwa amemchukua Ishango. Ukoo wa Kaboga alikuwa Mkwanga na baba yake aliitwa Kigoye. Mfalme wa Bunyoro alitaka kumwoa. Lakini waganga wake wakaagua kuwa kama angemwoa Kaboga, angemzalia mtoto ambaye angemsababishia mfalme maisha mafupi na kufa. Mfalme Kyebambe akapiga ramli kujua la kufanya. Alimwita mtumishi wake Kabwakakika mwuaji na mchawi akamwamuru hivi, "Mpeleke Kaboga umtelekeze ng'ambo ya Mto Kagera." Basi Kabwakakika akamleta Kaboga na kumtelekeza ng'ambo ya Kagera. Watu wa Mfalme Mboneko wakamkuta pale wakamleta kwa mfalme. Mfalme Mboneko alipomwona akampenda na kumwoa. Alizaa naye watoto wawili Rwekubya na mvulana wa pili aliitwa Mutafurwa. Mfalme Mboneko alimwoa Kaboga bila kujua alitokea wapi na alikuwa anakwenda wapi. Nilidhani alikuwa amekuja matembezini.

Baada ya Mfalme Mboneko kuzaa watoto wengi, waganga walipiga ramli ili wamwagulie mfalme afanyeje. Wakaagua na kuona kuwa watoto wengi mno wangemfupishia maisha mfalme na kumfanya afe kabla ya wakati. Basi wakaomba ushauri wa Nyamuzinda. Nyamuzinda akamwambia mjumbe wa mfalme, "Shika hirizi hii, ufikapo nyumbani mfalme avae hirizi hii kichwani, halafu wamletee mkungu wa ndizi iitwayo "Eganda"; mfalme, akwanyue ndizi moja moja na kumpa kila mtoto ashike; atabakiza mmoja atakayerithi ufalme, wale wengine wote wafe na kuisha." Aliyeleta hirizi hiyo aliitwa Ntambara, ukoo wake alikuwa Mkuma. Aliporudi akamweleza hivyo Mfalme Mboneko. Basi Mfalme Mboneko akavaa ile hirizi kichwani ukaletwa mkungu wa ndizi iitwayo Nganda na kuuweka mbele ya Mfalme. Wakaitwa watoto wote wa mfalme wakajaa uwanjani. Mfalme Mboneko alipowaangalia wanawe akawaonea huruma, akaghairi kuwaua. Basi akavua ile hirizi akamkabidhi Ntambara na kusema, "Rudisha hirizi hii uiweke nyumbani kwako. Sitaki kuua wanangu. Waache waishi mpaka hapo mauti itakapowasibu." Watoto wote wakarudi nyumbani kwa mama zao. Wale wakubwa wakarudi katika nyumba zao. Mfalme Mboneko akakataa katakata wala hakufanya lolote kuwaua wanawe.

Yule Ntambara aliyetunza ile hirizi akafa, pamoja na wanae wote na ukoo wake wote ukateketea. Siyo Wakuma wote bali wale wa nyumbani kwake.

Mboneko akawapa wanawe utawala. Kalenzi akawa mtawala wa Mufundize, Mutayoba akawa mtawala wa Ishozi na Nyamwiru akamtawaza Bwanjai. Hao ni baadhi ya wanawe ambao tunakumbuka kuwa aliwapa utawala.

Baada ya miaka mingi Mfalme Mboneko akaamuru kutangua ushauri wa waganga waliomkataza kuangalia upande wa Karagwe. Akasema, "Wacha niangalie huko, kwa nini niishi kama mtu anayefungwa kwa amri?" Basi akaangalia upande wa Karagwe na mara tu jani lililounguzwa kwa moto likatua jichoni mwake. Akalishika jicho lake akarudi ikulu. Waganga waliposhuhudia ajali hiyo wakapeleka ujumbe Igala kwa Nyamuzinda kumwuliza wafanyeje. Kwa sababu waganga walikuwa wamepiga ramli na kugundua kuwa chanzo cha ajali alikuwa ndugu yake Kaija-na-ngoma aliyefia Karagwe ndiye alijilipiza kisasi na kumpelekea sizi la jani lililoanguka ndani ya jicho la mfalme. Basi wajumbe walipokwenda kwa Nyamuzinda, huyo akaagiza, "Nendeni Karagwe pale walipoungulia Kaija-na-ngoma, Rukirangabo na Nyamwiru mkusanye kiasi cha udongo muulete na kuuweka katika nyumba zao na mwatolee sadaka ya ng'ombe, ndipo mfalme Mboneko ataondokana na laana." Mjumbe aliporudi kutoka kwa Nyamuzinda, wakatumwa watu Karagwe, ukaletwa udongo, ukagawanywa, sehemu ikapelekwa kwa Rukirangabo, wakamjengea nyumba katika shamba lake na kuweka humo sadaka ya ng'ombe; wakafanya hivyo hivyo nyumbani kwa Kaija-na-Ngoma na kwa Nyamwiru. Halafu waganga wakagundua kuwa laana ilikuwa inatokana pia kwa Mzimu Irungu, ambaye Mfalme Mboneko alikuwa amemwahidi kumpa zawadi iliyofungwa kwa nyuzi za mafunjo. Ahadi hiyo Mfalme Mboneko alikuwa hajaitimiza ingawa Irungu alikuwa ameondoa uadui kati yake na mama yake Buganzi. Basi Mfalme Mboneko akapeleka Bulinda kwa Irungu makundi mawili ya ng'ombe tisa tisa, akaweka mle mwanamke, na mzee mmoja wa ukoo wa Batundu, akaweka na nyumbani kwa Irungu zawadi iliyofungwa kwa nyuzi za mafunjo. Haijulikani ZAWADI ILIYOFUNGWA KWA NYUZI ZA MAFUNJO, ilikuwa ni kitu gani. Ilifungwa kwa mafunjo na kuwekwa humo mpaka leo kitu hicho bado kipo na hujulikana kama ZAWADI ILIYOFUNGWA KWA NYUZI ZA MAFUNJO ikaayo Bulinda kwa Irungu.

Baada ya kutoa sadaka hizo jicho la Mfalme Mboneko likapona, ingawa mara kwa mara lilirudia kuuma.

Basi tangu hapo Mfalme Mboneko akaishi kwa amani. Hakuingia katika vita yoyote isipokuwa ile aliyopigana dhidi ya ndugu zake.

Siku hizo ikatokea kuwa mwana wa mfalme aliyeitwa Kabinda akalala na mke fulani wa baba yake. Mfalme Mboneko akamfukuza naye akakimbilia Kitara. Baada ya kukaa Kitara siku nyingi akawa hana amani. Akataka kurudi kwao Kiziba. Basi akatengeneza ngoma kadhaa akawa anazipiga na kuimba, "Mtoto akichukiwa na babaye, chuki haidumu milele." Akiwa na maana ya kusema, "Mzazi akimchukia mwana, chuki yake haidumu, bali humsamehe." Basi akarudi Kiziba mpaka ikulu kwa mfalme watu waliomsindikiza walipiga ngoma hizo na kuimba wimbo huo. Mfalme Mboneko aliposikia mlio wa ngoma hizo akauliza, "Wimbo wa ngoma unasemaje?" akajibiwa kuwa zinasema, "Achukiwaye na babaye haiwi bila kikomo!" Naye akajibu, "Basi nami namsamehe mwanangu." Zile ngoma, mfalme akazichukua zikawa zake. Hata leo wale wapiga ngoma za mfalme huitwa "Bajawe" Bajawe ni wale watu waliomsindikiza Kabinda wakiwa wanapiga ngoma kutoka Kitara mpaka Kiziba. Mfalme alikuwa na makamu wake wawili. Mmoja aliitwa Ikanga ukoo wake alikuwa Mwihuzi. Wa pili aliitwa Kamugobe, na ukoo wake alikuwa Mugahya.

Mfalme Mboneko akawa mzee, ingawa siyo sana kiasi cha kuwa msahaulifu. Baadaye aliugua na akafa. Baada ya kifo chake, mwanae

Nyarwangu akambusu na kumrithi. Nyarwangu alijenga ikulu ya muda karibu na Kabingo. Baada ya siku tisa Mfalme Mboneko akang'olewa taya na kuzikwa katika ikulu yake kufuata taratibu zilizoelezwa tangu wakati Mfalme Ishamura alipofariki.

SURA YA XVII

MFALME NYARWANGU

Nyarwangu anafanya jinsi isivyostahili
Kirwana anamdharau na kubashiri mambo ya mbeleni
Wageni kutoka Karagwe
Kyankumba amwua Mfalme Nyarwangu
Watoto wote wa Mboneko wauawa
Mke wa Mfalme Mtundukazi amficha mwanae msituni Kamaizi
Mwanamme wa Kijumo amkuta Nyakiiru na mama yake wakati wa kutafuta kuni msituni
Furaha ya Ikanga na Kamugobe baada ya kumpata mfalme
Nyakiiru na mama yake waletwa ikulu
Ujinga wa Batundu

Mfalme Nyarwangu alipokuwa bado katika ikulu yake ya muda, Kirwana alimtuma mwanae Kamanzi ampelekee Mfalme zawadi ya ng'ombe dume na vibuyu vikubwa 4 vya pombe. Kamanzi akaingia ikulu akamwambia mfalme. Mtukufu Mfalme, Kirwana amenituma nikuletee salamu za heshima, yeye angekuja mwenyewe, lakini anaumwa. Akipona atakuja kutoa heshima zake. Kamanzi alikuwa ameagizwa aseme hivyo ingawa Kirwana alikuwa haumwi, bali alikuwa hajataka kwenda ikulu. Kamanzi alipofika ikulu, Mfalme Nyarwangu akamkaribisha kwa furaha. Alimkaribisha kwenye nafasi nzuri, watu wakamwekea nyasi za kukalia. Alimzawadia dume la ng'ombe na pombe. Usiku ulipoingia wapishi wakaandika chakula, mfalme akala na Kamanzi. Basi Mfalme Nyarwangu alimpenda sana Kamanzi akakaa naye ikulu siku 4. Baada ya siku hizo akamwaga mfalme, naye akamjibu akisema, "Safari njema, nisalimie Kirwana. Akipona aje kutoa heshima zake, anishauri maneno ya wazee. Baada ya kufika nyumbani, Kamanzi akamwadithia baba yake jinsi alivyokaribishwa na mfalme, akapewa nafasi nzuri ya kukaa na kwamba alikuwa akila na mfalme. Akamwambia baba yake kuwa mfalme anapenda sana watu, wala hapakuwahi kuwa na mfalme mwema kama huyo katika nchi ya Kiziba. Kirwana akasema, "Kwa leo sina nguvu, mtarudi kesho mnihadithie." Kesho yake wakarudi na kumsimulia. Yeye Kirwani akajibu, "Huyu ndiye mnayemsifu kuwa ni mwema? Hamwoni kuwa Kiziba inateketea, tena naye atakufa? Mfalme gani akaribishaye watu? Mfalme gani awapaye watu nafasi za kukaa? Mfalme gani alaye na watu? Mfalme gani akaaye na watu karibu karibu. Msimsifu. Huyo siyo mfalme; wala hataishi muda mrefu."

Siku moja Mfalme Nyarwangu alipokaa nyumbani kwake wakaja wageni kutoka Karagwe. Hawa walikuwa wametumwa na Mfalme Ntare wa Karagwe kuja kumpongeza Mfalme Nyarwangu kwa kurithi ufalme. Wageni hao walipewa makazi ya muda kijijini Kabingo. Wakati huo kilikuwa kipindi kigumu cha njaa. Siku moja watu wa Kyankumba walikuwa wakitoka kwake Kanyigo wakiwa wamebeba vikapu vya zawadi wakizipeleka mahali. Njiani walikutana na wale wageni kutoka Karagwe waliowanyang'anya vile vikapu na kuvifunua. Ndani walikuta mashina ya ardhini ya migomba na nzige. Walionyang'anywa vikapu vyao wakarudi kwa Kyankumba na kumwambia,"Tulikutana na Wanyambo njiani wakatunyang'anya vikapu vyetu." Kyankumba akawauliza waliokuwa wakipeleka zawadi, "Katika vikapu mlikuwa mmebeba nini? Wakamwambia kuwa walikuwa wamebeba mashina ya ardhini ya ndizi na nzige. Kyankumba akatahayari sana na kusema, "Tulisha mshauri Mfalme Nyarwangu kuwaaga wageni hao ili warudi nyumbani kwao, yeye akakaidi. Angalia sasa walivyonifedhehesha! Wakirudi kwao Karagwe si watasimulia kuwa Walangira wa Kiziba hula nzige?" Kyankumba alimkasirikia sana Mfalme Nyarwangu. Alishika mkuki wake akaenda mpaka ikulu, alimkuta Mfalme Nyarwangu ameketi nyumbani kwake. Alipofika akamchoma mfalme kwa mkuki akamwua.

Baada ya kumwua mfalme akaondoka mbio. Watu wakamfukuza mpaka Bwanjai,[100] walipomfikia na kumwua.

Baada ya kuuawa kwa Mfalme Nyarwangu, raia waliwasaka watoto wote wa Mfalme Mboneko, nduguze Mfalme Nyarwangu, na kuwaua. Wengine wao wakawatosa Mtoni. Mmoja wa wakeze Mfalme Mboneko aliyeitwa Kashabano, binti mdogo wa Kishumba alikuwa na mtoto mchanga anayenyonya. Baada ya kuona kuwa watoto wote wa mfalme wanauawa akakimbia na mtoto wake akajificha katika msitu mdogo ulioitwa "Kamaizi."[101] Mchana kutwa alishinda humo, jioni akatoka msituni akaenda nyumbani kwa Baba yake Kishumba kijijini Kijunja.[102] Baba yake akaogopa akamrudisha Kamaizi akamficha humo tena.[103] Baada ya kuwaua watoto wa mfalme, watu walirudi ikulu kule Igoma. Baada ya kufika ikulu wakaanza kujiuliza, baada ya kuwaua Waziba wote, nani atarithi ufalme?[104] Wazee wakakubaliana kumweka Nyakairu kukaimu mfalme mpaka hapo watakapopiga ramli na kumpata atakayekuwa mfalme. Nyakairu alikuwa mwana wa Ruchumu, mwana wa Kahinda, mwana wa Mwigara.[105]

Basi wazee wakamchagua Nyakairu kutawala nchi na kuhukumu mashauri bila kutawazwa kufuata jadi ya kifalme. Walifanya hivyo kwa sababu baada ya kujikumbusha watoto wa mfalme waliouawa na mama zao, hakuna mtu aliyekumbuka Kashabano Mtundukazi aliuawa na nani na mahali gani.

Baada ya kuuawa kwa Mfalme Nyarwangu watu wakakumbuka maneno ya Kirwana aliyosema, "Nyarwangu alitenda visivyostahili wafalme kwa hiyo msimsifie, hajawa mfalme bado." Pia yalikumbukwa maneno ya Kamugobe aliyesema wakati alipoanza kutawala Mfalme Nyarwangu, "Huyu mfalme atakufa upesi kwa sababu ingawa mimi

---

[100] Bwanjai mlimani alipouawa Kyankumba hata sasa panaitwa Kyankumba.

[101] Kimsitu hicho Mfalme Ruhangarazi alipotawazwa kilipewa jina la Kamatai. Kabla ya hapo kiliitwa Kamaizi. Jina lilibadilishwa kwa sababu maziwa ni bora kuliko maji. Kwa sababu mtoto aliyejificha humo alipata ufalme, kimsitu nacho kilipanda hadhi.

[102] Inajulikana kuwa Kishumba aliishi Kijunja kwa hiyo lazima alikuwa na nyumba nyingine Kijumo.

[103] Wazee wengine husema kuwa alipomgundua alimpeleka Kyabajwa usiku na kwamba usiku uliofuata alimtoa Kyabajwa na kwenda kumficha huko Yombwe, Kyamutwara. Hii siyo kweli kwa sababu mwanamme huyo alimkuta msituni Kamata pamoja na mama yake.

[104] Wazee wengine husema kuwa Ikanga na Kamugobe walimwita Kirwana mwana wa Rukirangabo, Rukirangabo mwana wa Magembe ili aje awe Mfalme. Kirwana alikataa akisema, "Kwanini mliua watoto wa mfalme wote. Kwa nini hamkuacha walau mmoja wa kurithi ufalme?" Basi Ikanga na Kamugobe wakatawala wakikaimu ufalme.

[105] Wazee wengine wasema tu kuwa mfalme alizaa watoto wengine wengi bila kusema majina yao. Kainda haonekani kati ya watoto wa Mwigara wanaotajwa majina. Lakini naye ni mwanae kati ya wale ambao majina yao hayatajwi.

ni mtu wa kawaida alinikaribisha nyumbani kwake akanipa kahawa akaniandalia na mahali pa kukaa; kama mtoto wa mfalme ambaye hajatawazwa." Maneno haya yalikuwa yamesemwa na Kamugobe, Mfalme Nyarwangu alipokuwa ameanza kutawala. Basi watu wakawasifia Kirwana na Kamugobe kama watu wenye hekima.

Baada ya siku chache mtu mmoja wa Kijumo wa ukoo wa Batundu aliingia msituni Kamatai kukusanya kuni. Wakati yuko msituni akamwona mwanamke aliyekimbia na kuingia katika sehemu yenye mimea ya "mashasha." Basi yule mtu akamfuata huko yule mwanamke akamwuliza, "Unaenda wapi?" Mwanamke akamjibu kwa woga, "Baba naomba usiniseme, naenda kumficha mwanangu asiuawe. Watu waliwaua watoto wote wa Mfalme Mboneko, mimi nikakichukua kitoto changu nikakimbia na kukificha, kwa hiyo baba naomba usiniseme." Yule mwanamme Mtundu akasema, "Sitamwambia mtu yeyote, mtoto wako asiuawe. Sasa nitaondoka niende kijijini Kijumo nilete kisu ili tuchanjane na mwanao tuwe marafiki wa damu." Mwanamke akamwomba afanye hivyo. Aliporudi na kisu yule baba na mtoto wakafunga mkataba wa urafiki wa damu. Siku hiyo wakashinda msituni. Usiku ulipoingia wakaenda kijijini Kijumo kwa baba huyo Mtundu. Basi yule mama na mtoto wake wakakaa kwa yule rafiki yao. Baadaye siku chache akawaacha nyumbani kwake akaenda mpaka ikulu akawaambia Kamugobe na Ikanga, wazee hawa wakaondoka usiku wakaenda Kijumo kwa baba huyo. Walipofika nyumbani kwake, akawaonesha yule mama na mwanae. Mara moja wakamtambua mama kama Kashabano binti wa Kishumba wa Kijunja na mtoto kama Nyakiiru. Wakafurahi sana na kusema, "Sasa tunaye mwana wa mfalme atakayerithi ufalme." Basi wakamwambia yule baba, tutakuachia watu wengine wamlinde Mfalme, sisi sasa tunarudi Igoma ili kubuni njia ya kumfukuza Nyakairu. Walipofika Igoma wakamwambia Nyakairu, "Ondoka uende Ruzinga uwaue Waziba ambao tumepata habari wako kule. Nyakairu akaondoka akaenda Ruzinga. Alipoondoka Nyakairu Kamugobe na Ikanga wakaondoka na ngoma ya kifalme Kachwankizi pale Rugege wakaipeleka kwa yule mtoto Nyakiiru. Alipopata ngoma yake akaondoa Kijunja akaja Kayanga akajenga ikulu ya muda. Baadaye akaoga maji ya chumvi ya magadi halafu akafanyiwa mila zote za kutawazwa kama wafalme waliotangulia.

Baada ya kutawazwa Nyakiiru, Nyakairu akapata habari kule Ruzinga. Basi akaondoka Ruzinga akaja kwa Kamugobe na Ikanga akawauliza, "Mmetoa ufalme kwa yule aliyestahili?" wakajibu, "Ndiyo, kwa sababu yule ambaye ilikuwa haki yake amepatikana." Akawauliza tena, "Je, mimi nitakuwaje?" Wakamwambia, "Jenga nyumba yako karibu na Ikulu, ushirikiane nasi katika kuhukumu mashauri." Nyakairu hakusema neno zaidi. Alijenga nyumba yake karibu na ikulu akawa anahukumu mashauri pamoja na Kamugobe na Ikanga.

Baada ya Mfalme Nyakiiru kutawazwa, yule mwanamme Mtundu aliyemwokoa msituni aliitwa akaambiwa, "Omba lolote utakalo na upewe." Yeye akajibu, "Naomba nipewe usimamizi wa kile kimsitu nilipomwokota Mfalme." Kamugobe na Ikanga wakampa ng'ombe mmoja na usimamizi wa kile kimsitu Kamatai. Tangu hapo Watundu wakawa wanachekwa kama watu wajinga, kwa sababu baada ya kumwokota mfalme na kuulizwa zawadi wanayotaka walichagua kupewa msitu badala ya vitu vizuri zaidi. Basi huo ndio ujinga wa Watundu.

SURA YA XVIII

MFALME NYAKIIRU RUHANGARAZI I

Kutawazwa kwa Ruhangarazi na ikulu yake ya Mugana na Ruhiki
Mama wa mfamle: Kashabano
Mfalme aoa na kuzaa watoto
Wanawe wapewa sehemu za kutawala
Majanga ya njaa na moto
Wanawake waruhusiwa kula senene
Kishumba; mfalme aomba ng'ombe kutoka Rwanda

Mfalme Nyakiiru Ruhangarazi alipelekwa ikulu kutoa sadaka watoazo wafalme wakati wa kutawazwa. Mfalme Nyakiiru alikuwa bado mtoto mdogo sana mwenye umri wa takribani miaka 6. Ndipo alipopewa jina Ruhangarazi. Maana ya jina hilo ni kuwa nchi ilikuwa haina mfalme mpaka alipopatikana yeye akasimama imara katika ufalme wake. Mama wa mfalme hakupewa jina jipya alibaki akiitwa Kashabano. Ikulu ya Mfalme ikaitwa Ruhiki, maana yake mahali pa kufikia.

Basi Mfalme Ruhangarazi akakua akaongezeka umri na uwezo. Alipokuwa bado mtoto mdogo, watoto wa rika lake waliletwa kwake ili acheze nao. Wakati huo waganga walipiga ramli na kushauri, " Mfalme asitoke nje kutembea, jambo hilo liwe marufuku kwake."

Zilikusanywa kete nyeupe (amabona) vifurushi viwili, zikaletwa alipoketi mfalme. Kwa sababu ya kucheza na matunda hayo meupe, watu wakampanga jina,"Tunda jeupe la Kashabano."

Hata alipokuwa mtoto mkubwa hakutoka nje ya ikulu. Kwa hiyo ulipanuliwa uzio wa ikulu, watu wakamwaga humo vifusi kama vichuguu ili aweze kukwea juu na kuangalia watu waliomchezea ngoma ya vita nje ya uzio. Kutembea kwake kulikuwa ndani katika ikulu yake; kwa sababu ilikuwa marufuku kwake kutoka nje.

Baada ya kukaa hivyo miaka mingi bila kwenda nje ya ikulu, wazee waliamua kupiga ramli ili waague uwezekano wa kujenga ikulu nyingine ambamo angeweza kuhamia na kuruhusiwa kutoka nje. Wakaagua ijengwe ikulu nyingine mkabala na ikulu ya kwanza. Ikajengwa na mfalme akahamia humo. Lakini zote mbili zikawa ni zake.

Mfalme Ruhangarazi akaanza kutoka nje kukagua na kuchunga ng'ombe na kuangalia ngoma za vita za watu wake.

Mfalme Ruhangarazi akawa mtu mzima akaoa mwanamke wa ukoo wa Warondo. Jina la baba yake aliitwa Bukumbi ambaye alikuwa mhamiaji kutoka Karagwe. Baada ya kuoa akapata mtoto mvulana wa kwanza akampa jina Bwahama. Bwahama alipokuwa mtu mzima alipewa utawala wa kijiji Kijumo. Alimzaa na mtoto mvulana wa pili akamwita Rutakangwa; Kashamba, aliyepewa utawala wa Kihororo. Mke wake huyo wa kwanza alizaa mtoto wa tatu mvulana, jina lake Mushaija-murai, ambaye baadaye alipewa utawala wa Kashenye, Mazinga.

Mfalme Ruhangarazi alikuwa amemrithi mke wa Mfalme Mboneko aliyeitwa Kaboga. Mama wa Mutafurwa na Rwekubya. Alizaa naye mvulana aliyemwita Rwekemba ambaye baadaye alipewa utawala wa Rushasha. Kwa mama huyo huyo alipata pia mvulana wa pili aliyeitwa "RUYOBYA" aliyepewa utawa wa Bukwali.

Kwa mwanamke mwingine alipata mvulana mwingine aliyempa jina Rutabingwa aliyepewa utawala wa Kashenye, Kanyigo. Alioa na mwanamke mwingine akamzalia Rwekunda, halafu akazaa na mtumwa wa kike aliyeitwa Kabwanga mtoto wa kiume aliyepewa jina MUSHOBOZI. Mtoto huyu alipozaliwa alikuwa amekunja ngumi.[106] Watu wakashangaa kwa sababu hiyo ilikuwa ishara ya kushika ngoma ya kifalme. Watu wakasemezana, "Itakuwaje mtoto wa mtumwa kurithi ufalme?" Baadaye watu walinyamaza wasiseme tena maneno hayo. Mushobozi, baada ya kuwa mtu mzima, alipewa utawala wa Bugandika.

---

[106] Mwana wa mfalme alipozaliwa akiwa amekunja ngumi watu walisema kuwa huyo ndiye angekuwa mfalme baadaye kwa sababu amezaliwa akiwa ameshika mikononi ishara za utawala; ya kuwa tayari ameshika ngoma mikononi mwake.

Mke wake Mrondokazi alikuwa ameshamzalia mwanae mkubwa KARUKIZA.

Mfalme Ruhangarazi akaishi katika ufalme wake. Wakati huo jua liliwaka sana. Moto ukaanzia Kyamutwara, na baada ya kuichoma Kyamutwara yote, ukavuka ukaja Kiziba. Ulichoma misitu na mbuga za nyasi, ukaendelea mpaka Buganda. Misitu iliyochomwa na moto huo iliendelea kuungua kwa muda mrefu. Misitu yote iliungua. Zamani hapakuwa na matingatinga. Sehemu zote ambazo ni matingatinga sasa zilifunikwa na misitu. Ni baada ya moto huo uliounguza miti mfululizo kwa takribani miezi miwili, zilipoota nyasi ndefu za matingatinga. Pia chini ya matingatinga kulianza kugunduliwa mkaa utumiwao na wafuachuma. Mkaa huo ni mabaki ya miti iliyoungua wakati wa Mfalme Ruhangarazi I. Baada ya moto huo iliingia njaa kali kwa sababu ardhi ilikuwa kavu, haikuweza kustawisha vizuri mazao au migomba.

Wakati wa njaa hiyo senene walianguka wengi sana. Watu wakaokota senene. Waliposhika wale wa rangi ya kahawia walisema, "Mfalme Ruhangarazi ametugawia na senene waliopikwa tayari." Wakawala pale pale mbugani.[107] Wale wa kijani kibichi ndio waliotunza na kuwapeleka nyumbani ili wawapike.

Wake wa mfalme nao walitoka ikulu wakaenda mbugani kuokota senene wa kula kama wanawake wa raia kwa sababu Mfalme Ruhangarazi alikuwa amewaruhusu wale senene wasije wakafa kwa njaa. Wanawake walipokula senene na kutosheka, ndipo walimshukuru sana Mfalme Ruhangarazi wakisema, "Baba wa Bwahama alitoa amri akasema; "Nendeni mkawaokote na mkawale nyinyi wenyewe; mabwege[108] waliwala tangu zamani."

Wakiwa na maana "Mfalme ameturuhusu kula senene kwa sababu mpaka leo wanaume ndio waliwala peke yao." Basi wanawake walifurahi sana kwa sababu ilikuwa marufuku kwa wanawake kula senene isipokuwa wasichana wadogo tu. Mpaka leo jambo hilo limeingia katika historia, "Wakati wa Mfalme Ruhangarazi wanawake walikula senene." Lakini waliosemwa sana walikuwa Watundukazi, kwa sababu ndio

---

[107] Kabla ya njaa hiyo ni senene wa kijani tu walioanguka. Watu walikuwa hawajaona senene wa rangi ya kahawia. Sasa katika njaa hiyo senene wa kahawia walianguka na watu walisema, "Mfalme ametupa senene walioiva tayari." Basi wakawashika na kuwala moja kwa moja.

[108] Wanawake waliwaita wanaume zao "bitumbwa" (wasiofaa kitu) kwa sababu hawakufanya bidii kuwapatia chakula wakati wa njaa. Licha ya hilo waliwakataza kula senene. Hivyo wanawake walisema, "Hao wanaume wasio faa chochote wanataka tufe kwa njaa." Lakini mfalme aliposikia wanawake wakiwatukana wanaume zao aliwakataza tena kula senene. Mpaka sasa hawajawahi kuwala tena

waliheshimiwa sana kwa sababu ya kumzaa mfalme. Waliruhusiwa kufanya hivyo kwa sababu njaa ilikuwa kali sana.

Wakati huo palikuwa na mwanaume mmoja aliyeitwa Kishumba. Mtu huyu alikuwa mhalifu sana; aliua watu ovyo ovyo. Alikuwa ndugu yake Kaikira, mjomba wa mfalme. Kila alipoua mtu watu wa ukoo wake walipaswa kufanya malipizi kwa sababu ya mauaji hayo. Ndugu zake walipochoka, Kaikira akamshika akampeleka kwa mfalme na kusema, "Mheshimiwa mfalme, ndugu yetu huyo ametuchosha. Haachi kuua watu, na wewe huachi kutunyang'anya mali zetu kama malipizi. Sasa sisi tumeamua kumleta mbele yako umtende jinsi utakavyo. Sisi tunatoa kwako ng'ombe mmoja kama alama ya kumkataa. Hatumhesabu kama ndugu yetu tena. Mfalme akaagiza waletwe samaki katika ukumbi wa mikutano. Akaagiza kiletwe pia chombo kilichojaa maziwa. Akamwambia Kishumba, "Chagua, kama wewe ni Mhima, chukua chombo cha maziwa unywe halafu mimi nikuhukumu kifo. La sivyo chagua kula samaki nikuachie, lakini utakuwa umechagua kuwa mtumwa. Kishumba aliogopa kuuawa akala samaki.

Mfalme akamwambia Kishumba.[109] Tangu leo wewe siyo Mtundu Mhima bali utajulikana kama Mtundu Mtumwa. Utakaa hapa ikulu na kazi yako itakuwa kuwaua watu nitakaowahukumu kifo. Basi Kishumba akafanywa "muhenge"- mwuaji wa wahalifu; – hakuitwa Mhima tena, bali mtumwa (raia wa kawaida).

Wakati huo Mfalme Ruhangarazi alipeleka mjumbe Rwanda kwa Mfalme Kigeri amwombee ng'ombe.[110] Mfalme Kigeri akampelekea ng'ombe 40 wakaletwa Kiziba. Baada ya siku chache ng'ombe hao wakafa. Akatuma tena kuomba ng'ombe wengine. Mfalme Kigeri akampelekea wengine 60. Lakini alipeleka na ujumbe kuwa Mfalme Ruhangarazi achimbe mabwawa ili ng'ombe hao wanywe maji yaliyojazwa mabwawani kwa mikono, ili wasije wakafa.

Wakaletwa ng'ombe hao na Mfalme Ruhangarazi akachimba mabwawa na wachungaji wakawa wanayajaza maji kwa mikono, na kweli hawakufa tena. Mfalme Ruhangarazi akaliita kundi hilo "Kihogo kya Rwanda" kwa sababu wote walikuwa na mabaka mabaka meupe.

Mfalme alikua akawa mwanaume wa umri wa kati. Wakati wa utawala wake hakupata vita hata moja. Hakushambuliwa na mfalme yeyote. Baadaye aliugua na kufariki. Alipofariki mwanae Karukiza

---

[109] Huyu ni Kishumba mwingine siyo yule babu wa Mfalme Ruhangarazi.

[110] Waliomba ng'ombe kwa sababu ugonjwa wa ng'ombe uliojulikana kama "Rwakipumpuru", labda ujulikanao kwa kizungu kama *rinderpest*, yaani ugonjwa wa miguu na kinywa, ulikuwa umeua ng'ombe wote wa mfalme.

akawa mfalme. Ikulu ya muda aliijenga Bwanjai Kakeke. Baada ya siku 9 Mfalme Ruhangarazi akang'olewa taya, akazikwa kwake kwa kufuata mila na desturi za mazishi ya wafalme. Katika ikulu yake paliwekwa yale yote yawekwayo katika ikulu za wafalme marehemu wote.

Basi Mfalme Karukiza aliondoka akaenda kuoga. Vitu vyote vikaletwa: moto na chumvi Visima vikachimbwa pale pale Kakeke; mfalme akaingia katika visima hivyo na kuoga.

SURA YA XIX

SEHEMU 1

MFALME KARUKIZA (RUTAJWAHA)

Kutawazwa kwake
Muhaya, mama wa mfalme
Mfalme Rutajwaha amwua Mushobozi
Kufa Mushobozi na kufufuka kwake
Laana yake na malipizi yake
Wanawake Warondo kupigwa marufuku ikulu

Baada ya kuoga kwa Mfalme Karukiza, ikulu yake ya kudumu ilijengwa Kanoni. Basi mfalme akaingia katika ikulu yake na mila na desturi za kutawazwa kwa mfalme zikatimizwa; akatoa sadaka kama zilizotolewa wakati wa kutawazwa Mfalme Ishamura.

Alipewa jina la ufalme akaitwa Rutajwaha na mama yake akapewa jina Muhaya. Ukoo wa mama yake alikuwa Mrondo na Babu mzaa mama wa mfalme aliitwa Bukumbi.

Mfalme Rutajwaa akawa mtawala kamili na ikulu yake ikapewa jina Mikoni.

Mfalme Rutajwaha akashauriana na wazee kumwua Mushobozi kwa sababu ndugu yake huyo ndiye aliyekuwa amezaliwa na ishara ya ufalme. Waliogopa angeendelea kuishi angesababisha maisha mafupi kwa Mfalme. Wakati huo Mushobozi alikuwa ameenda kuwinda, basi wakashauriana kuwa pindi arudipo kutoka mawindoni, auawe. Siku hiyo Mushobozi aliwinda katika msitu uitwao Kita. Aliua duma na akaja ikulu ili kumtoa kwa mfalme.

Mara tu baada ya kutoa mawindo yake kwa mfalme, akashikwa na kufungwa; Mfalme Rutajwaha akamkabidhi kwa wauaji na wachawi. Wauaji wakamwua na wachawi wakamroga ili kifo chake kisije kikaleta laana kwa mfalme. Alipelekwa Bugandika katika kimsitu kiitwacho Kaikaro. Pale aliuawa, na wauaji wakarudi ikulu. Walipofika ikulu wakamkuta Mushobozi yuko ikulu akiwa mzima.

Mfalme Rutajwaha na wazee wakawaambia wauaji, "Kwa nini hamjamwua?" Wao wakasema walikuwa wameshamwua. Wakaamuliwa wampeleke tena na safari hii wamkate vipande vipande na kuvisambaza huko na huko. Wauaji wakamkamata tena wakampeleka tena na walipofika msituni wakamkata vipande wakavisambaza huko na huko, wakarudi ikulu. Walipoondoka msituni yeye akajikusanya na kujiunga tena. Akarudi zake kijijini Bugandika, akaingia katika nyumba ya mtu mmoja wa ukoo wa Waihuzi aliyekuwa mpishi wa mfalme. Mushobozi akajificha nyumbani kwa mtu huyo. Halafu akamwomba mtu huyo amwitie mama yake. Baada ya kuondoka, badala ya kumwita mama wa Mushobozi, alienda moja kwa moja ikulu kwa Mfalme Rutajwaha. Alimwambia mfalme kuwa Mushobozi aliyeuawa sasa yuko nyumbani kwake; na kuwa alimtuma kumwitia mama yake, lakini yeye akaja kumjulisha mfalme. Mfalme Rutajwaha akawatuma Ikanga na babu yake Bukumbi waende wamwue kwa sababu iliwezekana wauaji walikuwa hawajamwua.

Basi Ikanga na Bukumbi wakaenda na kuingia katika nyumba ya Mwihuzi huyo na kumtoa Mushobozi. Walimpeleka tena katika kimsitu Kaikaro na pale walimkata vipande vidogo vidogo na kuvisambaza huko na huko. Safari hii Mushobozi hakuamka tena, alikufa moja kwa moja. Wauaji waliporudi ikulu wakakuta kumbe laana ya Mushobozi imesha mwandama mfalme kwa nguvu. Mfalme alipagawa mzimu wa Mushobozi. Wazee wakafadhaika sana. Waganga wakapiga ramli na wakashauriwa kutoa sadaka ya malipizi kwa Mushobozi ili amwondolee mfalme laana. Walichukua ngoma moja na kuipa jina Kachwankizi kama ile ya mfalme. Wakaenda nayo mpaka Bugandika na pale wakamjengea Mushobozi ikulu. Mfalme Rutajwaha akamtoa mwanae Rwekunda kwa Mushobozi. Katika ikulu ya Mushobozi zilijengwa nyumba zote kama za mfalme na zikawekwa koo zote za watu kama katika ikulu ya Mfalme. Mfalme Rutajwaha akasema, "Angalia, nakupa ufalme wako ambao ungemiliki; nawe sasa u mfalme." Baada ya hayo Mushobozi akaacha kumpagaa Mfalme Rutajwaha. Mfalme Rutajwaha aliendelea kutoa sadaka mara kwa mara katika ikulu ya Mushobozi. Nyakati hizo Mushobozi akatangaza kisasi chake na kusema, "Yule mtu aliyenisaliti wakati nimejificha nyumbani kwake, akiendelea kufanya kazi ya upishi kwa mfalme nitamwua Mfalme Rutajwaha. Wapishi wote wa ukoo wa Baihuzi kama mtu huyo Mfalme Rutajwaha akawafukuza kutoka ikulu yake. Tangu hapo Waihuzi wa Bugandika hawakufanya tena kazi ya upishi ikulu. Halikadhalika wajomba wa Mfalme Warondo, na Ikanga nao Mushobozi aliwapatiliza kwa sababu ndio waliomwua. Tangu wakati huo Wafalme wa Kiziba, kuanzia kwa Mfalme Rutajwaha, ikawa marufuku kuoa katika ukoo wa Warondo, kwa hofu wasije wakaandamwa na laana ya Mushobozi.

Basi Mfalme Rutajwaha, baada ya mambo hayo, akaondokewa na laana, akatawala nchi kwa amani.

SEHEMU 2

MFALME BWOGI AIBA MLANGO WA RUTAJWAHA

Rutajwaha awaomba Waganda[111] kumshambulia Bwogi
Kifo cha Bwogi na kutekwa kwa Mwiganzigu
Mwiganzigu inazamishwa ndani ya Tingatinga
Kutengana kwa ufalme wa Kyamutwara
Wana wa Rutajwaha na tawala zao
Uhalifu wa Rutakyamirwa na kufukuzwa kwake

Mfame wa Kyamutwara Bwogi II, alituma watu waliokuja usiku na kuiba mlango wa Mfalme Rutajwaha, wakaubeba mzima mzima na kuupeleka mpaka Kyamutwara, kisa ni kuwa Mfalme Bwogi alitaka kuutumia mlango huo kwa kufanya uchawi wake. Asubuhi watu wa ikulu wakagundua kuwa mlango wa ikulu ulikuwa umeodolewa. Watu wakafuatilia nyayo na kuona kuwa ulivushwa mto na kupelekwa Kyamutwara. Watu wakarudi na kumpasha habari Mfalme Rutajwaha. Basi Mfalme Rutajwaha akatuma wajumbe kwa Mfalme Bwogi ili waseme, "Mfalme Rutajwaha anaomba umpelekee mlango wake." Mfalme Bwogi akajibu, "Sina mlango wake." Wajumbe wakarudi kwa Mfalme Rutajwaha na kumpa jibu hasi la Mfalme Bwogi.

---

[111] Maelezo ya Mhariri: Katika masimulizi Muganda ni jina katika umoja, lakini bila shaka lina maana ya Baganda wengi.

Basi Mfalme Rutajwaha akaamua kupiga ramli ili ajue afanye nini ili kuiweza Kyamutwara. Baada ya kupiga ramli akashauriwa kuwaleta Waganda. Basi akapeleka ujumbe Kitara kwa mtawala wake aliyeitwa Ibanda ili ampelekee watu wamsaidie kuharibu Kyamutwara. Ibanda akampelekea viongozi na raia wake waliofika ikulu kwa Mfalme Rutajwaha. Basi Mfalme Rutajwaha alipowaona Waganda naye akakusanya raia wake wakaondoka wakaenda Kyamutwara. Watu wa Kyamutwara walipowaona Waganda wakasemezana, "Lo! Tumeshambuliwa na Waganda!" Wote wakakimbia kwa sababu raia wote na nchi zote ziliwaogopa Waganda. Basi Waganda na watu wa Mfalme Rutajwaha wakaingia Ikulu wakamkuta Mfalme Bwogi, wakamwua na wakateka ngoma yake ya kifalme iliyojulikana kama MWIGANZIGU. Baaada ya kumwua mfalme na kuteka ngoma yake wakarudi Kiziba.

Mfalme Rutajwaha alipoiona ngoma ya Kyamutwara alifurahi sana, na kusema, "Waliiba mlango wangu sasa nimeteka Ngoma yao." Wakabeba ngoma hiyo na kuitumbukiza katika tingatinga ikapotelea humo. Tangu wakati huo Wafalme wa Kyamutwara hawana Ngoma ya utawala. Baada ya kukosa Ngoma ya kifalme nchi ya Kyamutwara ikagawanyika, kukawa na mfalme wa Kihanja, Mfalme wa Kyamutwara na mfalme wa Bugabo. Tangu zamani nchi hizo tatu zilikuwa na mfalme mmoja lakini baada ya Mfalme Rutajwaha kuteka na kuharibu Ngoma yao zikafarakana. Na watu wakawa wanatambua kuwa Mfalme Rutajwaha ndiye aliyesababisha mtengano wa Kyamutwara katika falme mbali mbali kwa sababu ya kuwaondolea Ngoma yao.

Mfalme Kalemera IV akapeleka ujumbe kwa Mfalme Rutajwaha akidai Ngoma yake. Mfalme Rutajwaha akajibu na kusema, "Sahau! Kwa sababu na nyinyi mliiba mlango wangu mkakataa kuurudisha. Kwa hiyo siwezi kuwapa Ngoma yenu, haipo." Watu wa Kyamutwara nao wakawa wanafikiria mbinu za kuiharibu Kiziba.

Mfalme Rutajwaha akaishi nchini mwake kwa amani. Lakini aliwasumbua raia wake. Aliwanyang'anya binti zao na wake zao na kuwagawa kwa Waganda. Watumwa wa mfalme wa kike waliokaa ikulu wakaanza desturi ya kuwanyang'anya raia mazao yao kwa kuvuna maharage, viazi na viazi-vikuu vyao, na kila aina ya chakula.

Raia wote wakamshtuka na kusikitika. Basi wakawa hawampendi tena Mfalme Rutajwaha. Watu wakawa wanajiuliza wafanyeje dhidi ya Mfalme Rutajwaha. Wakasema, "Sasa kwa sababu ana amani ndiyo maana anatusumbua. Mwache, siku moja tutapata njia ya kumkomoa na kumshikisha adabu."

Watoto wa Mfalme Rutajwaha ndio hawa: Rwekunda (aliyemtoa sadaka kwa Mushobozi), Kakindi,[112] Rutakyamirwa, Rwizamahe, Rukoza, Kagaruki na Rutagumirwa. Aliwapa tawala zifuatazo: Kakindi alipewa Kibumbiro, Rutakyamirwa alipewa Bugandika, Rwekunda alipewa Kijunja, Rwizamahe alipewa Kanyigo. Hawa ndio aliwapa utawala. Wachungaji wa mfalme walienda Nkenge Musheruka wakachimba mabwawa ya kunyweshea ng'ombe wa mfalme. Mwana wa Mfalme Rutakyamirwa alipopata habari za kuchimbwa kwa mabwawa hayo, akapeleka ng'ombe wake wakanywea hapo. Wachungaji wakamshitaki kwa Mfalme Rutajwaha. Mfalame Rutajwaha akatoa amri ya kuteka mali ya Rutakyamirwa ili aje kwake aeleze kwa nini alinywesha ng'ombe wake kwenye mabwawa ya Mfalme. Watu waliokwenda kuteka mali za Rutakyamirwa walipofika kwake akawapiga na kuwafukuza. Basi wakarudi kwa mfalme na kumpa habari kuwa Rutakyamirwa alikuwa amewapiga. Mfalme Rutajwaha alipopata habari hizo akaamuru afukuzwe nchini ila asiuawe. Akasema, "Atauawa na ng'ombe mwenye pembe nyeupe." Akiwa na maana kuwa angeuawa na mfalme atakayetawala baadaye. Raia wakaenda wakamfukuza Rutakyamirwa, akahamia Kyamutwara. Walimnyang'anya na ng'ombe wake wote. Raia waliokuwa wanamlinda wakarudi. Yeye Rutakyamirwa alifuatana na watu wachache uhamishoni kama ilivyo kawaida kwa mwana wa mfalme ahamaye.

---

[112] Siku moja Mfalme Rutajwaha aliomba waaguzi wamshauri kuhusu ni mke gani amwoe atakayemzalia mwana wa kurithi ufalme wake. Waaguzi walimshauri kuoa binti wa Mpaka, ukoo wake Mshaga Mkingi. Lakini mfalme alipoomba ushauri wa Kirwana, huyo alipinga na kusema, "Asimwoe, hatamletea fanaka, kwa sababu anakotoka sio kuzuri."

Baba yake ni Mpaka (ubishi)

Kijiji chake ni Kijumo (Tusi)

Ukoo wa Mpaka ni Mkingi, (Mfunga mlango)

Kijito cha karibu ni Rumaza (Athubutuye)

Mbuga ya huko ni Butunga – bwe – empisi (madimbwi ya fisi)

Huko kuna na bonde Nyawaigaire (Lililokanda)

Majina haya yote ni ya mkosi, hayawezi kumruhusu binti wa Mpaka amzae mwana atakayeletea ufalme fanaka. Mfalme Rutajwaha aliacha ushauri wa Kirwana akamwoa Ikesire, binti wa Mpaka, wa kijijini Kijumo. Alimzalia Kakindi ambaye, jinsi tutakavyoona hapo mbele, alimrithi mfalme na kuitwa Burungu II.

SEHEMU 3

RUBAMBA YA MFALME BUYENJE NA KASHANJE YA MFALME RUTAJWAHA

Ikanga Atawala Bugabo
Uchawi
Kyamutwara yapigana na Kiziba
Raia wa Kiziba wanamwacha Rutajwaha mikononi mwa maadui zake
Rutajwaha ahapa akikumbuka Kamahwa kutowasumba raia tena
Kyamutwara yashindwa vitani
Kaizire kasisi wa Wamara
Rutajwaha apagawa na Mwigara
Mfalme Rutajwaha afa kifo cha ghafla
Utabiri wa Kirwana na kutekwa kwa mali zake

Mfalme wa Bugabo Bunyenje alipiga ramli akatabiriwa kupata RUBAMBA.[113] Baada ya utabiri huo akatuma ujumbe kwa Mfalme Rutajwaha na kumwambia, "Wewe ulipiga ramli ukatabiriwa kupata KASHANJE, na hivyo ukaharibu Kyamutwara, ukatunyang'anya ngoma

[113] Rubamba ni ng'ombe dume ambaye waganga walimshauri mfalme wa Bugabo atolewe kafara, halafu Kashanje ni kuku ambaye Mfalme wa Kiziba alishauriwa na waganga amtoe kafara.

yetu ya kifalme; sasa mimi nimetabiriwa kupata RUBAMBA, basi mambo haya yatakuwaje? Nasi tutaisambaratisha Kiziba."

Mfalme Rutajwaha, baada ya kupata ujumbe huo akamwambia mjumbe wa Mfalme Buyenje, "Rudi nyumbani umwambie Mfalme Buyenje kwamba na mimi nitamtumia ujumbe wangu." Basi mjumbe akarudi Bugabo akamwambia Mfalme Buyenje maneno aliyosema Mfalme Rutajwaha.

Mfalme Rutajwaha aliwaita raia wake na kuwaambia, "Kila mtu wa kwenu amwambie mwenzie, asiwepo mtu wa kutoka kwetu kwenda kutembea Kyamutwara. Halafu Mfalme Rutajwaha alipiga ramli na kushauriwa kutengeneza NGOZI. Ililetwa ngozi ikapakwa udongo mwekundu, ikawa nyekundu sana, na ndani yake wakaweka uchawi wa kufanya Bugabo ifarakane na Kyamutwara kiasi kwamba wasishirikiane tena kuishambulia Kiziba. Mfalme Rutajwaha akampa mtumishi wake Ikanga akamtuma Bugabo. Akamwagiza, "Ukienda Bugabo ufanye urafiki na mtu mmoja wa kule, umgawie ngozi hii kusudi utabiri wa RUBAMBA aliopewa Mfalme Buyenje usitekelezwe. Halafu umwambie Mfalme Buyenje kuwa ulitabiriwa RUBAMBA naye akatabiriwa KASHANJE. Basi ukae ukijua kuwa KASHANJE itayang'oa macho ya RUBAMBA."

Basi Ikanga akaondoka na ile ngozi aliyopewa akaenda Bugabo. Alifika ikulu akapewa malazi kwa mwanamme fulani. Mwenye nyumba akampenda sana Ikanga, na Ikanga akamgawia ile ngozi. Kesho yake Ikanga akaenda ikulu kupeleka ujumbe aliokuja nao. Alifuatana na mwenyeji wake. Huyu alivaa ile ngozi nzuri aliyopewa na Ikanga. Alipofika ikulu yule mwanamme akawaonesha ngozi yake nzuri na kuwaambia kuwa Ikanga ndiye aliyemgawia ngozi hiyo. Wenzake wakaambizana kuwa mgeni wake Ikanga ni mtu maarufu sana, amempa zawadi nzuri sana. Ikanga akafika mbele ya Mfalme Buyenje na kumwambia, "Nimetumwa na Mfalme Rutajwaha nikujulishe kuwa Rubamba uliyotabiriwa itang'olewa macho na Kashanje aliyotabiriwa yeye."

Mfalme Buyenje akasema, "Subirini mtatutambua." Ikanga akaondoka akarudi Kiziba akamwelezea Mfalme Rutajwaha jinsi alivyotimiza maagizo yake.

Mfalme Rutajwaha alimshukuru sana Ikanga. Siku mbili baada ya kurudi kwa Ikanga, Bugabo na Kyamutwara wakaishambulia Kiziba. Wakapigana vita pale Katendaguro. Lakini watu wa Kiziba wakasema, "Maadamu Rutajwaha ametusumbua siku nyingi, tuache kupigana, ili watu wake ambao huwatuma kutunyang'anya wake zetu, na watumwa wake wavunao mazao yetu, wapigane kwa ajili yake. Basi watu wa Kiziba wakaacha kupigana, wakakimbia. Viongozi wa vijiji wakawasihi watu, lakini wao wakakataa. Watu wa Kyamutwara wakaendelea mbele wakichoma moto vijiji vya Kiziba. Wakafika ikulu, nayo wakaichoma moto. Mfalme Rutajwaha siku hiyo alilala Bwehigiro na adui walilala Kitobo. Kesho yake maadui walisonga mbele na Mfalme Rutajwaha akakimbilia Mifunya. Maadui wakachoma moto nchi yote ya Kiziba. Watu wa Kanyigo walipoona kuwa Kiziba imeungua moto yote wakawaambia watawala wa vijiji, "Ni kwa vile Mfalme Rutajwaha hutusumbua; ama sivyo tungeweza kuwafukuza maadui wake."

Watawala wakamjulisha mfalme kauli hiyo. Naye Mfalme Rutajwaha akasema, "Naapa linifike balaa la Kamahwa,[114] kama nikiendelea kuwasumbua tena." Raia waliposikia kiapo hicho cha mfalme, wakajifunga kibwebwe wakaanza kupigana. Walikabiliana na watu wa Kyamutwara wakawaua adui hao kwa wingi. Watu wote wa Kyamutwara wakakimbia, kwa sababu waliuawa kwa wingi sana. Mfalme Rutajwaha akatoka vitani akajenga ikulu kijijini Kishoju, akakipa jina Humura, maana yake, mfalme amepumzika. Tangu hapo Mfalme Rutajwaha akapata amani. Hakushambuliwa tena. Naye akatulia, hakuwasumbua watu wake tena. Tangu hapo kile kiapo chake kikawa kama methali. Watu waliseme, "Usumbufu wa Mfalme Rutajwaha kwa raia wake uliwafanya wamlazimishe kuapa kiapo ili yasimpate ya Kamahwa. Msemo huu bado unasikika hata leo.

Siku moja wasasi wa mfalme walienda kuwinda wakafika kwa Kaizire, kasisi wa Wamara aliyekaa Rubumba. Huyu alikuwa amevundika ndizi za pombe. Wasasi wa mfalme walichukua baadhi ya ndizi zake mbivu wakawapa mbwa wao wazile. Yule Kasisi kwa hasira alichukua ndizi zote alizokuwa amezivundika akazitupa mbugani Kyenjoki. Halafu akawachoma mkuki ng'ombe wawili wa kundi la mfalme akawaua wakati wanarudi ikulu kutoka malishoni. Watu wakamshika, lakini hawakumwua kwa sababu waliogopa mizimu yake isije ikamsumbua mfalme. Walimpeleka Kitara, ng'ambo ya mto. Kaizire alikaa Kitara alikotoka baadaye na kuhamia Karagwe. Alipotoka Karagwe, alihamia Kyamutwara alikofia. Ukoo wake Kaizire alikuwa Mshengya.

Siku moja Mfalme Rutajwaha alikuwa anapiga ramli akasikia sauti ya ngoma iliyopigwa na Kasisi wa Mwigara aliyekuwa kijijini Katongo. Akauliza nani huyo anayepiga ngoma? Akaambiwa inapigwa na kasisi

---

[114] Kamahwa ni pale watoto wa Mfalme Magembe walipouawa na Wanyoro. Kwa kiapo hicho mfalme alitaka kusema ni heri na yeye afe kama watoto wa mfalme walivyofia Kamahwa, kuliko kuwasumbua tena raia wake.

wa Mwigara. Akasema, "Nendeni mkampige na kumnyang'anya ngoma." Watu wakaenda wakamshika yule Kasisi, wakampiga na kumnyang'anya mgoma yake na kuitupa mbali. Akiongea juu ya kichwa cha yule kasisi maskini, Mwigara akasema, "Nendeni mmwambie Rutajwaha, umepiga Mwigara akiwa amempagaa kasisi asiye na heshima, subiri kesho atampagaa mtu mheshimiwa mwenye hadhi, huyo ndiye mtakayemwogopa." Watu wakaenda wakamwambia Mfalme Rutajwaha maneno ya Mwigara. Mfalme Rutajwaha akasema, "Hizo ni kelele tu, mmefanya vema kukipiga hicho kikasisi." Siku ya pili akampagaa Mfalme Rutajwaha mwenywe. Watu wakahangaika. Wakawa hawajui wafanyeje? Waganga wakapiga ramli wakashauri kuwa mpishi mkuu aliyekuwa kwenye zamu wakati huo, jina lake Nyamurangwa, ndiye apagawe na Mwigara. Bwana huyo alikuwa wa ukoo wa Bashonde na alikuwa rafiki mkubwa wa mfalme. Basi wakashauri alale pamoja na mfalme juu ya kitanda kimoja cha mfalme, tena avikwe mataji ya ukasisi ya mfalme. Ikafanyika hivyo, Mwigara akampagaa Nyamurangwa, akamwacha mfalme. Basi Mfalme Rutajwaha akachukua ng'ombe tisa mara mbili, akaongeza mkokaji moto nyumbani kwa mfalme, aliyeitwa Kibaya, ili aende kumkokea moto Mwigara. Akamtoa pia Kihunu mfuachuma wa mfalme aliyekuwa na kazi ya kumvika mfalme bangili za shaba, ukoo wake Mhunga; akatoa na mikuki 2 ya mfalme, mmoja wa mikuki hiyo uliitwa Rutoke-rwendaganira-empisi (shamba litoalo chakula kwa fisi) kwa sababu kila alipotaka kumwua mtu, Mfalme Rutajwaha alijaribisha mkuki huo mwilini mwake, akiwa anataka kusema kuwa amempatia chakula fisi; kulikuwa pia mkuki wa pili. Alimtoa pia mpishi na mali nyingine kama sadaka kwa Mwigara. Mpishi ndiye aliyekwenda ameshika ngao. Basi kasisi akaondoka na mali yake yote mpaka kijijini kwake Katoke. Akapewa nyumba ambayo aliita jina lake Kemigani, akiwa na maana kuwa watu watahadithia jambo nililomtenda Rutajwaha. Ngoma moja akaiita Isinga-milagira kwa sababu alimsugua Rutajwaha. Ya pili aliita Kinyienaku-Tikyosha, maana yake Rutajwaha akirudia kunichokoza atakiona cha mtema kuni. Ule mkuki ambao ulikuwa hauna jina akauita "Mwenzi" yaani aliendа kwa Rutajwaha kutaka mali. Mpaka hapo Mwigara akaacha kumwadhibu Rutajwaha.

Mfalme Rutajwaha akaendelea kutawala nchi yake akiwa mtu wa makamo kabla ya kuwa mzee. Siku moja wakati wa mwezi mwandamo watu wakaja kwa wingi kuhudhuria mbele ya mfalme. Mkutano ulikuwa nyumbani kwa mfalme, naye Mfalme Rutajwaha alikaa juu ya kiti chake. Ghafla watu walimwona mfalme akianguka chini kutoka kiti chake, akazimia na kukata roho. Watu wakashangaa kuona mfalme wao anakufa ghafla namna hiyo. Watu wote wakaanza kusema kuwa kifo chake kimesababishwa na Mushobozi kwa sababu naye aliuawa na Mfalme Rutajwaha ingawa alikuwa ndugu yake. Na hata mpaka leo Wafalme humwogopa Mushobozi kwa sababu yeye huwalaumu sana na wao hutoa kwake sadaka mara kwa mara; kwa sababu yeye huwalaumu akisema kuwa walimwua bila sababu kwa husuda tu.

Baada ya kufariki Mfalme Rutajwaha mwanae Kakindi aliyetawala Kibumbiro alikuja akambusu. Kakindi alijenga ikulu yake ya muda Bwera, Rwamachu. Baada ya siku tisa Mfalme Rutajwaha akang'olewa taya na kuzikwa katika ikulu yake ambamo waliweka mambo yote yawekwayo katika ikulu za wafalme waagapo dunia.

Mabwawa yakachimbwa Muleleizi karibu na Rwaihorogo. Mfalme Kakindi akaingia mabwawani kuoga. Moto na vitu vingine vikaletwa kufuata mila na desturi za mazishi ya mfalme. Mfalme mpya akatoa sadaka zote atoazo kila mfalme wakati wa kutawazwa.

Mfalme Kakindi akaingia katika ikulu yake na kustarehe. Akapewa jina Burungu II. Mama yake akaitwa Rumanyika. Ukoo wa mama yake ni Mushagaikazi. Baba wa mama yake alikuwa Mpaka, mkazi wa Kijumo. Kaka wa mama wa mfalme alikuwa Muteshereka bin Mpaka.

Watu wakaondoka wakaenda kwa Kirwana mwana wa Rukirangabo; wakamkuta akiwa na ndugu yake Mataro, wakamwadithia jinsi Kakindi alivyotawazwa kuwa mfalme. Yeye akajibu na kusema, "Mfalme aishi maisha marefu, lakini hatafanikiwa katika utawala wake. Kule anakotoka mama yake ni mahali pabaya, hapatamruhusu akafanikiwa. Basi akarudia kusema maneneo aliyokuwa amemshauri Mfalme Rutajwaha naye akakataa kuyaweka maanani.

Alitoka katika kijiji cha Kijumo[1]
Ukoo wake ni Mkingi[2]
Alivushwa kijito Rumaza[3]
Alipitishwa katika mbuga ya mabwawa ya fisi[4]

1. Je, kijiji cha Kijumo (tusi) hakitawatukana watu?
2. Je, kijito Rumaza (Mwenye kuthubutu) hakitawamaliza watu nchini?
3. Na mbuga Mabwawa ya Fisi. Je, fisi hawatawala watu?
4. Wokovu wake utaletwa na msitu Kamatai (wa maziwa) aliovuka akija kuolewa kwa Rutajwaha.

Yeye Kirwana alikuwa mtu wa hekima sana, alikuwa mshauri wa watu. Basi watu wakaondoka na kufika kwa Mfalme Kakindi wakamjulisha maneno ya Kirwana. Mfalme hakujibu neno bali aliyaweka kama siri yake moyoni.

Lakini baadaye, siku zilipokuwa zimepita nyingi tangu awe mfalme, akakumbuka jinsi Kirwana alivyomtukana kwa ajili ya mastakimu ya kuolewa kwa mama yake. Alipoambiwa kuwa Kirwana ana ng'ombe dume mzuri sana, huyo bila kumjulisha alikuwa ametenda kosa gani.[115] Kesho yake Kirwana akafika kwa Mfalme kujitetea kuhusu ng'ombe wake. Alipofika ikulu akaingia katika ukumbi wa mikutano. Watu wakaenda kumjulisha mfalme. Basi Mfalme Burungu akaja kwenye nyumba ya mapokezi akasimama mlangoni. Kirwani akamwuliza mfalme, "Mtukufu Mfalme, kwa nini kumtwaa ng'ombe wangu kutoka malishoni?" Mfalme Burungu akajibu, "Nisipofanya hivyo nitapataje ng'ombe wazuri?" Kirwani kajibu, "Unafanya hivyo kwa sababu ya ukorofi wa Washaga wa Kijumo." Burungu akasema kwa hasira, "Kitwana huyu anathubutuje kunitukana? Alinitukana wakati wa kutawazwa kwangu, iweje sasa arudie kunitukana? Basi Mfalme Burungu akaondoka kwa hasira akarudi jumbani kwake, akafika kwanza kwa mke wake mpendwa Mukenfura. Mukenfura akamwuliza mfalme, "Umekuwaje?" Mfalme Burungu akajibu, "Kirwana amenitukana." Mwanamke huyo akasema, "Nchini kwetu kulikuwa na mtu aliyezoea kuwinda peke yake, lakini watu walimwambia, "Itakuwa siku moja utakutana na mnyama wa kukuua usiwe na mtu wa kukusaidia. Sasa wewe unayeamua mambo peke yako bila mshauri, siku moja hawatakuua?" Hii ndiyo maana Kirwana amekutukana.

---

[115] N.B. Unyang'anyi huu na yaliyofuata inaelekea ulifanyika huko Omungoro.

SURA YA XX

SEHEMU 1

MFALME KAKINDI (BURUNGU II)

Ngozi ya ikesire ikatayo hirizi
Makundi ya ng'ombe yaliyofundisha mengine urembo
Amani ya Nfundo itamaniwayo
Mafuta wajipakayo maskini wote
Vivuko vikubwa vya Kagera na Rweru
Aonekanaye mzuri kama upinde wa mvua
Mwenye rangi ya Karuma – Balisa
Mnyamavu kama duma
Mwenye thamani kama pembe ya ndovu itembezwayo

Utawala wake, na mama yake Rumanyika
Burungu apata uaguzi mzuri kutokana na kuku wawili siku moja
Burungu adharau wazee na kuwaita "kupe wa kale"
Kuhama kwa Mugasha
Kaili-ka-Mango apigana na Burungu

Alivyohama na baadaye akarudi Mfalme Burungu aua watu kwa kuwasukuma kwenye jiwe la Garuhogo karibu na ikulu yake pale Bwetende

Basi Mfalme Burungu akatawala na kukaa katika ikulu yake Nyabutaizi. Mara nyingi alipiga ramli. Ilitokea siku moja akafaulu kutabiriwa bahati na ramli ya kuku wawili sawia. Basi Bwana mmoja jina lake Byoma akaamua kuchinja baadhi ya ng'ombe wake. Alipoulizwa kwa nini amefanya hivyo akajibu, "Kitendo cha mfalme kuaguliwa bahati na ramli ya kuku wawili siku moja si cha kawaida. Maana yake mtu mmoja wa ukoo wa kifalme atamfitini mfalme, kuku mmoja anatabiri bahati ya mfalme na wa pili bahati ya mtu huyo adui wa mfalme."

Wakati wa Mfalme Burungu siku moja jua lilikuchwa mara mbili. Mara ya kwanza usiku uliingia mnamo saa sita za mchana. Watu wakaingiza mifugo ndani, wakapika wakala wakalala. Kitu cha kustaajabisha baada ya masaa kama manne ukawa mchana tena na baadaye kidogo usiku ukaingia tena. Watu walishangaa sana kushuhudia jua linakuchwa mara mbili katika siku moja.

Wakati wa Mfalme Burungu palikuwa na mtu mmoja wa ukoo wa Bagombe aliyeitwa Kajagata. Alikuwa na mwanae aliyeitwa Kibire. Siku moja Kajagata akamwambia mwanae Kibire, "Kata ndizi kali tutayarishe pombe." Kibire akakata ndizi kali akazivundika nyumbani kwao. Zilipoiva Kajagata akamwambia Kibire akamue togwa. Kibire akafanya hivyo na kuliweka togwa katika mtungi mkubwa. Siku iliyofuata Kajagata akashika mkuki wake akaondoka nyumbani akaenda matembezini. Wakati yuko matembezini, Kibire baada ya kuonja lile togwa mtungini akakuta kumbe limesha kuwa pombe. Akaosha vibuyu vikubwa, akachota ile pombe na kuiweka akimsubiri baba yake. Kajagata aliporudi akamkaripia Kibire kwa kitendo cha kuichota ile pombe bila yeye kuwepo. Pia akamsingizia kuwa bila shaka amekunywa sehemu ya pombe hiyo. Kibire akakana na kusema hajainywa. Kajagata akasema, "Kama hujainywa irudishe katika mtungi tuone kama utajaa." Kibire akarudisha pombe iliyokuwa kwenye vibuyu vikubwa mtungini. Baba yake akamwambia arudishe humo pombe iliyokuwa katika vibuyu vifupi na virefu vya kunywea na pia machicha yote. Kajagata akarudisha pombe yote na machicha, mtungi ukajaa. Basi akamwuliza baba yake, "Mbona mtungi umejaa baada ya kunilazimisha niirudishe pombe yote niliyochota. Kwa nini kusema kuwa nimeinywa?" Ndipo aliponyanyua mkuki akamchoma baba yake na kumwua. Watu wakamfunga Kibire na wakampeleka kwa Mfalme Burungu wakimtaka amwue kwa sababu ya kumwua baba yake. Lakini mfalme akakataa akisema, "Sitamwua. Ingawa amemwua baba yake, alikuwa na sababu ya kufanya hivyo. Kwa nini baba yake alimlazimisha kurudisha pombe katika mtungi?" Basi akamwachia akaenda zake. Mpaka sasa watu huadithia kuwa"Pombe ilimponza Kajagata."

Mfalme Burungu akaanza kuwachukia watu wazee. Akamwambia binti yake aliyeitwa Kachechere* awe anawatukana wazee na kuwaita "Kupe- wa- kale.

Wakati huo palikuwa na mwanamme mmoja wa ukoo wa kifalme aliyeitwa Mugasha ya Gaishansha. Siku moja akafika ikulu ili kumwamkia mfalme. Alimkuta Mfalme Burungu nje akipumzika kwa sababu ya mwezi mwandamo. Basi Mugasha akachutama na kumwamkia mfalme kwa heshima.

Baada ya kumwamkia mfalme, Burungu akamwuliza, "Hivi mpaka sasa mama yako Nyanjeru bado yuko hai?" Mugasha akajibu kuwa bado anaishi. Mfalme akasema, "Nilifikiri kuwa ameshafariki." Mugasha-ya-Gaishansha akajibu na kusema, "Vipi afe? Mimi nilimwekea uzio wa miiba mirefu ili kila atakaye kumwua mamangu achomwe na hiyo miiba. Licha ya hivyo nilipanda mimea ya miiba mbele ya nyumba ili kila apendaye kumwua mama yangu afie humo. Sasa wewe unayeniuliza kuhusu mama yangu, mama yako Ikesire je, alaye vinono, ameshakufa?" Maneno hayo yakamkasirisha sana Mfalme Burungu, akaamua arudi jumbani kwake. Mugasha akang'oa mkuki wake na kurudi nyumbani kwake. Alipofika nyumbani akapiga ngoma raia wake wakakusanyika. Akawaambia, "Wenzangu, mimi nimeamua kwenda uhamishoni, lakini kabla sijahama nataka kwanza nimwue Mfalme Burungu." Watu wake wakamjibu, "Sawa." Mugasha akawaambia, "Basi kama ni sawa, nendeni mkaotee katika matingatinga ya mbele ya nyumba yake ili pindi ajapo mumwue." Watu wake wakakubali wakaenda kufanya alivyowaagiza. Bahati mbaya mkewe alikuwepo, naye alikuwa Mshagaikazi, ukoo wa mamaye Burungu. Mwanamke huyo aliposikia siri hiyo akajisemea moyoni, "Ingawa Mugasha-ya-Gaishansha ni mme wangu, nawezaje kuvumilia kukaa kimya, huku nimeshasikia siri ya kutaka kumwua mwanangu?" Basi kwa sababu ya kumhurumia mwanae, akafunga safari akaenda ikulu Nyabutaizi kwa Burungu na kumwambia, "Usithubutu kwenda nje, bila kwanza kutuma watu kukagua sehemu ya matingatinga mbele ya ikulu, kwa sababu nimeacha Mugasha-ya-Gaishansha ametuma watu wa kuotea pale ili ufikapo pale wakuuwe." Baada ya kumpa mfalme habari hiyo aliondoka na kurudi kwao Nyungwe.

Mfalme Burungu alitaka kutoka nje, basi akawatuma watu akisema, "Nendeni mkakague sehemu ya matingatinga mbele ya ikulu, mkikuta humo watu wa Mugasha-ya Gaishansha, mwauwe." Walinzi wake, waliojulikana kama Omukoba, wakawakuta watu wa Mugasha katika sehemu hiyo ya matingatinga, wakapigana nao. Omukoba wakawazidi nguvu watu wa Mugasha na kuwafukuza. Baadaye wakarudi ikulu na kumjulisha mfalme jinsi walivyowafukuza watu wa Mugasha. Watu wa Mugasha walipompa habari za kushindwa kwao akawaambia, "Basi fungeni mizigo yenu tuhame."

Wakafunga mizigo wakenda uhamishoni. Walipita njia ya Ishozi. Huko kulikaa makundi ya ng'ombe wa Mugasha. Wakawafungua na kuhamia Bugabo kwa Mfalme Nkwere, akawapa hifadhi. Sehemu yalipokaa mazizi ya ng'ombe ya Mugasha-ya-Gaishansha, mpaka leo huitwa "Zizi la Mugasha" huko Ishozi. Basi watu wakafika Ikulu kule Nyabutaizi na kumjulisha mfalme kuwa Mugasha amehamia Bugabo akiwa amepitia Ishozi. Mfalme alipopata habari hizo akamkasirikia Kairi-ka-Mango aliyetawala sehemu yote ya Ishozi akisema, "Yumkini naye hanipendi, angeruhusuje adui apite kwake na makundi ya ng'ombe naye asiyateke?" Basi mfalme akawapeleka wapiganaji wake, Omukoba, kwenda kunyang'anya ng'ombe wa Kairi-ka-Mango, ili aje ajitetee kwa nini alimruhusu adui kupita katika sehemu yake bila kuteka ng'ombe wake; je yeye, Kairi si raia wake? Kabla ya Omukoba kufika kwa Kairi-ka-Mango, huyo aliishajitayarisha. Walipofika, watu wa Kairi wakapigana nao na kuwazidi nguvu. Omukoba wakakimbia na kurudi ikulu kupita mto wa Kihinda. Watu wa Kairi-ka-Mango wakarudi kwao. Kairi akawaambia, "Hatuna budi kwenda uhamishoni. Hatutaweza kumkabili Mfalme Burungu. Yeye huua watu kwa sababu zisizo na maana, atawezaje kutusamehe sisi tuliopigana naye?" Watu wake wakakubalina naye, wakafunga mizigo yao na kuhamia pia kwa Mfalme Nkwere. Watu wa Mfalme Burungu wakafika kwake na kumwabia walivyofukuzwa na Kairi-ka-Mango. Mfalme Burungu akasema, "Haidhuru, tutamtuma mtu kule amwite. Akifika hapa nitamwuliza kwa nini alimruhusu adui yangu apite kwake bila kumnyang'anya ng'ombe wake au kumshika."

Kesho yake watu waliotoka Ishozi wakamjulisha Mfalme Burungu kuwa Kairi-ka-Mango naye amekimbilia Bugabo. Hapo Mfalme Burungu akasea, "Lo! mbona watu wataisha nchini? Basi maadamu Kairi hana kosa kubwa sana tumsamehe. Basi akamwamuru mwanae aende Bugabo achanjane na Kairi-ka-Mango na baada ya kufanya hivyo amwambie kuwa Mfalme Burungu amenituma urudi nyumbani kutoka uhamishoni.

Mwana wa mfalme akaenda Bugabo na kumpa ujumbe wa mfalme. Basi wakafunga urafiki wakachanjana, akarudi naye, akakaa nyumbani kwake tena. Kairi-ka-Mango alikuwa wa ukoo wa Baihuzi, alikaa Katano.

Mfalme aliamua kuhama kutoka katika ikulu yake ya uzio huko Nyabutaizi, akajenga ikulu mpya huko Bwetende. Bwetende iko Kitobo.

Mfalme alipohamia Bwetenda alikuta pale jabali kubwa sana lililoitwa "Garuhogo." Jabali hili lilikuwa kubwa na refu kwenda juu na lenye kina kirefu. Mfalme Burungu alipoona lile jabali kubwa la Bwetende akazidisha ukali wake. Kama mtu angetenda kosa dogo tu, mfalme aliamuru apelekwe juu ya jabali hilo na kuporomoshwa chini ili afe. Jabali hilo lilikuwa nyuma ya jumba lake. Kwenye jabali hili mfalme aliua watu wengi mno kiasi kwamba watu walimwogopa na kumshangaa sana. Basi mfalme akakaa katika ikulu yake ya Bwetende.

SEHEMU 2

KITEKERE AMFUKUZA KINYONYI

Burungu na Mukenfura
Mkutano wa Rushama
Mfalme Burungu na wana wa Kirwana
Munyumyangabo amjibu Mfalme Burungu na kumwonesha hekima ya baba yake Kirwana
Kukasirika kwa Mukenfura
Mukenfura amrudi Burungu
Kuingiliwa kwa wana wa Kirwana
Malipizi yao na kusamehewa kwao

Wakati huo Kitekere alimfukuza Kinyonyi Mfalme wa Kyamutwara. Alipomfukuza huyo akahamia Kiziba. Mfalme Burungu akampa kijiji Kashenye-ka-Mushaijamura, akakaa pale. Baada ya miezi michache Kitekere alitoka Kyamutwara akafika kwa Kinyonyi usiku kwa kuotea ili amwue. Mfalme Kinyonyi akakimbia na kutoroka. Pia Kitekere akarudi kwao Kyamutwara.

Mfalme Kinyonyi alipoona kuwa ameshambuliwa usiku akaogopa asije akashambuliwa tena usiku na kuuawa. Basi akaamua kuhamia Kitara ng'ambo ya mto, katika kijiji cha Ngando.

Mfalme Burungu akaendelea kuishi katika ufalme wake. Siku moja pale kwake Bwetende, alikaa katika jumba lake lililojulikana kama

Rweibanga, ambalo kwa sasa hujulikana kama K'engoma. Alikuwa na mke wake mwenye asili ya Karagwe aliyeitwa Mukenfura na Rwamilinga ni baba wa mke wake huyo. Rwamilinga alikuwa mzaliwa wa Karagwe, aliyekuwa amehamia Kiziba. Palikuwepo pia watu wake aliowapenda walikuwa wakicheza bao. Mfalme Burungu alipenda sana bao na zeze. Raia wa Kiziba waliokuja kumsalimia mfalme walikaa katika ukumbi uliojulikana kama Kabaralemwa,[116] ambao siku hizi unajulikana kama Mugorora. Ni siku za karibuni Mfalme Mutatembwa alipobadilisha jina hilo.

Basi raia[117] waliokuwa Mugorora wakamtuma mtu wa kuomba Mfalme afike pale ili wamwamkie na kuhudhuria mbele yake. Mtu aliyetumwa akafika mbele ya Mfalme Burungu na kumwambia, "Mtukufu Mfalme, raia wako wamehudhuria wengi sana ukumbini Kabaralemwa, wanamsubiri mfalme ili watoe heshima zao." Mfalme Burungu akamjibu yule mjumbe, "Wanataka kuniona ili iweje. Je, nimeunguliwa na majumba yangu nao wamekuja kuyajenga upya?"

Alipojibu hivyo mke wake Mukenfura akalipindua bao na kumwambia mfalme, "Mtukufu mfalme, wewe hapa ikulu ni jitu la kuogopwa; jitu la pili la kuogopwa ni ngoma yako; lakini pia raia ni jitu la tatu la kuogopwa. Raia wamekuja kutoa heshima zao, nawe unawajibu hivyo? Wape watu wasaa wa kutoa heshima zao."

Ingawa mfalme alikuwa mkatili na mwuaji wa watu, watu wengine aliwapenda. Alikuwa ametayarisha furushi kubwa la ngozi zilizotengenezwa vizuri. Kila alipovaa mavazi mazuri na wale wapambe wake aliwapa nao ngozi hizo nzuri ili wavae. Basi mfalme aliondoka Rweibanga karudi Rwensinga (Nyumba ya mfalme mwenyewe) akavaa nguo nzuri, na wapambe wake akawapa ngozi alizowatayarishia nao wakavaa. Baada ya kuvaa, yeye na wapambe wake waliondoka na kukaa katika nyumba ya mikutano ijulikanayo kama Rushama. Halafu akamtuma mtu ili awaambie raia waje kuhudhuria mbele yake na kutoa heshima zao. Mtu huyo akafika Kabaralemwa akawaondoa raia wote akawaleta mbele ya mfalme ili watoe heshima zao.

Kila mtu akatayarisha sehemu atakakokaa. Baadhi yao walikalia fimbo zao, wengine walitafuta majani ya miti yaliyodondoka na kuyakalia, basi raia wote wakaa chini. Ieleweke kuwa zama hizo mbele ya Rushama hakukutandazwa nyasi za kukalia. Desturi hii ilianzishwa na Mfalme

[116] Jina la nyumba ya mikutano Kabaralemwa ni la zamani sana. Mfalme Mutatembwa ndiye alilibadilisha na kuiita nyumba hiyo Mugorora.

[117] Maelezo ya mhariri: Entakomera ni jina katika umoja lenye maana ya "raia wa Kiziba."

Mutatembwa. Wasichana wake walianza kukata nyasi na kuzitandaza mbele ya nyumba ili watu wakalie.

Kati ya waliohudhuria mbele yake akawaona na wana wa Kirwana kya Rukirangabo. Alimwona Munyunyangabo kaka yao; alimwona na mdogo wao Kamanzi na ndugu zao wengine. Kile kiasi cha kuwaona akakumbuka jinsi baba yao Kirwana alivyomshutumu mama yake wakati wa kuolewa; akakasirika rohoni. Basi alianza kuongea na raia na kuwauliza maswali. Aliwauliza raia wa Kanyigo jinsi ng'ombe wao wanavyokula na kunywa. Wale wa Nyangoma wakajibu, "Ng'ombe wa kwetu wanalia kwenye mlima Kashozi-ka- Mulengera na kunywa maji Mishenye ziwani." Akawauliza watu wa Bukwali nao wakajibu, "Wa kwetu wanalia Kyogo na kunywea Kasomoro." Akawauliza watu wa Ishozi; wale wa Ishunju wakajibu kuwa ng'ombe zao wanalia Kishenge na kunywa mtoni Bukumba. Wa Katano wakajibu kuwa wa kwao wanalia mbugani Bisa na kunywa mtoni Ruhoya. Wa Katendaguro na Rukurungo walipoulizwa wakajibu kuwa mbuga ni Kinoba na mto ni wa Kyambu. Wa Bugandika walimwambia mfalme kuwa ng'ombe wao wanakula nyasi katika mbuga ya Kinyomo na kunywa maji mtoni Rutongo. Raia wa Kibumbiro walipoulizwa wakajibu kuwa ng'ombe wa kwao walilisha Kituntu na kunywa mtoni Mwisa.[118]

Wale wa Buyango walimwambia mfalme kuwa ng'ombe wao wanalisha Nyamiyonga na kunywa maji kule Kyaishemwero.

Basi Mfalme Burungu akawauliza Waziba, wana wa Kirwana akisema, "Kama baba yenu Kirwana alikuwa mtu wa hekima, kwa nini alimtukana mama yangu wakati wa kuolewa kwake, aliposema kuwa hataleta fanaka katika ufalme. Mbona sasa mama yangu aliolewa salama na Mfalme Rutajwaha, akanizaa mimi, nami nikawa mfalme, mama yangu akawa mama mfalme; wakati huo aliitwa Ikesire, lakini sasa anajulikana kama Rumanyika ambaye yuko hai mpaka sasa, bali baba yenu Kirwana alifariki akamwacha akiwa hai?"

Basi Kamanzi aliyekuwa mrithi wa pili baada ya Munyumyangabo, alipendwa na Mfalme Burungu, akataka kusimama mbele ya mfalme na kumjibu swali alilowauliza. Lakini kaka yao Munyumyangabo, mrithi wa Kirwana, akamkemea na kumwambia, tulia na kukaa chini; wewe kweli ni kipenzi cha mfalme, lakini huwezi kujibu neno mimi nikiwepo. Kumbuka ukishika senene huwa unazileta kwangu kwanza,

[118] Zamani katika nyumba zote za mfalme hawakutandaza nyasi za kukalia bali kulibaki kumefagiliwa. Hata wake wa mfalme ikulu walikalia majamvi katika nyumba zao. Mfalme Mutatembwa ndiye aliyeamuru, akiwa wa kwanza, ili nyasi zitandazwe katika nyumba zote za ikulu na nje ya mlango wa nyumba ya mfalme na ile ya mikutano.

ukichinja mbuzi huwa unanipa ulimi, iweje sasa wewe ujibu swali mimi nikiwepo? Basi Munyumyangabo akasimama mbele ya Mfalme na kusema: "Mfalme Mtukufu, hujafanya jambo la busara kumtukana Kirwana akiwa marehemu. Umemtukana akiwa tayari ni mifupa, yeye pia atakutukana akiwa mifupa. Baba alikuwa mtu wa hekima, alimwona mtu mmoja aliyeitwa Milingo-ya-Kambaro aliyependa sana kutembea usiku, akamwambia, "Siku moja ukimkuta usiku akijifungua, utamshika mgongo, na ukimkuta anakamua ng'ombe, utamshikia chombo cha maziwa." Hata hivyo Mulinga-ya-Kambaro hakuacha kutembea usiku. Siku moja akakutana na nyoka wa sumu kali aitwaye Mpoma, akamgonga. Alipomgonga akatuma watu kwa Kirwana ili kumjulisha ajali iliyompata. Walipomjulisha baba akawajibu, "Nilimkataza kutembea usiku akakataa, lakini kwa sababu amenipelekea habari, hatakufa; nendeni mmwambie kuwa hatakufa; bali atakuwa mlemavu wa mguu, utatembea kwa kuchechemea, utaendelea kumbashiria mfalme, naye atakutuma hata nchi za nje kuwabashiria watu, hata kiasi kwamba utasifika na kutolewa kama mfano, watu watasema, tunabashiri kama Mulinga-ya-Kambaro. Kweli, bwana huyo hakufa, bali kama alivyomwambia kuwa atatumwa kubashri hata nchi za nje, nawe mwenyewe huwa unamtuma huko kuwabashiria watu, pia unamwona alivyo mlemavu wa mguu. Basi kama wewe ungekuwa mtu wa busara ungemwendea kabla hajafa akakuondolea balaa kama alivyomfanya Mulinga-ya-Kambaro. Basi hujafanya jambo la busara kumtukana Kirwana akiwa mifupa. Naye atakutukana akiwa mifupa kwa sababu hukumwendea akiwa hai akakupa baraka.

Baada ya Munyumyangabo kumwambia mfalme maneno hayo akamwambia hadithi ifuatayo:

> "Mwanamke mmoja alikuwa ameolewa katika familia ya Waganga huko Bukabuye lakini hakupata mtoto. Alipoona kuwa hazai akajishauri akisema, kwa sababu mimi nimekosa mtoto labda ingekuwa vizuri kwenda kwetu nikamlete mtoto wa kaka yangu tukaolewa sote; yeye labda anaweza kumpata mtoto. Basi akaondoaka akaenda kwao akarudi na mpwa wake kwa bwana wake, huyo nganga akamwoza kwake kama mke wa pili. Bahati nzuri mpwa wake akazaa mtoto wa kiume. Wakati huo yeye na mpwa wake wakaanza kulima njugu mawe katika mbuga iitwayo Ruti rw'entuha. Siku moja wakiwa wote wawili kondeni, pamoja na mtoto wao mchanga, yule mtoto akaanza kulia. Mpwa mtu akamwomba shangazi yake aende kumnyonyesha mtoto. Akaruhusiwa. Baada ya kumnyonyesha akaanza kumbeleleza ili alale tena. Akawa anamwamibia, "Ntegeka, Ntegeka, wangu; nyamaza wewe ndiwe utarithi mali ya Waganga." Shangazi yake aliposikia wimbo huo, akaondoka

> pale alipokuwa analima akamwambia mpwa wake, "Nipe mtoto nami nimbembeleze, wewe uendelee na kulima." Baada ya kupewa mtoto alisema, "Ntegeka, Ntegeka wangu, huyu mama yako anayesema kuwa utarithi mali ya Waganga kwa nini asisubiri walau ukaota meno?" Akiwa anataka kumwambia mpwa wake kuwa mtoto ni kama chombo cha udongo wa mfinyanzi; kinaweza kuvunjika wakati wowote; si aheri usubiri mpaka walau akue zaidi ndipo ufikirie kuwa anaweza kurithi mali ya babaye"?

Sasa wewe Mfalme unayediriki kumtukana baba yangu Kirwana ambaye ni marehemu, kwa nini usisubiri ukatawala walau miaka kumi ndipo udiriki kumtukana. Sasa unadhihaki balaa wakati linaingia katika mtego wa samaki, hujui kuwa linaweza kukunja mkia likakutupia maji wakati unavuka mto kukimbilia Kitara?"

Maneno hayo yakamfanya Mfalme Burungu kukasirika sana. Hakungoja watu waruhusiwe kuondoka bali alitoka nje, akapita kati yao na kuwakanyaga baadhi, akaelekea nyumbani kwake Rwensinga. Watu wote wakaondoka wakahamia Kabaralemwa, nyumba ya kufikia. Mfalme alipofika Rwensinga huko akakutana na mkewe Mukenfura; akamwambia, "Wewe mwanamke ndiwe uliyenilazimisha kwenda Rushama ili kupokea heshima ya raia, kumbe huko nikakutana na mwana wa Kirwana akanitukana. Mimi sikwenda kuwaita watu, wewe ndiwe uliyenilazimisha niende huko. Akawaambia watu waliokuwapo wamwite Ichwamali, mwuaji wa mfalme, ili ampeleke na kumwua. Alipofika huyo mwuaji, Mfalme akamwamuru amwondoe mkewe Mukenfura ili amwue, Ichwamali akamshika na kumburuta mpaka mbele ya nyumba. Halafu mwanamke huyo Mukenfura akamwambia Mfalme; "Mtukufu Mfalme mwambie Ichwamali asiniue kwanza, ili nikwambie neno; wafalme wa zamani walipenda kuwasikiliza raia wao." Basi Mfalme Burungu akamwambia yule mwuaji, "Mwache kwanza nione anataka kuniambia nini?" Mukenfura akamwambia mfalme Burungu, "Hata hivyo usifikiri kuwa kwa sababu nimekuomba Ichwamali asiniue kwanza, naogopa kifo na nataka kujitetea. Hapana. Umeshanitoa kwa Ichwamali, hii ina maana umeshanihukumu na bila shaka nitakufa. Hata usiponiua, mimi mwenyewe nitajiua. Lakini baada ya kukwambia neno. Huko kwetu Karagwe kulikuwa na mtu mmoja aliyekuwa na wanawe wanane, vijana hawa mara kwa mara walienda porini kuwinda na kuua wanyama wakubwa wengi. Waliporudi nyumbani walipika nyama na kuitumia kutowelea ugali wao wa ulezi maarufu wa Karagwe. Bahati mbaya baba yao akafariki nao wakafarakana kwa sababu kaka yao aliyemrithi baba yao aliwachukia. Wakamwacha kaka yao wakahamia sehemu moja iitwayo Kakamba, porini kati ya Ankole na Kitara. Baada ya kukaa huko miezi minne au mitano mdogo wao, ambaye ndiye alikuwa mrithi wa pili baada ya kaka yao, akawaambia kaka zake; natamani kurudi Karagwe kumjulia hali kaka yetu. Huyu alikuwa bado anampenda sana kaka yao. Kaka zake wakamruhusu akaenda. Alipofika Karagwe akamkuta kaka yao, naye akamkaribisha kwa furaha. Walimpikia ugali wa ulezi wa Karagwe lakini waliula bila kitoweo. kaka yake akamwambia, "Tangu mwondoke kila niwindapo nashindwa kuwaua wanyama wakubwa. Mdogo mtu akajibu na kusema, naam. Kesho yake waliondoka wote wawili wakaenda kuwinda. Walifaulu kumwua sungura mmoja. Hawakuweza kuua mnyama mkubwa. Wakamleta yule sungura wakapata kitoweo cha siku hiyo. Lakini usiku walipolala mgeni akamwambia kaka yake, "Kaka, kesho asubuhi umtoe huyo ndama aliye nje zizini unipe nimpeleke kwa ndugu zako, uwaombe warudi. Ili tuendelee kuwinda pamoja na kuwaua wanyama wakubwa. Hawa hawauawi ila na ukoo. Wakija tutawaua na kupata mboga ya kulia ugali wa ulezi wa Karagwe ambao hauliwi bila kitoweo." Asubuhi, kaka yake akampa yule ndama ili awapelekee ndugu zake kuwaomba warudi. Kweli walikubali wakarudi na waliporudi hakuna mnyama mkubwa aliyewashinda kumwua. Wakawa kila mara wanapata mboga ya kulia ugali wao wa ulezi.

"Sasa wewe Mfalme unayewatukana watu wa ukoo wako wa Magembe ambao unatawala nao; ambao ni wana wa Rukirangabo, akina Kirwana, wapatao 100, halafu wana wa Nyamwiru walio Nyabihokwe nao idadi yao ni kama 100; wana wa Mugasha Katendaguro nao wapata 100; badala ya kushirikiana nao kuweza kutukana koo nyingine, wewe hao ndio unatukana. Sasa kama unawatukana Wana wa Magembe, utatawala na nani? Hao ng'ombe unaowaulizia, wanakula na kulala vipi, ndio wanao uliowapa utawala ili uhakikishe maadui wakija waweze kukupigania. Nyangoma anatawala Rugya, Bukwali kuna Rukanja, Kashenye kuna Mwijage-ya-Kabashanga. Kigarama anatawa Kishaija, Bugombe kuna Kalinga na Bwanjai kuna Matoyo. Bugandika wanatawa hao Wagembe, wana wa Rukirangabo, wana wa Kirwana. Kibumbiro anatawala Ntukuru-ya Bamutura, Kituntu kuna Kabunjuli-ka-Rukurata. Kama vijiji hivyo vyote vingekuwa vinatawaliwa na watoto wa kuwazaa wewe mwenyewe hapo ndipo ungeweza kudharau koo nyingine. Sasa hao ng'ombe unaoulizia, si ng'ombe tu, wanaweza kukufaa kitu gani kama hatari ingeingia katika nchi yako? Basi Mfalme usijaribu kuketi kumbe wewe ni kama kata ya jani la mgomba yenye ncha moja. Kama wewe ni kama kata ya ncha moja, inakubidi kulala. Kwa nini hilo lisiwe dhahiri kwako!"

Mfalme akamwamuru Ichwamali amwachie. Mukenfura akakataa akisema, "Ichwamali asiniachie, anipeleke aniue. Kama nilivyokwambia hapo awali, kuwa sijitetei ili uniachilie. Kwani ukiniachilia nitaingia tena ikulu nilale nawe tena kama mke na mme. Niko mikononi mwa Ichwamali, anipeleke aniue. Mimi najiona kama mtu ambaye ameisha kufa, hata asiponiua yeye, mimi mwenyewe nitajiua."

Mfalme Burungu akasema, "Hapana usijiue." Akampa ng'ombe wawili na kusema, "Angalia, nakupa ng'ombe wawili kama malipizi, usijiue." Mukenfura akasema, "Sawa, waniachilie, maadamu umenilipa ng'ombe, sitajiua tena." Wakamwachilia akaingia katika chumba cha ndani.

Mfalme Burungu akamwambia mtumishi wake, "Uende ukawakamate Waziba akina Munyumyangabo waje waniambie kwa nini wamenitukana." Mtumishi wake akafika kwao lakini wakakataa kumsikiliza, wakaamua kuihama nchi. Lakini ndugu yao mmoja alikuwa amepeleka ng'ombe kisimani Katambara kuwanywesha maji; wakati huo akarudi. Aliposikia uamuzi wao akawaambia, "Hapo hamjafanya jambo la busara, sisi tulivyo hatuwezi kuhama. Siku zote tumeishi hapa Bugandika. Tuna makundi tisa ya ng'ombe nayo siyo yetu bali ni ya marafiki zetu waliotupa ili tuwatunzie; tukihamia Kyamutwara hayo makundi tutaenda nayo? Wenye makundi yao watakuja bila shaka wachukue ng'ombe wao. Watu wa Kyamutwara wanaelewa fika kuwa tuna makundi tisa ya ng'ombe, sasa tukienda na kundi moja tu la kwetu, bila shaka watatuuliza makundi mengine tumeyaacha wapi. Halafu tena, nyumbani hapa tuna mama yetu mzee. Mnaelewa kuwa wazee huuawa na baridi. Sasa tukihama naye usiku na kuvuka mto, akishikwa na baridi akafa, tutakuwa tumepata faida gani ya kuhama? Au mnafikiri tunaweza kuhama mchana na ng'ombe wote hao? Watu wakituona hawatatunyang'anya ng'ombe wetu?" Basi Waziba wakasema, "Usemayo ni kweli. Tusihame." Wakampa yule mjumbe wa mfalme ng'ombe 8 na kumwomba awapeleke mbele ya mfalme ili wafanye malipizi. Mjumbe wa mfalme akaenda nao mpaka mbele ya mfalme wakafanya malipizi. Mfalme akawasamehe, akaghairi kuwanyang'anya mali yao.

SEHEMU YA 3

KUOA KWA MFALME BURUNGU NA UZAO WAKE

Wimbo wa Rutagumirwa-byazi-bya-Rutalengwa
Rutagumirwa apigana na watu wa Kyamutwara na kuwaua
Burungu anakataa kupokea vitu alivyoteka
Rutagumirwa afukuzwa nchini
Nyakakura alenga shabaha kwenye shina la mgomba la Burungu katika uwanja wa ikulu
Mzozo wao na Burungu na kuhama kwake
Kurudi kwa Rutakyamirwa na kufa kwake
Kuhama kwa wanakijiji cha Bugandika na kurudi kwao wakiwa bado njiani

Mfalme Burungu akadumu katika ufalme wake. Akamwoa Ikunzire, ukoo wake Mtundukazi, binti wa Mugisha Rwashoju. Akazaa naye mtoto wa kiume akampa jina Kabindura. Huyu alipokua, akapewa utawala wa Kibumbiro. Tena akazaa naye Byakyanda, mfalme akaoa na Iyanwire, naye Mtundukazi, binti wa Kaikira, Rwamashonga. Akazaa naye mtoto wa kiume akampa jina Kyabajugira. Pia akazaa naye mtoto mwingine aliyempa jina Bashaija-Nkonge. Halafu akamwoa Mhindakazi, Itanire aliyemzalia mtoto wa kiume aliyemwita Kanyangi. Akazaa naye mtoto mwingine akamwita Katalengire. Akamwoa na Mhindakazi mwingine akazaa naye mtoto wa kiume aliyempa jina Nkambwe. Halafu akamwoa Mwihuzikazi Igoloire aliyemzalia mtoto wa kiume aliyepewa jina Ruhaza na jina jingine aliitwa Rukonda. Akaoa pia Mhindakazi mwingine akazaa naye mtoto wa kiume aliyeitwa Kibate. Halafu akaoa na Mwihuzikazi mwingine akamzalia mtoto wa kiume aliyemwita Rutairuka. Alizaa na watoto wengine ambao mama zao hawajulikani tena; majina yao kama Njuju, Kifumurana, Ishemwanga, Nyamaishwa na Kashambu. Wavulana wote pamoja alifikisha watoto 15. Binti zake walikuwa itazire, Ihagikire na Byeju-Kilinga; watatu tu.

Basi Mfalme Burungu akakaa katika nchi yake. Ikatokea wakati fulani alipokuwa katika ikulu yake ya Bwetende, aliwasikia watu, tena watu wote, wakiimba wimbo huu:

"Nilipika nikala,
Mimi ni mtumishi wa Byazi-bya-Rutalemwa."

Byazi bya Rutalengwa alikuwa mwana wa Mfalme Rutajwaha. (Rutagumirwa alipewa jina la utani: Byazi-bya-Rutalengwa). Alikuwa amepewa utawala wa Kashaba, Kibumbiro. Mfalme Burungu aliposikia watu wakiimba hivyo akashutuka. Akasema, "Hivi Byazi-bya-Rutalengwa naye amekuwa mfalme katika nchi hii?" Akawa amekasirika kwa sababu hiyo. Akaazimia akisema, "Basi ebu nije nimwue nione watamwimbia nani tena."

Lakini Rutagumirwa hakujua kuwa mfalme alimchukia. Siku moja aliwaona maadui waliotoka Kyamutwara na kuja kwa siri kwake Kashaba ili kuiba ng'ombe. Rutagumirwa alipowaona akapiga ngoma watu wake wakakusanyika. Wakapigana na watu wa Kyamutwara. Watu wa Rutagumirwa wakawashinda wale wa Kyamutwara na kuwaua kwa wingi. Waliobaki wakakimbia wakarudi kwao Kyamutwara. Rutagumirwa akamtuma mmojawapo wa watu wake kwenda kumwadithia Mfalme Burungu jinsi alivyowaua maadui.

Wakati huo kule ikulu kulikuwa Ntukuru-ya-Bamutura, aliyekuwa mtawala wa Nyamiilima waliojulikana kama "Mushega", pia alikuwako Kabanjuli-ka-Rukurata, aliyepewa utawala wa Kituntu akiongoza watu wa huko waliojulikana kama "Eiyano-lya-Kituntu." Basi mjumbe wa Rutagumirwa akafika Ikulu na kutoa ujumbe kwa mfalme. Akamjulisha mfalme pia, "Rutagumirwa nimemwacha mtoni Ngono akiwa njiani kuleta mali aliyoteka vitani."

Mfalme Burungu akamjibu mjumbe na kumwabia, "Mali aliyoiteka airudishe kwake, asiilete hapa."

Mfalme Burungu akawaita Ntukuru-ya-Bamutura na Kabunjuli akawaambia, "Wewe Ntukuru-ya-Bamutura uende kwenu Kibumbiro upige ngoma ili Omushega wakusanyike, na wewe Kabunjuli-ka-Rukurata upige ngoma, Eiyano wakusanyike, nyote mwende na kumshambulia Rutagumirwa Kashaba. Mmtishe kama mnaotaka kumwua, lakini msimwue, bali mmfukuze tu aende Kyamutwara.

Kabunjuli na Ntukuru wakaondoka wakaenda. Walipofika kwao wakafanya kama walivyoagizwa na Mfalme Burungu, wakamfukuza Rutagumirwa, akakimbilia Kyamutwara.

Basi Mfalme Burungu akaendelea kuishi katika ufalme wake. Siku moja mtu mmoja Nyamukuba, Mshaga wa Kashaba, akafika mbele yake. Mfalme Burungu alikuwa amemnyang'anya ng'ombe wake aliyekuwa amezaa, basi Nyamukuba alikuwa amekuja kujitetea ili arudishiwe ng'ombe wake. Alipofika mbele ya ikulu akakuta shina la ngomba ambalo Mfalme Burungu alikuwa amelikita uwanjani hapo. Mara kwa mara alitoka nje na kulilenga shabaha kwa mishale. Alikuwa akilenga shabaha na watu wakishindana shabaha ya kuufuma kwa mshale. Basi Nyamukuba alipofika pale asubuhi na mapema na watu wake akaambiwa kuwa ni shina la kulengea shabaha. Basi akawaambia watu wake wawe wakilenga shabaha wakati wanasubiri kuingia ikulu. Basi yeye na watu wake wakaanza kulilenga shina shabaha. Baada ya kulenga kwa muda mfupi, jua likawaka kwa nguvu machoni mwao wakawa hawaoni vizuri lile shina; kwani ikulu ya Mfalme Burungu ilikuwa imeangalia mashariki kabisa lilikotoka jua. Walipozuiwa na jua wasione vema, wakaamua kulenga shabaha kutoka upande wa pili, jua liwe nyuma yao walengaji wakielekea ikulu. Walipofanya hivyo mishale ikawa inatua kwenye uzio wa ikulu, baadhi ikiichoma miti ya "milinzi" ya uzio.

Wakati huo, Rutesherека, mwana wa Mpaka, mjomba wa mfalme, kaka wa Ikesire alitoka kwenye nyumba ya mapokezi ya ikulu alipofika Kasiita nje ya uzio, Nyamukuba na watu wake wakilenga lile shina, mishale ikielekea ikulu; baadhi ya mishale iliyoshindwa kulifuma shina la mgomba, ilifika mpaka uzioni na kuichoma miti ya uzio. Basi Ruteshelека akamwambia Nyamukuba. "Wewe Nyamukuba ndiwe unayerusha mishale kuelekea ikulu?" Nyamukuba akamjibu akisema, "Mbona wewe ni mwoga sana; unadhani mishale inaweza kupita kwenye miti ya uzio na kufumua milango mpaka ikamfikia mfalme na kumchoma?"

Wakati Nyamukuba anasema maneno hayo, Mfalme Burungu akasema, "Kwa nini unamtukana mjomba Rutesherekа?" Nyamukuba akajibu, "Yeye ni Mushaga, na mimi ni Mushaga, kwa nini unafanya ubaguzi, na kumwita Ruteshereka mjomba wako, mimi je, si mjomba wako?" Mfalme Burungu akajibu na kusema, "Hunizai mimi." Nyamukuba naye akajibu na kusema, " Kwa kuwa umenikataa, basi wewe na mjomba wako hamtafanikisha lolote katika ufalme huu!" Baada ya kusema maneno hayo, Nyamukuba akashika mkuki wake akaondoka akarudi kwake Kashaba, akafunga mizigo yake na kuihama nchi. Wakati anafunga mizigo yake akaja ndugu yake Mwemaheru aliyekuwa anakaa ikulu kama mtoa vinywaji kwa mfalme. Mwemaheru akamwambia kaka yake, "Nimekuja ili tuhame nchi sote." Nyamukuba akamwambia Mwemaheru, "Hapana, wewe rudi ikulu uendelee kuwa mtayarishaji vinywaji kwa mfalme. Mimi namkimbia Burungu, simkimbii mfalme. Wewe rudi ikulu undelee kumtumikia mfalme."

Basi Nyamukuba akahama akaelekea Karagwe ndugu yake akamwacha Kiziba akitumikia mfalme kama mtayarishaji wa vinywaji.

Baada ya hayo mfalme aliendelea kuishi nchini mwake. Siku hizo akapata habari kuwa Rutakyamirwa, aliyenywesha ng'ombe wake kwenye madimbwi ya Mfalme Rutajwaha amerudi. Burungu akakumbuka jinsi Rutakyamirwa alivyomkosea baba yake na jinsi baba yake alivyomfukuza akakimbilia Kyamutwara. Siku chache baada ya Rutakyamirwa kuhamia Kyamutwara Wahamba wakamshambulia Mfalme Kitekere, wakapigana, watu wa Kyamutwara wakawashinda watu wa Kihanja. Katika vita hiyo Rutakyamirwa alipigana sana kuliko watu wa Kyamutwara. Watu walipokuja mbele ya Mfalme Kitekere kumweleza walivyopigana, wakamsifia Rutakyamirwa na kusema kuwa ndiye aliyepigana sana kuliko wote. Wakati bado wanamwadithia mfalme, Rutakyamirwa akajibu na kusema, "Mnadhani mimi ningeligana na wanawake wa humu Kyamutwara?" Neno hili likamkasirisha Mfalme Kitekere, akamfukuza Rutakyamirwa. Basi Rutakyamirwa akahama, akapita Kibengwe akaenda mpaka Bugabo, Rubafu. Huko alipewa mtumbwi akaabiri mpaka Kashenye nchini Kiziba. Pale alifika kwa ndugu yake Rwizamahe ndiye alitawala Kashenye. Kashenye alilala siku moja, akaondoka akaenda Bukwali kwa Ruyobya, ndiye alikuwa akitawala Bukwali. Pale pia alilala siku moja, Ruyobya akamgawia ng'ombe mmoja naye akamchinja. Kesho yake aliondoka Bukwali akapita Kigarama, akavuka Kikongoro akasafiri mpaka Bwanjai, Nyabihokwe kwa Waziba wana wa Kakaaya. Pale akalala siku moja, basi Rutajwaha Bwanjai akafika Bugandika, akaingia nyumbani kwake Igurugati.

Watu wa Bwetende wakaenda na kumwambia Mfalme Burungu, "Mtukufu Mfalme, Rutakyamirwa amerudi, na sasa yuko kwake Igurugati." Mfalme Burungu akajibu, "Inaelekea mtu huyo ni mwendawazimu." Basi akawaambia watu wake, "Nendeni mkawaite Waganda wangu hapa, niwatume waende wakamwue." Wakati huo pale ikulu kulikuwa na Waganda kutoka Buganda, waliokuwa wametumwa na mfalme wa huko. Watu wakaenda wakawaita.

Mfalme Burungu akawaambia, "Nendeni na Mkoba wa hapa Bugandika mkamwue Rutakyamirwa kwa niaba yangu. Basi Waganda na Mukoba wakaenda vitani. Walipofika Bugandika Igurugati walikuta na Rutakyamirwa ameshapata habari. Wakakuta ameshajitayarisha akiwa na watu wake wachache aliokuwa anasafiri nao. Watu wa Bugandika waliogopa kumsaidia kwa sababu alikuwa mwasi. Wala hawakujiunga na watu wa mfalme kupigana dhidi ya Rutakyamirwa, kwa sababu alikuwa mtawala wao, hawakumwonea haya.

Watu wa Bugandika walikaa katika nyumba zao. Basi Mkoba na Waganda wakafika kwa Rutakyamirwa. Walipofika mbele ya nyumba yake mapigano yakaanza. Rutakyamirwa akawaua Waganda wanne maadui wake wakarudi nyuma. Waganda wakakimbia mpaka Nyamuheshera. Pale Waganda wakageuka wakamfukuza Rutakyamirwa mpaka nyumbani kwake. Pale walimfikia na kumwua. Laana ya baba yake ikatimia aliyomlaani akisema, "Atauawa na ng'ombe wa rangi ya hudhurungi yenye pembe nyeupe."

Waliomwua walipoondoka zao, watu wa Bugandika wakamzika wakisema, Ingawa mfalme amemwua, hata hivyo alikuwa mtawala wetu."

Waganda wakafika ikulu na kumwadithia Mfalme Burungu jinsi walivyomwua Rutakyamirwa. Mfalme akawashukuru. Kesho yake mtu mmoja akatoka Bugandika akaja ikulu akamwambia Mfalme Burungu kuwa watu wa Bugandika wamemzika Rutakyamirwa. Mfalme Burungu akakasirika sana akamwaamuru Omukoba akisema, "Nendeni Bugandika mkachukue mali za Wagandika kwa sababu wamemzika Rutakyamirwa ingawa alikuwa mwasi." Omukoba wakaenda Bugandika. Walipofika Igurugati wakawakuta watu wa Bugandika wamekusanyika kwa sababu walikuwa wameshapata habari. Wakaanza kupigana. Wagandika wakawashinda Omukoba na kuwafukuza. Baada ya hapo wakarudi majumbani kwao. Halafu walifanya mkutano katika mbuga ya Omkinyomo, wakashauriana na kusema, "Kwa sababu tumepigana dhidi ya Mfalme Burungu, bila shaka atapiga ngoma na kutushambulia ili atuue. Basi sasa afadhali tuhame na kwenda Kyamutwara." Watu fulani wakafika ikulu na kumwambia Mfalme Burungu, "Mtukufu Mfalme tumeacha watu wote wa Bugandika wamekusanyika katika mbuga ya Omukinyomo, wakiwa na wake zao na watoto wao, wakiwa na nia ya kuhamia Kyamutwara." Wazee wakamshauri Mfalme Burungu wakisema, "Mtukufu Mfalme, warudishe Wagandika kwa sababu kumzika Rutakyamirwa siyo kosa la kuwafanya watu wote hao wahame nchi; pili kumbuka Wagandika hawakumsaidia Rutakyamirwa kupigana dhidi ya Mfalme." Mfalme Burungu akajibu, "Vema, ngoja niwarudishe." Akachukua mmoja kati ya mikuki yake, akawapa watu akisema, "Nendeni mkawarudishe Wagandika." Hii zamani ndiyo ilikuwa desturi, mtu aliyeihama nchi angetumiwa mkuki wa mfalme wake, ilimbidi kurudi nchini kwao.

Watu wa Bugandika walipoona mkuki wa Mfalme Burungu wakarudi majumbani kwao Bugandika. Hata leo mkuki wa mfalme humrudisha nyumbani mtu aliyehama.

SEHEMU YA 4

KUCHUKIWA KWA RUYOBYA

Rutahahirwa amfunga mara tatu Mfalme Burungu katika mchezo wa bao
Burungu atamka kuwa hampendi Ruyobya
Nyakwezi binti wa Ikanga, mke wa Rutahahirwa anyanganywa na Mfalme Burungu baada ya mfalme kumfukuza Ruyobya kutoka Rushasha pamoja na kijana wake Rwabilingo

Basi Mfalme Burungu akaanza kumchukia Ruyobya akifikiri kuwa kwa sababu Rutakyamirwa alifikia kwake, bila shaka ndiye alimshauri atoke Kyamutwara.

Baada ya siku kadhaa Ruyobya alitoka kwake Bukwali akafika ikulu akiwa na mwanae Rutahahirwa. Walifikia Kabaralemwa, nyumba ya mapokezi. Baada ya kukaa pale muda mfupi, Rutahahirwa akamwambia baba yake, "Hebu mimi nihudhurie mbele ya Mfalme." Rutahahirwa alikuwa anapendwa sana na Mfalme Burungu kwa sababu mama yake naye alikuwa Mshagaikazi, kwa hiyo alikuwa mtoto wa mama yake. Rutahahirwa alipoingia ndani ya ikulu alimkuta mfalme katika nyumba iliyoitwa "Rweibanga" akachutama na kumsalimia mfalme, aliyekuwa ameketi akicheza bao.

Mfalme Burungu alipomwona Rutahahirwa akawafukuza wale aliokuwa akicheza nao na kusema, "Rutahahirwa, karibu, tucheze wote."

Rutahahirwa akakaribia kwenye bao wakaanza kucheza. Rutahahirwa akamfunga Mfalme Burungu mara tatu.

Mfalme Burungu akamwambia, "Wewe umenifunga mara tatu bila mimi kukufunga hata mara moja, kama ushindi wako ungekuwa wa baba yako Ruyobya ningemwua, kwa sababu simpendi."

Mara hiyo Rutahahirwa akaacha kucheza bao na kurudi kule "Kabaralemwa." Alipofika kule akamwita baba yake nje na kumwambia, "Nimemfunga Mfalme Burungu katika mchezo wa bao mara tatu, naye akaniambia kuwa wewe kama ndiwe ungalimfunga angalikuua sababu hakupendi."

Ruyobya akajibu na kusema, "Wala mimi simpendi." Basi akamwambia Rutahahirwa, "Rudi Kabaralemwa uniletee mkuki wangu tuondoke." Rutahahirwa akaingia Kabaralemwa akachukua mkuki wa baba yake halafu wakaondoka na kuelekea Rushasha. Kule Rushasha Ruyobya alikuwa na nyumba yake ya pili aliyokuwa amerithi kutoka kwa kaka yake Rwekemba, na alikuwa anamlea Rwabilingo mtoto wa marehemu kaka yake aliyemwacha akiwa bado mdogo sana.

Watu waliomwona akielekea Rushasha wakamwambia Mfalme Burungu kuwa Ruyobya ameenda Rushasha. Mfalme akatuma watu ili waende wamfukuze Rushasha akisema, " Mfukuzeni aende kwake Bukwali, Rushasha ni kwa Rwabilingo." Ruyobya akaondoka Rushasha akaenda Bukwali.

Watu waliotumwa wakarudi wakatoa taarifa kuwa wamemfukuza Ruyobya naye ameeda kwake Bukwali. Mfalme akasema, "Huyo kijana Rwabilingo naye ni mtoto wake; kwa sababu Rwekemba, baba wa kijana huyo, anazaliwa tumbo moja na Ruyobya. Nendeni naye mkamfukuze, sitaki akae karibu nami." Watu hao wakarudi Rushasha wakamfukuza na Rwabilingo.

Rwabilingo akaondoka usiku, akapita Bukwali kwa baba yake mdogo Ruyobya na kumjulisha alivyofukuzwa na Mfalme Burungu. Ruyobya akajibu, "Sina jinsi ya kufanya. Mfalme ametuchukia. Ondoka uhamie Kitara, upewe makazi." Rwabilingo akaondoka akaenda Kitara, na kupitiliza mpaka Buganda kwa Kabaka Ishemakokiro (Semakokiro). Ruyobya akabaki nyumbani kwake Bukwali.

Rutahahirwa, bini Ruyonya, alikuwa ameoa kutoka familia moja na Mfalme Burungu, mabinti wa Ikanga. Ikanga mwenyewe alikuwa ameishafariki. Mfalme Burungu akamkaripia Mugisha mwana wa Ikanga akisema, "Mlinioza binti yenu mbaya, Manoni, mzuri Nyakwezi mkamwoza kwa Rutahahirwa." Mugisha akamjibu mfalme na kusema, "Bwana wangu hatuna la kufanya tena kwa sababu Nyakwezi ameshakuwa mke wa Rutahahirwa, hatuwezi kumtoa huko tena."

Mfalme Burungu akamwambia, "Nenda ujifanye unaumwa, mke wa Rutahahirwa akija kukujulia hali uondoke uje hapa naye akikufuata nyuma, nije niangalie kama ni mzuri kuliko wa kwangu, au kama wa kwangu ndiye anamzidi uzuri, ili nijue kama unasema ukweli." Mwanzoni Mugisha alikuwa amemwambia mfalme kuwa mke wake Manoni ndiye mzuri zaidi. Ni baadaye alipombishia sana alipomwambia, "Hatuna jinsi ya kufanya tena, kwa sababu ameshakuwa mke wa Rutahahirwa." Basi Mugisha akamwambia mfalme, "Nitakwenda nijifanye naumwa, akija kunitazama, mimi nitakuja hapa. Akifika kwangu akakuta nimeaga kuja huku, bila shaka atanifuata huku, kwa sababu yeye hunipenda sana, hawezi kughairi asije."

Basi Mugisha akaondoka akafika nyumbani kwake Kihororo akijisingizia kuumwa. Alipofika nyumbani akalala. Watu wakaenda wakamjulisha dada yake Bukwali kwa Rutahahirwa kuwa kaka yake Mugisha alikuwa ametoka ikulu akiwa mgonjwa. Kesho yake Nyakwezi akafunga safari akafika Kihororo. Watu walipomwambia Mugisha kuwa Nyakwezi alikuwa amefika, yeye akaondoka akaja ikulu.

Nyakwezi alipoambiwa kuwa kaka yake alikuwa ameondoka akiumwa, akamfuata naye akafika ikulu. Alipofika huko akakuta kuwa na Mugisha ameingia kitambo katika nyumba yake ya kufikia pale ikulu.

Mugisha alipomwona Nyakwezi akaondoka akaelekea ikulu. Nyakwezi akamfuata huko. Alipofika ikulu akamkuta Mugisha Rwensinga nje ya mlango akiwa ameketi. Naye alipofika akaketi karibu naye.

Basi Mfalme Burungu akamwona Nyakwezi akampenda sana. Akamwambia Mugisha. Sasa naona wewe ni mkweli, uliahidi kumleta kwangu, na kweli umetimiza ahadi yako.

Basi mtumishi wa Rutahahirwa aliyekuwa amemsindikiza mke wake, alipoacha Nyakwezi ameketi na kaka yake Mugisha, alirudi kwa Rutahahirwa na kutoa taarifa kuwa amemwacha Nyakwezi ameketi na kaka yake Mugisha ndani ya ikulu.

Rutahahirwa alipopata habari hizo, akaondoka na kusafiri usiku na kuja ikulu. Alifika ikulu usiku. Kesho yake akafika kwa mfalme na kumsalimia. Aliishapata habari kuwa mkewe alikuwa amelala humo ikulu.

Alipomsalimia Mfalme Burungu akamwuliza Rutahahirwa, "Umefika lini hapa? Naye akajibu, "Nimefika leo, nimekuja kujua ni vipi mke wangu kuingia ikulu." Mfalme akamjibu na kusema, "Nampenda sana, tena ameshalala na chui, hataweza kulala na duma tena. Ila sasa afadhali badala yake nikupe wanawake wengine watatu." Rutahahirwa akamjibu mfalme na kusema, "Duma ndiye aliyeanza kulala naye, kwa nini chui asimdharau? Halafu, mfalme, umetenda kitendo cha aibu, kulala na mkweo kwa sababu wewe ndiwe baba wa Waziba sote."

Mfalme hakujibu neno tena. Rutahahirwa akaondoka akarudi kwake Bukwali. Mfalme Burungu akamkatalia mke wake, akamwoa moja kwa moja.[119]

---

[119] Ukweli ni kwamba Nyakwezi alikuwa shemeji wa Mfalme Burungu kwa sababu Ruyobya alikuwa mwana wa Ruhangarazi na Rutajwaha baba wa Burungu alikuwa naye mwana wa Ruhangarazi. Lakini kwa kuwa mfalme alichukuliwa kama baba wa Waziba wote, ndiyo maana alisema kuwa mfalme alikuwa amemwoa mkwe wake.

SURA YA XXI

NYAKATI ZA WAYOBYA

SEHEMU 1

RUYOBYA

Mgangara mwana wa Kaboga
Mwili upitao vyuma wa Njunaki
Jino liumalo nyama na maziwa la Buhire
Mfalme Burungu anaazima Waganda ili waipige Bugabo
Ruhalira aiharibu Bugabo na kumwua Mugasha-ya-Gaishansha
Burungu awaagiza Waganda wamwue Ruyobya
Ruyobya achanjana urafiki na Ruhalira
Kifo cha Kamugabwa
Ruyobya ahamia Buganda
Kukabidhiwa kwa Ruyobya na kupokelewa kwake

Wakati huo Mfalme Burungu aliwatuma watu wake Mugyairai bin Kampera na ndugu yake Masheshano bin Kampera akisema, “Nendeni Buganda kwa Kabaka Ishemakokiro mmwambie hivi, tumetumwa na Mfalme Burungu, anaomba umpelekee Waganda waende Bugabo, Kyamutwara ili wamwue Mugasha-ya-Gaishansha aliyemwasi na kuhamia Bugabo; kwa hiyo anaomba umpelekee Waganda waungane na watu wake ili waende Bugabo wakamwue.” Basi Mugyairai na Masheshano wakaenda Buganda kwa Kabaka Ishemakokiro wakampa ujumbe wa Mfalme Burungu. Kabaka Ishemakokiro akasema, “Vema.”

Basi akamwita Ruhalira aliyekuwa mtawala wa Bwiru kama Pokino na kumwambia, "Uondoke pamoja na Waganda na Waziba hawa uelekee Kiziba kwa Mfalme Burungu, akupe watu wake, mwende Kyamutwara, Bugabo ili muiharibu.

Basi Ruhalira akaondoka na Waganda akaja Kiziba akafika kwa Mfalme Burungu. Mfalme Burungu akatoa ng'ombe akampa, naye akalala ikulu siku moja. Kesho yake Mfalme Burungu alitoa watu wake wakaungana na Ruhalira na kusema, "Nendeni mkaishambulie Kyamutwara na kuwaua kwa ajili yangu na Mugasha-ya-Gaishansha naye mmwue."

Basi Ruhalira akaondoka akashambulia Bugabo. Walipofika huko wakapigana na watu wa Kyamutwara. Watu wa Ruhalira wakawashinda wale wa Bugabo na kuwaua watu wengi. Wakawafukuza, akiwemo Mugasha-ya-Gaishansha, na kuwafanya waingie pangoni. Walipomfikisha pangoni wakatafuta moto na kuukoka kwenye mlango wa pango. Hivyo Mugasha-ya-Gaishansha wakamwua kwa moshi pamoja na watu wengi sana wa Kyamutwara wakafia pangoni humo. Basi Ruhalira akarudi Kiziba, akamkuta Mfalme Burungu katika ikulu yake pale Bwetende na kumweleza jinsi alivyomwua Mugasha-ya-Gaishansha na watu wa Kyamutwara. Mfalme akamwambia, Ahsante, lakini upite na Bukwali umwue kwa niaba yangu, Ruyobya, naye hanipendi na anajitayarisha kuasi." Ruhalira akasema, "Sawa, nitapita huko kesho naye nimwue."

Basi Ruhalira akalala Bwetende katika ilulu. Kesho yake asubuhi Mfalme Burungu akawaambia, "Nendeni mkaniulie Ruyobya, kule Bukwali." Ruhalira aliondoka na kuelekea Bukwali, alipofika akalala Mitagai. Watu walifika Bukwali na kumpa habari Ruyobya kuwa Ruhalira amelala Mitagai ya kuwa amefika huku kumwua yeye. Na kuwa mfalme Burungu amehonga ili aje akamwue.

Saa hiyo Ruyobya akaondoka akaenda Mitagai kwa Ruhalira na kumwambia, "Nimeambiwa kuwa umekuja kuniua. Basi nimekuja kukuomba tuchanjane tuwe ndugu, usiniue bali unipeleke kwa Kabaka Ishemakokiro. Je, kuniua ni bora kuliko kunipeleke kwa mfalme wako ili niwe mtumwa wake? Ruhalira akasema, "Sawa, basi tuchanjane, na baadaye nikupeleke kwa Kabaka Ishemakokiro ili uwe mtumwa wake." Basi wakachanjana na kufunga mkataba wa damu. Ruhalira akamwambia Ruyobya, "Ingawa tumechanjana, Burungu alinihonga mali nyingi, naogopa asinishangae na kuniona si mwaminifu. Kwa hiyo nenda nyumbani ufunge mizigo yako usiku huu. Kukicha nitawapeleka watu wangu kwako lakini nitawakataza wasikuue. Wakija watachoma mto nyumba chache. Basi nawe ndipo utaenda mpaka Kasomoro ili uvuke na kwenda Ishango, huko ndiko tutakutana. Mimi nitapitia Katembe nije nikuchukue." Ruyobya akasema, "Sawa." Akaondoka akarudi kwake Bukwali.

Basi Ruhalira akaondoka akapita njia ya Katembe. Waganda aliowatuma kwa Ruyobya wakaondoka ili kumsaidia kuhama. Walipofika mbele ya nyumba yake wakakutana na Kamugabwa baba yake Kahangi. Kahangi ndiye baba wa Kabengura[120] wakamwua.

Watu wa Ruyobya waliposhuhudia kifo cha Kamugabwa wakasema, "Ingawa Ruyobya alitwambia kuwa hatutauawa alitwambia uwongo." Wakatimka na kukimbia. Wakati huo Rwebembera, ukoo wa Mbango, baba wa Nkaranga, amzaaye Kamugana, Kamugana baba yake Kabete wa Mitagai, alipokimbia akaingia chumba cha kulala cha Ruyobya na kujificha. Basi Waganda wakachoma moto nyumba chache. Ruyobya akaondoka akafika Kasomoro. Pale akavuka kwa mtumbwi mpaka Kanyabulema. Kutoka huko alienda mpaka Ishango na huko akamkuta Ruhalira. Wakaondoka wote akampeleka kwa Kabaka Ishemakokiro.

Ruhalira alipofika mbele ya Kabaka Ishemakookiro akamweleza alivyoenda vitani, akamwambia, "Kyamutwara nimeiharibu na Mugasha nimemwua. Baada ya kumwua huyo Mfalme Burungu akaniambia niende Bukwali nimwue na Ruyobya. Lakini mimi nilipofika Bukwali nilikataa kumwua, nikaamua nimleta mzima kwa Kabaka." Kabaka Ishemakookiro akampongeza akisema, "Oho, wewe Ruhalira ni shujaa sana, uliiharibu Busongola sasa kutoka Kiziba, amemleta mateka hai!"

Alifurahi sana na kucheka. Halafu akasema, huyo Ruyobya maadamu hukumwua, basi nami sitamwua; ni bahati yake. Umpeleke kijijini Mayanja, ndicho kijiji ninachompa, akae humo kama mtumishi wangu."

Ruhalira aliondoka na Ruyobya akampeleka mpaka Mayanja, akampa makazi humo, na halafu akarudi kwake Bwiru (Buddu). Ruyobya akakaa kwake Mayanja. Baada ya kukaa humo siku chache, Kabaka Ishemakokiro akaaga dunia.

Hivyo Ruyobya akaenda ikulu kumuhani Kamaanya mwana wa mfalme aliyerithi.

[120] Kabengura alifariki Agosti 1910

SEHEMU YA 2

RUYOBYA NA MFALME BURUNGU

Ruyobya anamshauri Kamaanya jinsi ya kumwua Mutebi
Mbinu za vita za Wayobya
Ruyobya amteka hai Mutebi
Ruyobya anakataa kupewa jimbo Buganda na amwomba mfalme ampe shamba (jembe)[121] alilolima mama yake Bukwari
Kamaanya atuma ujumbe kugawanya Kiziba

Alipofika ikulu akamkuta Kamaanya akipigana na Mutebi. Mutebi akitaka kuwa mrithi. Alikuta watu wa Mutebi wamewashinda watu wa Kabaka Kamaanya. Ruyobya akamwambia Kamaanya, "Ingawa Waganda mnajua kupigana hata hivyo hamjui mbinu ya kujificha, mngejua mbinu hiyo mgeweza kuua watu wengi."

Kabaka Kamaanya akamwambia Ruyobya, basi wewe ndiwe nimechagua uongoze jeshi langu ili utumie hiyo mbinu yako ya kujificha, nione matokeo yake." Ruyobya akasema, "Sawa."

Basi Ruyobya akaenda vitani na wanawe Wayobya akina Rutahahirwa. Walipofika mbugani akachagua baadhi ya watu pamoja na wanawe wakajificha nao mahali. Halafu akawaambia Waganda waliobaki

[121] Maelezo ya Mhariri: Neno jembe lilitumika badala ya shamba. Ndiyo kusema shamba la mama yake.

watangulie wawashambulie watu wa Mutebi. Wakiwafukuza mkimbilie hapa kwangu ili mwone busara yangu, sisi Waziba tuna akili ya kupigana."

Basi Waganda hao wakashambulia Mutebi. Walipofika kwake naye wakakuta anataka kumshambulia Kamaanya. Basi akaamka, mapigano yakaanza. Watu wa Mutebi wakawashinda watu wa Kabaka Kamaanya. Watu wa Kabaka Kamaanya wakakimbia na kurudi nyuma kupitia njia hiyo waliyoendea kama alivyowashauri Ruyobya. Walipofika pale walipomwacha Ruyobya wakapita kidogo. Basi Ruyobya na wanawe na Waganda aliokuwa amebaki nao wakaamka walipojificha wakaanza kuwaua watu wa Mutebi kutoka nyuma. Na wale watu wa Kabaka Kamaanya walipoona kuwa Ruyobya na watu wake wameamka na kuanza kupigana, nao wakageuka wakaacha kukimbia wakakabilaina na watu wa Mutebi waliokuwa wanawafukuza wakaanza kuwaua kuelekea walipo wale wa Ruyobya. Kwa hiyo watu wa Mutebi wakazingirwa pande zote mbili. Mutebi mwenyewe akatekwa nao. Akapelekwa hai kwa Kabaka Kamaanya akauawa.

Basi Kabaka Kamaanya akamshukuru sana Ruyobya na akampenda sana. Akamwambia, "Ahsante." Halafu akamwuliza, "Uko radhi nikupe jimbo ulitawale? Unaipenda nchi hii?"

Lakini Mugangara gwa Kaboga akakataa na kujibu, "Mimi huku sipapendi, naomba unirudishe katika shamba alilolima mama yangu, huko Bukwali." Kabaka Kamaanya akasema, "Sawa."

Halafu Rutahahirwa, mwana wa Ruyobya, aliyemteka hai Mutebi, akampa jina la Mutelanga na kusema tangu sasa utaitwa hivyo. Pia akampa Ruyobya mkuki ulioitwa Kilabagwera pamoja na ngoma aliyoipa jina la "Kandonda." Basi akamwambia mtumishi wake aliyeitwa Mujakali akisema, "Mpeleke Ruyobya huyu umrudishe katika shamba alilolima mama yake huko Kanyigo. Halafu uende ukamwambie Burungu asimguse, na kuwa akimgusa Kabaka Kamaanya atamwua. Kati ya sehemu zao upande mti kama mpaka. Pia mwambie Burungu asivuke mpaka huo, yeye au watu wake, ama sivyo atajuta.

Ruyobya akamshukuru, akaondoka akafika kwake Mayanja akafunga mizigo yake na kulala pale siku moja. Siku ya pili yake akaondoka na Mujakali wakafika Kanyigo. Ruyobya akaingia kwake Bukwali.

Halafu Mujakali akaenda Kikongoro mpakani mwa Bwanjai na Kanyigo na kupanda mti wa Mtoma (Mrumba). Baada ya kufanya hivyo akaenda mpaka Bwetende, ikulu ya mfalme, akamwambia Mfalme Burungu, "Nimeagizwa na Kabaka Kamaanya kuwa yeye amemrudisha Ruyobya katika sehemu yake ya Kanyigo. Mimi nimepanda mti wa Mtoma mpakani Kikongoro. Kabaka Kamaanya ameagiza usivuke

Kikongoro kwenda Kanyigo ama sivyo Kabaka Kamaanya atakuua." Mfalme Burungu akajibu, "Sawa." Basi Mfalme Burungu akampa Mujakali ng'ombe mmoja. Siku hiyo Mujakali alilala ikulu. Kesho yake Mfalme Burungu akampa ujumbe Mujakali akisema, "Mwambie Kabaka Kamaanya kuwa ni sawa, hatamgusa Ruyobya tena."

Basi Mujakali akafunga safari ya kurudi nyumbani. Alipita Kanyigo Bukwali kwa Ruyobya akamweleza alivyosema Mfalme Burungu na jinsi alivyomwagiza amwambie Kabaka Kamaanya. Akaondoka akarudi Buganda.

Mujakali alipoondoka, Mfalme Burungu akatuma watu kwa Ruyobya ili wamwambie hivi, "Mfalme Burungu ameagiza uondoke nchini mwake ama sivyo atakuja akuue."

Watu hao wakaenda Bukwali wakamwambia Ruyobya maneno waliyotumwa na Mfalme Burungu.

Ruyobya akawajibu, "Hapana. Mwambieni Burungu kuwa akitaka na aje, atajuta, kama ni mwenda wazimu."

Wajumbe wakarudi wakamwambia Mfalme Burungu jibu alilowapa Ruyobya. Basi Mfalme Burungu akapiga ngoma na kuwaambia watu wake, "Twende tukamshambulie Ruyobya." Watu wakajibu, "Ndiyo, mfalme." Wakaondoka wakaenda vitani.

Walipofika Kishaka wakakuta Ruyobya ndipo aliposubiria na watu wake. Basi aliamka na mapigano yakaanza. Watu wa Burungu wakawashinda Wayobya wa Ruyobya nao wakakimbia kuelekea kwao Bukwali. Kikosi cha Bushunguru kilichoitwa Omulera walikuwa wanampenda Burungu lakini hawakujiunga katika mapigano hayo kwa sababu walimwogopa Ruyobya kwani walikuwa katika nchi yake. Walipoona kuwa wao ni wachache wasioweza kupigana na Ruyobya ili wapite kwenda kwa Burungu walikaa mlimani kwao wakisubiri. Toka pale walimwona Ruyobya akienda vitani katika mbuga ya Kishaka. Kutoka pale mlimani walishuhudia watu wa Mfalme Burungu wakiwashinda na kuwafukuza watu wa Ruyobya, waliokimbia kuelekea kwao Bukwali. Basi kikosi cha Omulara cha Bushunguru nao wakaenda vitani Bukwali. Walipofika kule wakamwua Rwezahura baba yake Kageshera, alikuwa mwana wa ndugu yake Ruyobya. Basi Ruyobya na wanawe wakashindwa na kurudi kwao Mayanja. Mfalme Burungu akarudi kwake Bwetende. Ruyobya alipofika kwake Mayanja akamchinja fahali wake aliyeitwa Rujuka akawapa nyama Wayobya wake ili wale. Ndiyo maana hata leo unasikia msemo kuwa "Wayobya walimla Rujuka."

SEHEMU YA 3

KITEKERE AISHAMBULIA KIZIBA

Watu wa Kiziba (Entakomera) wamwasi Burungu
Kyamutwara yaibananga Kiziba
Burungu ahamia Kitara
Ruyobya ahamia Kyesiga
Burungu atuma ujumbe Buganda kumshitaki Ruyobya
Burungu ashinda kesi dhidi ya Ruyobya
Kushikwa kwa Rwabilingo na kifo chake
Ruyobya achanjana urafiki wa damu na Kitekere
Arudi Kiziba
Na kujenga makao yake Ishozi
Kifo cha Ruyobya
Burungu ataka kufanya urafiki wa damu na Rutahahirwa lakini Rutahahirwa akataa
Burungu amshambulia Rutahahirwa Ishozi
Wayobya na warithi wao
Wayobya wahamia Kyamutwara

Mfalme Burungu akaendelea kukaa katika ufalme wake. Pindi yuko kwake Bwetende, Kitekere, Mfalme wa Kyamutwara, akamshambulia, akaswaga ng'ombe wa Nziramile-ya-Kajara, Kasisi wa Mwigara.

Wapiganaji wa Kiziba wakakusanyika, wakapigana na kuwafukuza watu wa Kyamutwara. Wakawarudisha na ng'ombe wa Nziramile-ya-Kajara, wakarudi nyumbani na kumwadithia Mfalme Burungu. Mfalme Burungu akajibu na kusema, "Sio nyinyi mliwaua bali ni matokeo mema ya ramli yangu." Basi raia wa Kiziba wakakasirika, wakarudi katika nyumba zao na kunyamaza.

Baada ya siku chache Kitekere akashambulia tena. Raia wakakataa kukusanyika. Pinde zao wakazipindua na kamba zake wakazitumia kufungia mizigo yao. Wakajitwisha mizigo yao na kuingia katika misitu. Lakini wakaacha wamemwambia Mfalme Burungu. Sisi hatupigani, bali maadui wako huuawa na matokeo ya ramli zako. Hata sasa matokeo yawaue maadui hawa nasi tutajua jinsi yalivyo hodari wa kupigana vita. Raia wote wakakimbilia misituni.

Watu wa Kyamutwara wakamshinda mfalme Burungu na kuswaga ng'ombe wake. Naye akavuka mto na kukimbilia ng'ambo Kitara, Kakuto. Raia wa Kiziba wakavuka naye. Akajenga ikulu yake Kabare.

Kiziba ikabaki bila watu, ikaharibika na kukanda.

Ruyobya alipoona kuwa Burungu amejenga Kabare karibu na kwake Mayanja akaogopa akahamia Kyesiga. Alijisemea, "Burungu hatabiriki, anaweza kunijia kwa siri usiku na kuniua. Aheri nikimbie mbali naye."

Mfalme Burungu alipoona kuwa Ruyobya amehamia Kyesiga akawatuma wajumbe wake wale wale aliozoea kuwatuma Buganda, Maheshano-ga-Kampera na Mugyaharai ya Kampera, ili waende Buganda kwa Kabaka Kamaanya wamshitaki Ruyobya ili waruhisiwe kuendesha naye kesi. Alijisemea moyoni, "Yumkini Kabaka anaweza kumtoa kwangu ili nimwue. Sitaki yeye nami tukae pamoja katika nchi moja." Akawasisitizia wajumbe wake wamwombe Kabaka Kamaanya asikatae kuwahukumu kwa sababu yeye ni mwana wa mama yake, kwani mama wa Kabaka Kamaanya ni wa ukoo wa Bashaga kama alivyo mama wa Burungu. Wamwulize kama Ruyobya rafiki yake ana ukoo naye.

Basi Maheshano na Mugyaharai wakaondoka na kwenda Buganda kwa Kabaka Kamaanya na kumwambia ujumbe wote waliokuwa wametumwa na Mfalme Burungu. Kabaka Kamaanya akajibu, "Sawa, hebu nitume aje mwendeshe kesi." Kabaka Kamaanya akamwita Ruyobya akafika ikulu akafanya kesi na wajumbe wa Mfalme Burungu. Waganda wakakata kesi na Ruyobya akashindwa. Kabaka Kamaanya akasema, "Tangu lini nchi moja ikawa na wafalme wawilili?"

Basi Kabaka Kamaanya akasema, "Ruyobya na raia wake wote mpelekwe kwa Mfalme Burungu, ndiye atakayejua awafanyeje."

Ruyobya akasema, "Anataka nini kama sio kuniua?" Akajitetea. Kabaka Kamaanya mwishowe akakumbuka msaada aliopewa na Ruyobya vitani, akamwachilia. Bali akaamuru Rwabilingo mtoto wa Ruyobya akamatwe. Akaamuru Rwabilingo apelekwe na wajumbe wa Burungu kwa Mfalme Burungu na Rumanywa mtumishi wake awekwe mbaroni. Waganda wakamweka mbaroni kwa kipindi cha mwaka mmoja na mguu wake uliokuwa umefungwa ulilemaa.

Wajumbe wa Mfalme Burungu wakarudi kwake na kumweleza walivyofanya kesi na Ruyobya na kumshinda. Wakamwambia kuwa Kabaka Kamaanya alimwachilia Ruyobya na kuwapa Rwabilingo wamlete kwake. Mfalme Burungu akafurahi sana na kuwashukuru wajumbe wake. Halafu akawauliza watu wake, "Huyu Rwabilingo nimfanyeje?" Wakajibu wakasema, "Usimwue, kwani ukimwua utakuwa umemwua Ruyobya?" Lakini kulikuwa na mtu mmoja wa ukoo wa Barondo, jina lake aliitwa Kagoro, alikuwa amemwoa binti wa Mfalme Ruhangarazi, na walikuwa watawala wa Karogosho. Mfalme Burungu alimpenda sana, alikuwa rafiki yake sana. Huyu alimwambia Mfalme Burungu, "Mfalme, umwue, una sababu gani ya kumwachilia?" Mfalme Burungu akajibu, "Sawa, apelekwe akauawe." Mara hiyo akapelekwa mwisho wa uwanja wa ikulu akauawa.

Basi Mfalme Burungu akaendelea kukaa kwake Kakuto. Ruyobya alipoona jinsi Kamaanya alivyomwua Rwabilingo akaona mashaka na kuogopa. Akajisemea moyoni, "Si ajabu na mimi akanitoa kwa Burungu ili aniue kwani ni mwana wa mama yake."

Basi akamtuma mwanawe Mutelanga (Rutahahirwa) akimwambia, "Uende Kyamutwara uchanjane na Kitekere, ili tuweze kuhamia huko, Waganda wasije wakatutoa kwa Burungu akatuua."

Mutelanga akaondoka akafika Kyamutwara kwa Kitekere. Akamweleza kuwa wanataka kuchanjana naye ili waweze kurudi Kiziba. Kitekere akakubali wakakaa chini na kuchanjana. Baada ya kuchanjana Mfalme Kitekere akamwambia Mutelanga aende akamlete Ruyobya ili washirikiane katika kuwadhibiti Kajurunga na Burungu.

Rutahahirwa akamshukuru Mfalme Kitekere. Kesho yake aliondoka na kurudi kwao Buganda Kyesiga. Alimwadithia baba yake Ruyobya alivyochanjana na Mfalme Kitekere na ujumbe aliompa kumletea. Ruyobya akasema, "Vizuri." Basi wakafunga mizigo yao na kurudi Kiziba.

Alipofika kijijini kwake Bukwali akamwacha mwanae Runwa; alipofika Bugombe, akaacha mwanae Ihangwe. Yeye akapitiliza mpaka

Ishozi, Katano akajenga makao yake pale ili awe karibu na Rafiki yake Kitekere.

Ruyobya akakaa Ishozi na mwanae Mutelanga, Rutahahirwa, wakawa wanajuliana hali na rafiki yao Kitekere. Baada ya kukaa Ishozi mwaka mmoja, Ruyobya aliaga dunia.

Alipofariki wanawe wakamzika. Hawakufanya matanga wala hawakuwaambia watu waache kazi kwa sababu waliogopa Burungu asije akapata habari za kufa kwake Ruyobya akawashambulia. Kila Muyobya alifanya matanga moyoni mwake na nyumbani kwake. Baada ya kifo cha Ruyobya mwanae Rutahahirwa akawa mrithi wake.

Mfalme Burungu alipopata habari za kifo cha Ruyobya na kurithi kwa Mutelanga, mwana wa mama yake, akatuma ujumbe kwake akisema, "Nendeni mmwambie aje huku tupige ramli ili matokeo yakiwa mema tumwue Kitekere ili turudi kwetu Kiziba tutawale vizuri nchi yetu."

Wajumbe wa Mfalme Burungu wakafika Ishozi kwa Mutelanga na kumpa ujumbe wa Mfalme Burungu. Mutelanga akajibu, "Hapana, yeye alichukia baba yangu, atanipendaje mimi? Ananiongopea." Halafu akasema, "Alininyang'anya mke wangu." Wajumbe walirudi kwa Mfalme Burungu na kumwambia kuwa Mutelanga amekataa ombi lake, na pia kuwa na yeye hampendi kwa sababu alimnyang'anya mke wake."

Mfalme Burungu akakasirika, akatoka Kitara akaja kupigana naye, akisema, "Hebu niende nimwue." Alifikia Bukwali, akapita akafika Bugombe akamkuta Ihangwe akamwua. Baada ya kumwua huyo akarudi kwake Kitara akisema, "Hiyo inatosha. Tumemwua Ihangwe mwana wa mama yake, hawataishi tena. Safari ijayo tutamwua na Rutahahirwa tuone watafanyaje." Ihangwe na Rutahahirwa walizaliwa na mama yao mmoja, Buhire.

Watoto wake aliowaacha Ruyobya ni hawa wafuatao:

1. Rutahahirwa (Mutelanga).
2. Ihangwe.
3. Rwabiliti (Ishabarongo).
4. Runwa.
5. Mujurunga.
6. Rutebinga.
7. Kambuga Mutelanga.
8. Mujunangoma.
9. Kayokano.
10. Katabingwa
11. Ikindwire (Msichana).

Hao ndio watoto wa Ruyobya aliowaacha hai.

Rutahahirwa, Ihangwe na Ikindwire mama yao ni mmoja. Jina lake ni Buhire. Rutahahirwa ndiye aliyerithi mali ya Ruyobya. Ikindwire msichana ndiye mama wa Njuju babu wa Francis Xveri Lwamgira. Mama wa Rwabiliti Ishabarongo ni Nshambu, ukoo wake ni Muhungakazi. Sasa ndio Waziba akina Kyaruzi, Kihororo. Ukoo wa mama wa Runwa ni Mubango-kazi. Jina lake ni Nyawairagwire. Hawa ndio Waziba akina Rumanshana, Bibili Kyabitwi wakaao katika makao asili ya Wayobya. Mujurunga naye alizaliwa na mama mmoja na Runwa, sasa ndio Waziba akina Boniface Kilare na Herbert Rugizibwa, Kantare. Na sasa ndio Waziba akina Kahumuza, Kagarama. Kambuga ndio Waziba akina Kakiko, Rushasha. Mujunangoma, Mutelanga mama yao ni Rutogora, ukoo wake ni Muyangokazi, na sasa ndio Waziba akina Herman Rwabwisho na Bisigaro, Rukurungo. Kayokano na Katabengwa nao mama yao ni yule yule wa Mujunangoma. Kwa sasa ndio Waziba wa akina Karokora-ka-Kayokano, Kishoju, Buyango.

Wayobya hao walikaa Ishozi, Katano. Wakati huo Mfalme Burungu akiwa ng'ambo Kakuto, Kitara, akampeleka kiongozi wa jeshi Rwizandekwe akisema, "Uende Kiziba unisaidie kuwaua Wayobya."

Rwizandekwe akaja na kushambulia Ishozi. Baada ya mapigano mafupi Wayobya wakakimbia, wakaenda Kyamutwara wakahamia kwa Mfalme Kitekere. Mfalme Kitekere akawapa shamba Katoma Irogero, wakakaa humo. Rwizandekwe akarudi kwao Kitara, Kakuto. Alipofika kule akamweleza Mfalme Burungu alivyowafukuza Wayobya wakahamia Kyamutwara. Baada ya hayo Mfalme Burungu alikaa Kakuto siku chache akarudi Kiziba akajenga ikulu yake Kafunjo, akakaa pale. Raia wake nao wakarudi, kila mtu katika shamba lake.

SEHEMU YA 4

KITEKERE APIGANA NA BURUNGU MARA YA PILI

Burungu akimbilia Kitara tena
Kiziba yaharibika kabisa, wakabaki watu wanane tu
Kifo cha Rwenyumiza
Kajurunga akimbilia Bugabo
Waganda wamshambulia kitekere na Wayobya
Rutahahirwa na Kitekere wakataa kuhukumiwa na Rugobe badala yake wanajificha msituni
Kabale yachomwa moto na kuuawa kwa Wakara
Kuuawa kwa Obukwangura
Rugobe arudi kwao

Mfalme kitekere akapata habari za kurudi kwa Mfalme Burungu Kiziba. Basi Mfalme Kitekere akashambulia Kiziba. Baada ya mapigano mafupi Mfalme Burungu akakimbilia tena Kitara, Kakuto pamoja na watu wake. Walipofika Kakuto Mfalme Burungu akajenga ikulu yake Sinja mlimani akakaa huko.

Basi Kitekere akarudi Kyamutwara. Mfalme Burungu akakaa Sinja Mlimani. Basi Kiziba ikaharibika, ikakanda sana kiasi kwamba tembo na simba na wanyamapori wengine walilisha vijijini. Ni katika kijiji cha Nshumba kuliko baki wanaume wawili na katika kijiji cha Ruzinga kulikobaki wanaume sita, jumla watu wanane tu ndio waliishi Kiziba.

Wakati huo Kajurunga akiwa Kyamutwara akawatuma watu wake kwa Mfalme Burungu akisema, "Nendeni Kitara mmwambie Mfalme Burungu anipelekee raia wake ili tuwaue Kitekere na Wayobya. Wajumbe wa Kajurunga wakafika Kitara wakamwambia Mfalme Burungu walivyotumwa na Mfalme Kajurunga. Basi Mfalme Burungu akawaita raia wake akawaambia, "Nendeni Kyamutwara mkawaue Wayobya." Akamchagua Rwenyumiza, ukoo wake Mule, ili aongoze kikosi hicho. Wakaenda vitani. Wakafika Kiziba, wakapitiliza mpaka Irogero Katoma, walipokaa Wayobya. Wayobya wakaamuka, mapigano yakaanza. Wakati huo huo Kitekere na Kajurunga wakapigana vita pale Rugwi karibu na ikulu ya Kabale. Upande wa Wayobya wakawafukuza watu wa Mfalme Burungu; walipofika Kyazi-kya-Kajara wakamwua Rwenyumiza na kumvua nguo. Pale alipofia kunajulikana hata leo kama Ka-Rwenyumiza. Watu wa Burungu wakashindwa na kukimbia wakielekea kwao Kitara. Wayobya wakarudi kwao wakafika ikulu kutoa mali waliyoteka.

Walipofika Kabale wakakuta Mfalme Kitekere akipigana na Kajurunga. Wakaignia katika mapigano. Baada ya muda mfupi Wayobya walikuwa na mtu wao aliyeitwa Hangi, ukoo wake Mushonde, alitupa mkuki na kuua mtu mmoja. Watu wa Kajurunga walipoona kuwa mmoja wao amekufa wakashindwa na kukimbia.

Wayobya wakarudi kwao Irogero. Kajurunga alikimbia na kwenda Bugabo. Alipofika Bugabo akachagua wajumbe akawatuma kwa Mfalme Burungu akimwomba awapelekee Waganda ili wawaue Kitekere na Wayobya.

Wajumbe wa Kajurunga wakafika Kitara na kumpa ujumbe, Mfalme Burungu akawapeleka wajumbe Buganda kwa Kabaka akasema, "Mwende mmwambie Kabaka Kamaanya anipelekee Waganda ili niwaue Kitekere na Wayobya.

Wajumbe wa Burungu wakafikisha ujumbe wake kwa Kabaka Kamaanya. Kabaka Kamaanya akachagua watu chini ya uongozi wa Rugobe akawatuma kwa Mfalme Burungu akisema, "Nendeni mkamwulie Kitekere na Wayobya."

Basi Rugobe akaondoka na Waganda akafika Sinja, Kitara akafika kwa Mfalme Burungu aliyempa watu wake wakaenda vitani na kufika Kiziba.

Walipofika Kiziba wakalala Gera. Halafu Rugobe akapeleka watu wake kwa Mfalme Kitekere na kwa Wayobya akisema, "Nimemwagiza

Kajurunga afike hapa. Pia nimekuja na watu wa Mfalme Burungu. Basi na nyinyi njoni kwangu ili nisikilize kesi yenu niwahukumu."

Kitekere akamwuliza Rutahahirwa, "Je, twende tukahukumiwe au la?"

Rutahahirwa akajibu na kusema, "Tutajiteteaje? Bila shaka watahukumu wakisema, Kitekere unashindwa kesi kwa sababu ufalme si wako bali ni wa Kajurunga; na mimi watanihukumu wakisema, "Rutahahirwa unashindwa kesi kwa sababu ufalme si wako ni wa Burungu. Wanaweza hata kututoa kwa Kajurunga na Burungu ili watuue."

Kitekere akasema, "Unasema ukweli, rafiki yangu, hatuna haja ya kwenda kule kujitetea."

Wajumbe wa Rugobe wakarudi Gera wakamwambia kuwa Kitekere na Wayobya wamekataa kuja.

Rugobe akajibu, "Haidhuru waache. Kesho watanitambua."

Wajumbe wa Rugobe walipoondoka Rutahahirwa akamwambia, Kitekere, "Tujifiche misituni, Waganda wasije wakatuua."

Kitekere akajibu, "Sawa, tujifiche." Kitekere akakimbia na kujificha msituni Rwasina. Rutahahirwa akaondoka na Wayobya akapita Kasharazi akajificha msituni Kitangarara. Kesho yake Waganda walipita Irogero na kuichoma moto. Halafu walifika Kabale na kuichoma moto. Wakaendelea mbele bila kukutana na watu wengi kwa sababu watu walikuwa wamekimbia. Walipotoka Kabale wakafika Bukara katika kijiji cha Kajurunga. Hapa walikuta watu wengi kwa sababu walikuwa hawakukimbia waliwasubiri Waganda wakidhani wangempa mfalme wao Kajurunga ufalme wake.

Waganda walipowaona Wakara walidhani Kitekere alikuwa anawasubiri hapo. Wakaanza kupigana na Wakara, Waganda wakawaua Wakara kwa wingi.

Kutoka Bukara wakaenda Bugabo wakamwabia Nkwere, "Tunataka uwalete watu wako "Obukwangura" watuchezee ngoma ya vita." Nkwere akawaita "Obukwangura" wakaja wakamchezea Rugobe ngoma ya vita. Halafu Rugobe akawaambia Waganda, "Niulie Obukwangura." Waganda wakaamka na kuwaua Obukwangura. Baada ya hapo Rugobe akaondoka akarudi Buganda.

SEHEMU YA 5

WAYOBYA WANARUDI NYUMBANI KWAO KIZIBA

Mfalme Burungu amwua Garushanje mjumbe wa Kabaka
Burungu anyang'anya watu ng'ombe wao
Kifo cha Muzindire na kufufuka kwake
Kufa kwa Rutagura
Mchungaji wa Burungu aharibu mazao ya watu
Kufa kwa Wanyoro
Mukwabe atumwa kitara kumrudisha Burungu Kiziba
Burungu apasua mashua na kuua mwendeshaji
Urafiki wa Burungu na Kitekere
Ushujaa wa Wambere na mbinu ya vita ya Runwa
Unafiki wa Kitekere

Wakati huo Wayobya waliondoka Irogero, Katoma na kurudi kwao Ishozi, Katano. Wayobya wengine akina Runwa warudi Kanyigo katika mashamba yao, wakaa humo na kulima.

Mfalme Burungu aliendelea kukaa Sinja Mlimani. Siku moja alikuja kwake Mganda mmoja aliyeitwa Garushanje akitoka Buganda kama mjumbe wa Kabaka Kamaanya. Alifika akiwa na ngoma yake inalia. Mlio wake ulikuwa na mada isemayo

Mbingu zisemalo
Jua haliwezi kukataa

Mfalme Burungu akamwuliza, "Ngoma yako inasemaje." Garushanje akamjibu kuwa inasema hivi, "Mbingu zisemalo, Jua haliwezi kukataa."

Mfalme Burungu akauliza tena, "Maneno hayo yana maana gani?" Garushanje akajibu, "Maana yake ndiyo hii, Kabaka Kamaanya ndiye mbingu; nyinyi ndilo Jua, hamwezi kukataa asemalo."

Mfalme Burungu akamwuliza, "Hata mimi nikiwemo? Ina maana kuwa na mimi ni jua, au unataka kusema walangira wa kwenu Buganda?"

Basi Mfalme Burungu akakasirika, akapandwa na hasira kubwa, akawaambia watu wake, "Mkamateni na watu wake wote, mpelekeni mkamwue." Watu wake wakamjibu, "Mtukufu Mfalme, tutamwua mjumbe wa Kabaka nasi tukiwa katika nchi yao? Tutaenda wapi, si watatuua tu?" Mfalme Burungu akawajibu, "Nyinyi ni wendawazimu, Mganda huyu mjinga atanitukana halafu nimwachie aondoke? Mpelekeni mkamwulie mbali." Watu wakamkamata Garushanje wakampeleka wakamwua.

Baada ya kumwua akawaita wajumbe wake Maheshano-ga-Kampera na Mugyahara-ya-Kampera akawatuma akisema, "Nendeni Buganda kwa Kabaka Kamaanya mmwambie kuwa nimemwua mjumbe wake Garushanje kwa sababu alipofika alikuta ninakula akakanyaga chakula changu, nikamkamata nikamwua. Je, wewe Kabaka uliwatuma watu waje wanakanyaga chakula changu? Hawawezi kuonesha adabu?"

Maheshano na Mgyaharai wakakataa wakisema, "Sisi hatuwezi kwenda kuuawa. Kwa sababu umemwua mjumbe wa Kabaka, funga mizigo turudi Kiziba."

Mfalme Burungu akawauliza , "Mnachagua lipi? Kati ya mimi kuwaua sasa hivi, na kwenda Buganda mkauawa baada ya siku kadhaa za safarini?" Wakamjibu na kumwambia, "Aheri twende tufie kule."

Maheshano na Mugyaharai wakaondoka na kwenda Buganda. Walipofika kwa Kabaka Kamaanya wakamwambia jinsi walivyokuwa wametumwa na Mfalme Burungu.

Kabaka Kamaanya akawauliza, "Amemwua kweli au mnasema uwongo?" wakajibu kuwa kweli amemwua. Akajibu, "Sawa, alikuwa na haki ya kumwua. Kwa nini alikanyaga chakula cha mfalme?"

Basi Maheshano na Mugyaharai wakamshukuru Kabaka na kuondoka. Waliporudi wakamweleza Mfalme Burungu walivyopata msamaha wa Kabaka. Hapo Mfalme Burungu akafurahi sana.

Tangu hapo Mfalme Burungu akaanza tabia mbaya ya kuua watu bila sababu. Alikuwa na raia wake aliyeitwa Mushoju. Akajenga uhasama dhidi yake bila sababu. Mushoju ikambidi ahamie Karagwe.

Mfalme Burungu akaendelea kukaa kwake Sinja mlimani. Wakati huo ikatokea njaa kubwa. Mfalme Burungu akamwagiza raia wake aliyeitwa Muzindire, ndiye aliyetunza kundi la ng'ombe liloloitwa "Entanga ya Bwagya," akisema "Upitepite kati ya watu, ukikuta ng'ombe anayenyonyesha ndama, mswageni mkamlete hapa ili wanangu na wake zangu wasife kwa njaa."

Basi Muzindire akaondoka na kuanza kuwaswaga ng'ombe wa watu. Akafika kwa Rutazaha mwana wa Bwahama mwana wa Mfalme Ruhangarazi akakuta ng'ombe mmoja anyonyeshaye. Akamwomba ampe ng'ombe huyo ampelekee mfalme. Rutazaha akamwambia, "Niachie ng'ombe huyo kwa sababu nimemweka wakfu kwa baba yangu; badala yake mpeleke huyu mwingine ambaye siku nyingi amekuwa akikamuliwa." Muzindire akakataa akisema, "Niache huyu mwenye bado maziwa mengi, nichukue huyu ambaye maziwa yake yameshapungua?"

Rutazaha akamwambia, "Basi peleka huyu ambaye yuko karibu kuzaa." Muzindire akakataa akamswaga yule aliyekatazwa akamleta kwa Mfalme Burungu. Akamkabidhi akakaa ikulu. Akapitapita na kwa watu wengine akaswaga ng'ombe wengine nao akawakabidhi wakakaa ikulu.

Baada ya kazi hiyo Muzindire akarudi nyumbani kwake. Baada ya siku chache akafariki. Alipofariki watu wakamfunga katika mashuka ya mirumba wakampeleka mbugani wakamwangika mtini.[122] Halafu wakarudi nyumbani kijijini wakiomboleza.

Waombolezaji walipoondoka, Muzindire akafufuka akashika njia akaenda mpaka Sinja mlimani. Alipofika mbele ya nyumba yake akakuta watoto wakicheza. Watoto walipomwona wakakimbia wakaingia nyumbani na kuwaambia watu waliokuwemo, "Jamani, Ta Muzindire huyu hapa uwanjani anakuja!" Watu walipoangalia nje wakaona kweli ni yeye, watoto hawakusema uwongo. Wakaanza kuona mashaka wakisema, "Mtu aliyefariki anawezaje kufufuka. Baadaye wakatoka nje ya nyumba, wakampokea na kumkaribisha nyumbani. Alipoingia nyumbani akawaambia watu, "Nendeni mkamwambie

---

[122] Zamani watu walikuwa hawazikwi makaburini. Wafu walikuwa wanaangikwa mitini au wanatupwa tu mapangoni. Ni wakati wa Mfalme Mutatembwa watu walipoanzia kuchimba makaburi na wafu wakawa hawatundikwi mitini. Hata hivyo makaburi yalikuwa hayachimbwi mashambani bali mbugani. Raia wa kawaida hangeweza kuzikwa shambani, wote walizikwa mbugani. Ni wakati wa Mfalme Mutahangarwa hasa hasa ilipokuwa desturi watu kuzikwa mashambani.

Mfalme Burungu kuwa nina jambo nililokuja kumjulisha. Mfalme akasema, "Mwambieni aje aniambie." Wakaenda wakamwita. Alipofika akamkuta Mfalme Burungu ameketi Rwensinga. Muzindire akainama mbele ya mfalme akasema, "Mtukufu Mfalme, niliugua nikafa. Nikafungwa katika mashuka ya mirumba, watu wakanitundika juu mtini. Watu walipoondoka kukaja Kashubi na Kigango (wachwezi) wakapanda mtini nilipoangikwa wakanitungua wakanishusha chini wakanifungua mirumba nilimofungwa wakaitoa, halafu wakanifufua. Kashubi na Kigango wakasema, "Tunakupeleka kwetu." Nikasema, "Sawa." Basi Kashubi akanitangulia, Kigango akaja nyuma yangu, wakaniweka katikati wakanipeleka. Walipofika kule walipokuwa wananipeleka, ghafla niliona nyumba. Tulipofika kwenye nyumba hiyo, sote tukasimama uwanjani mbele ya nyumba. Wakati tuko uwanjani nilimwona Mfalme Magembe amesimama mlangoni, nikamwona na Mfalme Ruhangarazi ameketi kwenye kizingiti cha nyumba. Kashubi na Kigango wakasogea karibu na Mfalme Ruhangarazi na kumwambia, "Bwana, tumeshamleta Muzindire." Pale alipoketi kwenye kizingiti cha chumba alikuwa amefunikwa na ngao, amevaa na kofia ya kifalme kichwani. Basi Mfalme Ruhangarazi akasema, "Mpelekeni mpumbavu huyu mkamwulie mbali. Niliacha nimemkabidhi ng'ombe wangu, kundi zima la Ntanga lakini sasa amemnyang'anya mwanangu ng'ombe wake, na kumbe ndiye ng'ombe mmoja wa maziwa peke yake aliyekuwa naye." Mimi wakati huo Mfalme Magembe nilikuwa simfahamu kwa sababu alifariki kabla sijazaliwa; kila nilipomwangalia nilimshangaa. Mfalme Ruhangarazi ndiye niliyemfahamu. Hata wewe, mfalme, unajua kuwa ndiye aliyenikabidhi lile kundi la ng'ombe. Mfalme Ruhangarazi alipowaambia watu kuniua, Mfalme Magembe kutoka pale mlangoni alipokuwa akasema, "Hapana, asiuawe wamwache aende amwambie Burungu atoke Kitara asije akafia huko tukafedheheka."

Halafu mfalme akaniita akisema, "Muzindire, sogea karibu hapa uone. Nilipokaribia kwa Mfalme Magembe akanitaka niangalie ndani ya nyumba. Akaniuliza, "Unamwona Mushobozi anavyofanya? Nilipoangalia nilimwona Mushobozi ameketi karibu na moto; nikaona na chungu kikubwa kimeinjikwa juu ya moto. Nikamwona na mtumishi wa Mushobozi akiwa ameshika pepeo akipepea moto upande wa pili wa meko. Wakati huo huo Mushobozi anatoa sumu katika chungu akipaka juu ya mishale.

Mfalme Magembe akaniambia, huyo unayemwona akipaka sumu kwenye mishale ni Mushobozi, anataka kumwendea Burungu ili amwue. Sasa uende umwambie Burungu kuwa Magembe na Ruhangarazi wamenituma kwako nikwambie utoe ng'ombe tisa na mwanamke mmoja wa ukoo wa Batundu uvitoe kafara kwa Mushobozi, halafu utoke Kitara urudi katika nchi yako Kiziba, usije ukafia ugenini. Lakini kafara niliyokwambia uitoe upesi ndipo Mushobozi atakuachia ukaweza kutoka Kitara. Basi, mfalme, baada ya hayo nikafufuka kabisa nikaja nyumbani kwangu Sinja."

Watu walipomwona Muzindire akiwa hai na jinsi alivyoongea walishangaa sana. Wakasema, "Labda amerudi akiwa mzimu, siyo mtu anayeongea, tutaona anatoweka tena."

Muzindire alipomaliza siku tatu bila kutoweka watu wakaelewa kuwa kweli amefufuka.

Mfalme akatoa ng'ombe 9 na mwanamke mmoja ukoo wake Mtundukazi, aliyeitwa Rutekahai, akavitoa kafara kwa Mushobozi.

Baada ya siku chache Mfalme Burungu akaugua. Alipouga akamshika Rutagurwa, Mshonde, na wanawe 40 akawaua. Rutagurwa akamg'oa macho, kisa ni uchawi, alisema kuwa amemroga.

Baadaye Mfalme Burungu akapona na kuendelea kukaa kwake Sinja. Wakati yuko nyumbani kwake Sinja mchungaji wa ng'ombe wake alipeleka ng'ombe mbugani kuchunga. Wakati yuko mbugani baadhi ya ng'ombe wakatoka mbugani bila kujua wakaharibu mazao ya mwanamke mmoja, mke wa bwana mmoja Kanjegere. Kanjegere ndiye aliyekuwa mtawala wa Kishakara, Minziro. Huyo mama alipoenda kuvuna viazi vyake akakuta kumbe ng'ombe wameharibu mazao yake. Akaondoka na kwenda Sinja akakuta Mfalme Burungu akiwa kwake. Yule mama akamwambia mfalme, "Hii ndiyo sababu iliyokufanya utoke kwenu uje huku ili ng'ombe wako waharibu mazao yetu? Kumbe Waziba ndivyo mlivyo waharibifu?"

Mfalme Burungu akamwambia, "Nenda uniitie mme wako Kajengere aje na watu wake wote na watoto wake. Mje nyote pamoja ili niwaambie wakiwepo na watu wangu ili wasiharibu mazao yenu tena."

Yule mama akaenda Kishakara akamwita mme wake Kajengere akisema, "Mfalme Burungu anataka twende sote Wanyoro na watoto wetu ili atwambie mbele ya wachungaji wake wote ili ng'ombe wao wasiharibu mazao yetu tena." Kajengere akajibu, "Sawa."

Basi Wanyoro wote wa Kishakara na watoto wao wote wakaenda Sinja kwa Mfalme Burungu. Walipofika kule Mfalme Burungu akawaona akaamuru wauawe wote bila kubakiza hata mmoja, akasema, "Hata watoto wao wote waueni, kwa sababu yule mwanamke amenitukana vibaya. Yule mama alikuwa amenitukana tusi jingine akisema, "Wewe ni mzuri mno kama mwanamke, haifai mwanamme awe nzuri kama ulivyo."

Mfalme Burungu akaendelea kukaa Sinja Kilimani. Siku chache baada ya kuwaua Wanyoro alikumbuka kuwa Waziba wa familia ya Kakaaya walikuwa wamempa malazi Rutakyamirwa nyumbani kwao. Basi akatuma watu wawaite. Watu wakaenda katika nyumba zao na kuwaita wote 10 wakisema, "Mwende kwa Mfalme Burungu, mnaitwa." Waziba wote kumi wakafika ikulu wote 10. Mfalme Burungu alipowaona akaamuru watu wake wawaondoe wawapeleke na kuwaua. Watu wakawashika na kuwapeleka mwishoni mwa uwanja wa ikulu, na pale waliwaua wote.

Mfalme Burungu akaendelea kukaa nyumbani kwake Sinja. Siku moja akaja kwake mjumbe wa Kabaka jina lake Mukwabe. Alikuwa ametumwa na Kabaka Kamaanya. Alipofika akamwambia Mfalme Burungu, "Nimetumwa na Kabaka Kamaanya kukujulisha kuwa anaumwa. Watu wake walipopiga ramli waligundua kuwa mzimu wako ndio unamfanya augue. Wamemshauri atume watu wakurudishe kwenu Kiziba ili mfalme asife. Basi mimi nimekuja kukurudisha kwako Kiziba mzimu wako usije ukamwua Kabaka.

Mfalme Burungu akajibu, "Sawa." basi Mfalme Burungu akafunga mizigo yake akaondoka na Mukwabe, wakapita njia ya Kyaishemwero wakafika Kamahwa. Baada ya kuvuka mto, Mfalme Burungu akaagiza mtumbwi alimovukia uvunjwe na makasia yavunjwe. Watu wakavunja mtumbwi na makasia yake, kadhalika mitumbwi mingine na makasia pia vikavunjwa na mwendesha mtumbwi akauawa. Mfalme Burungu akaapa kuwa kamwe hangerudi Kitara tena. Alipofika Kiziba ikulu yake akaijenga Kijunja.

Baada ya kumvusha Mfalme Burungu, Mukwabe alirudi kwao Buganda.

Mfalme Burungu akamtuma mmoja wa wanawe kwa Mfalme Kitekere ili wachanjane urafiki wa damu. Mwanawe akaenda Kyamutwara akafika kwa Mfalme Kitekere wakachanjana na kufunga mkataba wa urafiki wa damu. Baada ya kitendo hicho mwana wa mfalme akarudi Kiziba na kumweleza baba yake Mfalme Burungu alivyochanjana na Mfalme Kitekere.

Halafu Mfalme Burungu aliwaita raia wake akina Kagoro-ka-Mikyora, Karogosho na kuwaambia, "Nendeni Kanyigo mkaingie katika mashamba yenu."

Basi Kagoro na raia wengine wakafunga safari kwenda Kanyigo. Mara walipoondoka, mtu mmoja akaenda mpaka Ishozi akamwambia Rutahahirwa kuwa Mfalme Burungu amewaagiza akina Kagoro-ka-Mikyora kwenda kuingia Kanyigo.

Rutahahirwa akapiga ngoma yake Wayobya wakakusanyika. Akawaambia, "Nataka twende Kanyigo tukawaue akina Kagoro." Wayobya wakasema, "Sawa, twende vitani." Basi wakaondoka wakaingilia Kyambare na kutokea Nshumba. Walipofika Bukoko, Kati-ka-Rukobwa, wakakaa kuwasubiri maadui.

Baada ya kusubiri kidogo wakawaona watu wa Kagoro-ka-Mikyora wanakuja. Wakasimama wakakabiliana na kupigana. Kabla ya mapigano, mtu mmoja aitwaye Wambere-ya-Ntambara, ukoo wake Mukuma alimwambia bwana wake Rutahahirwa akisema, "Bwana wewe ukae chini usubiri pale Kati-ka-Rukobwai. Mimi nitapigana kwa niaba yako. Usiogope, hata kama watatuzidi nguvu na kuturudisha nyuma, mimi nitapita ulipo, ili tukimbie sote."

Basi Wambere akaenda akapigana na Kagoro. Watu wa Kagoro wakashindwa. Wambere aliacha Wayobya wakiwafukuza watu wa Kagoro, akarudi Kati-ka Rukobwai akampa habari Rutahahirwa walivyowashinda watu wa Kagoro.

Wakati akitoa habari hizo alipoangalia nyuma akaona akina Kagoro wanawafukuza Wayobya. Basi Wambere alishika mkuki wake na ngao akawakabili na kuwafukuza. Baada ya kuwafukuza alirudi kwa Rutahahirwa kumweleza alivyowafukuza Wambere aliwafukuza mara nne. Mara ya tano Kagoro na wenzake walirudi wakiwafukuza Wayobya. Lakini Runwa na Hangi, yule Mushonde ambaye hapo zamani aliua mtu kule Kabare walikuwa wamejificha pale Rukwenge, Hangi alimwambia Runwa, "Simama tuwaue maadui." Basi Runwa na watu wake na Hangi wakatoka nyuma ya maadui na kuwachoma mikuki na kuwafukuza kuelekea alipokuwa Rutahahirwa amesubiri. Rutahahirwa alipokuwa akawaona Runwa na Hangi wanavyowaua maadui. Basi naye akasimama akaanza kupigana. Hangi kule Buzibira alipopita akamteka nyara Kagoro-ka-Mikyora na kumleta kwa Rutahahirwa. Rutahahirwa akaamuru, "Mpelekeni mkamwue." Hangi akarusha mkuki na kumwua.

Basi Wayobya wakawafukuza watu wa Mfalme Burungu mpaka Kikukwe. Rutahahirwa akapita kwenye kivuko cha Kyaikuku. Lakini akawaagiza Wayobya waendelee kuwafukuza maadui ili wao wavuke pale Kihinda. Wayobya wakaendelea kufukuza maadui. Rutahahirwa akarudi kwake Katano. Wayobya waliendelea kufukuza maadui mpaka Bukabuye. Wakavuka Kihinda na kufika Katano. Wakamkabidhi Rutahahirwa mali waliyoteka.

Rutahahirwa alipofika kwake alikuta katika uwanja wa mbele ya nyumba yake watu wengi wa Kyamutwara wameketi wakisubiri. Akawauliza, "Mnataka nini?" wakajibu, "Tumekuja kulinda mali yako.

Mfalme Kitekere alipopata habari kuwa umeenda kupigana Kanyigo na Burungu amebaki nyumbani kwake Kijunja, akatutuma tuje kulinda mali yako, ili Burungu akijua kuwa umeondoka nyumbani, asije akatuma watu kuteka mali yako." Rutahahirwa akajibu akisema, "Ahsanteni. Rudini nyumbani kwenu, na Mfalme Kitekere mmwambie ahsante kwa niaba yangu."

Watu wa Kyamutwara wakarudi kwao Kyamutwara.

Lakini mtu mmoja wa Irogero alipokuwa akikaa Rutahahirwa, tena rafiki yake Rutahahirwa, akamwambia, "Ukweli ni kuwa Mfalme Kitekere ametutuma tuje tukae kwako tukiwa tunaangalia mwenendo wa vita huko Kanyigo. Tukiona majumba yanaungua huko Kanyigo tufahamu kuwa watu wa Burungu wameshinda, na wewe umeshindwa basi na sisi tuiteke mali yako, na ng'ombe na wake zako. La, kama wewe utashinda na kurudi nyumbani na kutukuta, tukupe jibu ambalo tumekupa sasa hivi. Ndiyo maagizo ya Kitekere, ndiyo maana tumekuja."

Rutahahirwa akasema, "Sasa najua kuwa Kitekere hanipendi tena, anampenda Burungu ambaye amefanya urafiki naye siku hizi."

Burungu akakaa kwake Kijunja na Rutahahirwa akakaa kwake Ishozi, Katano, na Kanyigo.

SEHEMU YA 6

KIFO CHA MWANA WA KITEKERE

Rutahahirwa awachonganisha Kitekere na Burungu
Kitekere apeleka ujumbe kwa Burungu kuuliza kwa nini alipiga ngoma wakati mwanae amefariki
Burungu amwita Kitekere mwanamke
Vita kati ya Kitekere na Burungu
Kifo cha Rwizandekwe
Na kuuawa kwa Burungu

Wakati Mfalme Burungu yuko kwake Kijunja, mwana wa Mfalme Kitekere akafa. Alipokufa watu wakafika Kijunja kumpa habari Mfalme Burungu habari za kifo cha mwana wa Mfalme Kitekere. Mfalme Burungu alipopata habari hiyo akawaambia watu wake, "Leteni ngoma zangu (omuchwo) tupige. Watu wakaleta ngoma, wakapiga na kucheza.

Akiwa kwake Ishozi, Rutahahirwa alisikia kuwa mlio wa ngoma unatokea ikulu, Kijunja kwa Mfalme Burungu. Basi akamtuma mtu wake aende Kabare akampe pole Mfalme Kitekere na kifo cha mwanae, kwani naye aliishajua kuwa mwana wa mfalme amefariki. Akamwambia mtu huyo kuwa baada ya kumuhani Mfalme Kitekere, amwulize, "Je, unasikia anavyofanya rafiki yako Burungu unayempenda. Aliposikia kuwa umefiwa mwanao, sikia sasa anapiga ngoma na kucheza wakati mwana wa rafiki yake amefariki."

Yule mwanamme akaondoka akaenda Kabare, Kyamutwara. Alipofika kule akamkuta Mfalme Kitekere Nyaruju akiwa anaomboleza yeye na wake zake, pia watu wake wakiomboleza na akamwona Mfalme alivyo na huzuni kubwa ya kufiwa na mwanawe. Alimkuta Nyaruju, akafika karibu naye, akapiga magoti akampa salamu za rambirambi za kutoka kwa Rutahahirwa. Halafu akamwambia, "Je, unasikia afanyavyo rafiki yako?" Akampa habari kama alivyoagizwa na Rutahahirwa.

Mfalme Kitekere akasikiliza kwa makini akafahamu kuwa mlio wa ngoma unatokea Kijunja kwa Mflame Burungu. Halafu akawaambia watu wake, "Na nyinyi sikilizeni, mlio huo wa ngoma unatokea wapi?" Wakamjibu na kusema, "Unatokea Kijunja kwa Mfalme Burungu." Basi Mfalme Kitekere akakasirika na kuwambia watu wake, "Pigeni ngoma ili raia wangu wote wakusanyike ili tumshambulie. Atasema kwa nini anapiga ngoma na huku mwanangu amekufa." Watu wakatoka nje wakapiga ngoma. Watu wake wote wakakusanyika mbele yake. Akamwagiza mjumbe wa Rutahahirwa akisema, "Nenda umwambie kuwa nataka kumshambulia, yeye anipelekee watu wanikute Kashaka, ili kutoka hapo tumshambulie."

Mjumbe wa Rutahahirwa akarudi Ishozi akampa Rutahahirwa ujumbe kutoka kwa Mfalme Kitekere. Rutahahirwa akapiga ngoma, Wayobya wakakusanyika kwake. Akawapa ujumbe uliotoka kwa Mfalme Kitekere. Akawaambia, "Kesho mwende vitani, mshirikiane naye mkamfukuze Burungu." Wayobya wakajibu, "Sawa."

Mjumbe wa Rutahahirwa alipoondoka, Mfalme Kitekere akamtuma mjumbe wake Katinsa kwa Burungu akisema, "Nenda umwambie Burungu kuwa kila mtu hufiwa, hata panya na mjusi navyo hufiwa. Sasa Kitekere amefiwa na mwanawe, lakini usidhani amefiwa na raia wake. Mwambie ngoja aje akushambulie akuvushe uende Kitara, uendelee kula kuku wako."

Basi mjumbe Katinsa akaja Kiziba kwa Burungu. Akamkuta nyumbani kwake na kumwambia alivyotumwa na Kitekere, akasema, "Mfalme, Kitekere anasema hivi: amefiwa na mwanawe, wewe ukafurahi na kupiga ngoma na kucheza. Sasa ngoja aje akushambulie akurudishe Kitara uendelee kula kuku wako. Pia asema kuwa alikuwa amefanya urafiki wa damu nawe kwa sababu hapa mwanzo alikuwa amekataa kufanya urafiki huo na watu wawili, wewe na Ruyobya kwa sababu kutoa humu na kutia mle husababisha kisonono kali na kaswende, sasa alikuwa amefanya urafiki wa damu nawe, haidhuru ngoja urafiki huo ataufutilia mbali."

Mfalme Burungu akampa mbuzi akala. Halafu Mfalme Burungu akawaita raia wake wazee akawaambia, nataka kumtuma mjumbe wa Kitekere. Wazee hao wakajibu, "Sawa, mfalme." Basi Mfalme Burungu akamwita Katinsa mjumbe wa Kitekere akamwambia, "Nenda umwambie Kitekere kuwa Burungu hukaa nyumbani kwake Kiziba, siyo wewe uliyempa ufalme huo. Wewe ulikuja kama mwanamke ukitangatanga.[123] Ulipofika Kyamutwara ukajikweza. Kama ungefika Kiziba, Burungu angekuwa ameshakuoa."

Mjumbe akarudi kwa Kitekere akamjulisha maneno ya Burungu. Basi Kitekere akawaambia raia wake, "Nendeni vitani."

Rutahahirwa pia tangu jana yake alikuwa amepata habari ya vita. Kesho yake Rutahahirwa alimteua mwanawe Rutehangwa akaenda vitani na Wayobya, wakafika Kashaka. Pale walimkuta Kitekere. Pia Mfalme Burungu alishajua kuwa Mfalme Kitekere ameanza mashambulizi. Naye alisha piga ngoma na raia wake walishakusanyika na ameshawaambia wakaende Rukurungo wamsubiri Kitekere.

Wayobya walipofika kwa Kitekere akawaambia, "Nendeni vitani." Wakajibu, "Sawa."

Basi wakaenda vitani. Walipofika Rukurungo wakakutana na jeshi la Burungu. Raia wa Kiziba wakakataa kupigana, badala yake wakaamua kukimbilia misituni. Walimwambia Rwizandekwe aliyeteuliwa na Mfalme Burungu kuongoza vita, wakasema, "Sisi hatutaki kupigana. Tulipigana mfalme akatudharau. Halafu tulikaa naye Kitara, lakini yeye alituua ovyo kama kwamba sisi ni wanyama. Tulikataa kumwacha ugenini, tukakaa naye lakini yeye alilofanya ni kutuua. Kwa hiyo nasi sasa tumekataa kupigana kwa ajili yake. Ngoja maadui wamnyanganye mali yake ndipo labda atatushukuru." Basi raia wote wakakimbia wakaingia misituni.

Basi maadui wakamfukuza Rwizandekwe. Walimfukuza njia yote mpaka Igurugati. Alipofika Igurugati akasimama akapigana kidogo akawaua watu 2. Maadui akawa hawawezi akaendelea kukimbia mpaka Kasha. Hapa pia akasimama, akapigana na kumwua mtu mmoja. Yeye pia alikuwa na watu wake kama ishirini, maadui wakaua kama watano kati ya hao. Wakaendelea kumfukuza, walipofika Kijunja mwanzoni mwa mashamba wakamfikia na kumwua.

---

[123] Ni kwa sababu yeye Kitekere ukoo wake alikuwa Munkango. Walitoka Buzinja. Wankango ni Wahima ndiyo maana alimtukana na kumwita mwanamke. Wafalme huoa wanawake wa ukoo wa Wankango. Watu wengine wanasema kuwa msemo "Ningalikuoa" una maana ya "Ningalikuua." Maelezo ya mhariri: Neno "Wahima" linatumika kwa maana ya makabila ya wafugaji wa ng'ombe bila kufikiria jambo jingine. Lilianza kutopendwa katika karne iliyopita na sasa halitumiki tena.

Rwizandekwe alikuwa shujaa wa Mfalme Burungu, alimpenda sana. Rwizandekwe ndiye babu wa Rwiza wa Katendaguro.[124] Alikuwa Muziba Mugembe ukoo wake, alikuwa shujaa sana wa vita.

Wakati huo Mfalme Burungu alikuwa anatoka nje ili atume jeshi la pili vitani. Alikuwa ndipo anatoka nje ya kijiji akawaona maadui wakimwua Rwizandekwe, na jinsi walivyofukuza watu wake, na kuwa raia wote wameshakimbia hakuna waliobaki. Wale watu aliokuwa nao walipoona maadui walivyo na nguvu, nao wakamwacha mfalme na kukimbia. Watu wote hawakumpenda mfalme, lao lilikuwa moja. Mfalme Burungu akaghairi kukimbia, akabaki amesimama. Halafu akamwamuru mtu wake aliyeitwa Kashaija, ukoo wake Mwihuzi wa Bwagya, akasema, "Kaa chini." Kashaija alipoketi chini, Mfalme Burungu akakaa mapajani pake. Alipoketi binti zake na wake zake wakamfunika na miili yao, ili, walivyodhani wao, maadui wakija wawaue wao na mfalme abaki chini asiuawe.

Mara tu baada ya kuketi chini na kufunikwa na binti zake na wake zake, maadui wakafika wakawafuma mikuki binti zake na wake zake waliomfunika na kumchoma mikuki mwenyewe na kumwua.

Wakati huo walifika pale Wayobya wa Rutahahirwa, wakamtoa Mfalme Burungu chini ya wafu wa kike, wakamfunga katika mashuka ya mirumba, wakampeleka kijijini Kamango na kumzika. Baada ya kuzikwa kwa Mfalme Burungu maadui wakarudi kwao Kyamutwara na Wayobya wakarudi Ishozi.

---

[124] Rwiza alifariki mwezi wa Julai 1927.

SEHEMU YA 7

KUZIKWA KWA BURUNGU II

Kubusu kwa Kabindura
Raia wa Kiziba wahamia Kitara mara ya tatu
Uasi wa Rwabangi na Kaguma
Uasi wa Kyabajugira na Bashaija-nkonge
Rutahinzibwa ashambuliwa na Rutahahirwa
Kyabajugira alipa kisasi cha mamaye
Kunyanganywa kwa Kachwankizi
Wayobya na Rwamuruta
Ushujaa wa Rwakiza
Ngoma Kachwankizi yalala Bukabuye

Basi baadhi ya raia waliokuwa wamejificha vichakani waliwaona Wayobya wakimzika Mfalme Burungu. Hao walitembea misituni mpaka walipomkuta mwanae Kabindura. Walipomwona wakampeleka na kumwonesha mahali ambapo Wayobya walimzika Mfalme Burungu. Usiku huo walifukua na kutoa mwili wa Mfalme Burungu ili Kabindura apate kumbusu. Baada ya kubusu kwa Kabindura raia walimzika mfalme mara ya pili.

Kabindura akahama pamoja na raia wote wakarudi Kitara. Akajenga ikulu yake na kukaa Kashoju. Akapewa jina la ufalme, akaitwa Rutahinzibwa.

Siku chache baada ya kutawazwa kwa Rutahinzibwa, watu wake wakamwambia, "Jinsi tuonavyo, Kyabajugira anataka kukuasi ili atawale badala yako. Lakini wajomba zake, Rwabangi na Kaguma ndio wanamshauri kuasi." Kyabajugira ni ndugu yake Rutahinzibwa, lakini yeye na Bashaija-Nkonge ni watoto wa mama mwingine aitwaye Iyanwire ukoo wake ni Mutundu-kazi binti wa Kaikira wa Rwamashonga, Rutahinzibwa mama yake ni Ikunzire, naye ukoo ni Mutundukazi pia, ni wa jamaa moja, baba yake ni Mugisha wa Rwashoju.

Basi Rutahinzibwa alipoambiwa kuwa Rwabangi na Kaguma wanamshauri Kyabajugira kuasi akasema, "Nendeni mkawashike mkawalete niwaue." Watu hao wakaondoka wakaenda wakawakamata wakawaleta ikulu kwa Mfalme Rutahinzibwa. Mfalme Rutahinzibwa alipowaona hakusubiri kuwauliza, aliamuru watu wake akisema, "Wapelekeni mkawaue." Wale watu wakawapeleka mwishoni mwa uwanja wa ikulu wakawaua. Walipowaua, dada yao Iyanwire, mama wa Kyabajugira na Bashaija-Nkonge akamshitaki mfalme kwa mizimu yake. Mfalme alipopata habari kuwa ameomba kisasi cha mizimu, akaamuru naye auawe. Watu wa mfalme wakamshika Iyanwire wakampeleka wakamwua. Baada ya kumwua mama yao, wanawe Kyabajugira na Bashaija-Nkonge, wakakasirika na kuhamia Kiziba; wakaja Ishozi kwa Rutahahirwa na kumwambia, Rutahinzibwa amewaua wajomba zetu na kumwua mama yetu Iyanwire pia. Sasa sisi tumekuja kujitoa kwako. Kwa sababu Rutahinzibwa ametuchukia, sisi tutakupeleka wewe tukuoneshe ilipo ngoma ya ufalme ili uinyang'anye uitoe kwetu. Tukisha tawala wewe hatutakusahau."

Basi Rutahahirwa akapiga ngoma, Wayobya wake wakafika. Akamteua mwanae Rutehangwa kuongoza Wayobya akisema, "Nendeni Kashoju mkainyang'anye ngoma ya kifalme na mkailete." Usiku huo Rutehangwa, Wayobya, Bashaija-Nkonge, Kyabajugira na raia wengine wa Kiziba waliondoka na kufika Kashoju alfajiri na mapema. Walipofika wakaizingira ikulu ya Rutahinzibwa na kuvunja. Rutahinzibwa aliposikia vurugu akaondoka na kukimbilia Ishanje. Ndio mwanzo wa Barungu kukaa Ishanje.

Baada ya Rutahinzibwa kukimbia, Wayobya wakazungukazunguka katika ikulu. Kyabajugira alimshika mama wa mfalme, Ikunzire, akamwua kulipa kisasi cha mama yake aliyeuawa na Rutahinzibwa. Wayobya wakakagua ikulu ili wapate mali ya kunyang'anya. Walipofika Mugogo wakamkuta Murwaza akiwa ameikalia ngoma ya kifalme. Wakafika kwake wakamjeruhi kwa mkuki na kumnyang'anya ngoma ya kifalme. Wakaibeba ngoma hiyo na kuimba kwa furaha kubwa:

"Akanyawera yera
Kayera omu ngoma!"

Murwaza walighairi kumwua, bali walikuja naye mpaka Kiziba. Na sasa ndiye babu wa Waziba Bataraara, akina Bigirwa na Ruganjo. Wakati huo watu wa Rutahinzibwa wakamjeruhi kwa mkuki Byampanju-bya-Kabanduma, ukoo wake Mzirambogo. Kukabaki ndugu zake watatu: Kwezirukeke, Irungu na Rwakiza. Hawa walibaki nyuma ya msafara wakimwongoza kaka yao Byampanju. Rutehangwa na Wayobya pamoja na Kyabajugira na Bashaija-Nkonge wakatangulia mbele wakiwa na ngoma ya kifalme. Walipofika kwenye kivuko kijulikanacho kama Mutabi wakakutana na Ramuruta, mpiganaji wa Rutahinzibwa pamoja na watu wake. Yeye ndiye alikuwa mtawala wa Kijunja, alikuwa amefuatana na Watalindwa wachache kutoka Kitobo.

Wote walikuwa wanaelekea ikulu ili kupigana. Kutoka ng'ambo ya kivuko Ramuruta akasema, "Mmenyang'anya ngoma yetu lakini mtapita wapi? Iacheni ngoma chini mkimbie zenu, mimi nije niiondoe, ili niwape wasaa wa kuvuka. Wayobya wakajibu kwa dharau, "Twende zetu, msimjali mwendawazimu huyu." Wakakanyaga majini na kuongoza mbele. Lakini walipofika katikati ya maji Ramuruta na watu wake wakawajia kwa nguvu. Wayobya wakarudi nyuma upande wa pili walipokuwa wametoka. Wakajaribu mara ya pili lakini Ramuruta akawafukuza tena. Wayobya wakaona hawana la kufanya, wakaketi chinu.

Baadaye akafika Rwakiza na ndugu zake 2 wakiwa wamebeba ndugu yao Byampanju majeruhi. Rwakiza akawauliza, "Mbona hamjavuka kwenda ng'ambo?" Wakamjibu kuwa Ramuruta walipojaribu kuvuka akataka kuwaua. Basi Rwakiza na ndugu zake wakamweka chini ndugu yao Byampanju majeruhi. Rwakiza akamwambia Rutehangwa, "Naomba unipe pombe kidogo ninywe halafu nifungue njia, ngoma ipite, iende." Rutehangwa akampa Rwakiza pombe. Baada ya kunywa pombe, Rwakiza akashika mkuki na ngoma yake akaingia katika maji na nduguze Kwezirukeke na Irungu wakamfuata nyuma na kuingia kivukoni. Walipofika katikati Rwakiza akatupa mkuki akamchoma mtu mmoja na kumwua. Ramuruta na watu wake walipoona mwenzao ameuawa wakapigwa na butwaa, wakakimbia. Basi Rwakiza akasimama ng'ambo alipokuwa Rwamulu`ta akawaita Wayobya akisema, "Leteni ngoma twende zetu."

Basi hapo Wayobya na raia wengine wote wakabeba ngoma na Rwampanju, yule majeruhi, wakavuka mpaka ng'ambo ya pili.

Walipomfikia Rwakiza na ndugu zake wakawapongeza na kuwashukuru. Kutoka pale wakaendelea mpaka kwenye mto Kagera, wakavuka na kuingia upande wa Kiziba.

Siku hiyo walitembea mpaka kijiji cha Bukabuye walikolala. Kesho yake alfajiri na mapema wakamtuma mtu Ishozi kwa Rutahahirwa ili ampe habari hizo za furaha. Huyu mwanamme akasafiri mpaka Ishozi, Katano, akamwadithia Rutahahirwa jinsi Wayobya walivyoteka na kuleta ngoma ya kifalme. Akasema kuwa amewaacha kijijini Bukabuye. Rutahahirwa akafurahi sana, yule mjumbe akampa ng'ombe mmoja akisema, "Hiyo ni zawadi kwa kuleta habari njema." Halafu akamtuma mtu akisema, "Sawa, mmeleta ngoma ya kifalme, lakini mtaitoa kwa nani? Je, ni ngoma ya Kyabajugira?" Kwa maneno hayo Rutahahirwa alikuwa anawasanifu, ili aone watasemaje.

SURA YA XXII

SEHEMU YA 1

MFALME KIBI II

Kibi Rwaishenya Mkwaa
Ufalme wa Njunaki
Ng'ombe mweupe wa Ilemero
Rutahahirwa anapiga ramli apate kubusu
Rutahahirwa abusu kwa Kibi wa Mugunga
Ajenga ikulu ya muda pale Kikukwe
Kufukuzwa kwa Kyabajugira na Bashaija-Nkonge
Kyabajugira na Bashaija-Nkonge wahamia Kyamutwara
Mfalme anapewa jina la Kibi II
Boma la Kakungiri
Mama wa mfalme aitwa Njunaki
Watoto wa Kibi
Rutehangwa afanya urafiki wa damu na Murwaza
Murwaza apewa utawala

Basi mtu huyo akarudi Bukabuye akawaambia Wayobya alivyoagizwa na Rutahahirwa. Wayobya wakasema, "Hapana, Kyabajugira ni wa familia ile ile, naye ni Murungu, tumewanyang'anya Warungu, hatuwezi kamwe kumpa Murungu tena. Rwakiza, yule shujaa aliyepigana kuvusha ngoma kivukoni akasema, "Kumbe wakati wote huu nilikuwa napigana kwa ajili ya Kyabajugira? Nendeni mkamwambie Rutahahirwa kuwa kama yeye anaogopa kuwa mfalme basi aniachie mimi nitawale yeye awe mpishi wangu. Mwambieni nampenda sasa kila chakula nitakachokula naye atakila." Basi yule mjumbe akarudi Ishozi akamwambia Rutahahirwa aliyosema Rwakiza na Wayobya.

Rutahahirwa akasema, "Sawa. Rudi kule uwaambie wasubiri pale Bukabuye, mimi kwanza nipige ramli nione nitakavyotawala." Yule mjumbe akarudi Bukabuye akamwambia Rwakiza na Wayobya alivyoagizwa na Rutahahirwa. Rwakiza na Wayobya wakasema, "Sawa. Ebu kwanza tusubiri hapa. Basi wakasubiri pale Bukabuye. Rutahahirwa naye akapiga ramli kujua atabusu vipi. Akaelekezwa na ramli kwenda kubusu kule Mugunga, Kigarama kwa Mfalme Kibi, mfalme wa kwanza aliyetoka Bunyoro na kufika Kiziba. Akaelekezwa pia kutoa pale ng'ombe mmoja mwenye ndama na ngozi moja ya chui.[125]

Kwa hiyo Rutahahirwa akaondoka akaenda Mugunga, ikulu ya Mfalme Kibi akiwa na ng'ombe mwenye ndama na ngozi ya chui. Alipofika kule akasema:

"Nimekuwa mfalme, unipe heshima;
Na nitawale vema nchi yangu
Na raia wangu wanipende."

Maneno hayo ndiyo yalikuwa kubusu kwake. Baada ya kubusu hivyo akaacha katika ikulu ya Mfalme Kibi, ng'ombe huyo mwenye ndama na ngozi ya chui.* Baada ya kumbusu Mfalme Kibi, aliondoka Mugunga na kwenda mpaka Kikukwe kwao akina Rwakiza akajenga ikulu yake ya muda. Akiwa pale walimletea Kachwankizi akabaki nayo.

Siku chache baada ya kubusu kwake alimtuma mjumbe wake akisema, "Nenda Bukabuye uwaambie Wayobya kwanza wawafukuze Kyabajugira na Bashaija-Nkonge waondoke, nami niko karibu kuja."

Basi mjumbe akaenda Bukabuye akawaambia Wayobya jinsi alivyoagizwa na Rutahahirwa. Wayobya wakawashambulia Kyabajugira na Bashaija Nkonge nao wakakimbia na kuelekea Bugabo, Kyamutwara.[126]

---

[125] Alipopeleka ngozi ya chui kwa Kibi, na Kibi alipompagaa kasisi wake, huyo kasisi akavaa ngozi hiyo. Huu ndio mwanzo wa makasisi wa Wafalme na wa Masharifu kuvaa ngozi za chui. Hata leo katika gashani za wafalme ikitokea mtu akapagawa mfalme hupeleka ng'ombe anayenyonyesha na ngozi ya chui ili kumsimika kama kasisi.

[126] Maelezo ya Mhariri: Wakati huo Bugabo ilikuwa bado sehemu ya Kyamutwara Kuu.

Siku hiyo hiyo Rutahahirwa alitoka Kikukwe akaja mpaka Bukabuye akakutana na Wayobya.

Ngoma alikuwa ametoka nayo Kikukwe, wote wakaondoka na kwenda Bwanjai, katika kijiji cha Kakungiri. Pale akajenga ikulu yake ya kudumu. Akapewa jina la Kibi II, ikulu yake ikaitwa Ndorage, na mama yake Buhire akaitwa Njunaki kama mama wa Mfalme Kibi I.

Wakati huo Mfalme Kibi alikuwa ameshazaa wana wafuatao:

1. Rutehangwa aliyemzaa kwa Ikanwire, ukoo wake Mumbwi-kazi, binti wa Babijuma. Alipokua akampa utawala wa Ishozi na baadaye akamtoa Ishozi na kumpa utawala wa Kanyigo.
2. Mke huyo alimzalia na mtoto wa kike aliyeitwa Ishushulirwe. Halafu alimwoa Mhinda-kazi akazaa naye.
3. Kanyoro: Kanyoro alipokua akapewa utawala wa Kitobo. Kwa mama huyo huyo aliwazaa wasichana watatu.
4. Itakiraine.
5. Ihisire na
6. Igalire

   Halafu akamwoa Mhinda-kazi mwingine akazaa naye.
7. Bishanga: Huyu alipokua akampa utawala wa Ruzinga. Mama huyo huyo alimzalia pia.
8. Kyarukungu, aliyepewa utawala wa Ishozi,
9. Rubonera aliyepewa utawala wa Kijumo. Halafu alimwoa Mumbwi-kazi aliyeitwa Rugayuka akamzalia.
10. Katoga, aliyepewa utawala wa Kibumbiro.
11. Rukumba Katamukora aliyepewa utawala wa Bwanjai.
12. Rugayamanzi, aliyepewa utawala wa Bugombe.
13. Kashoro, msichana. Halafu Mugahyakazi aliyeitwa Bushekya, aliyewazaa
14. Mutahimbwa, aliyepewa utawala wa Kashenye.
15. Nyombi, aliyepewa utawala Kyendanzigu.
16. Itemba, aliyeuawa na maadui kabla ya kupewa utawala.
17. Ihangire, msichana.

    Halafu alimwoa Mumbwi-kazi mwingine aliyeitwa Itekaine aliyemzalia
18. Mwasa aliyepewa utawala wa Karambi, Mazinga. Huyo alizaa watoto wengine watatu.
19. Nkangi.
20. Kabalira.
21. Ishemuhemba – Hawa watatu hawakupewa utawala.

    Halafu alimwoa Mbangokazi aliyeitwa Lyamubone, aliyemzalia

22. Kyanonga, msichana.
    Halafu akazaa na Mhindakazi Rutagora mama wa
23. Kazinja aliyepewa utawala wa Rubumba
24. Ihimbire, msichana.
    Halafu akamwoa Mugabo-kazi aliyeitwa Itoraine akazaa naye
25. Kamakumbi. Huyu hakupewa utawala.
    Halafu alimwoa Muranzi-kazi aliyeitwa Iyanwire aliyemzalia
26. Musikangabo ambaye hakupewa utawala.
27. Kagambi, naye hakupewa utawala,
28. Katiti, msichana.
    Halafu akamwoa Mtundukazi aliyeitwa Iloraine aliyezaa
29. Katelebeija, hakupewa utawala.
    Halafu akamwoa mwanamke aliyeitwa Makwanzi akamzalia.
30. Kabyoma aliyepewa utawala wa Ruzinga – Irandu.
    Akaoa pia na mwanamke aliyeitwa Nemugoshore akamzalia mvulana aliyeitwa
31. Igarabuzi.

Mfalme Kibi aliogopa kuwa Watarara wanaweza na yeye wakamdanganya na kumnyang'anya ngoma yake. Kwa hiyo alimwita Mulwaza aliyeleta ngoma na aliyejeruhiwa mkono kule Kitara akiwa ameificha chini yake, akamwomba afanye urafiki wa damu na mwanae Rutehangwa. Halafu akampa utawala wa kijiji cha Ruganjo akisema, "Wewe ndiwe mtawala wa Buyango yote kwa sababu ulifanya vema sana kuniletea ngoma. Halafu mashamba ya Waihuzi wa Nkenge nayo ni yako kwa sababu ngoma ilipumzika pale wakati unaileta, Kivuko cha Kahondera[127] pia ni kivuko chako kwa sababu ulipitisha pale ngoma wakati unaileta. Pia shamba la Rwanjogoma kule Kikukwe ni lako kwa sababu Mulamba ndiye alibeba ngoma wakati wa kuileta.

[127] Kivuko hicho zamani kiliitwa Kakukuuru, lakini ngoma ya kifalme ilipovukia pale kilipewa jina Kahondera, kwa sababu kimevusha ngoma waliyokuwa wameenda kuchukua. (Kuhondera = kwenda kuchukua).
Baadhi ya wazee husema kuwa ngoma hiyo ya kifalme ilipumzika Nkenge kwa Waihuzi. Ingawa hakusema hivyo waziwazi lakini inajulikana kuwa mtu atokaye Kitara hawezi kufika Kiziba kwa kuvuka Kagera peke yake bila kuvuka pia mto wa Ngono. Hii haiwezekani labda kama angekaa Kibumbiro au Mazinga. Ni wale watokao Kitara Minziro, Ishango au Kanyabulema wawezao kufika Kiziba kwa kuvuka Kagera tu bila kuvuka mto Ngono.

SEHEMU YA 2

WAHYOZA WAIBA NG'OMBE WA RUTEHANGWA

Rutehangwa apigana na maadui na kuwashinda naye anyang'anya ng'ombe kutoka Kyamutwara
Waziba wanashambulia tena Kyamutwara
Kifo cha Mujurunga, Rutebinga na Ishabarongo
Kitekere ashambulia tena Kiziba
Ndorage yachomwa moto
Mfalme Kibi ajenga ikulu Kantare-Ilemero
Kitekere ashambulia Kiziba tena
Kibi atoa mali kwa Kitekere naye arudi kwake Kyamutwara

Mwaka Mmoja baada ya Rutehangwa kwenda Ishozi, Wahyoza wa Katoma walienda kwake wakaiba ng'ombe 2. Waliwapitisha Omu-njoki, halafu Kamushana na kijijini Kihilira na kuwapeleka kwao Irogero, Katoma.

Asubuhi na mapema Rutehangwa alipokagua zizi lake mbele ya nyumba aliona kuwa wezi walikuwa wamevunja boma na kuiba ng'ombe wawili kutoka zizini. Zizi la ng'ombe wa Rutehangwa lilikuwa uwanjani mbele ya nyumba.

Basi alipiga ngoma na kikosi chake alichoita "Omumankya" wakakusanyika kwake; akawajulisha kuwa Wahyoza wameiba ng'ombe wake wawili na anataka watafutwe ng'ombe hao. Watu wake wakasema, "Sawa." Basi aliondoka na kikosi chake wakifuta nyayo. Walipopita Omu-njoki na kufika Kamushana; kikosi cha Kasharazi kilichojulikana kama "Enkongo" waliona watu wengi wakija kuelekea kijijini kwao. Basi wakakusanyika na kwenda kuelekea Kamushana. Pale wakakutana na watu wa Rutehangwa. "Omumankya" akainuka na kuanza kupigana na maadui. Maadui wakashindwa na kurudi nyuma. Walipofika Kihilira kivukoni wakasimama. Pale walimchoma Rutehangwa na mshale tumboni.

Mara moja Rwakairu, ukoo wake Muganga, akaja kwa Rutehangwa na kuutoa ule mshale tumboni. Baada ya kuutoa mshale, alishika ngao yake, na mwanamme mwingine Kinyamsimbi aliua watu wawili na Rwakairu akamwua mtu mmoja. Maadui wakakimbia tena! Watu wa Rutehangwa wakawafukuza maadui kupita kijijini Bishonga. Kijiji hicho wakakichoma moto na kuendelea kuwafukuza maadui mpaka walipoingia Irogero. Baada ya maadui kuingia Irogero, Rutehangwa na kikosi chake cha "Omumankya" walipinda na kuelekea upande wa Mpeke na kufika Kyankorongo. Pale walikuta ng'ombe wa maadui na kuwateka. Baada ya kuwateka waliwaswaga na kurudi kwao Ishozi.

Walipofika Ishozi, Rutehangwa alichagua ng'ombe 3 akawapeleka kwa Mfalme Kibi, kwake Ndorage. Aliagiza watu wake wamwadithie mfalme jinsi alivyoteka ng'ombe. Walimkuta Mfalme Kibi uwanjani akipumzika kwa ajili ya mwezi mwandamo. Walimwadithia mfalme walivyopigana na maadui na kuteka ng'ombe. Walimweleza pia kuwa Rutehangwa alijeruhiwa tumbo. Mfalme alifurahi na kuwashukuru. Halafu akauliza, "Je, Rutehangwa atapona?" Wakajibu, "Naam, atapona."

Baadhi ya watu wa Kiziba, akina Rutebinga, Mujurunga na Ishabarongo walipoona ng'ombe hao wakamwambia Mfalme Kibi, "Piga ngoma nasi twende vitani Kyamutwara kunyang'anya ng'ombe. Kyamutwara haina nguvu tena." Mfalme Kibi akawaambia, "Hapana, msiende. Ng'ombe alioteka Rutehangwa watosha. Wamelipia wale walioibiwa." Waziba wakakataa wakisema, "Hapana, Mfalme, sisi tutaenda vitani, iweje kushindwa na mtoto wetu wenyewe?" Basi Mfalme Kibi akawaambia, "Nendeni."

Basi Waziba wakapiga ngoma. Raia wakakusanyika wakaenda vitani.

Mfalme Kitekere aliishajua kuwa Waziba watakuja kumshambulia. Aliishapiga ngoma na watu wake waliishakusanyika kwake. Watu wa Kiziba walimkuta akisubiri pale Kashonge. Wakakabiliana na kupigana.

Waziba walikuwa wameshirikiana na Wahendangabo wa Bugabo. Upande walipokuwa Wahendangabo mapigano yakaanza pia.

Kitekere alipoona kuwa upande wa Waziba umekuwa mgumu alipinda na kwenda kuwakabili Wahendangabo waliokuwa upande wa Kihirira. Baada ya kupigana na Wahendangabo muda mfupi, hawa wakashindwa na kurudi nyuma. Waziba walipoona kuwa Wahendangabo wameshindwa nao wakarudi nyuma. Wahyoza walipoona kuwa wameshindwa wakaamua kuwafukuza. Maadui wakamfikia Mujurunga wakamwua kwa mkuki. Wakamwua pia Rutebinga na Ishabarongo. Basi raia wa Kiziba nao wakafa kwa wingi. Raia wa Kiziba wakashindwa na kurudi Ikulu, Ndorage.

Basi maadui wakarudi kwao na mali nyingi waliyoteka wakamkuta Kitekere Kashenge wakampa mali waliyoteka. Kitekere akarudi kwake Kabale.

Baada ya siku chache Kitekere akashambulia Katendaguro na Rukurungo na kupigana na watu wa Kiziba. Maadui wakawashinda watu wa Kiziba na kuwafukuza mpaka Ikulu Ndorage. Maadui wakachoma moto ikulu ya Ndorage na kisha wakarudi kwao Kyamutwara.

Baada ya hayo Mfalme Kibi akajenga ikulu yake Kantale na kuiita "Ilemero" akiwa na maana; maadui wameshindwa kumwondoa pale.

Siku chache baada ya Mfalme Kibi kukaa Ilemero, Kitekere akashambulia Kiziba tena na kukaa Bugandika. Mfalme Kibi akatoa mali nyingi na kumpa. Ndipo Kitekere alipoondoka na kurudi kwake Kyamutwara.

SEHEMU YA 3

NJAA IITWAYO RUSHAMBA

Kitekere ashambulia tena Kiziba
Kushindwa kwa raia wa Kiziba
Mfalme Kibi nusura akamatwe ndani ya ikulu
Ushujaa wa Magangara
Ikulu ya Ilemero yachomwa moto
Ushujaa wa Rushengura na Kishoke
Zoezi la kunywa Kiholero
Rutahinzibwa amshitaki Kibi kwa Kabaka Suna na kwa Mfalme Kitekere ili wamrudishe Kiziba
Kitekere ashambulia Kiziba na kuchoma ikulu moto
Kufa kwa Wahyoza
Kaitaba akimbilia Rwasina
Kushindwa kwa Waganda na Rutahinzibwa
Watu wa Rutahinzibwa warudi Kiziba

Mfalme Kibi akaendelea kuishi katika nchi yake. Njaa kali iliyojulikana kama Rushamba ikaingia nchini ikawatesa sana watu. Baada ya njaa kuondoka Kitekere akashambulia tena Kiziba. Aliwakuta Wayobya na raia wamekusanyika Katendaguro. Mfalme Kibi alikuwa amemteua mwanae Rutehangwa kama kiongozi wa vita. Basi raia wa Kiziba wakainuka, wakakabiliana na maadui wakapigana. Maadui wakawarudisha nyuma watu wa Kiziba. Wakawafukuza mpaka Nyamuheshera. Pale watu wa Kiziba wakasimama na kupigana kidogo. Lakini kwanza walituma baadhi yao waende wakamwonye mfalme atoke ikulu na kukimbia, kwa sababu maadui ni wakali mno. Watu hao wakafika ikulu na kumwambia hivyo Mfalme Kibi, lakini yeye akakataa kukimbia.

Wapiganaji wa Kiziba Waliokuwa wamebaki Nyamuheshera wakarudi nyuma. Maadui wakawafukuza njia yote mpaka ikulu, Ilemero; hata wakapita pale bila kujitetea, mfalme naye akazingirwa ndani ya ikulu, asipate njia ya kutoka nje.

Basi Magangara, ukoo wake Mushaga, alipoona kuwa mfalme amekwama ndani ya ikulu, akashika ngao yake akarudi dhidi ya maadui, akamwua mtu mmoja na kuwafukuza baadhi ya maadui. Raia wa Kiziba walipoona alilofanya Magangara wakapata mwanya wa kuvunja ngome nyuma ya ikulu, Mfalme Kibi hapo akapata nafasi ya kukimbia pamoja na raia wake akaingia msituni.

Baada ya maadui kuchoma moto ikulu, Kitekere na watu wake wakaenda Bwanjai na kufanya kambi, wakalala hapo. Kesho yake Kitekere akapeleka watu wake vitani tena. Wakaja Kantare msituni na pale wakawakuta raia wa Kiziba na Mfalme Kibi. Watu wa Kiziba wakainuka wakapigana. Wakati huo Rushengura, ukoo wake Muyobya, akamwua rafiki sana wa Kitekere aliyeitwa Michuli; pia Kishoke Mbango wa Bukwali akamwua rafiki mwingine wa Kitekere, aliyeitwa Timanywa; watu wengine wa Kiziba nao wakawaua adui kadhaa. Kishoke alipomwua Tiimanywa akamkata uume wake na kumvua nguo zake. Michuli na Tiimanywa walikuwa wapenzi sana wa Kitekere halafu wapiganaji hodari. Baada ya kuuawa kwao, maadui na Kitekere wakashika njia ya kurudi kwao Kyamutwara.

Raia wa Kiziba wakatoka vitani na kufika Kantale walipomkuta Mfalme Kibi wakamweleza walivyowaua watu. Wakamweleza pia kuwa wapiganaji hodari siku hiyo walikuwa Rushengura na Kishoke. Mfalme Kibi akachekelea na kuwauliza, "Kweli leo Kishoke ameweza kupigana?" Wakamjibu kuwa ndiye aliyezidi uhodari pamoja Rushengura. Mfalme Kibi akawaambia, "Sasa mnaona nilivyovumbua dawa ya kutibu woga?" Wakasema, Kweli, mfalme, dawa yako imetibu." Basi akawapongeza na kuwapa mtungi mwingine wa pombe ili wanywe.[128] Siku hiyo Kishoke

[128] Wakati huo Mfalme Kibi alikuwa ameleta mtungi mkubwa na kuweka humo pombe na mikenge na askari wake walipotoka vitani walijigamba mbele ya wenzao ili waruhusiwe au wakataliwe kunywa pombe katika mtungi huo. Mashujaa waliambiwa wanywe lakini waoga vitani waliambiwa wasinywe bali waende kunywa maji ya kwenye kivuko cha ng'ombe Kiholero.

akaruhusiwa kunywa pombe ya mtungini. Baada ya hapo Mfalme Kibi akaishi kwa amani nchini mwake asibughudhiwe tena.

Nyakati hizo Rutahinzibwa kutoka kwake Kitara, Ishanje, akatuma ujumbe kwa Kabaka Suuna akisema, "Rutahinzibwa anakuomba umrudishe Kiziba katika ufalme wake kwa sababu Kibi alimnyang'anya nchi yake. Halafu akatuma ujumbe mwingine kwa Mfalme Kitekere wa Kyamutwara usemao, "Rutahinzibwa anatarajia kurudi Kiziba, akija anakuomba msaidiane kumwondoa Kibi madarakani ili kwa msaada wako apate tena ufalme wake."

Watu wale aliowatuma kwa Kabaka Suna wakaenda, na wale aliowatuma kwa Mfalme Kitekere nao wakaondoka. Wale walioenda kwa Kabaka Suna walifika mbele yake na kumwambia walivyotumwa na Rutahizibwa. Kabaka Suna akajibu, "Sawa."

Basi Kabaka akamteua Pokino Ishemukurungu akamtoa kwao akamwagiza akisema, "Kwenda umpeleke Rutahinzibwa nchini kwake Kiziba, na Kibi umwue kabla ya kurudi." Na wale aliowatuma kwa Kitekere wakaenda na kumwambia jinsi walivyotumwa. Kitekere akasema, "Sawa, nendeni mmwambie aje."

Watu hao wakarudi Ishanje wakamwambia jibu alilowapa Kitekere. Yeye akasema, "Sawa, lakini ebu kwanza tuwasubiri Waganda wafike."

Wajumbe wa Rutahinzibwa walipoondoka Kitekere akatuma ujumbe kwa Kibi akisema, "Ni muda mrefu tangu nikupe ufalme, sasa nipelekee miti ya "milinzi" watu wanitengezee uzio wangu."

Wajumbe wakaja na kufika kwa Kibi, wakamwambia jinsi walivyotumwa.

Kibi aliposikia maneno hayo akawaambia wajumbe, "Nendeni mmwambie Kitekere kuwa yeye ni rafiki wangu wa damu tu, wala siye aliyenipa ufalme. Kiziba siyo utawala wa Kyamutwara." Halafu akawatuma wajumbe wake mwenyewe wawili, Kanyoro ka Muterani, na Misingo ya Kalinda, akawapa utepe wa ngozi na sindano, akawaagiza, "Nendeni mmwambie Kitekere kuwa yeye ni mwanamke tu. Apokee utepe na sindano ashone sababu hiyo ndiyo kazi ya wanawake. Mmwambie kuwa Kyamutwara ni ufalme wa Wahinda, siyo wa Wankango."

Wajumbe wakaondoka wakafika na kumwambia Mfalme Kitekere kama walivyoagizwa na Mfalme Kibi.

Kitekere aliposikia jinsi Kibi alivyomtukana vibaya hivyo, alikasirika sana na kusema, "Nendeni mkamwambie kuwa kwa kuwa amefanya

---

Kiholero ni kivuko cha mto karibu na Ilemero na Kambahiire.. Sasa Kishoke alikuwa ameshawai kwenda kunywa Kiholero. Ndiyo maana alipigana kwa nguvu ili aruhusiwe kunywa katika mtungi wa mfalme na afute aibu ya hapo mwanzo.

hivyo, basi ngoja nije nimfukuze naye aende Kitara kula kuku kama Burungu."[129]

Wajumbe wakaja wakamwambia Kibi taarifa hiyo. Kibi akawatuma tena akisema, "Nendeni mkamwambie kuwa njia zote ziko wazi, na aje tu ashambulie." Wakafikisha jibu hilo kwa Kitekere. Kitekere akapiga ngoma, akaenda kumshambulia Kibi. Kibi alipopata habari kuwa Kitekere yuko njiani anakuja vitani, akawaita wanawe: Rutehangwa, Kanyoro, Nkayoba na Bishanga akawaambia, "Mmesikia aliyosema Kitekere kuwa aturudishe Kitara. Mkiwa waoga atatürudisha kweli Kitara." Wakamjibu, "Na aje, tutakabiliana naye."

Basi Rutehangwa na Waziba wengine wakakaa Bwanjai, Mujunangoma na Waziba wengine wakasubiri Rukurungo. Raia wengine wote wa Kiziba wakaenda vitani. Mfalme Kibi akawaambia, "Mkipigana, msikae muda mrefu Rukurungo. Mrudi huku ili mapigano yawe Nyamuheshera."

Walipofika Kyendanzigu wakapambana. Watu wa Kiziba kufuata ushauri wa Mfalme Kibi wakarudi nyuma pole pole mpaka Nyamuheshera. Walipofika Nyamuheshera wakapigana sana. Mfalme Kibi akasema, "Kwa sababu watu wa Kyamutwara wamekuwa wengi, rudini nyuma mpaka msitu wa Kantare. Wakarudi nyuma; waliporudi nyuma, maadui wakaichoma ikulu moto. Mfalme Kibi akakimbilia Kantare msituni. Basi maadui wakachoma nyumba nyingi na kuteka mali nyingi. Mfalme Kibi akawaambia watu wake, "Kwa kuwa wamepunguza nguvu za kupigana, wewe Kanyoro uende Musibuka ili baadaye uwashambulie kwa nyuma. Watu wengine wawakabili kutoka mbele ili mweze kuwaua. Msiwaogope, kazeni nia mwafukuze wasilale nchini kwetu. Wakilala hapa hamtawaweza." Basi Kanyoro akapita Musibuka, wakakabiliana na kupigana. Ilipofika mnamo saa kama kumi, wakati maadui wanafanya safari kurudi kwao wakiwa wamebeba mali waliyoteka, mtu mmoja wa Kiziba aliona adui mmoja amebeba mtungi mkubwa, akarusha mshale uliogonga mtungi. Basi yule adui akatupa chini ule mtungi, ulipoangukia chini kishindo kikawatisha wenzake wakakimbia. Raia wa Kiziba wakawakabili kutoka mbele na nyuma. Wakati huo Kanyoro alishafika Kayangu akawakabili na kupigana nao. Maadui wakauawa kwa wingi sana. Kaitaba mwana wa Kitekere akakimbilia msituni Rwasina. Kiongozi wa vita wa Kitekere, Milego, naye akafa vitani. Aliuawa na Byarugaba, baba wa Rwakalingoma wa

[129] Mtu akiishi muda mrefu huko Buganda watu hudhani kuwa ni mlaji wa kuku kama Waganda, ingawa labda siyo hivyo. Hatimaye hudharauliwa na kwake inakuwa ni tusi kwa sababu kula kuku ni jambo la aibu kubwa.

Bwanjai. (Rwakalingoma ni Muziba Omujangai) Rushehwa, mpwa wa Kitekere, naye aliuawa. Aliyemwua ni Kasenene-ka-Kamuhanda rafiki wa Kanyoro, Kitobo. Raia wa Kiziba walifukuza adui huku wakiwaua mpaka Kihurungutu, Katendaguro. Ndipo Buteija, baba wa Kibagunda, Kibagunda baba wa Ngimbwa Kihindu, mtawala wa sasa wa Bukabuye, Munkango. (Wakati huo Kibagunda alikuwa hajahamia Kiziba) alipowasihi watu kwa jina la ngoma akisema, "Kiziba nawasihi kwa ajili ya ngoma ya kifalme, Kachwankizi gawaneni ngozi na Mwiganzigu!"[130] Buteija aliposema hivyo, watu wa Kiziba wakarudi nyumbani, na jua wakati huo lilikuwa karibu linakuchwa.

Basi Kiziba wakarudi makwao. Mfalme Kibi akatoka msituni. Alipofika kwake akaona jinsi ikulu yake ilivyounguzwa moto. Watu wakaleta mbele yake mali waliyoteka na kumkabidhi.

Kesho yake Rutahinzibwa na viongozi wote aliotumiwa na Kabaka ili kumkabidhi nchi yake ya Kiziba. Rutahinzibwa alivuka na mali yake yote, na ng'ombe wake wote na raia wote wa Kiziba aliokuwa anakaa nao Kitara.

Habari ikamfikia Kibi kuwa Rutahinzibwa amevuka na Waganda. Mfalme Kibi akawaambia watu, "Msiseme, tunzeni hii kama siri, kusudi Kitekere asije akajua, tukashambuliwa pande zote mbili tukauwa." Raia wote walikuwa bado wako ikulu. Basi wakaondoka wakaenda Kanyigo; wakakuta jinsi Rutahinzibwa alivyovuka na mali yake yote. Walikutana Bugombe, omu Rukili, kwenye Kiti-kya-Buyenje. Ishemukulungwa, kiongozi wa vita wa Kabaka Suna aliuwa pale Nsinzi. Aliuawa na Rwakitabi, ukoo wake Mumbwi, mjomba wa Rutehangwa. Kiongozi wa Kabaka mwingine, Mukindo, aliuawa pale Nyamabare, Kiholoro. Aliuawa na Kabagire wa Mitagai. Basi wageni walipokimbia, Waziba walienda wakamkuta Rutahinzibwa Mitagai, wakampa heshima yake, na kumwamkia kwa heshima, wakamnyang'anya ng'ombe wake wote. Halafu wakamwambia, "Mfalme, aheri urudi Buganda, huu umeshakuwa ufalme wa Kibi." Halafu wakawaambia raia wote waliokuwa wamehama na Rutahinzibwa, "Nyie raia nyote wa Kiziba, Mfalme Kibi anawaomba mrudi katika mashamba yenu. Hamna haja ya kulipa hata gharama ya kurudishiwa. Anawarudisha bure. Pia na ng'ombe wenu hakuna mtu atakayewanyang'anya.

Basi Rutahinzibwa akavuka na kurudi Kitara. Raia wa Kiziba aliokaa nao Kitara wakaja kwa Mfalme Kibi na kujisalimisha.

[130] Maelezo ya Mtariri: Mapigano yalipokuwa makali, Kibagunda aliwaomba wapiganaji wa Kiziba kwa jina la Mfalme Kibi na Kachwankizi kuwahurumia wapiganaji wa Kyamutwara, wasiendelee kuwaua. Kibagunda huyu baadaye alihamia Kiziba.

Waziba wa Rutahinzibwa wakati huo hawakuuawa wengi. Aliyekufa na anayejulikana ni mmoja tu, Ishenkumba.[131] Alikuwa wa ukoo wa kifalme lakini baba yake hajulikani tena.

Yeye ndiye aliuawa na watu wa Kibi katika mapigano hayo. Hata Mfalme Kibi alikuwa ametoa amri, "Msiwaue raia wengi wa Rutahinzibwa, kwa sababu ni raia wangu. Hawatarudi Kitara." Kama tulivyoona hapo juu watu wote waliokuwa wamekuja na mali zao kama ng'ombe, wote hawakurudi Kitara. Walikuja kwa Mfalme Kibi wakajisalimisha, naye akawarudisha katika mashamba yao. Rutahinzibwa alirudi Kitara na watu wachache sana waliokuwa wakimpenda.

Rutahinzibwa aliporudi Kitara akaenda kukaa Ishanje ambapo Kabaka wa Buganda alikuwa amempa. Aliendelea kukaa Ishanje kama Mfalme. Baada ya kumnyang'anya Kachwankizi alibaki na Rubona iliyowambwa wakati wa Burungu I, wakati Kachwankizi ilipokuwa imepotea. Rutahinzibwa hakurudi tena Kiziba aliendelea kukaa Kitara, hata Kitara ndiko alikofia. Hata leo wanawe hukaa huko. Ndio ndugu zetu Warungu wa Ishanje, Kitara, Buganda. Kila mrithi katika nyumba ya Rutahinzibwa huitwa Mfalme.

Raia wakarudi wakamweleza Mfalme Kibi walivyomfukuza Rutahinzibwa akarudi Kitara; walivyomnyang'anya ng'ombe na kuzirudisha, na kuwa raia wa Kiziba waliokaa naye walio wengi walivyojisalimisha na mali yao yote.

Mfalme Kibi akasema, "Raia wema, basi jengeni ikulu pale pale ilipokuwa. Ikulu ikajengwa. Ilipoisha kujengwa akaipa jina: Tigalihya-rundi. (Hazitaungua - tena). Basi akawashukuru sana raia wake, ndugu zake na wanawe kwa sababu walikuwa wamewaua watu wengi sana.

Wakati huo ng'ombe wakawa wengi katika Kiziba. Ng'ombe wote wa Mfalme waliokuwa wamehama na Rutahinzibwa wakarudi wote. Basi na Mfalme Kibi akawa na ng'ombe wengi sana.

Baada ya siku chache Kitekere akafariki, mwanawe Kaitaba akatawala.

---

[131] Maelezo ya Mhariri: Ishenkumba anayetajwa kwenye ukurasa wa 326 juu, na ambaye mwandishi anasema hajui baba yake, ni babu wa baba wa Mwalimu G.B. Kamazi aliyefanya tafsiri ya kitabu hiki. Baba yake alikuwa Rutabunirwa, mwana wa Kamanzi mwana wa Kirwana wa Bugandika. Kirwani ametajwa mara nyingi katika historia hii. Tazama kurasa 229 - 252. Alikuwa mjukuu wa Mfalme Magembe II. Murangira Kyebyara anayetajwa katika shukrani mwanzoni mwa kitabu hiki ni mmoja wa wajukuu wake kama Ishenkumba.

SEHEMU YA 4

KAITABA AMCHOKOZA KIBI NA ACHAGUA MBUGA WATAKAPOPIGANIA

Kibi amchagua Rutehangwa kupigana na Kaitaba
Kyamutwara wanashindwa na Kaitaba anaponea chupuchupu
Kibi aendelea na zoezi la kuwafanya waoga kunywa Kiholero
Kaitaba ashambulia Ishozi
Katoma yachomwa moto na kufa kwa Wazuri
Uadui wa uzao wa Nyombi dhidi ya Wankango-kazi na Washagaikazi

Basi mfalme aliishi kwake na akawa mfalme mkuu sana; alipata ng'ombe wengi na akawa haogopi chochote. Ni wakati huo alipopewa jina la Fulio lisilotolewa vyuma la Ndorage. Hii ilikuwa na maana alishinda mikuki isimhamishe kutoka ikulu yake ya Ndorage. Mfalme Kaitaba alipoona Kibi anaishi kwake kwa amani akamtuma mtu akisema, "Nenda umwambie Kibi kuwa Mfalme Kaitaba anaomba uchague mbuga ambapo mtapigana mchana kutwa. Ukimrudisha nyuma basi hatakuchokoza tena, na atajua kuwa kweli wewe ni Fulio lisilotolewa vyuma la Ndorage." Basi mjumbe alifika ikulu akampa huo ujumbe wa Kaitaba. Rutehangwa alimwambia Mfalme Kibi, "Mimi ndiye nitapigana nao. Mwambie Mfalme Kaitaba achague mbuga apendayo yoyote, wakija watanikuta." Mfalme Kibi alipendezwa na maneno ya mwanae Rutehangwa, akamwambia mjumbe wa Kaitaba, "Nenda umwambie Mfalme Kaitaba achague mbuga yoyote apendayo nami atanikuta humo." Mjumbe akaenda akamwambia Kaitaba maneno hayo. Basi Kaitaba akapeleka "Kikarabo" kwa Mfalme Kibi.[132]

Halafu alimjulisha kuwa wangepigana katika mbuga ya Rwina, nchini Bugabo. Kwa sababu wakati huo Bugabo ilikuwa inasaidiana na Kiziba kupigana na Kaitaba. Kwa sababu Mfalme Nkwere aliyetawala Bugabo wakati huo alikuwa amechukiana na Kaitaba na kupendana na Kibi. Mjumbe alikwenda kwa Kibi na kumjulisha jina la mbuga. Mfalme Kaitaba alipiga ngoma ya vita na Mfalme Kibi akafanya vile vile. Kibi alichagua mwanae Rutehangwa kuwa kiongozi katika vita hiyo. Wakakutana na kupambana nchini Bugabo karibu na Katembe katika mbuga ya Rwina, wakapigana sana.

Walipopigana watu wa Kaitaba wakawa wa kwanza kuwasukuma nyuma watu wa Kiziba. Walipowarudisha nyuma, Rutehangwa akashika ngao yake akaingia kati ya maadui na kuua mtu mmoja. Watu wa Kiziba walipoona Rutehangwa anapigana hivyo wakajiongeza bidii na kupigana kwa nguvu. Ilipofika jioni Rutehangwa akawashinda watu wa Kaitaba, watu wa Kiziba wakaua watu wengi. Rutehangwa alikuwa karibu kumshika Kaitaba lakini Kaitaba akakimbia na kuingia katika msitu wa Rushambara.

Wapiganaji wengi sana walikufa katika jeshi la Kyamtwara. Jua lilipotua pande zote mbili walisitisha mapigano. Rutehangwa alirudi nyumbani na kumweleza Mfalme Kibi jinsi alivyowashinda maadui. Mfalme Kibi alifurahi sana. Aliagiza zipigwe ngoma za shangwe. Ngoma zikavuma.

Wakati huo Mfalme Kibi aliendelea kutibu woga kati ya wapiganaji wake. Aliwapa vibuyu vikubwa vya pombe nzuri. Ili kujua wale waliokuwa mashujaa na wale waliokuwa waoga, aliiweka pombe mbele ya watu wake na kusema, "Nataka wale wanaotaka kunywa pombe hii, wasimame wajigambe ushujaa wao vitani. Halafu kila mmoja atawauliza watu wa kikosi chake kama wanamruhusu kunywa pombe. Kama wanakikosi chake wanajua kuwa ni mtu hodari, akiwauliza

[132] "Kikarabo" ambacho Kaitaba alimpelekea Kibi kilikuwa na maana ya kusafisha mbuga watakamopigania. Hii lakini siyo maana halisi ya kitendo hicho. Alitaka kumwambia uwanja wa vita utasafishwa na damu ya watu.

'Jamani, ninywe?' watamruhusu anywe. La, kama wanajua ni mwoga, watamwambia, "Nenda ukanywe mtoni Kiholero, wanakokunywa ng'ombe."

Mfalme Kibi alipomwona yule ambaye wanakikosi wake walimwambai kwenda kunywa maji mtoni Kiholero, alimpiga kofi na kumcheka kama mtu mwoga. Alipochinja dume la ng'ombe wale mashujaa aliwagawia nyama na watu waoga aliwapa mavi ya ng'ombe. Katika mapigano yaliyofuata wale waoga walijitahidi kushinda woga wao na kupigana kwa ushujaa. Mfalme Kibi alikuwa amefanya mbinu hiyo kuwafanya watu wake wawe mashujaa.

Siku nne baada ya mapigano ya Rwina, Kaitaba aliazimia kwenda kushambulia na kuipiga Ishozi. Alipita njia ya Irogero na Bishonga na vita ilipigwa pale Kasharazi. Yalikuwa mapigano makali. Jeshi la Kibi lilishinda lile la Kaitaba na kuchoma moto Katoma. Wakati wa kurudi, watu wa Kibi waliona ng'ombe wa maadui wakiwa wanaswagwa kuelekea Kyankorongo ili kuwasalimisha. Watu wa Kibi wakawateka na kuwaswaga.

Waliposwagwa ng'ombe hao, watu wa Kyamtwara wakawaona. Walipowaona ng'ombe wao wakiswagwa, wakajipa moyo wakapigana na kuwafukuza wale wa Kiziba. Hapo wana wa Mfalme Kibi waliokuwa mashujaa wakaingia katika mapigano, lakini watu wa Kyamtwara wakawakabili na kuwaua. Hata baadhi ya wazee wanasema kuwa ni wakati huo Ishabarongo, Rutebinga na Majurunga walipokufa. Halafu Itemba, mwana wa Mfalme Kibi alipokwenda kujificha katika nyumba ya mtu mmoja aliyejuana naye, mtu huyo alimficha. Lakini mwanamke mmoja, ambaye ukoo wake alikuwa Munkango, alipomwona Itemba akawaambia watu kuwa adui alikuwa amejificha nyumbani kwao. Basi watu wakaja wakamwua Itemba. Mpaka leo watoto wa Nyombi, kaka yake Itemba, hawaoi wanawake Wankango kwa sababu Itemba husema, "Hamwezi kuoa mwanamke aliyenichongea watu wakaniua." Hata ni marufuku kwao kuoa wanawake Washaga kwa sababu Washaga na Wankango ni ukoo ule ule. Watoto wengi wa mfalme walipokufa, raia pia walikufa wengi sana.

Watu waliorudi walimweleza Mfalme Kibi wenzao walivyokufa kwa wingi. Walisema, "Palikuwa na mtaro na wengi wao walianguka katika mtaro huo, maadui wakawakuta humo na kuwaua." Mfalme Kibi akasema, "Msilie, wanafanya kazi bure, hawataweza kutushinda." Basi aliwapa madume ya ng'ombe wakachinja wakala, akawaambia wajipe moyo, wasikate tama. Halafu akawaambia warithi wa wale waliokufa wanyoe na waanue matanga upesi ili warudi upesi ikulu, maana hawakukaa nyumbani kwao. Watu wa Mfalme Kiba walikuwa wenye nguvu, wanene sana na warefu sana. Hawakuugua kama sisi siku hizi; walikuwa wenye afya. Wakati huo walipokufa wana wa mfalme, unajulikana kama 'kifo cha wazuri' yaani wana wa mfalme. Watoto wa mfalme huitwa wazuri au warembo kuwatofautisha na watoto wa raia.

SEHEMU YA 5

MWAKA WA 1852

Mfalme Kaitaba awafukuza ndugu zake
Amani kati ya Kibi na Kaitaba
Kifo cha Bwire, Mhinda-kazi wa Mpororo
Mpororo yafanya malipizi kwa Kiziba ng'ombe sitini
Wanyambo wamnyang'anya Makaya ng'ombe hao
Kibi aagiza kuwanyang'anya wale wa Kitengule
Vita kati ya Kiziba na Karagwe
Warungwana (Waarabu) wawafukuza Waziba kwa bunduki
Kibi ampeleka Rutehangwa vitani kama kiongozi
Kushindwa kwa Wanyambo
Kuuawa kwa Waarabu na kutekwa kwa bunduki zao
"Embundusi"[133] ya Nyabutazi

Kaitaba alipoanza kutawala aliwafukuza ndugu zake. Njorombi, Rweyunga, Kayambi na Kibagunda. Hao walihamia Kiziba, mfalme akawapa makaazi. Baada ya hapo Mfalme Kaitaba na Mfalme Kibi wakawa na mwafaka wakaanza kutembeleana.

[133] Maelezo ya mhariri: Kundi la ng'ombe lililopewa jina la bunduki zilizotekwa.

Watu wa Kiziba kila walipokwenda kufanya biashara Mpoloro, watu wa Mpoloro waliwanyang'anya mali zao. Basi watu wa Kiziba wakaomba kisasi kwa Mzimu Mwigara. Mwigara akawaandama wahalifu kwa kuua Muhinda-kazi wa Mpoloro aliyeitwa Bwire. Bwire alikuwa binti wa mfalme wa Karagwe, alikuwa amemwoza kwa mfalme wa Mpoloro. Alipokufa, mfalme wa Mpoloro akatuma ujumbe kwa Mfalme Kibi ili aje afanye malipizi kwa ajili ya mali za watu wake. Mfalme Kibi akamtuma Makaya-ga-Kanyorozi kwenda kuleta mali hiyo. Makaya alipokwenda Mpoloro akapewa ng'ombe 60, akaziswaga na kuzileta. Alipofika Kitengule Wanyambo wakamnyang'anya ng'ombe wote 60. Makaya akarudi bila kitu akamwambia Mfalme Kibi kuwa Wanyambo walikuwa wamemnyang'anya ng'ombe wote.

Mfalme Kibi akatuma ujumbe kwa Mfalme Ndagara ili arudishiwe ng'ombe wake. Mjumbe akafika kwa Mfalme Ndagara akampa ujumbe wa Mfalme Kibi. Mfalme Ndagara akakataa. Mjumbe akarudi na kumwambia Mfalme Kibi kuwa Mfalme Ndagara amewakatalia ng'ombe hao.

Basi Mfalme Kibi akasema, "Basi na mimi nitawanyang'anya ng'ombe wa Kitengule. Basi akapiga ngoma akawatuma raia wake pamoja na Waziba wakuu: Kanyoro, Katonga, Bishanga na Kyarukungu, wakaenda Kitengule. Walikuta kumbe na Mfalme Ndagara ameshafahamu na ameshawatuma Warungwana (Waarabu) na bundiki zao. Warungwana hao walikaa Kafuro, Karagwe. Waziba walipofika Kitengeule wakakuta Wanyambo wakiwasubiri. Wakakabiliana na kupigana sana. Ndipo Warungwana waliponyanyuka na bunduki zao. Wakawaua watu wa Kiziba na kuwarudisha nyuma. Raia wa Kiziba wakaogopa bunduki kwa sababu ndiyo ilikuwa mara yao ya kwanza kuona bunduki; walikuwa hawajawahi kuziona. Wanyambo wakawafukuza watu wa Kiziba na kuchoma moto kijiji cha Kituntu.

Watu wa Kiziba wakapigana sana na kuwarudisha Wanyambo nyuma. Wanyambo walirudi kwao na kulala Kitengule. Waziba wakaweka kambi Kituntu. Wakapeleka habari kwa Mfalme Kibi na kumjulisha walivyofukuzwa na Wanyambo. Walipompa habari hizo, Mfalme Kibi akawacheka sana na kusema, "Nyinyi ni watu wabaya, mwadiriki kufukuzwa na Wanyambo, vijitu visivyo na faida?" Basi akasema, "Niitieni Rutehangwa, kwani Rutehangwa alikuwa hakwenda kwenye shughuli hiyo."

Rutehangwa akaitwa, alipofika, Mfalme Kibi akasema, "Nendeni mkashike njia zote, mkapigane na Wanyambo mwafukuze. Umwambie kila Muyobya[134] kuwa atakayeogopa nitamnyang'anya mlima wake na hatatawala tena."Basi Rutehangwa akaenda vitani. Alipokwenda aliwakuta ndugu zake na raia wote wakiwa Kituntu kambini. Yeye aliwakabili mara moja maadui na kuanza kupigana. Rutehangwa akawaambia watu wake wote, "Sambaeni katika mbuga zote." Wakasambaa katika mbuga zote wakapigana kwa nguvu. Mvua ikanyesha ikawapiga Wanyambo wakaona baridi na pinde zao zikalegea, wakawa hawana nguvu za kupigana tena. Bunduki za Warungwana zikanyeshewa mvua zikawa hazilipuki tena, moto wao ukazimika.

Wanyambo wakarudishwa nyuma. Kiongozi wa vita wa Karagwe, Bikanganio, akauawa na Waziba. Wakamwua na ndugu yake Kanyaishambu na pia Nyamuntu. Hao wote watatu walikuwa wana wa Mfalme wa Karagwe. Bikanganio aliuawa na Itanzi-lya-Byarugaba, Mushasha wa Bwera.

Wakawaua na Waarabu 7 wakawanyang'anya na bunduki zao. Wakawaswaga kutoka Kitengule ng'ombe wengi sana wakarudi nyumbani. Walipofika wakamweleza Mfalme Kibi.

Mfalme Kibi aliwashukuru sana akawagawia kila mmoja wao ng'ombe. Naye akajiongezea kundi jingine la ng'ombe alilolipa jina la EMBUNDUSI. Akiwa na maana kuwa watu wake wamewaua watu wenye bunduki.

Kundi hilo la Mbundusi alilitoa kwa Waziba wa Nyabutaizi walichunge. Hata leo ng'ombe hao bado wapo, wanajulikana kama Mbundusi. Bunduki zilizotekwa ziliwekwa juu ya kichuguu mbele ya nyumba ya mfalme. Watu walikuwa wanaenda pale kuangalia bunduki zilivyo kwa sababu walikuwa hawajawahi kuziona.

134 Tangu wakati wa Ruyobya watu wote wa uzao wake huitwa Wayobya.

SEHEMU YA 6

MFALME KIBI AFANYA MAKUNDI YA NG'OMBE NA KUWEKA WACHUNGAJI WA MAKUNDI HAYO

Amteua Kamulamba, mwuaji wa mfalme Kuwa kiongozi wa wachungaji, na akampa kamba Engora-babili (mabaki ya mawe ya chuma)
Mapigano madogo-madogo kati ya Kiziba na Kyamutwara
Kiburi cha Rutehangwa
Sheria ya Nyaikono

Mfalme Kibi alifanya makundi ya ng'ombe wake na kuyapa majina. Alifanya kundi aliloita OMUKALIRA-LYA-BYAZI chini ya uangalizi wa Muhinda aliyeitwa Mukwabe. Kundi la pili aliliita "MWATANGABO" chini ya ungalizi wa Abashagai. Kundi la tatu aliliita "ENTANYOBWA-MUTINI" chini ya ungalizi wa Kikamba, Muziba wa Kibumbiro. Kundi la nne aliliita "EKIJOGA" chini ya uangalizi wa Bazira-mbogo wa Rwamashonga. Kundi la tano aliliita "OMWETWEKI" chini ya uangalizi wa Mujwahuzi, mwanamme wa Kisinde. Kundi la sita aliliita "OMWEKO" chini ya uangalizi wa Bitakwete, Mwende wa

Rushasha. (Kundi hili lilikuwa la mama wa Mfalme.) Kundi la saba aliliita "ENTANGA" chini ya uangalizi wa Mazima, Muzirambogo wa Kawashana. Kundi la nane aliliita "EKITAKORWAMU" nalo likawekwa chini ya uangalizi wa Abashengya wa Bukabuye.[135]

Baada ya kufanya makundi hayo, akamteua Kamulamba, ukoo wake Mushengya, akampa mwuaji wa mfalme wa kamba. Alimwambia, "Wewe Kamulamba ndiwe mfalme katika ng'ombe. Wewe ndiwe Kiongozi wa Wachungaji wote. Atakayetenda kosa mfunge bila kuniuliza mimi. Mara kwa mara aliwaagiza wachungaji kuleta ng'ombe wote Ikulu ili mfalme awakague. Wakati huo mfalme mwenyewe aliwapeleka ng'ombe wake mtoni Kiholero kuwanywesha maji. Yeye Mfalme Kibi alipenda sana ng'ombe. Wakati wake ng'ombe walitoa maziwa mengi kuliko wakati wa wafalme wengine wote, hata raia walikamua maziwa mengi. Mfalme Kibi alikuwa akiwapigia ramli ng'ombe wake na kuwatolea sadaka. Watu walidhani hiyo ndiyo ilikuwa sababu yao kutoa maziwa mengi hivyo.

Baada ya muda mrefu watu wa Kyamutwara walikuja wakaiba ng'ombe wa Mujunangoma wa Katendaguro. Kundi hilo lilijukana kama "ITABI" lakini sio wote walioibwa, baadhi walikombolewa. Baada ya ng'ombe hao kuibwa, watu walienda wakamwambia Mfalme Kibi kuwa watu wa Kyamutwara wameiba ng'ombe.

Mfalme Kibi alipopata habari hizo aliwaamru watawala wa vijiji vyote waende Katendaguro na Rukurungo wajenge uzio wa mawe. Uzio uwe imara ili uzuie maadui. Wakaenda wakajenga ukuta huo. Wakati wa kuujenga walitukanana na watu wa Kyamutwara. Wale wakasema, ukuta mliojenga ni Mwadhiri wawili, kama hautatuadhiri sisi, utawaadhiri nyie. Mpaka sasa ndivyo unavyojulikana: Ngora Babili. Lakini Kiziba hujulikana kama Rwonge-rwa-Katendaguro. (Tuta la mabaki ya mawe ya chuma la Katendaguro).

Baada ya siku chache watu wa Kyamutwara walikuja na kushambulia Kiziba. Mapigano yalikuwa kwenye mti wa Mujuju wa Kashaka. Yalikuwa ya siku nzima. Kiziba wakarudishwa nyuma. Watu wa Kyamutwara wakamwua Keishanga aliyekuwa mtawala wa Katendaguro ukoo wake

---

[135] Maelezo ya Mfasiri::

OMUKALIRA-LYA-BYAZI: Haieleweki vizuri. Labda Mwanamme shupavu.
OMWATA-NGABO: Mvunja-ngao.
ENTANYOBWA-MUTINI: Ambao maziwa yao hayanywewi na mtu mwoga.
EKIJOGA: Mtungi mkubwa wa pombe.
UMWETWEKI: Abebaye zawadi kichwani.
OMWEKO: Mshipi.
ENTANGA: Wazuiao.
EKITAKORWAMU: Ambamo huwezi kushika (hapa ina maana ya kundi la ng'ombe wasioweza kuibiwa).

Mugahya. Walipigana na mwishowe waliacha. Watu wa Kyamutwara wakarudi kwao na wale wa Kiziba wakarudi makwao. Baada ya mapigano hayo hapakuwepo na mapigano mengine. Kyamutwara wakakaa kwao, na Kiziba wakaa kwao.

Wakati huo Rutehangwa akaanza desturi ya kutowaamkia ndugu zake. Kama mtu alimwamkia yeye alimwuliza, "Vipi, nasikia kuwa mbwa wako ni hodari wa kuwinda?" au, "Vipi, nasikia kuwa unatengeza pombe tamu sana?" na mengine kama hayo. Basi ndugu zake wakamkasirikia na kusema kuwa anawadhalilisha sana.

Mfalme Kibi akawa mzee, lakini aliweza kutoka nje. Nchi yake akaitawala kwa amani.

Wakati huo Wasaizi wa Kashenye waliua mtu, ukoo wake Mujangai. Wajangai wakaogopa kulipiza kisasi wakisema, "Wasije wakaua watu wengine kati yetu." Lakini walipata habari kuwa Musaizi mmoja alienda safarini Nkole kufanya biashara. Wakafanya shauri kuwa wamsubiri huyo akirudi wamwue kujilipiza kisasi." Baadaye wakapata habari kuwa yuko njiani anarudi. Kwa hiyo Wajangai wakaenda na kumsubiri kule Kajunguti. Baada ya muda akaja; wakamshika na kumwua wakisema, "Tunajilipiza kisasi cha ndugu yetu aliyeuliwa na ndugu zenu."

Watu walioshuhudia mauaji hayo wakaja kwa Mfalme Kibi na kumwambia kuwa Wajangai wamemwua Musaizi akitoka kutafuta mali ili wajilipize kisasi.

Mfalme Kibi akasema siyo vizuri kumwua mtu asiye na hatia, ati kwa sababu mtu wa ukoo wao aliua katika ukoo wa huyu. Inawezekana aliyeuawa kwanza alikuwa mtu asiye na maana na kumbe anayeuwa kulipiza kisasi ni mtu wa mfalme mwenye maana." Watu wakasema, "Kweli, desturi yetu ya kulipiza kisasi kwa mtu asiye na hatia haifai."

Mfalme Kibi alimsimamisha na kumwonesha kwa watu mtumishi wake aliyeitwa Mutarahwa-ya-Kabeba aliyempenda sana, akasema, "Angalieni mtumishi wangu huyu alivyo! Mtu wa ukoo wake asiye na maana amwuwe mtu, yeye aje auawe ati kulipia kijitu hicho kisichofaa lolote? Watu wakamjibu na kusema, "Kesi ya namna hiyo inawezekana, mtu kama huyu anaweza kuuawa!"

Basi Mfalme Kibi akaleta mkuki wake ulioitwa "Bishegeshe" akaukita mbele yake, akasema, "Kama kijitu kitakunywa pombe na kulewa, halafu kikaua mtu, halafu watu wa ukoo wake wakamwua mtu ambaye hakuua, ukoo huo nitawaua wote mpaka mtu wa mwisho; nataka kila mtu atakayeua mtu yeye huyo aliyeua kwa MKONO WAKE (NYAIKONO) ndiye auawe. Tangu hapo auaye mtu ndiye auliwaye, wala si mtu mwingine.

SEHEMU YA 7

KIFO CHA MFALME KIBI

Uasi wa Kanyoro
Rwakitabi asababisha vita
Vita kati ya Kanyoro na Rutehangwa
Kanyoro atorosha ng'ombe wote wa Kiziba na kuhamia Kyamutwara
Rutehangwa aoga magadi na kujenga ikulu yake Mugana
Mfalme apewa jina Ruhangarazi
Mama yake aitwa Kashabano

Wakati huo Mfalme Kibi akaumwa sana na kufariki. Alipofariki, mtu mmoja jina lake Kanyangire, ukoo wake Mgesho wa Ruzinga, akatoka upesi akaenda Kanyigo akampasha habari Rutehangwa kuhusu kifo cha Mfalme Kibi.

Rutehangwa mara akaondoka na kuja ikulu. Alikuta Waziba wengine wameshafika wakisubiri ni nani atarithi ufalme.

Kati yao Nyombi, Kabyoma, Mujunangoma, Mutelanga, Kayagi, Kageshera, Rushengura, Rushubirwa, Rugayamanzi, wote hawa walikuwa upande wa Rutehangwa, walitaka awe ndiye mfalme; pia mjomba wake Rwakitabi akiwa mmoja wao. Kanyoro naye alitaka kutawala. Alishirikiana na Katoga, Igando, Rukumba, Kyarukungu, Katabaro-ka-Bishanga na Rubonera. Hawa ndio walishirikiana na Kanyoro wakitaka atawale yeye.

Rutehangwa alipofika Kikongoro wakati anatoka Kanyigo akapiga kite. Watu wake wakamwuliza kwa nini amepiga kite. Akajibu, "Namhurumia yule nitakayekuta amerithi ufalme." Watu wake wakamwambia, "Tulia, hakuna mwingine atakayekuwa mfalme."

Alipofika aliwakuta Waziba mwishoni mwa uwanja wa ikulu, kwa sababu kwa kumwogopa hakuna aliyediriki kuingia ikulu kumbusu mfalme marehemu. Yeye alipofika aliingia mara moja ndani ya ikulu, akambusu baba yake.

Baada ya kubusu, akaondoka na kujenga ikulu ya muda pale Kantare kwa Babyakwa.

Siku 4 baada ya mfalme kujenga ikulu ya muda, alimtuma "mshegu" (mpiga filimbi) akamtuma kwa Kanyoro na Wayobya WOTE akisema, "Nenda umwambie Kanyoro na Waziba kuwa sasa ni siku ya nne tangu ambusu mfalme marehemu, kwa nini hamji kumshauri na kumchinja fahali?" Akamwambia Murangira Kanyoro alivyoagizwa na mfalme. Kanyoro akakasirika na kusema, "Vipi mfalme amtume "mshegu" kwetu, hana watu bora zaidi wa kutuma?" Lakini ana haki ya kufanya hivyo, kwani hakukuta tumemsubiri atawale kama kwamba sisi si watoto wa mfalme? Basi akamtuma Murangira mmoja, lakini asiye mwana wa Kibi, kwa mfalme akisema, "Nenda umwambie mfalme kuwa Kiziba ina koo za kifalme na za heshima nyingi kwa nini ulimtuma mtu duni kama "mshegu" kwao? Je, ni kwa sababu ulikuta tumekusubiri ili utawale wewe kama kwamba sisi sio watoto wa mfalme?"

Yule mjumbe akafika katika ikulu ya muda akamkuta mfalme katika nyumba yake kwenye kizingiti ameketi akiongea na Rwakitabi mjomba wake. Akakaa kwa heshima ili atoe ujumbe wa Kanyoro kwa Mfalme. Rwakitabi akataka kumjibu badala ya mfalme. Akaanza, "Mwana, sababu ya mfalme kumtuma ...." Yule Murangira akamkatiza na kusema, "Wacha kwanza, mfalme atanipa jibu." Rwakitabi akarudia, "Mwana, sababu ya mfalme kumtuma..................." Yule Murangira akamkatiza mara ya pili, "Wacha nisikie jibu atakalonipa mfalme."

Rwakitabi akamjibu, "Unadhani nikisema "Mwana" nina maana ya mtoto wa mgomba." Yule Muziba akamjibu, "Unanitukana mimi kuwa mimi ni mtoto wa mgomba, au umemtukana Kanyoro aliyenituma?"

Rwakitabi akajibu, "Yeee! Basi kama nimemtukana wacha nimtukane!"

Hapo yule Mlangira akatoka kwa hasira, bila hata kusubiri jibu la mfalme, akaenda akamwambia Kanyoro, "Rwakitabi anasema kesho wataanza kung'oa watoto wa migomba ili watoto wa kifalme wazaliwe."

Kanyoro akasema, "Vipi Mhima mwenye masikio na midomo myekundu kama kofia ya jogoo anitukane hivyo? Kesho watanikoma!"

Basi vita ikaanza. Kanyoro akatuma ujumbe kwa Mfalme Kaitaba wa Kyamutwara akimwomba aje kumsaidia kesho yake. Siku hiyo Kanyoro alilala Rwamashonga nyumbani kwa Irungu-lya-Rwabangi, wa ukoo wa Batundu. Kesho yake asubuhi watu wa Kanyoro wakashambulia, mapigano yakaendeshwa pale Igarura. Wakati huo Mabingo-ga-Gembogo. Mgabo wa Ruzinga kachomwa mikuki mitatu. Wakati huo na Mfalme Kaitaba alikuwa tayari ameshawasili. Watu wa Rutehangwa wakakimbia. Majeruhi wao Gembogo wakaenda naye. Kanyoro akaichoma moto ikulu ya muda, watu wa mfalme wakakimbilia msituni Kantare. Jioni jua lilipokuchwa washambuliaji wakarudi. Kanyoro na watu wake wakalala Kantare na Kakungiri. Mfalme Kaitaba akalala Bwanjai. Wakati wa kurudi Mfalme Kaitaba alimwuliza Kanyoro, naona wewe una viongozi karibu wote wa Kiziba, imekuwaje tumeshindwa kumkamata Rutehangwa?"

Kanyoro akasema, "Ni kwa sababu ana kikosi cha Ntakomera wa Kanyigo. Hao hawawezekani. Sasa, mfalme, kesho upeleke kikosi kimoja cha Wahyoza waende Kanyigo wachome moto nyumba zao. Wakiona nyumba zao zinaungua, watarudi kwao kuokoa nyumba zao, wake zao na watoto wao, baada ya hapo sisi Rutehangwa tutamteka akiwa hai."

Kabla ya kifo cha Mfalme Kibi, Mfalme Suna alikuwa ameomba msaada wa watu kutoka Kiziba ili kukomesha uasi wa Bushoga. Mfalme alikuwa amewachagua watu kutoka katika kila kijiji, jumla yao watu 500 chini ya uongozi wa Murangira Kyombyangabo ili waende kumsaidia Kabaka. Wakati wa kurudi kwao, walipofika Ishango, Kitara, wakaambiwa kuwa Mfalme Kibi alifariki na kuwa aliyemrithi ni Rutehangwa, na pia kuwa Kanyoro amemwasi na kushirikiana na Kaitaba kuharibu Kiziba. Kutoka Ishango waliona ikulu nyumba zikiungua. Wakavuka wakafika Nyangoma.

Usiku huo Kaitaba alikuwa ametuma kikosi chake kiitwacho "Ekirakulya" huko Kanyigo ili kuchoma nyumba. Waliondoka usiku, asubuhi na mapema wakafika kule na kuanza kuchoma moto nyumba.

Kaitaba na Kanyoro walipoona huko Kanyigo nyumba zinaungua wakaenda Kantare ili wamshambulie Rutehangwa msituni ili wamshike.

Wahyoza waliokuwa wanachoma moto Kanyigo walipofika Rukili wakakutana na Murangira Kyombyangabo, wakakutana na Mungu-itema-bigabiro, akaanza kuwaua kwa upanga wake, wakawafukuza huku wakiwaua. Kiongozi wa "Ekirakulya", Karokora-ka-Mashakwai naye akauawa. Walipowafukuza mpaka karibu na Bukabuye, baadhi yao wakashika njia ya Rumara-mairu wakapita katika tingatinga la Kajai wakarudi kwao Kyamutwara. Wengine wakakimbia mpaka kwa Mfalme Kaitaba na kumwabia, "Mtukufu Mfalme, Rutehangwa amewaazima Waganda ili waje wakushike." Kanyoro akasema, "Hao si Waganda, ni watu wa Murangira Kyombya-ngabo. Kaitaba akawa na mashaka akasema, "Kiziba hamtabiliki, mnaweza kuniitia Waganda ili wanishambulie." Akaondoka akarudi kwake Kyamutwara.

Basi Kanyoro aliona wazi kuwa vita hiyo haiwezi tena. Akajisemea aheri niwaswage ng'ombe wote nihame nao.

Baada ya muda Murangira Kyombyangabo akafika ikulu akakabidhi mali yote aliyoteka. Mfalme Rutehangwa akajenga ikulu ya muda nyingine humo humo Kantare.

Wakati yuko bado katika ikulu ya muda alipoona kuwa Kanyoro ameswaga ng'ombe wote akahama nao, akamtuma mjumbe, Ntarwete Mushasha wa Mukyamo, kwa Mfalme Kaitaba na kusema, "Nenda umwambie Kaitaba kuwa usiruhusu Mwiganzigu kunywa maziwa wakati Kachwankizi inakunywa maji. Mwambie kuwa Kanyoro ameiba ng'ombe wote wa raia na wa mfalme na kuwaleta Kyamutwara. Mwambie ateke walau wa raia tu, lakini asiteke ng'ombe wa mfalme. Umwombe Mwiganzigu igawane ngozi na Kachwankizi." Mjumbe huyo akafika kwa Mfalme Kaitaba akampa ujumbe huo kutoka kwa Mfalme Rutehangwa.

Mfalme Kaitaba akamtuma mjumbe huyo akisema, "Mfalme Rutehangwa apeleke wachungaji wanaoelewa ng'ombe hao, ili nimrudishie ng'ombe wa mfalme.[136]

Mjumbe akarudisha jibu la Mfalme Kaitaba kwa Mfalme Rutehangwa.

Baadaye Mfalme Rutehangwa akaenda kuoga kwenye mabwawa yaliyolimwa pale Kimira. Wakatimiza mila zote. Moto, chumvi na mengineyo. Wakati akioga, ikulu ya kudumu ikajengwa Bwanjai pale Gankuba. Ilipokuwa tayari Mfalme Rutehangwa akatoa sadaka, akamstaafisha Kasisi, akamfunga mtu, kama walivyofanya wafalme wengine wote. Basi Mfalme Rutehangwa akaingia ikulu. Akapewa jina la Kifalme, akaitwa Ruhangarazi II, mama yake akaitwa Kashabano kama mama wa Mfalme Ruhangarazi I.

Rwakitabi akawa ndiye mjomba wake rasmi. Ikulu ya Mukama ikaitwa "Mugana" kama ile ya Mfalme Ruhangarazi I.

---

[136] Mfalme Kaitaba alirudisha makundi matano ya ng'ombe. Omwetweki, Entanga, Omweko, Eishaija na Ekiraguma.

SURA YA XXIII

SEHEMU YA 1

MFALME RUHANGARAZI II (RUTEHANGWA)

Mpanja ya Mugana
Ruzirana rwa Kamkobe.
Mlipuko usio wa kawaida mlezi mkubwa wa Rukanga
Afanyaye malipizi kwa miungu na vitu visivyodumu
Nyoka (Nkorantima) wa sumu avunjaye matawi ya Mugana[137]
Vimulimuli vya migombani
Astahiliye ufalme; tunda jeupe lililostawi kwenye mboji
Mfalme Kaitaba aishambulia Kiziba ili aiharibu
Kukanda kwa Bugandika na Rukurungo
Pia mazinga na Kibumbiro
Kanyoro aingia Bugandika

[137] Maelezo ya Mhariri: Nkorantima ni nyoka mweusi aishiye juu mitini. Katika Kyamutwara Kuu, hasa kwenye mti mkubwa "Kya-Rugomora" unaohusiana na Rugomora Mahe. Nkorantima ni nyoka mwenye mzimu wa marehemu mfalme huyo. (Angalia Schmidt 2017).

Kabaka Suna ashambulia Karagwe
Kaitaba aishambulia tena Kiziba

Mfalme Kaitaba alipowaona Waziba na Kanyoro walivyoasi na kuja kwake na watu wengi, akafurahi. Akasema, "Tutawaua watu wa Kiziba, hawatatushinda tena." Hii ni kwa sababu Waziba walikuwa wamehama na watu wao wengi sana. Wale waliohama yumkini walikuwa wengi kama wale waliobaki Kiziba.

Basi Kaitaba akaenda vitani. Alipofika Rukurungo akawaficha pale baadhi ya watu kama mbinu ya vita. Akawaambia waliobaki waendelee na kushambulia Bugandika. Aliwaambia, watakapoanza kupigana nanyi, kimbieni mrudi hapa, ili sisi tuamke tuwaue. Basi wakaenda kushambulia Bugandika. Walipofika Nkukuru watu wa Bugandika wakawaona. Kwa hiyo kwa Rwakitabi ngoma ikalia. Watu wa Bugandika wakakusanyika haraka kwake. Rwakitabi na watu wa Bugandika wakaenda kuwakabili maadui. Waliwakuta Nkukuru wakaanza kupigana. Baada ya muda mfupi Wahyoza wakakimbia, na watu wa Bugandika wakawafukuza. Walipofika Rukurungo Wahyoza waliokuwa wamejificha wakainuka na kuua watu kumi kati ya watu wa Bugandika. Kwa hiyo watu wa Bugandika wakakimbia na kurudi kwao. Mfalme Kaitaba naye akaacha kupigana akarudi kwake Kyamutwara.

Watu wa Bugandika wakafika Mugana na kumweleza mfalme jinsi Wahyoza walivyowashambulia ili kuwaua, na kuwa waliua kati yao watu 10. Mfalme Ruhangarazi akawahamisha watu wa Bugandika. Baadhi akawahamishia Buyango na wengine Bwanjai, wakakaa huko. Matokeo ni kwamba Bugandika ilikanda, na pia Kitobo, Mazinga na Kibumbiro, lakini Kibumbiro kulibaki watu wachache, Rukurungo nayo ilikanda.

Mfalme Kaitaba alipoona kuwa Bugandika na vijiji vingine vilivyokanda akampeleka Kanyoro Bugandika ili aitawale. Pia ili vijiji vya jirani kama Rukurungo na Kijumo visiendelee kukanda. Pia akasema, "Nami nikija vitani nifikie kwako ili tushirikiane kumshambulia Ruhangarazi. Inawezekana tukamshinda ili wewe uwe mfalme." Kanyoro akasema, "Sawa."

Basi Kanyoro akaja Bugandika na kuingia. Alipoingia humo, Mfalme Ruhangarazi akapata habari. Akamtuma mwanae Kabiito na raia wa Kiziba Bugandika akisema, "Nendeni mkamfukuze. Basi raia wa Kiziba na Kabiito wakaenda Bugandika na kumshambulia Kanyoro. Wakapigana. Raia wa Kiziba wakawaua watu wa Kanyoro. Kanyoro na watu wake wakakimbia na kuvuka Mto Ngono wakielekea Yombwe. Raia wa Kiziba na Kabiito wakarudi ikulu Mugana na kumweleza Mfalme Ruhangarazi. Aliwashukuru sana.

Wakati huo Mfalme Ruhangarazi alikuwa ameshazaa watoto wake. Majina yao na mama zao ni haya:

1. RUGANZI ; alimzaa na Ikunzire. Ukoo wake Mutwa-kazi, binti wa Kwatage. Baada ya kuwa mtu mzima Ruganzi alipewa utawala wa Kanyigo. Mama huyo huyo alimzalia msichana
2. ITAMBIKIRE; pia akizaa naye
3. KABIITO; aliyempeleka Bukabuye. Pia Bwanjai yote ilikuwa ni utawala wake. Akazaa naye pia
4. RWAMURAZA; alipokua akampa utawala wa Kishoju. Akazaa naye pia
5. KANKIKO; alipokua akampa utawala wa Rugaze. Halafu alizaa naye msichana mwingine aliyeitwa
6. MUKABATAINAMWA
7. RUTUNGABALENZI; alimzaa na Rutalengwa. Ukoo wake Mushengya-kazi Rutungabalenzi alipokua alimpa utawala wa Kibumbiro. Mama huyo alimzalia pia
8. KAKIRA. Alipokua akampa utawala wa Nyangoma. Halafu akazaa naye
9. RWABUYONGO. Huyu alipokua akampa utawala wa Kigelera. Halafu akazaa naye
10. RUHANGA. Huyu hakupewa utawala. Halafu Mfalme Ruhangarazi alioa mwanamke wa ukoo wa Wakwonga, aliyeitwa Irungire, na kuzaa naye
11. RUHINGO. Alipokua akampa utawala wa Kitobo. Halafu alizaa naye msichana,
12. KARUNGA. Pia alizaa naye
13. BUTABILE. Alipokua akampa utawala wa Kitobo; halafu akazaa naye
14. BIKWARA. Huyo hakupewa utawala. Halafu Mfalme Ruhangarazi akamwoa Muziba-kazi Ihisire akazaa naye
15. RWANYAKABERA, ambaye hakupewa utawala. Halafu akazaa naye
16. KAKIZIBA, naye hakupewa utawala. Alimwoa pia Murondo. Ukoo wake haujulikani tena. Alizaa naye mtoto wa kike
17. ITAZIRE, halafu alizaa naye mtoto mwingine wa kike
18. MUKABAJUNA

Mfalme alioa tena Muhunga-kazi, jina lake Kyamaisho aliyemzalia mtoto wa kike.

19. MUKABAGESHERA. Na pia msichana mwingine
20. IHIMBIRE

Mfalme Ruhangarazi alilala na msichana wake akazaa naye mtoto wa kike

21. MUKABAHANI. Jina la mama yake ni Basima. Halafu alimwoa Mugahyakazi Ichumbire akazaa naye mtoto wa kike aliyeitwa
22. MUKARAMA
23. Halafu akamwoa Mwihuzi-kazi Ikembwire, binti wa Kabanda-ka-Hangi, akazaa naye msichana aliyeitwa
24. KORUSHUSHO. Korushusho ndiye mama wa Franciscus Xavier Lwamgira.[138]

Mfalme Ruhangarazi alizaa watoto wa kiume 13 na wa kike 10. Wote pamoja 23.

Basi Mfalme Ruhangarazi aliendelea kukaa nyumbani kwake. Wakati huo Kabaka Suna wa Buganda akapeleka jeshi likiongozwa na Jemedari Nyakamare ili kushambulia Karagwe.

Nyakamare alipokuja Mfalme Ruhangarazi alikuwa Mugana lakini hakupita kwake. Bali alipita njia nyingine na kwenda zake Karagwe. Huko alikaa miezi 2. Akateka huko ng'ombe wasio na idadi akarudi. Watu wa Kiziba walinunua ng'ombe hao kwa chuma, ndizi, kaule na maharage. Wakawa wamewapata kwa bei che. Nyakamare akaondoka akarudi Buganda.

Rukumba, Mziba, aliyekuwa ameasi na Kanyoro na kwenda Kyamutwara, alihama kutoka Kyamutwara na kurudi Kiziba. Mfalme Ruhangarazi akampa makazi Kikukwe. Siku chache baada ya kurudi kwake Mfalme Kaitaba pamoja na Wahyoza akashambulia Katendaguro. Akapigana na watu wa Bugandika Wahyoza wakamwua Mbonde mtu wa Katendaguro. Kaitaba na Wahyoza wakaondoka na kurudi kwao Kyamutwara.

[138] Maelezo ya Mhariri: Hapa asili ya Lwamgira inatajwa. Mama yake alikuwa binti wa Mfalme Ruhangarazi II.

SEHEMU YA 2

(CIRCA 1858)

Mfalme Kaitaba ajenga nyumba na kuiita Batanda
Pia aapa kuiharibu Kiziba
Lyangabi ahamia Kyamutwara
Kaitaba ataka kumwua Waikabu mjumbe wa Kabaka
Ruhangarazi apeleka ujumbe Buganda kumshitaki Kaitaba
Hasira ya Suna
Buganda yaishambulia Kyamutwara

Wakati huo Mfalme Kaitaba akajenga nyumba na kuiita BATANDA kama Batanda nyumba ya Kabaka wa Buganda.

Mfalme Ruhangarazi alimtuma mtu wake kwa Kaitaba kumpongeza kwa kuingia nyumba yake Batanda. Ntarwete akafika kwa Kaitaba akakuta ana Kanyoro; tena akiwa anampenda sana. Kaitaba alikuwa amemwoza Kanyoro dada yake Butene.

Baada ya muda Kaitaba akamwambia mjumbe wa Ruhangarazi akisema, "Nataka kumleta Kanyoro atawale Kiziba. Kama Ruhangarazi haniogopi atanikoma. Nyinyi huitegemea Buganda; lakini mimi ni mfalme kama yule wa Buganda. Yeye ana Batanda, angalia na mimi ninayo Batanda, nimeijenga. Sasa Ntarwete, nikija Ruhangarazi atawezaje kukinga ngao zake?" Ntarwete akajibu, "Vile walivyozikinga

Wafalme wote, Kibi na Magembe, ndivyo na yeye Ruhangarazi atakavyozikinga." Mfalme Kaitaba akasema, "Ngoja mtaniona. Nimfanye kama Burungu nimwuue." Basi Ntarwete akatoka Kyamutwara na maneno yote hayo akamwambia Mfalme Ruhangarazi.

Basi Mfalme Ruhangarazi akapiga ngoma na raia wote wakafika kwake, pamoja na ndugu zake, wanawe, na washauri wake. Mfalme Ruhangarazi akawaambia, "Kaitaba amejikweza, ananidharau. Amekaa na akina Kanyoro, wanamshauri anidharau. Sasa ngoja nipeleke ujumbe Buganda ili waje kunisaidia dhidi ya Kyamutwara."

Kabla ya Kaitaba kujenga Batanda, mtu mmoja, jina lake Lyangabi alikuwa amehamia kwake kutoka Kiziba. Kanyoro alipohama na watu wengi, Lyangabi alikuwa amehama nao. Yeye Lyangabi alikuwa mtu wa Bwiru. Alikuwa amezaa mtoto wa kike na kumwita Rukeberwa kama Kabaka Suna; kwani na Kabaka Suna alikuwa amejiita jina hilo. Watu wakaenda Buganda na kumwabia Kabaka Suna kuwa Lyangabi amempa mwanawe jina Rukeberwa. Suna akasema, "Nendeni mkawashike yeye na mtoto wake mkawalete." Basi watu wakaja Bwiru. Kumbe walipofika Bwiru walikuta Lyangabi ameshahamia Kiziba kwa Mfalme Kibi. Naye Kibi alikuwa amempa shamba Bwanjai. Wakati huo Bwanjai ilikuwa inatawaliwa na Rukumba, mwana wa Mfalme Kibi. Basi wajumbe wa Kabaka wakarudi Buganda na kumwambia kuwa Lyangabi aliishahamia Kiziba. Kabaka Suna akanyamaza.

Siku chache baada ya Lyangabi kukaa Bwanjai, Mfalme Kibi akaaga dunia. Rukumba akaasi pamoja na Kanyoro akahamia Kyamutwara. Hapo Lyangabi akahama pamoja na Rukumba mtawala wake.

Suna akapata habari kuwa Lyangabi ameshahamia Kyamutwara. Akampeleka mjumbe wake aliyeitwa Waikabu aliyempa ng'ombe 20 na jino la tembo akisema, "Nenda ukapeleke vitu hivi kwa Kaitaba, mfalme wa Kyamutwara, halafu umwambie kuwa mtu wake Lyangabi alihamia huku Kyamutwara, akaja na binti yake aitwaye Rukeberwa, basi vitu hivi ampe Lyangabi na kumwambia kuwa Kabaka Suna anampenda binti yake ili amwoe."

Wakaibu akaondoka na mali hiyo akafika ikulu Mugana. Mfalme Ruhangarazi akamkaribisha kwa zawadi, halafu akampa malazi Bwanjai. Habari zikamfikia Kaitaba kwake Kyamutwara kuwa Waikabu anakuja Kyamutwara. Akawapeleka Wahyoza akisema, "Nendeni mkikutana Waganda muwaue." Kaitaba alikuwa anadhani wamekuja kushambulia na wameletwa na Ruhangarazi, alikuwa hana habari kwa nini wanakuja Kyamutwara.

Wahyoza wakalala Katoma. Kesho yake Waikabu pamoja na watu wake na mali yake akaondoka Bwanjai kwenda Kyamutwara. Alipofika Bwazi alikutana na Wahyoza. Wakanyanyuka na kumkabili. Wakaua mmoja wa watu wake. Baada ya mapigano mafupi Waganda wakakimbia kwa sababu hawakuwa wengi, tena walikuwa wajumbe na sio washambuliaji, wala hawakujua kuwa kuna vita.

Basi Wahyoza wakarudi kwao. Waikabu na watu wake wakafika ikulu Mugana na kumwambia Mfalme Ruhangarazi jinsi Kaitaba alivyoua mtu wao na kuwa hata Waikabu ameponea chupu chupu baada ya kukimbia na kuwaacha.

Mfalme Ruhangarazi akakumbuka Kaitaba alivyoharibu nchi yake akasema, "Kwa kuwa Kaitaba amejenga nyumba na kuiita Batanda, halafu akataka kumwua mjumbe wa Kabaka, ngoja nipeleke ujumbe Buganda ili waje waiteketeze Kyamutwara." Wazee wakamkataza wakisema, "Mtukufu Mfalme, samehe, usipeleke ujumbe huo." Lakini yeye akasema, "Nitaupeleka."

Basi akamtuma Kiligwa-kya-Rweyunga, Mukuma; na Kashangaki-ka-Mutabazi naye Mukuma na ujumbe huu, "Nendeni mkamwambie Suna kuwa ndugu zake walimwasi na kwenda Kyamutwara, toka huko huja na kuchoma vijiji vyake. Kule kwa Kaitaba wanakokaa, Kaitaba alijenga Batanda kama ya kwako, mama yake amempa jina la Nyamashore kama mama yako. Sasa unataka akudharau vipi? Halafu Lyangabi alimwita binti yake Rukeberwa kama wewe na kuhamia Kyamutwara kwa Kaitaba. Sasa umetuma watu wako kwa Kaitaba akamwua mmoja wao na mjumbe wako Waikabu nusura auawe. Sasa unangoja au unataka mlingane vipi?" Wajumbe wake akawaagiza waende na Waikabu. Na aliyowaagiza akamwagiza pia Waikabu.

Basi Waikabu na wajumbe wa Ruhangarazi wakaenda kwa Kabaka Suna na kutoa ujumbe huo kwa wakisema, "Kaitaba akuvumye." (Kaitaba amekutukana) Suna akakasirika, akapiga ngoma na raia wake wakakusanyika akawaambia jinsi Kiligwa na Kashangaki walivyomwambia. Akasema sasa nataka kumshambulia Kaitaba Wakajibu, "Vizuri."

SEHEMU YA 3

KABAKA SUNA AENDA VITANI KUIPIGA KYAMUTWARA

Badala ya kuharibu Kyamutwara
Waganda waharibu Kiziba
Kabaka Suna avuka na kuingia Kiziba na kulala Rukurungo
Mfalme Ruhangarazi aenda vitani na Suna na kulala Katendaguro
Nyamujulirwa aharibu Bugabo na Kyamutwara
Kaitaba akimbilia kisiwani Kishaka
Kifo cha Suna na kurudi nyumbani kwa Waganda
Raia wa Kiziba wamnungunikia Mfalme Ruhangarazi

Basi Kabaka Suna na Waganda afunga safari na kwenda vitani. Alipofika Ishango akatua hapo ili kwanza wavuke watu wake kwenye mto Kagera. Akakaa Ishango akisukuma watu wake na kuwapeleka Kiziba. Kabla ya kuwasukuma Waganda aliwaambia, "Kwanza kaeni kwa rafiki yangu Ruhangarazi tu, ndipo nitakapowakuta. Msiingie kwanza Kyamutwara kuharibu vita yangu." Wote aliotaka kusukuma aliwaambia hivyo.

Hilo lilifanya Kabaka Suna, badala ya kuiharibu Kyamutwara akaiharibu Kiziba bila kujua. Ishango alikaa siku tisa akivusha umati wa watu wake na kuwapeleka Kiziba tu. Waganda walipokuja Kiziba wakajaa nchi nzima, hata wengine walilazimika kulala katika matingatinga na katika misitu. Kiziba yote ilijaa watu mpaka Kibumbiro. Kiziba ikaharibika, na Waganda wakakosa chakula, hata na Waziba karibu wafe kwa njaa. Wakala mazao yakaisha, mpaka ikawalazimu kula mashina ya ardhini ya migomba. Nchi yote ikawa nyeupe pe. Mbuga na misitu na matingatinga walimolala Waganda zikiwa kama makonde yaliyolimwa.

Watu wa Kyamutwara walipoangalia kutoka kwao na kuona jinsi migomba inavyoanguka na jinsi ardhi yote ilivyokuwa nyeupe pe, walifurahi na kukejeli, "Mmemkaribisha mgeni mzuri." Fikirini, watu wote wa Buganda kuingia na kukaa katika eneo la Kiziba peke yake.

Kabaka Suna, baada ya kuwavusha watu wake naye akaingia Kiziba na kulala Nyangoma halafu alikuja Bwanjai.

Nyamujulirwa, kiongozi wake wa vita akapita Bugabo akichoma moto nyumba mpaka akaingia Kyamutwara.

Siku ya 11 Kabaka Suna wakati wa kutoka Bwanjai aliondoka na Mfalme Ruhangarazi. Walipofika Rukurungo Kabaka Suna akalala pale. Mfalme Ruhangarazi akaenda Katendaguro akalala huko. Kabaka Suna akawa anapeleka vikundi vichache Kyamutwara akiwatuma Kyamutwara akisema, "Shambulieni, wakiwafukuza, ndipo nami nitaenda vitani." Hao wachache si wachache kweli, walilingana na wale waliokuwa wamebaki Kiziba. Lakini Suna alisema, "Ebu nipeleke wachache kwanza, nione kama watafukuzwa."

Kwa hiyo hao wakashambulia Kyamutwara. Wengine akabaki nao Kiziba. Wale walioenda Kyamutwara waliwakuta Wahyoza wa Kaitaba wakisubiri Katoma. Kiasi tu cha kuwaona Waganda, Wahyoza wakakimbia. Kaitaba akaingia katika mtumbwi akavuka mpaka kisiwani Kishaka. Hapo Waganda wakaipiga Kyamutwara na kuteka na kuswaga ng'ombe.

Walipokaa Kyamutwara siku tatu, huku nyuma Suna akaugua ndui pale alipokaa. Siku ya nne akafariki.[139] Waganda waliokuwa wameenda vitani Kyamutwara wakarudi na kupita Kiziba. Hata Kiziba wakateka mali nyingi. Hii ni kwa sababu baada ya kufariki Kabaka Suna rafiki wa Ruhangarazi hakuna ambaye angewazuia kufanya hivyo. Waganda waliokuwa na Suna walilala Kitobo siku moja. Wakambeba na kuvuka Kamawa wakarudi kwao Buganda. Wengine walipita Nyangoma, wengine Kibumbiro. Lakini kabla hawajaisha wote Kiziba ilichukua mwezi mmoja, wakiwa wanarejea na kuvuka. Mwisho wote wakawa wameondoka.

---

[139] Watu wa Kiziba walipoona akichukuliwa siku moja baada ya kuwa mahututi walifikiri amekufa. Kwa kweli alikuwa mahututi lakini bado hai. Waganda walimchukua ili asije akafia Kiziba. Walimpeleka nchini kwake Buganda alipofia.

Mganda mmoja Ishebukoi alipita Ruzinga akateka mali na ng'ombe. Watu wa Ruzinga (Orubuli) wakakusanyika na kupigana nao. Wakafaulu kuopoa vitu vyao isipokuwa vile vilivyokuwa vimeibwa usiku. Vile walivyonyang'anya mchana walivirudisha vyote.

Waganda walipotoka Kiziba waliacha njaa kubwa, watu wakifa kwa kukosa chakula. Pia watu wengine wakifa kwa ndui iliyoachwa na Waganda, kwani wao ndio walikuja nayo mpaka ikamwua Kabaka Suna.

Raia wa Kiziba walimtukana Mfalme Ruhangarazi wakisema, "Wana wa Bambwi wasipewe ufalme tena. Sasa kwa nini aliwaleta Waganda, wakaiharibu nchi yetu kiasi hiki? Je, hatukuwa tunafurahia maisha yetu? Walikuja kutusaidia nini? Watoto wa Bambwi huwa walegevu, wasitawale tena ufalme."

SEHEMU YA 4

MFALME KAITABA ATOKA KISIWANI KISHAKA

Amshawishi Nkwere washirikiane kuharibu Kiziba Nkwere na Kaitaba wateketeza Kiziba

Basi Kaitaba na Wahyoza wakatoka kisiwani Kishaka walipokuwa wamekimbilia, Mfalme Kaitaba akaingia kwake Kabale.

Halafu akatuma ujumbe kwa Mfalme Nkwere akisema, "Unaona rafiki zako upendao kushirikiana nao kutupiga sisi walivyotutenda? Je, hawakuleta Waganda ili wanipige mimi na wewe? Je, walikutetea na kusema Bugabo msiiguse kwa sababu ni kwa rafiki yetu? Wao walichofanya walituunganisha sote wawili kwa sababu sisi ni Bankango. Basi na sisi uje tushirikiane tukawapige. Wewe uwashambulie kwa kupitia Ishozi na mimi nishambulie kupitia Bugandika."

Mfalme Nkwere akasema, "Sawa, wewe ishambulie Bugandika na mimi nishambulie Ishozi."

Mfalme Kaitaba alipopata jibu hili akafurahi sana. Basi alipiga ngoma, Wahyoza wakakusanyika kwake. Akawaambia, "Ondokeni usiku mkaishambulie Bugandika na kuipiga." Wahyoza wakajibu, "Sawa."

Kule Bugabo pia, Mfalme Nkwere alipiga ngoma. Wahendangabo wakakusanyika kwake. Akawaambia, "Shambulieni Ishozi mkaipige." Wahendangabo wakasema, "Sawa." Basi wakaenda vitani.

Wahyoza walinyatia usiku wakaenda mpaka wakapita Bugandika wakafika Kaasha. Pale wakakuta kambi ya wagonjwa wa ndui (maana wagonjwa wa ndui huko Kiziba walihudumiwa nje ya kijiji, hawakukaa kijijini) Wahyoza kwanza waliwaua hao wagonjwa wa ndui. Halafu wakarudia hapo Kaasha wakapanda kuelekea Bugandika. Basi wakaishambulia Bugandika na kuipiga. Hata hivyo, wakati huo Bugandika hapakuwa na mtu hata mmoja aliyekuwa na nguvu. Baadhi yao walikuwa ndio kwanza wapone ndui; waliobaki walikuwa wamedhoofika kwa sababu ya njaa; hawangeweza kupigana.

Wahyoza walinyang'anya mali na ng'ombe, wakarudi kwao Kyamutwara.

Kule Ishozi Wahendangabo walishambulia na kuua watu. Halafu walinyang'anya mali na ng'ombe na kurudi kwao. Huku Ishozi pia watu walikuwa wangonjwa wa ndui na walikuwa wamedhoofika kwa sababu ya njaa. Ndiyo kusema nchini pote hapakuwepo watu wawezao kupigana. Watu wote walikuwa wadhoofu. Wale ambao hawakuugua ndui walikuwa wameathiriwa vibaya na njaa.

Mfalme Ruhangarazi akawaambia watu, "Nendeni vitani mkawaue maadui wameshafika Nyamuheshera wanakuja huku." Raia wa Kiziba wakajikokota wakakusanyika na kufika Nyamuheshera. Wahyoza wakarudi nyuma na kukimbia mpaka Kijunja walipokuwa wamewaacha wenzao wamejificha kama mbinu ya vita. Watu wa Kiziba wakawafukuza. Walipofika Kijunja Wahyoza waliokuwa wamejificha wakaamka na kuanza kuwaua. Waliua Ishebinai, wakamwua na Rutahunga pia na Ngambweki. Watu wa Kiziba waliuawa kwa wingi. Basi watu wa Kiziba wakakimbia na Kaitaba akarudi kwake Kyamutwara.

Wahyoza walipofika kwao wakakaa siku 2 wakarudi Kiziba. Walipita Kaja wakafika Mugana wakaishambulia ikulu. Mfalme Ruhangarazi akakimbilia Kantare msituni. Wahyoza walichoma moto ikulu, wakawaswaga ng'ombe na kurudi kwao. Watu wa Kiziba wakahamia Kitara wakiwa wanakimbia ndui na njaa. Watu wakaja na kumwambia mfalme Ruhangarazi kwamba watu wamehama kwa wingi. Mfalme Ruhangarazi akasema, "Waache wahame kwa sababu wanafukuzwa na njaa na ndui. Njaa ikitoka nchini, yumkini watarudi." Basi Kiziba ikakanda, na kuharibika sana. Watu wengi walikuwa wameondoka. Fikiri wale waliohama na Kanyoro, waliokufa kutokana na ndui; waliouawa na maadui na wanaouawa na njaa! Nchi ikabaki tupu, wakabaki watu wachache sana.

Mfalme akajenga ikulu Kantare. Akaiita "Bumanyiro." Akakaa humo.

Baada ya siku chache Kaitaba akashambulia tena. Wahyoza wakafika Kyazi wakawaacha baadhi wamejificha, walipofika Kakoni wengine nao wakajificha. Wachache waliobaki wakaambiwa washambulie Buyango ili kuwachokoza watu wa huko. Shabaha ikiwa kuwaleta kwao ili wawaue. Basi wale wachache wakashambulia Buyango. Walipofika Buyango watu wa huko wakawaona. Buyango ngoma ikalia. Raia wa huko, Omuhangara, wakakusanyika. Wakakabiliana na kupigana. Omuhangara akawashinda Wahyoza na kuua watu wawili. Wahyoza wakakimbia, Omuhangara wakawafukuza. Walipofika Kyazi na Kakoni walipowaacha Wahyoza wenzao, hao wakainuka na kuwazunguka Omuhangara na kuua watu kama 10. Basi Omuhangara wakakimbia na kuingia msituni Kampuli. Wahyoza wakauzunguka msitu. Wengine wakaingia msituni na kuwaua. Maana wakati huo misitu ilikuwa haijaota miti mingi tangu pale Waganda walipokuwa wameiharibu kwa kukaa humo. Kwa hiyo Omuhangara hakuwa na mahali pa kujificha kwa sababu msitu ulikuwa na uwazi mwingi. Kwa hiyo iliwabidi kusimama na kupigana kadri walivyoweza. Wahyoza wakamwua Mutatina, pia Rwabugumi na Kachwamba. Basi wakawaua watu wengi, lakini watu wa Buyango wakawaua Wahyoza 5. Mwishowe Wahyoza wakatoka msituni na kurudi kwao.

SEHEMU YA 5

WAHYOZA WASHAMBULIA IKULU ALFAJIRI

Wamkuta Mfalme Ruhangarazi amelala kwenye Mkesha
Wahyoza wamwua mama wa Mfalme
Ushujaa wa Kabiito
Mfalme Nkwere ashambulia Kanyigo
Kaitaba ashambulia tena Kiziba
Mfalme Ruhangarazi aomba amani
Mfalme Kaitaba amtaka Ruhangarazi alipe gharama ya kutoshambuliwa tena
Urafiki wa damu wa Ruhangarazi na Kaitaba

Baada ya siku chache Wahyoza wakashambulia tena. Ilikuwa usiku, hawakuogopa kitu kwa sababu Kiziba ilikuwa imekanda na sehemu yote ilikuwa vichaka vitupu. Watu wa Kabiito walikuwa wamelinda doria. Kwani tangu kuenea mapigano, na tangu Wahyoza waongeze ukali wao, Kabiito alikuwa ameazimia kuweka doria akiogopa maadui wasije wakamshambulia mfalme usiku ikulu bila wao kujua.

Basi watu wakaenda Bukabuye wakamwambia Kabiito kuwa Wahyoza wameshambulia tena. Kabiito akaondoka akaja ikulu Bumanyiro. Alimkuta Mfalme Ruhangarazi amelala amekesha akicheza ngoma, na watu wake, alimkuta amelala amelewa akamwambia, "Mfalme,

Wahyoza wamekuja vitani leo usiku." Mfalme akakataa akisema, "Hiki kitoto kinasema uwongo!" Hata siku hiyo walikesha wakicheza ngoma. Kesho yake alfariji Wahyoza wakashambulia Ikulu. Mfalme Ruhangarazi alipelekwa na watu wake wakiwa wamemshikilia akaingia msituni Kantare. Wahyoza wakafika kwa Kashabano, mama wa mfalme, na kumwua. Baada ya kuchoma moto ikulu walivuka na kufika Izinga walipoteka na kuswaga ng'ombe. Baada ya hayo waliondoka na kurudi kwao Kyamutwara.

Miongoni mwa wana wa Ruhangarazi hakuna hata mmoja aliyempigania kama Kabiito. Hata Wahyoza walipokuja Kiziba na kuua watu, Kabiito naye alikwenda Kyamutwara usiku na kuua watu kadhaa na kurudi Kiziba. Wakati fulani Wahendangabo walishambulia Bukabuye, Kabiito akaua watu 20 kati yao, wakarudi nyumbani.

Baada ya hayo Mfalme Ruhangarazi alihama kutoka Kantare akajenga ikulu Mishenye. Baada ya siku chache Wahyoza walikuja wakafika pale ikulu wakaingia katika nyumba ya Rwahuga, Mugiri baba yake Mwombeki Ntambaijo, wakamshika, wakamkata koo, wakamwua na kurudi kwao Kyamutwara. Basi na Mfalme Ruhangarazi alimtuma Nshoni wa ukoo wa Banyuma, "Nawe nenda kwao ukamchinje mtu mmoja." Na Nshoni akaenda Kyamutwara akamshika mwanamme mmoja na kumkata koo.

Wahyoza walipoona kuwa na Muziba amekata mtu wao koo wakaacha kwenda tena Kiziba kuwachinja watu.

Wakati huo Nkwere, mfalme wa Bugabo, aliwatuma watu wakiongozwa na Nshange, wakaja Nshumba, Kanyigo na kupigana na raia wa Kiziba. Watu wa Kiziba wakamwua Nshange, Wahendangabo wakakimbia.

Baada ya siku chache, Kaitaba alishambulia Kibumbiro, Bisisi, na kunyang'anya ng'ombe wengi sana. Halafu akarudi kwake Kyamutwara.

Wakati huo ng'ombe wangeisha kabisa Kiziba. Lakini kila Wahyoza walipopiga Kiziba, watu wa Kiziba nao walishambulia Kitara, wakaua watu wa huko na kuiba ng'ombe na ndizi za kula. Wakapata na maziwa ya kunywa.

Basi Kiziba ikakosa mwelekeo. Mama wa mfalme aliuawa, ndui na njaa vikaua watu, Kanyoro naye akaingia Bugandika na kutawala.

Ndipo Mfalme Ruhangarazi alimtuma mtu wake Misingo Kibandwa, Mutundu wa Bikonge, akisema, "Nenda kwa Kaitaba umwambie hivi: umebananga Kiziba na kumwua mama wa mfalme, je, mkataba wenu wa urafiki wa damu utaufanyaje baada ya kumpiga hivyo? Je, na wewe damu hiyo haitakuua? Unaibananga Kiziba bila kujali?"

Misingo Kibandwa aliondoka na kufika kwa Kaitaba. Akamwambia maneno aliyotumwa na Ruhangarazi.

Mfalme Kaitaba aliposikia kuwa watu wamemwua mama wa mfalme akakasirika sana. Akasema, "Waliomwua wametenda kufuru kubwa. Kama Kanyoro ndiye aliyefanya kitendo hicho basi atoke Bugandika na kurudi Kyamutwara."

Basi akamtuma Misingo Kibandwa akisema, "Nenda umwambie Mfalme Ruhangarazi kuwa kama anataka niache kupigana naye anipelekee ng'ombe 20 kama "KITUNDIKA - NGAO" Misingo alirudi na kumpa Mfalme Ruhangarazi ujumbe wa kutoka kwa Mfalme Kaitaba.

Halafu Mfalme Kaitaba akaamuru Kanyoro atoke Bugandika na kurudi Kyamutwara akisema, "Labda ndiye alimwua mama wa Ruhangarazi." Tangu hapo Kanyoro alikaa Kyamutwara ndiko alifia.

Basi Mfalme Ruhangarazi alimpelekea Mfalme Kaitaba ng'ombe 20 kama alivyokuwa amedaiwa. Kaitaba alipopokea ng'ombe hao akafurahi sana, na akamshukuru Mfalme Ruhangarazi. Akajua kuwa ameitiisha Kiziba. Halafu akawaambia wajumbe wa Mfalme Ruhangarazi akisema, "Nendeni mkamwambie Ruhangarazi anipelekee mtu atakayemteua ili tuchanjane urafiki wa damu."

Wajumbe wakarudi na kumwambia ujumbe wa Mfalme Kaitaba. Mfalme Ruhangarazi akafurahi sana. Basi akampeleka mwanae Kabiito kwenda kufanya mkataba wa damu. Kabiito akaenda kwa Mfalme Kaitaba. Kaitaba alipomwona Kabiito akampa mwanae Byabajuka wakachanjana. Baada ya hao kuchanjana wajumbe walimwacha Kabiito kule, wakaja wakamwadithia Mfalme Ruhangarazi jinsi Kabiito alivyochanjana na mwana wa Mfalme Kaitaba aitwaye Byabajuka.

Mfalme Ruhangarazi alitoka msituni akaja na kujenga ikulu Mishenye, karibu na msitu katika kijiji cha Mukyamo. Aliijenga ikulu mbugani siyo shambani. Ndipo Kabiito alitoka Kyamutwara na kurudi Kiziba.

Basi tangu hapo Kiziba na Kyamutwara wakawa na mwafaka, wakatembeleana, wakawa hawapigani tena.

SEHEMU YA 6

MFALME RUHANGARAZI AJENGA IKULU YA BUZAHURA

Kabiito amdanganya Ruganzi kuwa atamjengea urafiki kati ya watu
Kahima aenda vitani Karagwe
Rwegira amshinda Kahima na Waganda wake
Kifo cha Kahima
Waganda Waokolewa na Kabiito
Ugonjwa na kifo cha Mfalme Ruhangarazi

Mfalme Ruhangarazi alipiga ramli ili ajue kama inafaa kujenga ikulu iliyo bora, akaelekezwa kujenga ikulu hiyo Kantare katika mbuga ya Kagongo. Basi watu wakajenga ikulu, Mfalme Ruhangarazi akaingia humo, halafu akaipa jina la Buzahura akiwa na maana, "Nimerudi kutoka ughaibuni" yaani kutoka kwenye shida na vita.

Mfalme akakaa Buzahura. Raia waliokuwa wamekimbilia Kitara na Karagwe wakarudi kwao Kiziba; lakini baadhi yao hawakurudi. Kiziba watu wakapata amani, wakalima, wakawa hawana vita tena.

Wakati huo Kabiito akaanza kuona baadhi ya ndugu zake Baziba wakianza kukusanya nguvu ili waweze kutawala kabla baba yao hajafa. Walifanya mbinu wakijijengea urafiki na raia.

Basi Kabiito akamwambia Kaka yake Ruganzi, "Naona baadhi ya Waziba wameanza kutafuta mbinu za kurithi ufalme Mfalme akifa; basi mimi ebu nikujengee urafiki kati ya raia kwa sababu wewe ni kaka yangu mimi ni mtoto wako!"

Ruganzi akakubali alipoona kuwa mtoto wa mama yake anataka kumtafutia ufalme. Basi akaanza kupeleka madume ya ng'ombe kwa Kabiito ili awachinjie watu.

Basi Kabiito akafanya urafiki na Ruhanga bini Murwaza Mtarara mtunzaji wa ngoma ya kifalme; halafu akafanya urafiki na Kanyamulongo mwana wa Nyombi; akafanya urafiki na Rutabire nduguye. Akafanya urafiki na Rukumba mwana wa Kibi, pia na Kabyoma mwana wa Kibi. Wakati huo akaja Kahima Muganda akiwa safarini na jeshi akienda Karagwe vitani. Alikuwa ameitwa na Mfalme Rumanyika wa Karagwe ili amwue Rwegira ndugu yake ambaye alikuwa amemwasi. Kahima akafika Buzahura ikulu akasema, "Nataka unipe mwanao niende naye vitani Karagwe, lakini nataka aliye shujaa."

Mfalme Ruhangarazi akawaita Waziba wanawe wote wakafika ikulu Buzahura. Mfalme Ruhangarazi akawaambia, "Kahima amenitaka nimpe Mziba wa kwenda naye vitani Karagwe. Kwa hiyo sasa aliye tayari kwenda vitani ajigambe." Waziba wote wakaangalia chini kusiweko wa kujigamba. Wote wakaogopa. Lakini Kabiito akanyanyuka na kujigamba, "Rujoki rwa Kaigoshora." "Huyu hapa nyuki aletaye fanaka." Akasema, "Mtukufu Mfalme usimtafute mwingine, mimi nitaenda vitani." Mfalme Ruhangarazi akateua vikosi viwili vya wapiganaji kati ya raia akawapeleka vitani Karagwe. Hata wana wa mfalme wengine walioogopa wakateua watawala wao wa vijiji kujiunga na vikosi hivyo.

Basi Kabiito akaondoka na watu wake akaenda vitani Karagwe pamoja na Kahima. Walitembea siku nne wakafika kwa Rumanyika pamoja na Waganda. Wakafika katika mbuga iitwayo Kabwera walipomkuta Rwegira na watu wake. Wakakabiliana na kupigana. Rwegira akamshinda Kahima na Rumanyika. Aliua watu wengi sana akiwemo Kahima kiongozi wa jeshi la Kabaka. Aliwafukuza huku akiwaua mpaka Kitengule. Kabiito alirudi bila kumpoteza mtu hata mmoja katika watu wake. Kabiito aliwasimamia. Katika mapigano hayo Kabiito aliwazidi wote kupigana, hata Waganda wenyewe. Kama asingalikuwepo wangaliuawa wote wakaisha.

Rwegira alipofika Kitengule, akageuza na kurudi kwao. Waganda wakamchagua kiongozi mwingine badala ya yule aliyeuawa na Rwegira naye wakamwita Kahima. Walirudi na Kabiito mpaka Ikulu, Buzahura. Waganda na kiongozi wao walipita Kibumbiro na kurudi kwao

Buganda. Kabiito alikuja na viongozi wachache wa Waganda ili kumpa habari Mfalme Ruhangarazi. Walipofika mbele ya Mfalme Ruhangarazi Kabiito akamwelezea mfalme jinsi walivyopigana na kuwa Rwegira aliua Waganda wengi sana na kwamba yeye alipigana sana. Mfalme Ruhangarazi akafurahi na kumpa madume ili awachinjie watu wake. Yeye akampa Kajugira.

Kabiito akawachinja madume na kuwapa nyama watu wake aliokuwa ameenda nao vitani. Wapiganaji wakaondoka na kurudi majumbani mwao.

Mfalme Ruhangarazi aliendelea kukaa nyumbani kwake lakini baadaye aliugua ugonjwa na kuumwa sana. Alipata uvimbe chini ya kitovu. Alipovimba sana, watu wakaogopa kumpasua ili watoe usaa.[140]

Basi akavimba sana kwa muda wa siku nne. Baada ya muda huo akaaga dunia.

Basi Kabiito akatoka kwake Bukabuye akaja na kumbusu. Baada ya kumbusu akaondoka na kujenga ikulu ya muda Kantare katika shamba la Rujumba, ukoo wa Wasaizi.

Wakati huo Ruganzi alitoka Kanyigo na raia wake ili arithi ufalme. Alidhani kuwa Kabiito angalimsubiri ili yeye Ruganzi arithi ufalme. Hii ni kwa sababu mara nyingi alimpa Kabiito madume ili awachinjie raia ili wampende yeye Ruganzi maana alikuwa mwana wa mama yake.

Ruganzi alipokuja akakuta Kabiito ameshabusu, hata ameshajenga ikulu ya muda na watu wameshamkubali kama mfalme, akakasirika sana. Ruganzi akakosa la kufanya, akalia sana kwa hasira. Hakulala pale, aliondoka na kurudi kwake Kanyigo. Basi akakaa kwake, lakini hakurudi Bukwali, bali alikaa Bugombe.

Mfalme Ruhangarazi akang'oka taya, akazikwa kama wafalme wengine wote. Alizikwa nyumbani kwake.

Basi Mfalme Kabiito akaondoka na kwenda kuoga kwenye mabwawa. Chumvi na moto viliishaletwa. Wakati akioga, ikulu ya kudumu ilijengwa Kantare. Baada ya kuoga, Mfalme Kabiito alikuja ili kuingia katika ikulu yake. Mambo ya mila yaliyofanyika wakati wa kutawazwa Mfalme Kibi yakatimizwa yote. Akaingia katika ikulu. Kesho yake akapewa jina Rutatembwa, lenye maana kuwa hakuna kitu kiwezacho kupanda juu yake. Mama yake akapewa jina la Mukundwa, maana yake aliyependwa na ngoma ya kifalme. Mama wa mfalme ukoo wake

---

[140] Ilikuwa mwiko kumpasua mfalme hata kama angevimba kiasi gani. Hii ni kwa sababu watu walimchukulia mfalme kama kitu kitakatifu sana ambacho kama mtu angekijeruhi familia yake ingeteketea yote.

alikuwa Mtwa-kazi kutoka Karagwe. Na dada wa mfalme, Katalengire, akapewa jina "Itambikire" akapewa cheo cha dada rasmi wa mfalme.[141]

[141] Huyo ndiye dada pekee wa mfalme aliyepewa jina rasmi na mfalme kwa sababu kati ya Wafalme wote tuliowaona hatukuwahi kumwona mwingine aliyepewa jina kama hilo.

SURA YA XXIV[142]

SEHEMU YA 1

MFALME MUTATEMBWA (KABIITO)

Kwa kuwa mwanzo wa jina MU-na RU – una maana ileile mtakuta watu wengine wakimwita RUTATEMBWA.

Shujaa wa Mugana.

Radi zipigazo radi zingine zikanguruma.
Nyuki aletaye mafanikio.
Achukiaye kushindwa.
Mwana wa Ntumwa na Bilari.
Mchanga usuguao pembe za ndama zikawa nyeupe.
Utokao mtoni Kyamugera.
Bwawa livundikalo vibuyu vikawa vyeupe.
Litokalo Kakongoro.
Kijiti chenye bahati ya asili kutoka Tibakanda.
Avumishaye ngao kutoka Kyarubale.
Ruturami mwana wa Mwasha.
Kidole kirefu kati ya vitano cha Nyaita.
Giza lenye simba na chui.

[142] Hili ni kosa la pili kuonyesha sehemu katika Kamarampaka. Hii ilikuwa Na. XXI ya pili.

Aliyetoka kwa simba ambayeni mwiko.
Rukubakara Mwana wa Nyamunanage.
Apagawaye na Ufalme, mwana wa Mpanja.
Ajikitaye kati ya ngao nazo zikanyamaza.
Avaaye mavazi meupe, penye kisiki ajikwaapo havingoi vidole.
Bali humsimika ili apigane.
Rugaju mwana wa Rukandwa mwana wa Mutarashwa.
Mwana wa Watwa weupe, asili yake ni Kikerere.
Mwana wa mke wa Mulera na mke wa Ntware.
Wa Kashumba na Rwebaka.
Mwana wa Munyumyangabo na Kachwekeire.
Bulengere aliyeua watoto walioacha ziwa.
Uwanja wa nyumba ukachafuliwa.
Jicho lenye chongo.
Mla mchwa achimbaye visiwa.
Ataangusha kila kipandacho juu yake.
Aliyekula mali ya Rugaju macho yake hayatulii.
Thamani yake haitulii.
Alichoma fukutu panzi wakaruka mbuga yote.
Mimi ni jiwe lisilosukumwa kufyatua mtego.
Fimbo iliyowapiga wanyama wala kuku waliokuwa Mugana.
Kishamba cha migomba kisichoisha magugu.
Mswagaji wa uchawi, niliswaga ule uliokuwa Mugana.
Ngoma iliyosambaratisha kikundi cha Kahigwa mwana wa Misango.
Avaaye ngozi fupi, atokaye Nyarwere.
Alikuja akiambaa ziwa.
Akiogopa mchanga usimchome vidole.
Mawe ya Kimanywa.
Ncha za mikuki zilizo kama ngoma na madaraja.
Wakiweka vidole, hulia dandalilanda.
Pale Kambahire, nazaliwa Mukoilera, kundi la Rulinga.
Huko Bugombe nazaliwa Rutegwa-rwa-Nyasiro.
Mwana wa Igurwa na Kyebitembe.
Ga Mugana.

Ikulu ya Bukiza na Bwera
Wajomba wa mfalme watoka Karagwe
Ngoma ya Kakongo
Vikundi vya utamaduni vya Mfalme Mutatembwa
Mgogoro wa Ruganzi

Basi Mfalme Mutatembwa akaanza kutawala. Ikulu yake ikaitwa Bukiza. Maana yake amewazidi ndugu zake akili. Halafu alipiga ramli ili kujenga ikulu ya pili, akashauriwa kuijenga Bwera. Kwa hiyo akajenga ikulu Bwera na akaiita Buhanura. Maana yake: Tulishauri vema huyu kuwa mfalme wetu. Basi Mfalme Mutatembwa akakaa Bwera, Buhanura.

Siku moja mfalme Rutatembwa alijiliwa na wajomba zake Watwa kutoka Karagwe. Mmoja aliitwa Nkuba, wengine ni Rulinga na Rutengwa. Mfalme Mutatembwa alipoona wajomba zake alifurahi sana. Nkuba akampa Ihimbire Mziba-Kazi kama mke na kijiji Bugombe. Akawa mjomba rasmi wa mfalme. Mutahigwa, Mushaga, aliyekuwa na cheo hicho akaondolewa kwani Watwa, wajomba zake halisi wamefika. Rutahigwa alikuwa amepata cheo hicho kwa sababu alikuwa tumbo moja na Mukundwa, mama wa mfalme, lakini baba zao walikuwa tofauti, Rutahigwa akiwa Mshaga na Mukundwa akiwa Mutwa-kazi.

Nkuba alipopata cheo cha Mjomba rasmi wa mfalme, akapewa jina Rutahyabarwa. Maana yake anatisha kwa kuwa ni mjomba wa mfalme. Jina Nkuba likawa la mfalme mwenyewe kwa sababu yeye ndiye "radi" ipigayo watu.

Wakati huo Mfalme Mutatembwa aliwafanya watu wacheze ngoma iliyoitwa Kakongo. Hatujui maana yake. Watu wote waliofika kwake, wadogo kwa wakubwa, aliwaamuru wasimame wacheze kwa kuruka. Hakuna mtu ambaye hakumfanya aruke.

Watu wote wakamkasirikia wakisema, "Mfalme hana adabu, anafanya hata wazee na masharifu wacheze ngoma. Lakini mfalme hakuacha desturi hii. Mfalme Mutatembwa aliunda vikundi vya utamaduni vifuatavyo: OMUCHWA-KILEMIRE (watatuao matatizo sugu) huko Buyango; OMUZAHURA (warudishao matumaini) huko Bwera; na OMUTAKIBAZA (wasiojali) huko Bwanjai.

Ruganzi naye akajenga Bugombe ikulu akaipa jina: Kashekera. Pia naye akaunda vikundi vya utamaduni. Navyo ni MAGANDO na MUZAHURA. Akawakataza watu wote wasiende kwenye ikulu ya Mutatembwa. Basi naye akawa mfalme na kutisha sana.

Baada ya Ruganzi kuishi namna hiyo, kwa uasi bila kumjali Mfalme Mutatembwa, watu wawili Rushamangwa bini Tibikunda na Isisi bini Babonaki, wa ukoo wa Watundu, waliondoka kwao Kanyigo bila kujulikana wakafika Bwera, kwenye ikulu ya Mfalme Mutatembwa wakamweleza,

"Ingawa unachezesha watu ngoma, hata hivyo ameshakuasi Ruganzi
Buyombo bwa Ndama
Maziwa yanyonyeshayo maskini

Rwesingyamilinzi rwa Kashekera mbogo
Muramura uonyeshao mpaka kati ya ndugu wawili
Iguru lyera lya Nyamunyake."

Naye ameshajenga ikulu ya Kashekera pale Bugombe, karibu atapewa jina; anataka aitwe Magembe. Naye pia ameshaunda vikundi vya utamaduni kama vyako. Ameunda Amagando na Omuzahura' kwa hiyo naye ameshakuwa mfalme.

Maburi ga Muganga aliposikia hivyo akatoka Bwera akaja Kantare kwa Byarugaba bin Katunzi, ukoo wake Muziba, akajenga ikulu akahama kabisa kutoka Bwera.

Ikulu hii nayo aliita Bukiza kama ile ambayo alikuwa amejenga hapo awali; na aliijenga pale pale alipokuwa amejenga kwanza.

Alipohamia pale wazee wakamshauri wakisema, "Sasa tazama Ruganzi amekuasi, sasa wewe fanya urafiki na raia, viongozi wa koo wa Kanyigo. Fanya urafiki nao kwa kuwapa mali nyingi wasije wakafikiria vita. Ili hapo baadaye wakikuona wakukaribishe badala ya kupigana. Kwa mbinu hii utamshinda Ruganzi. Waambie na raia wako, pindi washambuliapo Kanyigo wasiwaue raia.

Mfalme akakubali ushauri wao akaanza kuwapelekea pesa wakuu wote wa koo huko Kanyigo, akiwahonga wasije wakamwasi. Aliwapelekea mali nyingi ili watu wasimwasi. Aliwapelekea mali nyingi lakini watu waliopeleka mali hiyo walikuwa wakienda usiku.

Baada ya kufanya urafiki na wakuu wa koo akapeleka na uchawi ili kumroga Ruganzi asipigane bali akose nguvu. Waliopeleka uchawi mara kwa mara majina yao ni haya: Rubaya-rwa-Kashegu; Mutundu wa Bukabuye, na Kamugasha-ka-Bikaka, Kibumbiro; ndio waliopeleka uchawi usiku.

Siku moja, walipokuwa wanapanga, huko ikulu ni nani apeleke uchawi, mtu fulani aliondoka akaenda akamwambia Ruganzi, "Weka ulinzi kwa sababu Mutatembwa atapeleka uchawi ili kukuroga." Basi Ruganzi akaweka doria usiku. Wale walipopeleka uchawi walitembea usiku sana wakapita kwa Ruganzi, wakaendelea ili kufanya uchawi upande wa Kitara. Walipofika Kashaawe karibu na Karogosho, watu wakawashika na kuwaleta kwa Ruganzi. Basi Ruganzi aliwashika na kuwafunga, halafu akawapiga sana. Wakati huo Majura Ichulenga, Mugahya wa Bukabuye, alikuwa ameenda nao. Lakini huyo alikimbia akawaacha wale waliowashika. Alifika ikulu akamwambia mfalme, "Kweli Ruganzi ameisha kuasi. Amewashika Kamugasha na Rubaya.

Mimi nimekimbia nikawatoroka. Lakini nimeacha wakiwafunga na kuwapeleka kwa Ruganzi."

Basi Mfalme Mutatembewa akapeleka habari kwa Katikiro Nyombi huko Bwera, na kwa Muraza, Mutaraara, na kwa Kabyoma Ruzinga akisema, "Ruganzi ameniasi kweli, kwani amewashika watu wangu bila ya kuniogopa na kuwafunga. Kwa hiyo ameniasi. Pigeni ngoma, tumshambulie.'

Mfalme Mutatembwa aliondoka yeye mwenyewe akaenda vitani. Alipita Kikongoro, wakakabiliana pale Rukwenge, mpakani mwa Bugombe na Kikukwe. Raia walio wengi wa Kanyigo hawakupigana, walikusanyika na kusubiri hapa na pale tu, bila kupigana kwa sababu Mfalme Mutatembwa alikuwa amewahonga kabla. Kikosi cha Ruganzi tu ndicho kilichopigana.

Walipopigana Ruganzi akajeruhiwa goti. Raia wa Ruganzi wakakimbia. Watu wa Mfalme Mutatembwa wakamfikia Ruganzi na kumkamata. Wakamleta kwa Mfalme Mutatembwa. Mfalme Mutatembwa aliona kuwa Ruganzi alikuwa mgonjwa siku nyingi akasema, "Nyinyi waongo wa kutupwa, huyu ndiye mnasema kuwa ameasi, na kumbe ni mgonjwa wa siku nyingi asiye na nguvu hata kidogo?" Halafu akaamuru, "Mpelekeni kijijini apumzike."

Baada ya hapo Mfalme Mutatembwa akaenda vitani ili ateke ng'ombe. Aliteremka na kwenda Bukwari.

Rubaya na Kamugasha waliokuwa wamefungwa na Ruganzi, wakatoroka wakatoka kifungoni, wakamkuta Mfalme Mutatembwa akiwa anateremka kuelekea Bukwari. Pale akajenga ikulu ya kufikia. Raia wa mfalme wakaenda kuteka ng'ombe huko Katembe na Rukinga. Waliwateka ng'ombe wengi sana.

Raia wa Ruganzi walivuka na kwenda Kitara. Viongozi waliokuwa wameasi na Ruganzi ndio hawa: Rwekunda, Kakira, Kayagi, Kibaka-kya-Rushengura, Katahunga, wote hao walikuwa wa ukoo wa kifalme. Raia wa kawaida walikuwa Rushaba-rwa-Kwezi, wote hawa walivuka na kwenda Kitara.

Watu wa Mfalme Mutatembwa walipoteka ng'ombe wakawaswaga na kuwaleta alipokuwa, Bukwari. Mfalme alikaa siku mbili Bukwari.

Raia wa Ruganzi walikuja usiku na kumtorosha na kumpeleka Kitara. Mfalme Mutatembwa akarudi nyumbani na kulala Bukabuye, kesho yake akaja mpaka kwake ikulu. Ruganzi alikwenda akaishi Ishango na Kanyabulemu.

Baadaye Rwekunda na Kakira-ka-Kibaka, walirudi na kuingia nyumbani kwao na kukaa. Baadhi ya watu wakaenda na kumwambia

Mfalme Mutatembwa wakisema, "Ingawa umekomesha uasi, hata hivyo hujafaulu, kwa sababu baadhi ya waasi wamerudi na kukaa katika nyumba zao."

Zikapigwa ngoma, mfalme mwenyewe akaenda tena vitani Kanyigo. Alipofika kule akachoma nyumba. Wale waliokuwa wamerudi kutoka Kitara, waliposikia kuja kwa mfalme wakarudi huko.

Mfalme Mutatembwa akaenda na kukaa Bukwari siku nyingi.

Raia wa Mfalme Mutatembwa wakatengeneza nguo nyingi sana za mirumba. Kila siku nyundo za kupiga magome zililia kama ngoma.

SEHEMU YA 2

RUGANZI ATUMA KWA KAITABA ILI AMRUDISHE KIZIBA

Kaitaba achoma moto ikulu ya mfalme ya Kantare
Mfalme Mutatembwa aja kunusuru ikulu yake
Kukanda kwa Kanyigo
Kukamatwa kwa Rwekunda
Rwekunda ahapa juu ya Rutukura na Nzairege
Mfalme Mutatembwa aipa Kanyigo kiongozi mpya
Kifo cha Ruganzi

Baada ya kukaa Kitara, Ruganzi alituma ujumbe kwa Kaitaba, mfalme wa Kyamautwara. Mjumbe wake alikuwa Rushaba-rwa-Rwakajabaga. Rushaba alienda na kumwambia Kaitaba alivyotumwa na Ruganzi. Kaitaba akapiga ngoma, akawatuma raia wake akisema, "Nendeni mkachome ikulu ya Mutatembwa wakati yeye yuko Kanyigo." Watu wakaja mchana wakachoma ikulu. Ngoma zikalia, watu wa ikulu wakakimbia.

Kutoka Kanyigo, Mfalme Mutatembwa alipoona ikulu yake inaungua, akarudi haraka kunusuru ikulu yake. Wakati ule ule wale akina Igangabura waliokuwa wanakwenda kutafuta na kuua watu wa Ruganzi nao waliona kuungua kwa ikulu wakaghairi kwenda mbele vitani wakarudi.

Mfalme alipoondoka, wafuasi wa Ruganzi walifika ikulu ya Bukwari wakawashambulia watu wa mfalme waliokuwa bado hawajaondoka. Wakamwua Hangi-Buzibira wakachoma na majumba. Mfalme alipoangalia nyuma akaona nyumba zinaungua. Halafu na mbele Bugombe alimokuwa apite kwenda kunusuru ikulu yake, na huko aliona nyumba zinaungua.

Basi mfalme akakosa la kufanya, akaenda na kulala Bukoko. Wafuasi wa Ruganzi walipoona ikulu ya Bukiza ikiungua walienda wakachoma Bukwari na Bugombe, wakiamini kuwa Kaitaba ndiye amechoma ikulu, na amekuja kuwasaidia. Basi wakatoka msituni walipokuwa wamejificha wakachoma Bukwari na Bugombe. Wale waliochoma nyumba hawakuwa wengi. Waliochoma Bugombe walikuwa wawili tu. Rutaliga na Barongo. Bugombe nayo ilichomwa na akina Kaboga, nao walikuwa kama watu 6 tu. Watu wa Mfalme Mutatembwa hawakufika kuona wanaochoma vijiji, waliogopa. Walipoona majumba yakiungua walidhani labda ni watu wengi, wakaogopa kufika pale kushuhudia. Siku hiyo kama wafuasi wa Ruganzi wangalikuwa wamekusanyika wote, kama wasingalikuwa wameshavuka kwenda Kitara, wangalimshinda Mfalme Mutatembwa. Kwa sababu naye alikuwa hajui la kufanya ndiyo maana alilala Bukoko. Alisema, "Nitaendaje? Nitokako nyumba zinaungua, niendako nyumba zinaungua, niende wapi?"

Usiku wafuasi wa Ruganzi, akina Barongo na Rutaliga waliingia tena misituni na kujificha. Kesho yake Mfalme Mutatembwa alitoka Bukoko akaenda kukaa Bukabuye. Halafu raia wa Kanyigo waliompenda mfalme walifika kwake akawapa mashamba mengine Buyango na Bwera. Huko Kanyigo waliogopa wafuasi wa Ruganzi wasije wakawachomea majumba.

Kwa hiyo Kanyigo yote ikakanda na kuharibika. Rwekunda kwa mara ya pili alitoka Kitara na kuingia nyumbani kwake Kihororo na kujikalia.

Mfalme Mutatembwa aliposikia habari zake akawatuma Ijugo na Muhangara na Rubali wampeleleze wamkamate na kumleta kwake.

Basi Ngimbwa na Ijugo na Muhangara, pia Orubuli wakaenda, wakampeleleza. Walipompeleleza, mwishowe Ngimbwa akamkamata. Basi wakarudi na kumleta kwa Mfalme Mutatembwa. Mfalme Mutatembwa alipomwona Rwekunda akafurahi sana. Alimpa Ngimbwa ng'ombe kama zawadi.

Mfalme Mutatembwa alipokumbuka kuwa Rwekunda aliwafunga wajumbe wake, na kuwapa chakula kichafu, na kuwa mgogoro wote ulitokana naye, akaagiza afungwe.

Basi mwuaji Rwabushore alikuwa ametoka Karagwe, akamfunga. Basi baada ya hapo Mfalme Mutatembwa akarudi kwake kutoka Bukabuye. Alipofika Rugendabarai walipokuwa wamechoma ikulu, akajenga ikulu mpya.

Mfalme akaamuru, "Rwekunda afungwe mikatale." Basi Rwekunda akaagiza waletwe ng'ombe wake wote walioitwa "Kalamba" (Togwa la ndizi). Rwekunda alikuwa tajiri sana. Ndiye aliwazidi wana wa mfalme wote kwa utajiri. Alikuwa amefuga ng'ombe wengi sana, halafu walikuwa wazuri. Aliwaita 'Akalamba' (Togwa la ndizi). Aliwatuma watu wake wakawalete kutoka Kitara akawatoa kwa mfalme kama malipizi. Na mfalme akawakubali.

Baada ya kuwapokea ng'ombe hao, Mfalme Mutatembwa akaamuru auawe. Ndugu zake akina Rwamuraza wakamtetea wakisema, "Mfalme Mtukufu, mwachilie kwa sababu ameshaisha nguvu, hataasi tena." Mfalme Mutatembwa akakataa, akasema, "Huyu ni mhalifu sugu, auawe."

Wana wa mfalme wakalipa ng'ombe wengine kama malipizi kwa ajili yake. Wakati yuko kifungoni Mfalme Mutatembwa alikuwa amemwagiza mwuaji wake Rwabushore akisema, "wakati Rwekunda anakula chakula anye mavi asikie harufu mbaya, ili naye ajue kuwa tendo kama hilo halifai." Rwabushore kila alipoona chakula cha Rwekunda kinaletwa alijisaidia. Baada ya Rwabushore kujisaidia, Rwekunda alighairi kula.

Baada ya kukaa kifungoni miaka mitatu, Mfalme Mutatembwa alimpeleka mbele ya Rutukura, ngoma ya Mwigara, na mbele ya Nzairege, ngoma ya Magembe na kumwapisha akisema, "Ukiasi tena, ngoma hizi zikuue." Kwani huku kwetu mtu akitenda uhalifu, na baadaye akamwambia mfalme kuwa hatafanya uhalifu tena, mfalme humwapisha mbele ya Rutukura na Nzairege. Mtu huyo akitenda uhalifu tena, ngoma hizo humwua.

Basi baada ya kumwapisha Rwekunda mbele ya ngoma hizo alimsamehe na kumrudisha nyumbani kwake Kihororo. Lakini baada ya kukaa Kihororo siku chache, alihama na kwenda Kyanika, akamfuata Ruganzi. Kujua kuwa ngoma hizo Rutukura na Nzairege huua kweli watu,

Siku chache baada ya Rwekunda kuhamia Kyanika alifariki dunia.

Baada ya hayo Mfalme Rutatembwa aliwarudisha raia Kanyigo. Mutehanga alimrudisha Kigarama; Kihama akamfanya mtawala wa Kikukwe. Rushubirwa akamrudisha kwake Bukwari. Mutehimbwa akamrudisha Kashenye, Kageshera alimrudisha Bushunguru na Kikambi akamfanya mtawala wa Nyangoma. Siku chache baada ya Kikambi kutawala Nyangoma, wafuasi wa Ruganzi wakamwotea na kumwua. Waziba akina Rushubirwa na Mutahimbwa wakaogopa. Wakachonga miti na kuitega karibu na vijiji vyao ili kuwachoma maadui pindi wajapo usiku kuwaotea wachomwe na miti hiyo.

Mfalme Mutatembwa akamfanya Ruhanga mtawala mpya wa Nyangoma. Ruhanga na Kakira walizaliwa tumbo moja. Ruhanga alipokaa Nyangoma siku chache kaka yake Kakira akamshawishi naye akahamia Kyanika kumfuata Ruganzi.

Siku chache baada ya kuondoka kwa Ruhanga, Ruganzi alimtuma Kakira na watu wake, wakaenda Kyamutwara kwa Kaitaba, wakashirikiana naye kuishambulia Kiziba. Walipokuja walikutana na raia wa Kiziba pale Kantare wakapigana. Wahyoza wakamwua Kabulabizi na kuwarudisha watu wa Kiziba nyuma. Watu wa Kiziba wakaingia msituni Kantare. Wahyoza wakachoma moto ikulu Rugendabara, wakakata na migomba. Halafu wakachoma kijiji chote cha Bwanjai moto na kukata migomba yote. Nao wakalala hapo hapo Bwanjai. Kesho yake Kaitaba akaondoka akarudi kwake Kyamutwara. Wafuasi wa Ruganzi nao wakarudi kwao Kyanika. Baada ya siku chache wakarudi tena wakashirikiana na Kaitaba kuichoma moto Kibumbiro wakalala Bugorora. Kesho yake Kaitaba akarudi nyumbani nao wakarudi kwao. Wafuasi wa Ruganzi wakarudi kwao.

Walipofika kwao wakakuta Ruganzi amekufa. Mgogoro wa Ruganzi tangu hapo ukaisha.

Wakati huo Mfalme Mutatembwa alikuwa amejenga ikulu mpya pale pale Rugendabara ilipokuwa ile ya zamani. Baadaye kidogo akajenga ikulu nyingine humo humo Kantare na kuiita Bukiza.

SEHEMU YA 3

RUTAIRUKA AENDA VITANI NA TIBAKYAGENDA KARAGWE

Mfalme aamuru watu wapande 'Makiko'
Kaitaba ashambulia Kiziba na kuchoma ikulu
Mfalme Mutatembwa amlipa Kaitaba jino la tembo na ng'ombe
Mutatembwa azidi kutoa kwa Kaitaba ng'ombe 5
Kaitaba amwachia Mutatembwa amani
Njaa iliyoitwa kanena-mpeke
Ugonjwa wa ng'ombe ulioitwa Rwakipumpuru
Kahuta ashambulia Ishanje na Muteranga
Vita ya Mundongo
Kimwani aitwa na Kaitaba kupiga Bugabo
Kabaka Mukaabya aishambulia Buvuma
Mfalme amteua Kajwahura kwenda kumsaidia Kabaka Mukaabya
Waziba wamwona mzungu wa kwanza

Mfalme Mutatembwa aliendelea kukaa kwake. Siku moja alikuja kwake mjumbe wa Kabaka wa Buganda, Mukaabya. Jina lake aliitwa Tibakyagenda. Tibakyagenda alifika Kiziba na kumtaka Mfalme

Mutatembwa ampe watu wa kwenda naye vitani Karagwe alipofia Kahima.

Mfalme Mutatembwa alipiga mbiu watu wakakusanyika. Akamteua Rutairuka, Mairangi-ga-Igarura kama kiongozi wa jeshi wa kwenda pamoja na Tibakyagenda Karagwe kumwua Rwegira; kwani alikuwa amemwasi mfalme wa Karagwe.

Walipofika kule wakapigana. Waganda wakamshinda Rwegira na kuteka ng'ombe wengi sana, kiasi kwamba hesabu yake haikujulikana. Baada ya kuwaswaga ng'ombe hao wakaja Bwanjai, Kiziba pamoja na ng'ombe hao. Wakati huo mwenye furushi la maharagwe aliweza kununua ng'ombe. Panga pia lingenunua ng'ombe. Hata na ndizi mbivu zilitosha kununua ng'ombe waliouzwa na Waganda. Kiziba watu wakapata ng'ombe wengi sana*. Halafu Waganda wakarudi kwao na ng'ombe wao.

Mfalme Mutatembwa akapata ng'ombe wengi sana. Alifanya makundi mengi ya ng'ombe. Ngo'mbe wengine akawagawa kwa raia wake. (Ndipo na Rutairuka, kiongozi wa jeshi alipopata ng'ombe wengi sana). Wote wakawa matajiri sana.

Mfalme Mutatembwa akaamuru watu wapande makiko.[143] Nchi ikalima sana. Raia waliokuwa wamehama na Ruganzi Kitara wakarudi nyumbani, ingawa baadhi walibaki huko.

Kankiko alirudi Ishozi kuhimiza kilimo. Butabire akaenda Kitobo. Mujunangoma akaenda kwake Rukurungo. Bikwarai akaenda Bugandika. Basi Kiziba ikalima sana.

Kaitaba, Mfalme wa Kyamutwara akasema, "Vipi Rutatembwa kulima hivi na kuleta maendeleo nchini kwake, bila kunipa chochote? Nani amempa ruhusu ya kufanya hivyo? Subiri nije niende niichome nchi yake naye afie humo." Maneno haya yalikuwa ni ujumbe aliomtumia Mfalme Mutatembwa.

Mfalme Mutatembwa alijibu, "Ufalme niliopata ni haki yangu; kama anataka kuja nipo atanikuta."

Kaitaba akasema, "Nilimwomba ng'ombe ili nimruhusu kulima akakataa, basi ngoja niende nikajichulie mwenyewe."

Basi akaleta jeshi lake na kuichoma moto Katendaguro na Rukurungo. Akaendelea mpaka Nyamuheshera akakabiliana na jeshi la Kiziba. Wakapigana sana. Kiziba wakashindwa. Maadui wakapanda mlima mpaka wakafika Bwanjai, wakaichoma moto na ikulu wakaichoma

[143] Maelezo ya Mfasiri: Inawezakana haya yalikuwa matuta yaliyolimwa katika matingatinga ili kupanda viazi vitamu (amakongora).

moto. Mfalme Mutatembwa akakimbilia Izinga. Jua lilipokuchwa Kaitaba akasema jeshi langu lote lirudi nyumbani usiku, lisije likauawa. Yeye Kaitaba akalala Bwanjai kwa sababu aliongoza vita hiyo yeye mwenyewe.

Maadui walikata na kung'oa migomba huko Bwanjai. Usiku huo Mfalme Mutatembwa aliwatuma wajumbe kwa Kaitaba na kuhonga ng'ombe mmoja na jino moja la tembo, akisema, "Niondokee kwangu."

Kaitaba alipopokea ng'ombe na jino la tembo, akaondoka na kurudi kwake akisema, "Mutatembwa anipelekee ng'ombe 100 ili niache kumshambulia. Alinitukana kwa sababu ya pombe, ndiyo inamkosesha adabu. Watu wa Kiziba ni afadhali kuwanyang'anya ng'ombe wao wote kuliko kuwanyang'anya pombe. Pombe kwao ni kitu muhimu sana." Baada ya hayo aliondoka na kurudi kwake Kyamutwara.

Mfalme Mutatembwa akatoka msituni akajenga ikulu pale pale kwake.

Halafu alimtuma Bwabe, Mwihuzi wa Bukwari ampelekee Kaitaba ng'ombe 5 akisema, "Hiyo ni gharama ya kukufanya utundike ngao zako." Bwabe akampelekea Kaitaba ng'ombe hao. Kaitaba aliwapokea ng'ombe hao na kusema, "Basi Mfalme Mutatembwa akae kwa amani, simchokozi tena."

Basi Bwabe akarudi kwa Mutatembwa akamwambia kuwa Mfalme Kaitaba amewasamehe. Kwa hiyo Mfalme Mutatembwa akakaa kwake, na raia wake wakalima sana.

Baada ya siku chache, njaa kubwa ikaingia nchini na kuwataabisha sana watu. Njaa hiyo iliitwa "Kanena - Mpake". Kabla njaa haijaisha vizuri, kukaja ugonjwa wa ng'ombe. Ng'ombe walikufa wengi. Ugonjwa uliowaua ng'ombe ulikuwa wa kuvimba matumbo. Waliochinjwa walitoa maji mengi tumboni. Ugonjwa huo uliitwa "Rwakipumpuru." Hata hivyo hawakufa wengi bali walikufa wachache na ugonjwa ukatoweka.

Siku hizo Kabaka Mukaabya alimtuma Kahuta kushambulia Ishanje kwa Rutahinzibwa. Kahuta alipokuja alimpelekea ujumbe Mfalme Mutatembwa akisemba, "Nitumie watu niende nao vitani Ishanje." Mfalme Mutatembwa akawatuma raia wake wakiongozwa na Muteranga wakajiunga na Kahuta wakaenda vitani Ishanje. Huko waliteka ng'ombe wengi. Kahuta akatoa baadhi ya ng'ombe akampa Mutelanga ili amletee Mfalme Mutatembwa. Baada ya hayo Kahuta akarudi kwao Buganda na watu wa Kiziba waliokuwa wameenda vitani pamoja na Mutelanga wakarudi Kiziba na kutoa kwa Mfalme ng'ombe waliowateka huko Ishanje.

Siku chache baada ya kurudi kwa raia wa Kiziba kutoka Ishanje, Mfalme Mutatembwa alipiga ngoma watu wakakusanyika. Aliwaambia, "Shambulieni Mundongo." Watu wakasema, "Sawa." Akamteua Rwabuyongo kama kiongozi wao. Basi wakaondoka wakaenda Mu-Ndongo wakapigana na Wanyoro. Katika mapigano hayo Rwabuyongo alimwua Kobugaba na Wanyoro wengine. Wanyoro wakamwua Kamugasha na kukimbia. Raia wa Kiziba waliteka ng'ombe wengi na kurudi nyumbani. Walipofika wakaleta ng'ombe mbele ya mfalme na kuwatoa kwake.

Wakati huo Kabaka wa Buganda aliwatuma watu wake wakiongozwa na Kimwani kwenda kuipiga Bugabo. Waganda walikuwa wameitwa na Kaitaba ili waipige Bugabo kwa sababu Mfalme Kahyoza wa Bugabo alikuwa amemwasi Kaitaba.

Kimwani akaja vitani akapitia Kiziba. Mfalme Mutatembwa akapiga ngoma raia wake wote wakakusanyika na kwenda na Kimwani Kyamutwara kwa Kaitaba. Kaitaba alipowaona Waganda akaondoka, akaenda kushambulia Bugabo. Mfalme Kahyoza akaingia pangoni akajificha.

Basi Bugabo ikaunguzwa, majumba yakaungua, wakakata migomba, wakateka ng'ombe wengi. Sehemu kubwa ya ng'ombe wakasalimishwa Kiziba, kwa sababu Kahyoza alikuwa rafiki wa Mfalme Mutatembwa. Ng'ombe waliotekwa walikuwa wachache. Walio wengi walisalimikia Kiziba. Pango alipojificha Mfalme Kahyoza lilijulikana kama Bushungwizi. Pango hilo hupatikana karibu na Kagya kuelekea ziwani. Kimwani alikaa Bugabo siku 4 akateka mali na ng'ombe, akarudi kwao Buganda. Kimwani aliwapa watu wa Kiziba ng'ombe wachache kama 20. Ng'ombe wa Kahyoza waliosalimika Kiziba wakarudi kwao. Mfalme Kahyoza akampa Mfalme Mutatembwa baadhi ya ng'ombe ili kumshukuru kwa kuwasalimisha ng'ombe wake.

Wakati huo Kabaka Mukaabya alishambulia kisiwa cha Buvuma, Bushoga. Kabla ya kwenda vitani alimtuma mjumbe, jina lake Tujunge, kwa Mfalme Mutatembwa akisema, "Nenda umwambie Mfalme Mutatembwa anipe raia wake ili niende nao vitani Buvuma." Tujunge, Muganda, akaja na kumwambia naye akapiga ngoma raia wakakusanyika.

Mfalme Mutatembwa akawauliza nduguze nani atajigamba kuongoza raia vitani. Wao wakanyamaza na kuogopa. Yeye akakasirika, akafyonya na akasema, "Tibanyururwa" (Watoto hawakui kwa kuvutwa). Basi akamwita mwanae Kajwahura na kusema, "Jina lako ni Tibanyururwa; kama ingewezekana ningewavuta mkalingana ndugu zangu walioogopa, ili mnifae. Basi akamteua Kajwahura akisema, "Ongoza raia wangu vitani Buganda." Hata raia walienda vitani wakinungunika, wakiogopa nao ni wachache tu waliokwenda vitani.

Basi Kajwahura akaenda Buganda, wakafika kwa Mukaabya, walimkuta kwenye ziwa la Kila, yeye mwenyewe akiongoza jeshi lake. Wakalala pale kwani ndiyo ilikuwa kambi ya jeshi, na kulikuwa na watu wengi mno. Kesho yake wakaabiri mitumbwi kuelekea kisiwani. Watu wa Buvuma walitoka kisiwani wakiwa wamepiga mbizi na kuikata mitumbwi ya Waganda. Waganda wengi walitumbukia majini na kufa. Waganda nao walienda na kotama na mundu na kuwachoma Wavuma wakiwa majini, na kuwachoma mikuki baadhi. Wavuma ni hodari sana kwa kupiga mbizi. Pale palikuwa na wazungu[144] wawili. Hawa walitengeneza daraja kutoka nje kidogo mwa ziwa na kuingia kidogo majini. Walipomaliza wakaweka mzinga wao pale na kuuelekeza Buvuma kisiwani.

Mzinga huo uliua Wavuma wengi sana, majumba ya kisiwani yakaungua. Halafu walimwambia Kabaka Mukaabya, "Tumeshawaua, sasa twende kisiwani, Wavuma hawana tena nguvu."

Waganda na Kabaka Mukaabya wakabishi na kusema, "Hapana, hawajafa." Unajua wakati huo watu walikuwa hawajaelewa nguvu za wazungu walidhani hawa walikuwa kama Baganda tu. Kiziba walikuwa hawajawaona.

Basi Mukaabya akarudi nyumbani, na Kajwahura akarudi nyumbani na kutoa taarifa kwa Mfalme Mutatembwa. Mfalme akamtunza Kajwahura kundi la ng'ombe na kuliita kundi hilo "Bavuma" kwa sababu alikuwa ameenda vitani Buvuma. Kajwahura alirudi kwake kwa furaha kubwa sana.

[144] Wazungu hao walikuwa mabwana Stanley na Darlington katika mwaka wa 1876.

SEHEMU YA 4

(MWAKA 1877)

Mfalme Mutatembwa awapa wanawe utawala
Shambulio la Waganda
Rutahinzibwa amwua Kishebeituka
Shambulio la Rwamuraza na Kyambarango kwa Rutahinzibwa
Rutahinzibwa amtuma Kagoro kwa mfalme Mutatembwa kuomba watoto wake
Rutahinzibwa amwua Njuuju

Watoto wa Mfalme Mutatembwa walikuwa wote wamesha kuwa watu wazima. Akataka kuwapa utawala katika ufalme wa Kiziba:

1. RUSHANZIRANA akampa utawala wa Kanyigo.
2. KAMUGUMYA akampa utawala wa Kibumbiro.
3. KAKYOGI akampa utawala wa Bwera, Rwamachwi.
4. RWEHABURA akampa utawala wa Bugandika, Kanoni.
5. KARUTAGAHWA akampa utawala wa Kikukwe.
6. KAJWAHURA akampa utawala wa Kabashana, Buyango.
7. KANYANDEKWE akampa utawala wa Katano, Ishozi.
8. KARWIHURA kampa utawala wa Ruzinga, Ruhija.
9. RUTALEMWA akampa utawala wa Bugandika, Mutukura.

10. RUBANGIRANA akampa utawala wa Rukurungo.
11. MUCHUMAIHE akampa utawala Kashenye, Kanyigo.

Wengine walikuwa bado wadogo wasioweza kupewa utawala.

Wakati huo Rwabuyongo ndugu wa Mfalme Mutatembwa alikuwa Kibumbiro, ambako alikuwa amemrithi ndugu yake Rutungabalenzi. Rwabuyongo akawa anakesha usiku kucha akicheza ngoma, aliwachinjia watu wake ng'ombe. Hata watu wa Kyamutwara walikuja na kulala kwake.

Kamugumya alipomwona Rwabuyongo jinsi alivyochezesha ngoma usiku kucha, na jinsi watu wa Kyamutarwa walivyokuja na kulala humo aliogopa na kumjulisha Mfalme Mutatembwa kuwa inavyoonekana Rwabuyongo anataka kuasi. Rwabuyongo akapata habari kuwa Kamugumya amemshitaki kwa mfalme. Habari hiyo ikamshtua akaogopa asije akashambuliwa na mfalme. Kwa hiyo aliamua kuhama. Akahamisha na ng'ombe wengi, wa kwake na wa watu wengine wa Kibumbiro. Alipofika Kyamutwara Mfalme Kaitaba akamfanya mtawala wa kijiji Kashaaru.

Mfalme Mutatembwa akampa Mashebe-ga-Kyoma, Muyango wa Bwanjai kutawala katika kijiji alimotoka Rwabuyongo.

Wakati huo walikuja Waganda chini ya uongozi wa Macholi,[145] mjumbe wa Kabaka. Macholi alikuwa ameitwa na Rwebogora ndugu yake Mankorongo, mfalme wa Buzinja. Mmoja alikuwa amemwasi mwenziwe. Macholi alipofika Kiziba, Mfalme Mutatembwa akamteua Kagambi-ka-Kageshera kwenda kumshambulia Mankorongo.

Walipofika Buzinja Mankorongo akashindwa. Macholi akaacha amemtawaza Rwebogora kuwa mfalme. Aliporudi, Macholi hakuwagawia watu wa Kiziba ng'ombe. Lakini wao walinunua baadhi ya ng'ombe kutoka kwa Waganda kwa kubadilishana na panga, mikuki na mapanga. Waliporudi, Macholi akarudi kwao Buganda.

Mankorongo alipotoka alipokuwa amekimbilia alimkuta Rwebogora Ikulu ameshakuwa mfalme. Mankorongo akamfukuza Rwebogora. Rwebogora akakimbilia Karagwe. Huko ndiko alifia. Mankorongo akaendelea kutawala Buzinja.

Baadaye Waganda wakiongozwa na Kagoro walifika nchini. Walikuwa wameitwa na Kaitaba ili wamwue Ntale mfalme wa Ihangiro. Kagoro alipofika Kiziba, Mfalme Mutatembwa alimchagua rafiki yake

[145] Watu hawakujua majina ya viongozi wa Waganda waliokuwa wanakuja kupigana. Waliwaita majina ambayo wao waliwapa. Sasa huyo Kacholi ndiye Katunzi Kibate.

Kihama, Muzira-mbogo wa Kikukwe, ili aende vitani na Kagoro. Walipofika Kyamutwara Mfalme Kaitaba akajiunga nao wakaenda kushambulia Ihangiro. Walipofika Kabwera wakakabiliana na kupigana na Wanyaihangiro. Wanyaihangiro wakashindwa na kurudi nyuma. Basi Ihangiro ikachomwa moto. Waliteka ng'ombe wachache, kama makundi 5. Wakati wa mashambulizi Wanyaihangiro waliwafukuza watu wa Kyamutwara na Kiziba na kuwaangusha katika genge refu lililoitwa Kahunjubwa.

Basi Kagoro akatoka vitani na kurudi Buganda.

Halafu Muganda,[146] Kyambarango, wakapeleka ujumbe kwa Mfalme Mutatembwa wakimtaka apeleke watu ili waende kuteka ng'ombe. Waganda hao walikuwa watu wa Kyambarango aliyekuwa ameshambulia Kamangoro mwana wa Rutahizibwa ili kumnyang'anya ng'ombe. Kamangoro alipigana na Waganda na kuwashinda. Ndio maana walimtumia ujumbe Mfalme Mutatembwa.

Mfalme Mutatembwa alipiga ngoma, raia wakakusanyika. Akamteua Muteranga kama kiongozi wa vita, watu wakaondoka na kufika Kyanika. Pale wakakutana na Kyambarango akawaambia, "Adui ndiye huyo. Piganeni mkateke ng'ombe."

Muteranga akaenda vitani na Waganda. Walipofika kwa Kamangoro wakakuta amechoka kwa sababu siku iliyotangulia alikuwa amepigana na Waganda. Kwa hiyo aliogopa na kukimbilia msituni akawaacha ng'ombe wake wote. Muteranga na Waganda wakawateka ng'ombe wengi sana. Kamangoro alikuwa tajiri sana wa ng'ombe. Kyambarango akawagawia watu ng'ombe na kumpelekea mfalme. Watu wakachinja ng'ombe wengi na kula nyama, wakarudi wakiswaga ng'ombe wengi. Walipofika wakamweleza mfalme na kumkabidhi ng'ombe waliowaleta.

Basi Mfalme Mutatembwa akawagawa ng'ombe hao kati ya watawala wa vijiji peke yao. Raia hakuwagawia, kwa sababu alisema, "Ng'ombe wenu mliwachinja na kuwala nyama." Raia wakakasirika na kusema, "Kamwe hatutakwenda tena kuteka ng'ombe."

Wakati huo Rutahinzibwa, mwana wa Mfalme Burungu II alimwua Kishebeituka, Mushaga, kwa sababu alikuwa anawashawishi Njuju, Ruchumita, Kibate na Ruhuza wasimtii Rutahinzibwa. Ikawa ndiyo sababu ya Rutahinzibwa kumwua.

Alipomwua, Njuju alienda Masaka kwa Kahuta na kumshitaki Rutahinzibwa kwa mauaji ya Kishebeituka.

---

146 Waganda wengine walikuwa hawatoki kwa Kabaka; bali walitoka Buddu ndiyo maana hawaonekani katika kitabu cha Buganda.

Basi Kahuta alituma wajumbe kwa Rutahinzibwa. Walipofika kwa Rutahinzibwa wakamwuliza kwa nini alimwua Kishebeituka.

Rutahinzibwa alikamata wajumbe wa Kahuta na kuwafunga; baadhi yao wakakimbia na kumpa habari Kahuta, ambaye alikuwa waziri mkuu wa Kabaka Mukaabya.

Kahuta aliposikia kuwa Rutahinzibwa amewafunga wajumbe wake alikasirika sana. Alituma ujumbe kwa Kabaka Mukaabya kumjulisha. Kabaka Mukaabya akatuma ujumbe kwa Kahuta akisema, "Chagua kiongozi wa vita aende kumshambulia."

Kahuta alimteua Kyambarango aende kumshambulia Rutahinzibwa. Kabla hajafika kwa Rutahinzibwa, Kyambarango alimtuma mjumbe wake, Nyamwanji, kwa Mfalme Mutatembwa akiomba mfalme ampe watu wa kumsaidia kumshambulia Rutahinzibwa. Mfalme Mutatembwa alimteua Rwamuraza aongoze raia wote na Waziba waende vitani na Kyambarango.

Rwamuraza na watu wake wa Kiziba walipita njia ya nyuma ya Rutahinzibwa. Kyambarango alipita njia ya mbele. Walikuja pamoja na Njuju aliyewaita wakamshambulia Rutahinzibwa. Rutahinzibwa alikimbia na kuingia katika msitu wa Itera.

Wakachoma moto ikulu ya Rutahinzibwa iliyoitwa Kabano. Wakamfukuza Rutahinzibwa huku wakiteka ng'ombe wengi. Ng'ombe wengine wakawateka katika msitu wa Kabale. Waliwashika mateka na watoto wawili wa Rutahinzibwa, mvulana na msichana, wakawaleta kwa Mfalme Mutatembwa.

Watu wa Rutahinzibwa walipoona kuwa watu wa Kiziba wameteka ng'ombe wao wakashambulia ili wawakomboe ng'ombe wao. Walipigana nao lakini watu wa Kiziba wakawaua watu wa Rutahinzibwa na kuteka ng'ombe wao. Waliua na kiongozi wao Kibambo. Walivusha ng'ombe walioteka mpaka Kiziba, baadhi ya ng'ombe wakapelekwa na Waganda, lakini Mfalme Rutahinzibwa yeye hawakumwua. Baada ya kuteka ng'ombe Waganda walirudi kwao; na watu wa Kiziba walirudi kwao pamoja na ng'ombe wao walioteka.

Walipofika wakawakabidhi ng'ombe kwa Mfalme Mutatembwa. Mfalme aliwagawa ng'ombe hao kwa wanawe na nduguze peke yao. Raia hawakupewa ng'ombe bali walipata wale waliokuwa wamewaficha na wale waliochinja. Baadhi ya wale waliokuwa wameficha ng'ombe, Mfalme alituma watu wakawanyang'anye ng'ombe hao. Lakini wengine hakuwajua.

Baadaye Mfalme Rutahinzibwa alituma mjumbe wake Kagoro kwa Mfalme Mutatembwa kumwomba amrudishie watoto wake wote wawili.

Kagoro alifikia kwa Kabyona Ruzinga. Huyu alimpeleka kwa Mfalme Mutatembwa. Kagoro alimwambia Mfalme Mutatembwa ujumbe wa Rutahimzibwa. Naye Mfalme Mutatatembwa akamrudishia watoto wake wote wawili. Kagaro akawapeleka mpaka kwa baba yao, Mfalme Rutahinzibwa huko Buganda.

Mfalme Rutahinzibwa alituma wajumbe wake kumshitaki Njuju kwa Kabaka Mukaabya akisema, "Aliwaita Waziba na Waganda wakaja wakachoma ikulu yangu." Wajumbe walikuwa na Kimunye, mwana wa Rutahinzibwa. Alipofika kwa Kabaka Mukaabya akamwambia ujumbe aliotumwa na baba yake Rutahinzibwa. Kabaka Mukaabya akatuma mjumbe akisema, "Nenda umwite Njuju nije nisikilize kesi yao na Rutahinzibwa." Mjumbe akaja akamwambia Njuju naye akaenda Buganda kujitetea. Basi mwana wa Rutahinzibwa akasema, "Njuju alimwasi Rutahinzibwa. Yule aliyekuwa anamfanya uasi, Rutahinzibwa akamwua. Kwa hiyo Njuju akawaita Waziba na Waganda wakachoma ikulu ya Rutahinzibwa."

Njuju akajitetea akisema, "Rutahinzibwa hanipendi. Mara kwa mara hunyang'anya ng'ombe wangu. Sasa alipotaka kuninyang'anya nikakataa ndipo alimwua mtu wangu."

Kabaka Mukaabya akahukumu Njuju kushindwa. Akamshika kamkabidhi kwa watu wa Rutahinzibwa wakamleta kwa Rutahinzibwa.

Rutahinzibwa alipomwona akasema, "Mbona sasa nimekukamata?" Njuju akajibu, "Bahati yako umenishika, je mimi ningekushika ningekufanyaje?"

Rutahinzibwa akasema, "Afadhali kushitakiwa na mzimu kuliko kushitakiana na mtu hai. Sasa ebu nikuue nitashitakiana na mzimu wako." Akamwua.

Baada ya kumwua Njuju, ndugu zake: Kibate, Ruchumita, Ruhaza na Isheikaza mwana wa Njuju wakahama, na ng'ombe wao wote wakarudi Kiziba. Mfalme Mutatembwa wote akawapa mashamba. Kibate na Ruhaza akawapa Kabingo. Lakini wote walipewa mashamba tu. Wao walikuwa na ng'ombe wengi sana halafu wazuri sana. Wakakaa Kiziba. Lakini ng'ombe wao wakaanza kufa. Ng'ombe wao walipokufa wakachukia na kuhamia Kitara tena. Ruhaza alikwisha kufa na Isheikaza hakuamua kuhama.

SEHEMU YA 5

(MWAKA 1877 - 1878)

Mfalme Rugomora aita Waganda chini ya uongozi wa Kitunzi kuipiga Kyamutwara
Mfalme Kaitaba awaua Waganda na Waziba
Kakooko wa Karagwe amwomba Mfalme Mutatembwa watu ili kumwua Rwegira
Kiziba yafedheheshwa huko Karagwe
Ugonjwa wa shotoka
Rwehabura aenda vitani Ihangiro pamoja na Waganda chini ya uongozi wa Wakibe

Wakati huo Mfalme wa Kihanja, Rugomora, alituma ujumbe Buganda kuwaita Waganda ili waipige Kyamutwara.

Jeshi la Waganda likaja; Kabaka wa Buganda alimchagua Kacholi, Kitunzi kama kiongozi wao. Alipokuja alipita Kiziba. Mfalme Mutatembwa alipiga ngoma watu wakakusanyika, akamchagua mwanae Kamugumya kama kiongozi wao. Akaenda vitani pamoja na Kitunzi.

Basi wakaenda Kihanja. Mfalme Rugomora alipowaona Waganda, akaishambulia Kyamutwara. Mapigano yaliendeshwa Kageye. Walipigana sana. Kwanza Waganda waliwarudisha nyuma watu wa Kaitaba waliwafukuza mpaka Kishogo. Pale walikuta vikosi viwili vya Kaitaba "Omuguruka, n'Omutabazi" chini ya uongozi wa Rwabuyongo.

Vikosi hivi viliinuka na kuwaua Waganda. Waganda wakakimbia, halafu wakafa kwa wingi. Wana wa Mfalme Rugomora walikufa wawili, raia walikufa kwa wingi. Watu wa Kiziba hawakufa kwa wingi. Walikufa 3 tu. Kitunzi alipoona kuwa watu wake wamekufa kwa wingi na jua limekuchwa, akaacha kupigana akarudi nyumbani. Rugomora alirudi kwake Kihanja na Kitunzi akarudi kwao Buganda.

Siku moja Mfalme Mutatembwa alipokea wajumbe wa Kakoko kutoka Karagwe. Kakoko alikuwa mlezi wa Ruhinda, Mfalme wa Karagwe. Wajumbe wa Kakoko wakamwambia Mfalme Mutatembwa, "Anaomba umpelekee majeshi ili yaende kumfukuza Rwegira, aliyeasi."

Mfalme Mutatembwa alipiga ngoma, raia wote wa Kiziba wakakusanyika na kwenda vitani. Alimchagua Kihama, mtu wa Kikukwe, Kanyigo kama kiongozi wa vita. Waliondoka na kufika kwa Kakoko. Mara Kakoko akaondoka nao kumshambulia Rwegira. Wakakabiliana na kupigana. Rwegira akawashinda na kuwafukuza watu wa Karagwe na Kiziba. Karagwe na Kiziba wakakimbia na kufa kwa wingi sana. Wana wa Mfalme wa Kiziba waliokufa walikuwa Rushanzirana, Kanyamurongo, Mwikambele na Rutairuka. Raia walikufa wengi sana na kiongozi wao Kihama akafa pia. Jumla ya raia waliokufa haikujulikana hata kidogo. Safari hiyo raia waliokwenda vitani walikuwa wengi. Walirudi nyumbani vikundi vikundi. Kiziba hakukuwa na aliyeomboleza kwa ajili ya mwenzie bali kila familia ilikuwa na kilio. Vita hiyo hata leo inajulikana kama "IHWERO" iliyoteketeza watu wengi mno.

Watu walionusurika wakaja Kiziba. Mfalme Mutatembwa akachanganyikiwa na kusikitika sana kuona watu wake wakifa wengi hivyo. Akawaambia raia, "Msiomboleze, njooni kwangu niwape pombe mkanywe na madume mkachinje na kula ili mjitulize." Alikuwa anaogopa wafalme wengine wasipate habari za kuteketea kwa raia wake na kuja kumshambulia. Kwa hiyo watu wakanyamaza na kuomboleza kimyakimya. Tangu hapo haijatokea Kiziba kupoteza watu wengi kama katika "IHWERO" la Karagwe.

Waganda wakaja vitani tena.[147] Safari hii waliitwa na Kakoko. Kiongozi wa vita safari hiyo alikuwa Ngobya. Ngobya alifika kwa Mfalme Mutatembwa naye mfalme akampa ng'ombe 50 achinje na ale. Ngobya akamwambia Mfalme Mutatembwa, "Nipe raia twende vitani." Wakati huo raia wa Kiziba walikuwa wamekufa wengi. Hawakupatikana watu wa kwenda vitani.

---

[147] Hii ilikuwa katika mwaka 1873 - 1874.

Ngobya akaenda vitani Karagwe. Akamshinda Rwegira na kumfukuza nchini, akakimbilia Kishaka na Rwanda.

Mfalme wa Karagwe Ruhinda na mlezi wake Kakoko ndipo wakapata amani. Ngobya alirudi na ng'ombe wengi sana na kwenda kwao Buganda. Wakati huo Kiziba walipata wale walionunua tu, kwa sababu hawakwenda vitani. Siku chache baada ya kuondoka kwa Ngobya, ukaingia ugonjwa wa ng'ombe. Walipochinjwa walionekana mapafu yao yamevimba sana. Huo ndio ulikuwa ugonjwa uliowaua. Nao ulijulikana kama SHOTOKA au KAHAHA. Hata hivyo ugonjwa huu haukuua ng'ombe wengi. Makundi machache ndiyo yaliathirika, yaliyo mengi yalisalimika.

Siku chache baada ya ugonjwa huo kutoweka, Kabaka Mukaabya alimtuma Kakumba kwa Mfalme Ntare wa Ihangiro. Kakumba alipita Kiziba akaenda Ihangiro. Huko alikuta Mfalme Ntare akiwa mgonjwa. Watu wa Mfalme Ntare walimkamata Kakumba na kumpiga. Baada ya kumpiga walimwachilia akarudi kwao. Kakumba alirudi Buganda na kumwambia Kabaka Mukaabya alivyopigwa. Kabaka Mukaabya alikasirika sana akatuma jeshi la Waganda chini ya uongozi wa Wakibe ili waende kuipiga Ihangiro.

Wakibe akaja vitani, akapita Kiziba, Mfalme Mutatembwa akampa watu wa kwenda naye chini ya uongozi Rweshabura. Rweshabura na Wakibe wakaondoka wakaenda kushambulia Ihangiro. Walipofika huko wakakuta Mfalme Ntare ameshakufa na ametawala mwanawe Nyarubamba. Basi wakaipiga Ihangiro na kuteka ng'ombe wengi na kurudi Kiziba. Wakibe akarudi Buganda.

Siku chache baada ya Wakibe kurudi Buganda, Kigaju wa Buzinja alituma ujumbe kwa Kabaka Mukaabya akiomba jeshi la Waganda ili amshambulie Rwoma.[148]

Kabaka Mukaabya alimtuma Pokino Tebukoza* kwenda vitani Buzinja. Pokino Tebukoza akafika kwa Kigaju wakamshambulia Rwoma. Waliua watu wengi wa Rwoma na kuteka ng'ombe wengi sana. Ng'ombe hao walijulikana kama NGWEBE.

Tebukoba akarudi na kwenda kwao Buganda.

---

[148] Vita hiyo ndiyo inajulikana Kiziba kama ya Gabunga, lakini siyo kweli sababu Gabunga hakwenda vitani na Kigaju. Gabunga alikwenda vitani Buzinja na kufa huko. Lakini vita yake siyo ile ya Kigaju. Wakati wa Kigaju kiongozi alikuwa Pokino Tebukoza.

SEHEMU YA 6

(MWAKA 1883)

Njaa iliyojulikana kama Iramba
Waganda chini ya Ndalike washambulia Rushuubi
Rubambura afia Rushuubi
Kuhama kwa Mpinzirohai
Kurudi kwa Rwabuyongo
Tauni yaingia Kiziba
Mashambulizi ya Busheenya

Siku chache baada ya jeshi la Tebukoza kuondoka watu waliona angani ulimi wa ya moto uliowaka sana, kwa muda wa siku kadhaa. Watu walishangazwa na moto huo kwa sababu tulikuwa hatujawahi kuuona, hiyo ndiyo ilikuwa mara ya kwanza. Baada ya kuondoka moto huo ikaingia njaa kubwa nchini. Njaa hiyo iliua watu wengi, hasa Ihangiro kila mmoja alidhani watu wamekufa wote. Basi njaa ikaua watu wengi, ila Kanyigo ndiyo sehamu ambayo haikuathirika, kiasi kwamba Mfalme Mutatembwa watu waliokuwa katika dhiki kubwa aliwapeleka Kanyigo, na wengi waliponea huko. Hali ilikuwa mbaya kiasi kwamba, watu waliopanda viazi vitamu hawakuweza kuvila kwa sababu vilitoa harufi mbaya. Njaa iliyo ilipewa jina la "IRAMBA."

Wakati bado tupo katika njaa hiyo Kabaka Mukaabya alimtuma Ndalike kumshambulia Kibogora huko Rushuubi.[149] Ndalike alishambulia Rushuubi akaipiga na kuteka ng'ombe wengi. Halafu Rubambura, mfalme wa Koki alifia huko Rushuubi kwa sababu alikuwa ameenda vitani na Ndalike. Aliuawa na adui.

Basi Ndalike alirudi kupita Kiziba. Njaa ilikuwa bado inatesa nchi. Yeye akaja na ndui, nayo ikaua watu na njaa ikaua wengine. Hasa Kibumbiro watu walikufa wakaisha, kwani Waganda walikuwa wamepita huko. Ndalike alirudi Buganda. Wakati huo Karutasigwa mwana wa Mfalme Mutatembwa alikuwa amepewa utawala wa Kanyigo na alikuwa Karogosho. Siku chache baada ya Ndalike kurudi Buganda, Kabaka Mukaabya aliaga dunia mnamo mwaka 1884.

Wakati huo Mpinzirohai alihama kutoka Kyamutwara na kuja Kiziba. Mfalme Kaitaba ndiye aliyekuwa amemfukuza. Alihama na ng'ombe wake wote akaja Kiziba.

Wakati huo pia Rwabuyongo mwana wa Mfalome Ruhangarazi aliyekuwa amehamia Kyamutwara, Mfalme Kaitaba akamfukuza akarudi Kiziba. Sababu ya kufukuzwa kwake ni kuwa binti wa Kaitaba, Masheisa, alichukua mimba na Mfalme Kaitaba akadai kuwa ilikuwa mimba ya Rwabuyongo na kwa hiyo akamfukuza akarudi Kiziba. Rwabuyongo alirudi na ng'ombe wake wote. Hii ni kwa sababu Mfalme Kaitaba aliagiza ahame na ng'ombe wake wote, na wale ambao alikuwa amewapa raia wa Kaitaba nao ahame nao. Mfalme Kaitaba alikasirika sana alipoona binti yake anakufa kutokana na mimba hiyo. Basi Rwabuyongo alirudi na ng'ombe wengi sana. Aliporudi Mfalme Mutatembwa akampokea kwa furaha. Akampa mahali pa kufikia: kwa Kyamutusa, Mwihuzi wa Kijunja. Rwabuyongo akalala pale. Kesho yake akamletea Mfalme ng'ombe 40 kama ishara ya kumsalimia Mfalme. Mfalme Mutatembwa alifurahi sana kumwona Rwabuyongo anarudi kutoka Kyamutwara na ng'ombe wengi sana. Basi akamwambia Rwabuyongo toa ng'ombe 50 nikupe utawala wa kijiji. Rwabuyong akatoa ng'ombe hao 50 mfalme akampa vijiji vya Kyazi, Musibuka, Rubumba na Nshegenyia.

Wahyoza walioona kuwa na Mpinzirohai amehama na ng'ombe wengi, walimfuata ili kumnyang'anya ng'ombe wake. Lakini na watu wa Kiziba

[149] Vita hiyo inaonekana katika kitabu cha Bassekabaka sehemu ya XVI, uk. 132 lakini jina Ndalike halionekani wala Buganda hawasemi kuwa Lubambura alifika Buzinja. Tena kweli Lubambura alipotoka vitani Kabaka Mukabya ndipo alikufa. Na Kiziba wanasema kuwa Ndalike alipotoka vitani alikaa Buganda siku chache Kabaka akafariki. Bila shaka ndiyo vita yenyewe lakini jina la kiongozi ndilo wazee wa huku walisahau.

waliosikia kuwa anakuja wakaja njiani kumlaki. Wana wa Mfalme akina Rubangirana, Nyakayango na Rweshabura na watu wao ndio walikuja kumlaki. Walikutana naye njiani na Wahyoza wakawa wamefikia. Wahyoza na raia wa Kiziba wakapigana. Waziba wakawashinda Wahyoza na kuwanyang'anya ng'ombe waliokuwa wameteka. Lakini Wahyoza wakamwua Kikoba. Kwa hiyo Waziba wakamleta Mpinzirohai ikulu pamoja na ng'ombe wake wote. Mfalme Mutatembwa aliwashukuru na kumpa Mpinzirohai shamba Bwanjai.

Basi Rwabuyongo akakaa kwa amani, alikuwa akiwagawia watu, wanawake na ng'ombe, halafu alikuwa akiwapa watu vyakula na vinywaji. Mfalme Mutatembwa alimpenda sana. Alimfanya msaidizi wake. Alimpa kazi ya kuhukumu raia wote. Akampa na ruhusa ya kuua wahalifu apendavyo. Halafu alimpa mkuki akamfanya kamanda wa kuwaongoza raia wote vitani. Alimpa na jina lake la ujana Kabiito. Kwa hiyo Rwabuyongo akaitwa Kabiito.

Wakati huo mwanamme mmoja aliyeitwa Mugengere, ukoo wake Musaizi, tena mtu wa Kigarama aliondoka akaenda kuchuma mali Butumbi. Baada ya kupata mali alirudi. Wakati wa safari yake ya kurudi akafika Ishanje na kulala pale. Watu wakamwambia kuwa nyumbani alipolala kuna ugonjwa mbaya sana unaoua watu ulioitwa Rubunga.

Mugengere aling'angania kulala humo, akisema, "Hamna shida, nitalala humo, kwa sababu Waziba sisi hatuuawi na Rubunga." Kwani wakati huo wazee walisema kuwa Rubunga hauwi watu wa Kiziba. Walikuwa wanajisemea tu bila kujua wasemalo. Rubunga ulikuwa haujawahi kuja Kiziba, ndiyo maana walisema hauui watu Kiziba.

Basi Mugengere akalala katika nyumba hiyo, kesho yake alifunga safari na kufika kwake Kanyigo. Nyumbani kwake alilala siku mbili wanawe wawili wakafa siku moja. Watu wakaenda kwa Mugengere kuomboleza. Walioingia kwake wakauawa na Rubunga.

Mtu alipokuwa anaambukizwa na Rubunga hakuugua siku mbili, bali alishikwa na tezi na kufa mara moja. Kwa hiyo waombolezaji waliofika kwa Mugengere hakubaki hata mmoja, wote walikufa sawia. Basi Rubunga ukaenea katika vijiji vyote na kuua watu. Kulikuwa hakujawahi kutokea ugonjwa wa kuua watu kama Rubunga.[150] Ugonjwa wa Rubunga uliua watu wengi sana. Kama mtu alihamia, kwa mfano, Kyamutwara, ugonjwa huo ulimfuata kule na kumwulia huko bila kuwaathiri watu wa kule alikohamia. Hata kama mtu angalikimbilia msituni, Rubunga ulimfuata huko msituni na angalifia huko.

---

[150] Ugonjwa wa Rubunga (tauni) ulitokea katika mwaka wa 1884.

Nchi ikapata pigo kubwa; watu wakaadhirika sana. Rubunga uliua watu wengi na kukaa nchini miaka mingi. Mtoto ambaye baba na mama yake waliuawa na Rubunga akiwa mdogo, alikua na kuzaa mtoto wa kwake na bado Rubunga uliendelea kuua watu.

Wakati huo Kabaka Mwanga alimtuma Kahuta kushambulia msitu wa Busheenya.[151] Msituni humo kuliishi waasi waliokuwa hawajali sheria. Walisema msitu huo ndio mfalme wao, waliupa jina "Muzaire" (Mzazi) wakisema kuwa ndio baba yao.

Basi Kahuta akatuma ujumbe kwa Mfalme Mutatembwa akisema, "Peleka raia washambulie kutoka upande mmoja nami nishambulie kutoka upande mwingine tuuwe watu walioasi na kuishi msituni." Mjumbe akaja na kumjulisha Mfalme Mutatembwa. Mfalme Mutatembwa alipiga ngoma, raia wakakusanyika. Mfalme akamteua ndugu yake Rwamuraza kuongoza shambaulio hilo la Busheenya. Alimkuta Kahuta akiwa katika Ngando za Kikomo. Wakashambulia msitu na kuteka ng'ombe wengi sana. Waliimwua kiongozi aliyekaa msituni. Jina lake Rwabusingire. Waliteka ng'ombe wengi mno. Raia wa Kiziba walitorosha wengi na kuwavusha usiku. Hata hivyo kesho yake Kahuta akawagawia wengine wengi sana.

Rwamuraza akarudi Kiziba na ng'ombe wengi sana. Mfalme Mutatembwa akaunda kundi la ng'ombe alililoiita "Muhambira." Akiwa na maana alipeleka raia wake wakateka ng'ombe na kuwasaidia Waganda. Kundi hili liliwekwa chini ya uongozi wa Muziba wa Nyabutaizi Rwakishaija. Ng'ombe waliobaki akawagawanya kati ya raia wake. Ng'ombe hao walipofika walijaa na kuzagaa ikulu. Wana na mabinti wa Mfalme wakawachinja, huyo mmoja, huyu wawili na zaidi, jinsi walivyokuwa wengi sana. Rwamuraza kiongozi wa shambulio naye alipeleka ng'ombe wengi sana. Kahuta alikuwa amepelekwa na Mfalme Mwanga, kwa kuwa Kabaka Mukaabya alikuwa ameshafariki.

Baada ya siku chache baadaye, Kahuta akamtuma Kyambarango kushambulia tena Busheenya. Kyambarango akaja. Safari hii Mfalme Mutatembwa alimtuma Kabyoma. Wakafanya shambulizi, wakateka ng'ombe wengi wa Ndimwera. Kyambarango akamgawia Kabyoma sehemu yake. Kyambarango alirudi Buganda na Kabyoma alirudi Kiziba na ng'ombe wasio wengi sana, makundi kama 2. Mfalme Mutatembwa akayagawa kati ya viongozi wa vijiji na raia.

---

[151] Katika kitabu cha Buganda kuna vita moja tu ya kunyang'anya ng'ombe msituni Busheenya zamani za Kabaka Mukaabya. Na kiongozi alikuwa Pokino Mukasa. Inawezekana wakati wa Kabaka Mwanga Waganda wengine walikuja kunyang'anya ng'ombe Busheenya lakini katika kitabu cha Bassekabaka vita hiyo haionekani.

Baadaye Kahuta alimtuma Mahulugungu ili ashambulie tena Busheenya. Mahulugungu alituma ujumbe kwa Mfalme Mutatembwa naye akamtuma Kyombyangabo. Wakaingia Busheenya. Safari hii na Kaitaba alikuwa amekuja mwenyewe baada ya kualikwa na Waganda. Waliteka ng'ombe wengi sana na kurudi nyumbani. Mahulugungu alirudi Buganda. Kyombyangabo alirudi Kiziba na ng'ombe wengi. Mfalme Mutatembwa akawagawia raia na viongozi wa vijiji. Halafu akachagua baadhi wakawa wa kwake.

Baadaye Mfalme Mutatembwa alipata habari kuwa kulikuwa na ng'ombe wengine Busheenya. Akakaribisha msaada wa Wahendangabo wa Bugabo. Yeye akamtuma Butabire kama kiongozi wa raia wake. Walishambulia Busheenya na kuteka ng'ombe wa Kagunju ka Bashalira. Safari hiyo waliteka kundi moja la ng'ombe lakini lilikuwa na ng'ombe wengi kama 400.

Walirudi Kiziba, Mfalme Mutatembwa akawagawia raia na viongozi wao. Katika msitu wa Busheenya kulikuwa na ng'ombe wengi sana. Walikuwa wanatoka Nkole na nchi nyingine. Wenye ng'ombe walikuwa wanaingia humo ili kuishi kama waasi wa sheria. Lakini waliponyang'anywa ng'ombe wao mara kwa mara kwa muda mrefu waliondoka msituni humo wasirudi tena. Busheenya kukabaki wanyama mwitu tu.

SEHEMU YA 7

KIFO CHA KAITABA NA KUFUKUZWA KWA RUTAIZIBWA

Mukotani atawala Kyamutwara
Kyamutwara yapigana na Kiziba
Kifo cha Karwihura
Mapigano ya Kasharazi
Mfalme Mutatembwa amtuma Kamangoro kumsaidia dhidi ya watu wa Kyamutwara
Kyamutwara yawaua watu wa Kiziba
Kamangoro ahama na kurudi Buganda
Mutatembwa ashambulia Butainamwa
Kifo cha Ruhagara
Vita kati ya kyamutwara na Kiziba
Kuchomwa moto kwa Irangara na ushujaa wa Karutasigwa

Wakati huo Mfalme Kaitaba akawa hajiwezi. Mfalme Kaitaba alikuwa anampenda sana mwanawe Rutaizibwa. Pia ndiye alitaka awe mrithi wake. Alimpenda sana hata ndiye aliyekuwa anakamua maziwa ya mfalme. Lakini raia wa Wankango walimpenda Mukotani.

Rutaizibwa alikuwa amefanya urafiki wa kuchanjana na Rweshabura, mwana wa Mfalme Mutatembwa. Kwa hiyo Rutaizibwa alimwomba Rweshabura ampelekee raia wa kumsaidia kupigana na ndugu zake ili apate kuwa mfalme baada ya kifo cha baba yake.

Basi watu wakatoka Bugandika kwa Rweshabura wakaja kwa Rutaizibwa kijijini Kiziru. Ndugu zake na raia wakafika kwa Mfalme Kaitaba na kumwambia hivi, "Mfalme, Rutaizibwa ameasi. Anataka kutawala Kyamutwara hata kabla hujaaga dunia. Ameenda Kiziba na kuomba wapiganaji ambao hata sasa wako nyumbani kwake wakisubiri. Kama tusingekuwapo angekuwa ameshakuua ili atawale yeye."

Mfalme Kaitaba akasema, "Nendeni mkamfukuze, na watu wa Kiziba mkawaue." Ndugu zake na raia wakaenda Kiziru na kuwapiga watu wa Kiziba kwa bunduki. Siku hiyo ndipo Muntu alimwua mziba kwa risasi. Watu wa Kiziba wakakimbia na kupita msituni Rwasina, wakarudi Kiziba. Rutaizibwa naye akakimbia nao akahamia Kiziba. Siku hiyo alilala Kibaju, Rukurungo. Kutoka hapo mfalme alimpa shamba Kijumo.

Baada ya Rutaizibwa kukaa Kiziba siku nne, Mfalme Kaitaba akaaga dunia. Baada ya kufa kwake mwanawe Mukotani akatawala.

Baada ya siku chache watu wa Kyamutwara wakashambulia Kiziba. Walifika kwenye Bwazi, Kyendanzigu. Kiziba ngoma zikapigwa na wakakabiliana nao na kupigana. Watu wa Kiziba wakamwua Mulisa bini Bashaijabana, Munkango, alikuwa mtawala wa kijiji. Basi Wahyoza wakakimbia na kuingia msituni Rwasina na wengine vichakani. Baadhi ya watu wa Kiziba walikuwa wameenda na mizigo yao, wakisema, "Tukimfikisha Rutaizibwa kwao, akawa mfalme, basi tukae nae kwa muda ili kumpa nguvu." Walifika Kashenge na wakaichoma moto. Basi vita ikahamia Katoma kijijini.

Ilipofika jioni watu wa Kyamutwara wakainuka na kuwafukuza watu wa Kiziba. Ndipo walimwua Karwihura mwana wa Mfalme Mutatembwa. Siku hiyo upande wa Kiziba walikufa watu 60. Wana wa mfalme walijificha misituni na katika matingatinga ya Kyawanumi. Karwihura alifia katika mbuga ya Gera akiwa anakimbia kuingia katika tingatinga. Karwihura alikuwa shujaa sana. Ndiye alikuwa mtawala wa Ruzinga, Ruhija. Hata na Mfalme Mutatembwa alikuwa akimwamini sana mwanawe huyo Karwihura. Baada ya mauaji hayo, watu wa Kyamutwara wakarudi kwao na wale wa Kiziba wakaruid kwao. Rutaizibwa naye akaendelea kukaa Kijumo. Tangu hapo hapakuwepo mtu wa kufikiria kumpeleka Rutaizibwa Kyamutwara.

Baada ya hapo Mfalme Mukotani aliwatuma raia wake wakiongozwa na Kaijage Ishamako, wakashambulia Katendaguro. Walichoma moto nyumba chache. Watu wa Kiziba wakainuka na kuzima moto; wakamjeruhi mtu mmoja, mwana wa Mfalme Kaitaba. Upande wa Kyamutwara walikufa watu wawili, basi wakarudi kwao. Kiziba hawakumpoteza hata mtu mmoja.

Wakati huo mfalme Mutatembwa alifikiwa na Kamangoro, mwana wa kaka yake Ruganzi. Alihama kutoka Kitara pamoja na raia wake na mali yake yote. Mfalme akaagiza apewe mashamba Bukwari.

Baada ya kukaa Bukwari siku mbili, Kamangoro na watu wake walifika ikulu wakiwa na bunduki nyingi sana. Mfalme Mutatembwa akamweleza jinsi Kyamutwara walivyo na nguvu sana. Kamangoro akasema, "Nitawakomesha na bunduki zangu."

Siku ya pili mfalme akapiga ngoma raia waote wakakusanyika. Wakaenda vitani kupitia Ishozi. Kyamutwara nao wakapiga ngoma, raia wakakusanyika wakaenda vitani. Walikutana Kasharazi katika mbuga ya Ruhoya wakapigana. Wahyoza wakasambaa Kiziba. Watu wa Kiziba wakalipua bunduki lakini bila mafanikio. Watu wa Kiziba wakakimbia. Kati yao akafa Kiragwe, Mugiri wa Ruzinga, na Kaboni, Mwende wa Kafunjo na Kinyomo, Mbango wa Bwanjai; na wengine wengi ambao hatukumbuki majina yao waliuawa.

Basi Kiziba wakarudi nyumbani, na Kyamutwara wakarudi kwao.

Baada ya siku chache Kamangoro akawa hakuridhika, akasema, "Mfalme hakunipokea vizuri kwa sababu hakunipa utawala wa kijiji chochote." Basi akakasirika na kurudi Kitara. Baadhi ya raia wake ambao walikuwa hawapendi Kitara hawakurudi huko bali walibaki Kiziba. Hawa ni akina Ngimbwa, Omushaga na wengine.

Mfalme Mutatembwa alipiga ngoma na kuagiza wana wa kifalme na raia washambulie na kuchoma moto Yombwe. Basi raia walishambulia Yombwe na kuchoma moto Butainamwa na vijiji vingine. Jioni Wahyoza waliinuka na kuwafukuza wakawatumbikiza katika mto wa Ngono kwenye kivuko cha Kansinda na kuua watu 3 kati yao. Lakini kikosi kingine cha raia wa Kanyigo wakafika ili kusaidia wenzao wa Kiziba. Wahyoza wakaogopa na kurudi nyuma. Watu kama 7 walikufa kati yao, basi wakarudi kwao.

Baada ya siku kama 5, Kiziba wakashambulia Kyamutwara tena kutoka upande wa Kibumbiro, wakachoma moto Ruhagara. Walipoichoma moto wakaua humo watu kama 3. Na watu wa Ruhagara wakamwua Kihuku bini Rugogo Mugahe wa Kijunja. Basi watu wa Kiziba wakarudi nyumbani.

Wakati huo Mukotani akamshambulia Kahyoza, Bugabo. Kahyoza akatuma ujumbe kwa Mfalme Mutatembwa, walikuwa marafiki.

Mfalme Mutatembwa alituma raia wake na Warangira wote chini ya uongozi wa Rwabuyongo, Kabiito. Wakaondoka na kufika Bugabo kwa Kahyoza. Baada ya kufika wakaenda vitani. Walikutana na Wahyoza pale Nyaigando wakaanza kupigana. Mukotani alikuwa na Warungwana wenye bunduki, kiongozi wao akiwa Kimburu. Walipotumia bunduki zao Mukotani akawashinda Kiziba na Bugabo. Walipowafukuza Kahyoza akatoka ikulu na kuwatokea. Kiziba aliuawa mtu mmoja, Kamugisha bini Ijugi, Muziba Mulengeizi wa Kitobo. Basi wakatengana, Kiziba wakarudi nyumbani, Kyamutwara wakarudi Kyamutwara na Bugabo wakabaki kwao.

Baadaye Mukotani alishambulia Bugabo na kuchoma moto kijiji cha Irangara. Wahyoza na Wahendangabo wakapigana. Wahyoza wakawafukuza Wahendangabo, Wahendangabo wakakimbia na kujificha msituni Kalegelezo. Kiziba ngoma zikapigwa. Wakatoka kwenda kusaidia Bugabo. Walipofika kule wakakuta watu wa Bugabo wameshakimbilia msituni. Mwana wa Mfalme Karutasigwa akaja kwa hasira kubwa. Alipofika kwenye mapigano akamwua mtu mmoja kwa mkono wake, na raia wake Rusaju naye alimwua mtu. Basi Wahyoza wakakimbia, Karutasigwa akawafukuza. Hapo watu wa Bugabo wakatoka msituni na kumshukuru Karutasigwa kwa msaada wake.

Basi Mfalme Kahyoza akampa Karutasigwa mwanamke mmoja, ng'ombe mmoja na madume 2 kuwachinjia raia wake. Karutasigwa akarudi nyumbani na kumwadithia Mfalme Mutatembwa. Mfalme Mutatembwa akasifu ushujaa wa Karutasigwa.

Siku hizo Mfalme Mutatembwa akaunda vikosi vya bunduki. Waliokuwa na bunduki wakaunda kikosi. Bunduki za Bwanjai, Kanyigo na Ishozi zikawa chini ya Karutasigwa. Zile za Bugandika, Buyango na Ruzinga zikawa chini ya Rweshabura. Zile za Kibumbiro zikawa chini ya Kamugumya. Wakati huo Kiziba kulikuwa na bunduki nyingi. Kwa sababu walikuwa na meno ya tembo, wakanunua bunduki kutoka Usumbwa.

Watu walioshika bunduki waliimba wimbo huu:

"Chuma kilichotoka Ulaya, kitawaunguza kilichotoka Pwani."
Walikuwa na maana ya kusema,
Tutawaua maadui kwa bunduki.

Tangu hapo Mfalme Mutatembwa akaendelea kukaa kwake kama mfalme mwenye heshima. Vita ikakoma. Kiziba ikawa na amani.

SURA YA XXV

MGOGORO WA RWESHABURA

Nyakati za mgogoro wa Rweshabura Kufika kwa wazungu (1889 - 1891 - 1901)

SEHEMU YA 1

RWESHABURA

Shujaa wa Batabaire
Dume la Bambwi
Wakili wa Kyamagundu
Jiwe la chuma thabiti la Kanoni

Kifo cha Kaitiba
Dada wa Rweshabura na mwanzo wa Mgogoro
Rubangirana na Rweshabura wanaomba kufanya malipizi kwa Igalire mfalme anakataa
Chuki kati ya Rweshabura na Karutasigwa, na uadui kati ya mama zao ndani ya Ikulu

Tangu kifo cha Murangira Rushanzirana, ikulu ilikuwa imeingiliwa na mgogoro wa urithi wa ufalme pindi mfalme atakapokufa. Mumbwi-kazi alisema, "Bila shaka utakuwa wa kwangu, mwanagu ndiye atakayerithi." Mushagaikazi akasema, "Wacha mwanangu afe, wanao wapate ufalme, wewe huna litakalokugusa." Mambo yakawa kama ya kurogana ndani ya ikulu. Wakati huo Kaitiba dada wa Rweshabura binti wa Mfalme Mutatembwa akaugua na akafa. Alipokufa watu wakasema kuwa ameuawa na Mizimu ya Igalire, Mushagai-kazi, mama wa Karutasigwa. Hii ni kwa sababu mama wa Rweshabura Ihisire, Mumbwikazi, alikuwa ameiba kingozi cha mondo (duma) cha Rushanzirana[152] kaka wa Karutasigwa. Pia alikuwa ameiba na kimundu chake. Alificha vitu hivyo ili amroge afe akiwa anafikiri kuwa ndiye angerithi ufalme; na kuwa kama angemroga akafa, mwanae Kakyogi ndiye angetawala baada ya kifo cha mfalme. Baada ya kutafuta kingozi na kimundu visipatikane, Igalire, Mushagaikazi, mama wa Rushanziraga na Karutasigwa aliuliza kuhusu vitu vya mwanae lakini havikupatikana. Kwa hiyo akaenda na kushitaki kwa Muzimu Kahiigi akisema, "Naomba umwue mtu aliyeficha vitu vya mwanangu."

Zilipopita siku Rushanzirana akafa katika vita ya Karagwe. Basi Igalire[153] akajua kwa hakika kuwa wale walioficha vitu vyake ndio waliosababisha afe huko. Kwa hiyo akaendelea kuwashitaki kwa mizimu. Sasa Kaitiba alipokufa, mama wa Rweshabura akaogopa. Basi Kakyogi, Rubangirana na Rweshabura wakamwambia Mfalme Mutatembwa, "Tunaomba kufanya malipizi kwa mizimu ya Igalire na Karutasigwa. Walitupatiliza kwa Kahiigi, sasa Kahiigi ameua dada yetu." Mfalme akakubali kuwa, "Sawa, mtamfanyia malipizi."

Kwa hiyo Kakyogi, Rubangirana na Rweshabura wakaleta ng'ombe wawili ambao walikuwa wameshauriwa na ramli kuwa ndiyo malipizi kwa Igalire, wakawaleta kwake ili wafanye malipizi. Basi wakamtoa Igalire ikulu akaenda katika shamba la ikulu, kwa Mziba-Mutalara Mushashu wakamfanyia malipizi ya ng'ombe hao 2, walioshauriwa na ramli. Igalire akabatilisha ombi lake kwa Kahiigi. Mfalme akampa mtu mmoja aliyeandamana na akina Kakyogi, Rubangirana na Rweshabura, ng'ombe hao wakawapeleka kwa Kahiigi wa Kikukwe kama walivyokuwa wameshauriwa na ramli kumfanyia malipizi.

Tangu hapo Rweshabura na Karutasigwa wakachukiana sana. Mama zao Igalire na Ihisire wakakaa ikulu bila kupendana au kushirikiana mpaka ukawa uadui.

---

[152] Rushanzirana na Karutasigwa walizaliwa na wanawake wa ukoo wa Washaga. Mama wa Rushangirana aliitwa Igalire na mama wa Karutasigwa aliitwa Murungi. Wanawake hao wawili baba yao ni mmoja na mama yao ni mmoja.

[153] Igalire bado anaishi. Karutasigwa aliporithi ufalme alipewa jina la Muhulirwa. Mfalme alipofariki, aliondoka ikulu akapewa shamba huko Kitobo. Mpaka sasa anaishi huko.

*Maelezo ya Mhariri: Kumtaja Igalire kama anayeishi bado kunaonyesha kuwa maelezo haya Lwamgira aliyatoa siku za nyuma sana kabla ya kuchapwa kwa kitabu katika mwaka 1949. Yamkini ni wakati ule alipomsaidia Mfalme Mutahangarwa kukusanya ushuhuda wa wazee, yaani katika muhongo wa kwanza wa karne ya ishirini.

SEHEMU YA 2

MZUNGU WA KWANZA AFIKA KIZIBA

Mfalme awatuma Bwana na Rusheke kwenda Bukoba kumkaribisha Mzungu

Rusheke amshauri mfalme kutoa meno 4 ya tembo lakini Mfalme na wakili wake wakataa

Mfalme Mutatembwa alidumu katika ufalme wake. Siku moja alifika kwake Mzungu. Huyu alipita Ishozi[154] na kufika ikulu akiwa na askari watano, watumishi wawili, na wabebaji watatu. Alipofika, Mfalme akatoka ikulu akaja kumpokea. Akaenda naye mbele ya ikulu wakasimama mbugani. Mzungu akamwonesha mfalme jinsi ya kupiga bunduki. Mfalme akampa Mzungu malazi kwa Tegambile, Mugahyai pale Nyakahunga. Akampa Mzungu zawadi ya ng'ombe mmoja, akapelekewa na maziwa. Mzungu huyo hakuingia ikulu kwa sababu Mfalme alimchukia sana Mzungu na alimwita uchawi kwa sababu ndiye aliyekuwa wa kwanza. Watu wa Kiziba walipoona alivyo mweupe ndiyo maana walimwita "uchawi", halafu walimwogopa sana. Alipofika ikulu raia wote wakaja kumlinda mfalme. Kila mtu alikuja na mikuki miwili na baadhi walikuja na bunduki.

[154] Bwana Emin Pascha na Bwana Stuhlmann walifika Bukoka tarehe 31, mwezi wa Oktaba, 1890.

Watu waliishasikia kuwa yuko Kyamutwara, Bukoba. Mfalme Mutatembwa alimwambia Mzungu, "Nataka tuwe marafiki wa damu." Watu wote wanasema kuwa mzungu alikubali na Mfalme Mutatembwa akampa mwanawe Musikura wakafanya mkataba wa kuchanjana; hata hivyo haijulikana kwa uhakika kama Musikura na Mzungu walichanjana kweli au hapana. Mzungu alipowasili alimpa mkono mfalme ili kumwamkia. Mfalme alidharau mkono wa Mzungu, akashika mkono wa Makomi, Mshasha wa Kyazi na huo ndio alimpa Mzungu kuamkiana naye. Dume alilopewa Mzungu alimgawia Musikura.

Halafu Mzungu akamwuliza mfalme, "Tulipofika Bukoba kwa nini hukuja kuonana na Bwana Mkubwa? Wengine wote walipofika, kwa nini wewe ulikataa kuja." Mfalme akasema, "Sisi hatukupata habari, basi sasa tutakuja." Usiku Mzungu aliondoka na kurudi Bukoba. Kesho yake wale waliofika kumwona hawakumkuta.Basi watu wakapiga ngoma, raia wakakusanyika na kumpongeza mfalme kwa kuondoka kwa Mzungu. Walimpa mfalme zawadi ya madume, pesa na mbuzi kwa ajili hiyo.

Baada ya siku mbili tangu kuondoka kwa Mzungu, mfalme alimtuma Bwana, Mziba Mule wa Rwaihorogo, na Rusheke, Mwihuzi wa Bwera, wakaenda Bukoba kumkaribisha Mzungu. Hii ilikuwa kutekeleza ahadi yake kwa Mzungu baada ya kuulizwa, "Kwa nini ulikataa kupeleka ujumbe wa kutukaribisha?"

Rusheke na Bwana waliondoka na kupitia Bugabo wakaenda Bukoba. Walipeleka jino la tembo. Walipofika Bukoba, Mzungu akakataa jino la tembo na kusema, "Kwa nini hamkufanya hivyo wakati huu wote?"

Basi Rusheke na Bwana wakarudi zao. Walipofika mfalme akakaa Kengoma wakamweleza walivyo kwenda na kuwa Mzungu alikataa jino la tembo. Rusheke akamwambia mfalme, "Mzungu jinsi nilivyomwona ni mbaya sana. Wafalme wote wanamletea zawadi. Sasa sisi ametupa siku nne akisema, "Mje mnione kama hamjaleta zawadi. Mimi naona inafaa tupeleke meno 4 ya tembo kwake kama zawadi."

Mfalme akasema, "Jitu lilitoka baharini, halafu linakaa Kyamutwara, sisi tulazimike kulipa zawadi ya meno 4 ya tembo?"

Wakili wa mfalme, Nyombi, naye akasema, "Mtukufu Mfalme, hawa shida yao ni woga. Hata watu wengine wa huku wakienda Kyamutwara wakawaona wa Kyamutwara walivyo, hurudi na kusema, "Hawawezekani." Hivyo huwafanya raia wetu waogope. Na hawa vile vile. Wanaogopa tu, "Tutoe meno 4 ya tembo kwa sababu gani?" Mfalme naye akakataa kata kata.

Mzungu aliyefika Kiziba akiwa wa kwanza aliitwa Kilimani (Germany).

SEHEMU YA 3

(MWAKA 1891 – 1892)

Vita ya wazungu na Wahyoza kuipiga Kiziba
Karutasigwa aja upesi kuinusuru ikulu
Ugonjwa uliowaua ng'ombe na watu wengi
Funza, ugonjwa wa kuvuja damu na kukatika kwa vidole vya miguu
Mukotani atuma ujumbe kwa Mfalme Mutatembwa kumwondoa Rutaizibwa Kijumo
Mashambulizi ya Bwana Korongo
Kiziba wasimika mashina ya Migomba
Ikulu yaunguzwa
Mfalme alipa meno 4 ya tembo
Isanyia

Wakati huo Mfalme Mukotani wa Kyamutwara alimwomba Mzungu amsaidie kumpiga Mfalme Mutatembwa, mfalme wa Kiziba.

Mzungu aliondoka na watu wa Kyamutwara wakaenda kuishambulia Kiziba. Mfalme Mukotani alikuwa amemchagua Tibushubwamu mwana wa Byarushengo kama kiongozi wa jeshi lake. Huyu alikuwa mtawala wa Wahyoza.

Walipofika wakachoma moto vijiji vya Katendaguro, Rukurungo na Kijumo. Kiziba wakakusanyika na kupigana nao mlimani Nyamuheshera.

Wazungu wakamwua Kanyara, ukoo wake Muziba Mushamura, Kiziba wakakimbia. Mzungu akapanda mpaka Bwanjai, Nyakahunga. Alipopiga risasi za bunduki nyingi watu wa Kiziba wakawa hawawezi kupigana naye. Mfalme akakimbilia msituni Kantare. Akakaa katika kijiji kidogo nyuma ya msitu kilichoitwa Izinga. Mzungu akachoma ikulu na shamba la ikulu. Mfalme alikuwa amejenga nyumba yake nzuri aliyoiita Kakomo wakaiunguza. Kabalalemwa nayo wakaiunguza.

Basi mizinga yake Mzungu akaielekeza msituni Kantare akawaua watu ingawaje si wengi.[155]

Karutasigwa akatoka Kanyigo akawakabili maadui Wahyoza waliokuwa Bwanjai akawakimbiza, akaenda akiwafukuza akawaua baadhi yao. Wakati bado akiwafukuza akaambiwa kuwa wakati akiwafukuza maadui Mzungu ameshafika ikulu kwa mfalme. Basi akarudi kuelekea ikulu ili waone watamfanyaje Mzungu. Baada ya kuipiga ikulu, Mzungu akapita Kagongo na Kimira akaja Bwanjai. Njiani akawaua watu wa Kanyigo waliokuwa wakija vitani. Wakati huo ndipo alimwua Kajara, ukoo wake Mulenge na pia Kamakumbi, Mlangira wa Bwanjai. Alimwua pia Kiburabuguzi, Mwihuzi, na wengine. Baada ya kuwaua hao akaenda na kulala katika mbuga iitwayo Lyana.

Watu wote wakadhani Mzungu amerudi kwao. Mfalme naye akatoka msituni. Kesho yake mfalme akakaa katika uwanja wa ikulu watu wote walikuwa bado wakimpongeza kwa kuondoka kwa Mzungu, wakasikia milio ya bunduki upande wa Kagongo. Basi wakakimbia, Mfalme akavuka kwa njia ya Kakongoro akaelekea Bwera. Mzungu akapitapita msituni na baadhi ya watu wa Kyamutwara akavuka mpaka Izinga, aliteka ng'ombe wa Bwanjai, na kundi la Nyamujanja akaelekea nyumbani. Wakati Mzungu anaelekea nyumbani watu wa Kiziba wakamfuata wakipigana kidogo kidogo ili wakomboe baadhi ya ng'ombe wao. Wale waliowakomboa baadhi yao waliuawa, kama Kamazima, ukoo wake Mtundu na Kente ukoo wake Muziba, na Rukatu alijeruhiwa. Basi watu wa Kiziba wakawaachia maadui, ng'ombe wakawaswaga. Basi Mzungu akarudi kwake Bukoba akiwa ameteka ng'ombe kama 200.

Mfalme akatoka alikokuwa amekimbilia. Raia wake wakajenga upya nyumba za ikulu sehemu hiyo hiyo ya Bukiza zilipokuwa zimejengwa kwanza. Tangu wakati huo Kabalalemwa mfalme akaipa jina jipya la Mugorora-nganda. Kwa sababu humo ndimo alisikiliza na kuamua kesi za koo na raia na kuwaweka watu sawa.

---

[155] Watu walipoona bunduki kubwa za wazungu zinaua watu moja kwa moja na tena zinaua watu wengi kwa mpigo mmoja wakazipa jina "Isaanyia" (Mteketezaji), yaani zinateketeza watu. Ndiyo maana ya vita ya Isaanyia ambayo umesikia watu wakihadithia.

Watu wa Katendaguro na Rukurungo wakaogopa kurudi katika vijiji hivyo vya mpakani wakiogopa Mzungu asiwaue. Mfalme akamtuma Mlangira Rwamuraza awasindikize watu wa Katendaguro awarudishe kijijini kwao. Alikwenda na kukaa nao kama siku 4. Kabiito aliwasindikiza na kuwarudisha watu wa Kijumo na Rukurungo vijijini mwao.

Wakati huo mfalme alimtuma Rujoju, ukoo wake Mushonde, akampa meno 2 ya tembo ampelekee Mzungu huko Bukoba kama malipizi. Rujoju akaenda Bukoba akatolea Mzungu, Bwana Mujuri (Langheld) meno hayo ya tembo. Bwana Langheld akawapokea na kusema, "Simpigi tena, akae kwake kwa usalama." Halafu akamwambia, "Nataka Mfalme Mutatembwa anipelekee watumishi wa kuhudumia mezani (Abasimami)." Mfalme akampelekea Ruramaga, wa Kigarama; na Rutatu, ukoo wake Mwihuzi wa Kyazi; na Ngimbwa, ukoo wake Mukurwa wa Kigarama. Watu hao walikaa Bukoba. Wakawa wanasikiliza mambo atakayo Mzungu, halafu walikuwa wakija na kumweleza Mfalme. Wakati huo mawakili wa Mzungu walikuwa Rwaitama na Mpandakyaro Askari. Hao ndio waliowaambia Wafalme na mawakili wao yale atakayo Mzungu. Wafalme wote waliwahonga Rwaitama na Mpandakyaro, vitu vingi ili wawatetee mbele ya Mzungu.

Watu wa Mfalme Mutatembwa aliowatuma Bukoba mara kwa mara walikuwa hawa wafuatao: Kyaitera, ukoo wake Mwende wa Musibuka; na Ngimbwa ukoo wake Mukurwa wa Kigarama; hao ndio walitumwa mara nyingi Bukoba kupata habari na kuwapelekea mawakili vitu vingi kama fedha za kumpa Mzungu na maaskari.

Mara baada ya kuondoka kwa Mzungu ng'ombe wakaanza kuugua. Ugonjwa huo ulijulikana kama "Mubyamo." Ugonjwa huo ululetwa Kiziba na Mgombe Mashanda, mtu wa Ruzinga. Walipotoka uhamishoni Kitara walikuja na ugonjwa huo wakawaambukiza ng'ombe wengine wote wa Kiziba. Basi ng'ombe wengi wakafa. Wachache sana ndio waliosalimika nchini Kiziba

Mfalme akatuma wajumbe kati ya watu. Walipokuta mtu aliyemsalimisha ng'ombe, basi walimnyang'anya ng'ombe wake huyo na kumleta kwa Mfalme. Kiziba yote wakawa hawana ng'ombe. Ikawabidi kwenda Isheshe. Huko walinunua ng'ombe wengi. Huko Isheshe hawakuugua ugonjwa huo. Walipoadimika ng'ombe nchini Kiziba, mafuta ya kujipaka yalinunuliwa kutoka nchini Rwanda.

Ugonjwa wa Mubyamo ulipoisha kati ya ng'ombe, ukaja ugonjwa na Mubyamo kati ya watu. Watu walikufa wengi sana baada ya kupata kama kichaa. Mwathirika alianguka chini na kufa. Dawa iliyowatibu ilikuwa togwa la ndizi na maziwa. Kila mgonjwa aliyekunywa maziwa alipona. Wale wasioweza kupata maziwa kwa sababu ya uadimu wake, walikunywa togwa la ndizi.

Magonjwa hayo yalipoisha kukaingia funza. Funza hao waliletwa na Rushagara mwana wa Rushaba, ukoo wake Mugombe alikuja nao kutoka Usumbwa. Watu aliokuwa ameenda nao walirudi wakiwa wameambukizwa nao. Walipofika Kiziba, funza wakaambukiza watu wote; baadhi yao wakakatika vidole vya miguu na mikono. Ugonjwa uliosababisha kukatika kwa vidole uliitwa Kyamba au Itema kwa sababu vidole vya miguu au mikono vya waathirika vilivuja damu wakati wote mpaka vikakatika.

Siku chache baada ya kuingia kwa funza nchini, Mwana wa Mfalme Rwamuraza akafariki. Halafu Itambikire, dada wa mfalme, naye akafa. Baadaye kidogo na Mukundwa, mama wa mfalme, akafariki. Isimire Mukabatainamwa akawa dada rasmi wa mfalme. Rutare, dada wa Malkia Mukandwa akawa mama rasmi wa mfalme na alipewa jina la Nyina-Ntare.

Siku moja Mfalme Mutatembwa alifikiwa na wazungu wawili wakiwa na askari wengi sana, labda kama 100 na wapagazi wengi sana. Mzungu mmoja ndiye aliyejulikana Kiziba kama Bwana Mjuri (Bwana Langheld) na wa pili aliitwa Mufumani (Hofmann). Walifika ikulu wakiwa wanapiga tarumbeta.

Walipowasili, ngoma zikapigwa raia wakakusanyika wengi ili kumlinda mfalme. Wazungu walipokuja walitua mizigo yao Nyakahunga. Kutoka pale wakaja na kuingia ikulu. Safari hii mfalme aliwapa mkono, na pia aliwaogopa. Wazungu na mfalme walikaa katika nyumba ya Rushama. Baada ya muda kidogo Wazungu wakarudi Nyakahunga. Rwabuyongo Kabiito ndiye aliyewasindikiza wakati wa kutoka Ikulu.

Baada ya kusimika hema zao Wazungu walimwambia Kabiito, "Leteni jino kubwa la tembo mlitoe kwetu, ama sivyo, tutawaunguza." Kabiito akarudi kwa Mfalme Mutatembwa akatoa jino kubwa la tembo akampa Kabiito naye akalipeleka kwa Wazungu. Wazungu walipoona jino hilo wakafurahi na kucheka. Wakati huo Bwana Mujuri ndiye aliyekuwa Bwana mkubwa. Walipompa jino la tembo akafurahi sana, akafunua mizinga miwili.[156] Aliielekeza Kambahire akapasua myamba. Yeye mwenyewe ndiye aliipiga mizinga hiyo. Watu wa mfalme waliposikia mizinga hiyo wakatetemeka, wakasema kuwa ni "Radi."

---

[156] Maelezo ya Mhariri: Kwa sababu bunduki tayari zilijulikana nchini mwishoni mwa karne ya 19, inaelekea bunduki kubwa wanazoongelea ni zile za aina ya "Gartling" ambazo zilikuwa baadhi ya silaha za Wajerumani.

Safari hiyo walipokuja askari walikuja wakicheza gwaride na bunduki zao huku wakiwa wanapiga tarumbeta zao. Watu waliposikia tarumbeta hizo wakasema kuwa zinalia hivi, "Tititi! Kanyabaranga, oliteka Kanyabaranga!"

Mfalme akawapa askari hela za kaore. Lakini watu wa Kiziba walishangazwa na maneno waliyosema kwa sababu Waziba hawakufahamu Kiswahili. Ni wale waliokwenda kufanya biashara Usumbwa ndio walioelewa lugha hiyo ya ajabu. Mzungu alipotaka jino la ndovu, alionesha kwa ishara ya mkono,[157] lakini hata hivyo hawakuelewana vizuri.

Wakakaa pale siku moja na siku hiyo hiyo usiku wakaondoka na kuelekea Kanyigo. Wazungu hawa walikuwa na baiskeli mbili. Sisi tuliziita entaro "Miviringo." Walipofika Kanyigo Mzungu mmoja akavuka akaenda Buganda. Bwana Mujuri akarudi, akapitia Ishozi na kurudi Bukoba. Watu walipoyaona masanduku yao wakasema kuwa kuna kinyesi chao, kwa sababu kila walipokagua mahali walipolala Wazungu hawakukuta kinyesi. Basi walifikiri wao husafiri na kinyesi chao. Bwana Mujuri alipofika Bukoba, Mfalme Mukotani akampeleka vitani Bugabo.[158] Walipofika kule Mzungu akatumia Bunduki na mizinga akawaua watu 40. Msichana wa Kahyoza aliyekuwa ameshikilia hirizi ya kuzuia kifo, naye akapigwa risasi, akafa. Wahendangabo wakashindwa na kukimbia. Mzungu aliwaua katika mbuga ya Ruhura. Baada ya kuwaua, alirudi kwake Bukoba. Bugabo nao wakaacha uasi wakapeleka mali na kujisalimisha.

Wakati huo Mukotani akamwambia bwana Korongo (Richter), "Uende Kiziba uwadhoofishe." Bwana Muzuri alikuwa ameshaondoka. Bwana Korongo akaja vitani Kiziba. Watu wa Bugandika na Rukurungo (Omutalindwa) wakakabiliana naye katika mbuga ya Rumaza; wakapigana wakidhani wangemshinda na kumfukuza.

Lakini Mzungu aliwashambulia kwa bunduki wakakimbia. Siku hiyo Mzungu alilala pale Butunga bw'Empisi, Kayanga. Watu wa Kiziba wakakimbilia Ruzinga na Kanyigo. Kesho yake akapanda mlima na kuja. Basi sisi tukakita mashina ya migomba na mizigo ya nyasi katika uwanja wa mbele ya ikulu.[159] Tulidhani risasi ya bunduki hazipenyi mashina ya migomba na mizigo ya nyasi. Alipofika tukakabiliana naye pale Kakeke.

---

157 Kama hakukuwa na wakalimani.

158 Mzungu alianza kufika Bukoba na baadaye ndipo alipokuja vitani Kiziba. Lakini watu wengi wa Kiziba husema kuwa baada tu ya kutoka Bugabo, Mzungu alishambulia Kiziba moja kwa moja, lakini sivyo ilivyokuwa.

159 Maelezo ya Mhariri: Pengine Lwamgira alitoa ushuhuda wake hapa.

Kutoka pale alikaa akitufukuza. Alipofika kwenye zizi la ng'ombe ambalo mfalme amelipa jina la "Nyanshata" kwa sababu lilikuwa kubwa sana, na lilikuwa na milango miwili. Jina jingine Mfalme Mutatembwa, alikuwa ameliita "Kinga-Kingura, ebonesa gangi" wakalichoma moto. Basi akawafikia watu waliosimama katikati ya mashina ya migomba. Akafyatua risasi katika mashina hayo ya migomba, yakakatikakatika wale waliokuwa kati ya mashina ya migomba walikuwa vikosi vilivyojulikana kama Bachwa-buzale, Omuhangara, na Orubuli. Baada ya Mzungu kupiga risasi katika mashina ya migomba na kuyavunja, wale waliokuwa mle wakakimbia.

Wakati huo Karutasigwa akatokeza katika shamba la ikulu, ngoma yake, Nyamtakika, ikiwa inalia, akaja kuwazuia kwa mbele. Basi wakaelekeza bunduki zao kwa Karutasigwa, zikalia. Walimwua Kamara Rusibuka mwana wa Murangira Nyombi na Kamutensa mwana wa Murangira Mutahimbwa, wakawajeruhi watu kama 7. Vita hiyo ndiyo hasa Kiziba walipigana na Mzungu. Wakati huo Kiziba nao walikuwa wameishapata bunduki nyingi. Walimkabili Mzungu kwa nguvu mara tatu kiasi cha kutaka kumrudisha nyuma Kakeke, lakini akawalemea kwa sababu alisaidiwa na Wahyoza, Wahendangabo na Wahamba wote wakiwa na bunduki.[160] Watu wa Kiziba wakashindwa, ikulu ikaunguzwa, shamba la ikulu likafyekwa nusu. Baada ya kuunguza ikulu na kufyeka shamba lake, bila kuteka chochote aliondoka na kusimika hema zake pale Kyamugera. Usiku huo aliondoka na kuelekea Kanyigo akisema, "Hebu niende nionane na Karutasigwa asifikaye kwa ujasiri, ambaye wanasema ndiye nilishinda napigana naye siku nzima. Karutasigwa akapata habari za nia ya Mzungu kwenda Kanyigo. Basi naye usiku huo akaondoka na kufika kwake Kanyigo. Alfajiri

Mzungu alifika Mweyanjale, Bugombe. Alipofika Mweyanjale akapiga mzinga katika msitu wa Rwamukuma karibu na Kanyabahya, Bugombe. Mzinga huo ulimwua Rwekika, ukoo wake Mugombe, wa Kishaba. Mzungu akakita hema zake pale Mweyanjale. Asubuhi na mapema siku hiyo aliishateka ng'ombe ishirini wa mfalme waliokaa Bugombe. Murangira Karutasigwa akafika mbele ya Mzungu na kumwambia, "Mimi ndimi Karutasigwa. Una kisa gani na Mfalme Mutatembwa?" Mzungu akajibu, "Kisa alikataa kunipelekea watu wa kazi na mitumbwi ya kupeleka posta Mwanza. Sasa uende umwambie alete matoleo ya meno 5 ya tembo, nipate kumwachia amani. Mlangira Karutasigwa akamtolea Mzungu jino moja la tembo, Mzungu akaondoka na kurudi

[160] Maelezo ya Mhariri: Hawa walikuwa raia wa Kyamtwara ndogo, Bugabo na Kihanja.

Bukoba. Mfalme alikuwa amekimbilia Bwera kwa Nsinde, ukoo wake Mumbwi. Alipopata habari kuwa Mzungu ameondoka akarudi kutoka alikokimbilia akarudi kwake akakuta ikulu imeunguzwa. Kilichomsikitisha zaidi ni nyumba yake ambayo alikuwa amejenga ya Kakomo. Alikuwa ameipa jina la "Apitaye-mafundi." Nyumba hiyo ilikuwa nzuri sana. Mzungu aliichoma kabla haijaingiwa bado. Raia walikuja wakajenga ikulu nyingine pale pale Kamira-mbaizi karibu na Kakongoro. Mfalme akaingia humo na kukaa. Halafu akampelekea Mzungu meno 4 ya tembo kama matoleo, pamoja na lile alilotoa Karutasigwa yakawa 5. Bwana Korongo akasema, "Simgusi tena, akae kwake kwa amani." Basi watu wakajenga vizuri, mfalme akakaa kwa amani katika ikulu yake.

SEHEMU YA 4

(MWAKA 1892)

Kabaka mwanga akimbilia Kiziba akiwa safarini kwenda Mwanza
Kufa kwa Kakyogi ndugu wa Rweshabura.
Rweshabura na Rubangirana waomba kufanya malipizi kwa Igalire
Mfalme awaelekeza kwa kaka zake
Katabaro na kasabira wakataa kupokea malipizi na wahamia Kyamutwara
Kifo cha Mtwale Kasabira na mama yake Mikako

Wakati huo huko Buganda yakaingia maneno ya dini ya Waprotestanti na Wakatoliki. Kundi la Wakatoliki ambalo Kabaka Mwanga alikuwa amejiunga nalo likashindwa na Waprotestanti. Basi Kabaka Mwanga akafukuzwa Buganda akahama akaja Bwiru. Na Bwiru akashikwa, akakimbia kwa mitumbwi kupitia ziwani akatua Kashenye.[161] Akajenga makao yake ya muda mlimani Kashenye, akakaa hapo akiwa na watu wake wachache wenye bunduki. Basi Kabaka Mwanga akaishi hapo. Watu wake wakaenda Rugara kulipisha watu kodi na kuvuna mavuno mashambani mwa watu. Wenye mashamba ya njugu walipowaona wakawafukuza. Waganda wakarudi kambini kwao wakaleta bunduki

[161] Kabaka Mwanga alipita Kiziba akiwa safarini kwenda Mwanza mwaka huo huo wa 1892.

na kuwapiga watu wa Kiziba. Hao wakaogopa na kukimbia. Hayo yalitendeka usiku. Kabla ya alfajiri Kabaka Mwanga akaondoka na kwenda Bugabo. Alipofika Bugabo alipewa zawadi ya ndizi. Watu wa Bugabo wakasema, tujaribishe kushika mtumbwi wake atwambie anaelekea wapi. Walipokwenda kushika mtumbwi wake, Waganda wakawapiga kwa bunduki, na kuua watu kadhaa miongoni mwao. Basi watu wa Bugabo wakaogopa. Mwanga akapita akaabiri mpaka Mwanza. Mwanza alikaa muda wa miezi kama miwili. Akapita tena Kiziba na kurudi Buganda kwenye ufalme wake. Mfalme Mutatembwa akaendelea kuishi. Wakati huo, Kakyogi, ndugu wa Rweshabura akaugua, akafariki. Mama yao Ihisire alikuwa ameshakufa. Wakafanya matanga, wakanyoa na kuanua matanga. Baada ya kunyoa nywele, Rweshabura na Rubangirana wakaja mbele ya mfalme na kusema, "Tunaomba tufanye malipizi kwa Igalire, ndiye aliyetupatiliza kwa Kahiigi, sasa angalia Kahiigi ameua kaka yetu Kakyogi. Mfalme akawaambia, "Nendeni mkafanye malipizi kwa Katabaro na Kasabira kaka zake Igalire. Waziba wakasema, "Sawa, baba."

Mutwale Katabaro alikuwa na wanawake wawili, Korushusho Igagire, binti wa Mfalme Ruhangarazi II, na Isimire binti wa Murangira Rutashobororwa mwana wa Ruyobya. Mke wake Korushusho alimzalia watoto wafuatao: 1. Fransiscus Xaver Rwamugira; 2. Laurenti Nyamujulirwa; 3. Chysanthus Rutazamba; 4. Gualbertus Rugaigalira, na watoto wengine 5 waliokufa utotoni. F.X. Rwamugira wakati huo alikuwa akikaa ikulu kwa Mfalme Mutatembwa.[162] Siku moja alimwona mfalme akiwapa Waziba mali ya kwenda kufanya malipizi kwa baba zake. Alipoona hayo aliondoka upesi kwa mbio akaenda akawajulisha Batwale Katabaro na Kasabira kuwa aliacha wale wanaotaka kufanya malipizi kwao wako njiani wanakuja na mali pia.

Lakini Mutwale Katabaro na Mutwale Kasabira hawakungoja kuwaona waletao malipizi bali siku hiyo walifunga mizigo yao, wao na watoto wao wakahamia Kyamutwara. Mtware Katabaro alihama pia na mkewe Isimire ambaye alikuwa amezaa naye mtoto wa kiume aitwaye Karukiza.

Basi Rweshabura na Rubangirana walipoleta mali ya malipizi, wakakuta Wahima wameshahama. Walizika mali hiyo katika mashamba yao. Halafu mtumishi wa mfalme, Rutamagi, Mgahya wa Kantare,

[162] Maelezo ya Mhariri: Habari kuhusu Mwandishi, F.X. Lwamgira inaelekea kutumia sauti ya mtu mwingine kushuhudia matukio yanayoelezwa humu, na yumkini ushuhuda wa mmoja wa watu waliompa habari Mfalme Mutahangarwa.

alimpeleka ng'ombe wa malipizi akamtoa sadaka kwa Kahiigi wa Kikukwe.

Baadaye Murangira Rubagirana na Rweshabura wakapiga ramli na kushauriwa kuchinja dume la ng'ombe Rukungu na kupata damu yake. Halafu kwenda na damu hiyo mpaka Kyamutwara walikokuwa wamehamia ili wanyunyizie damu hiyo migomba yao katika mashamba walimohamia. Maana ya tendo hili ni kuwaapiza ili wafe wote. Ndiyo maana ya dume Rukungu. Baada ya kushauriwa hivyo na ramli walimnunua ng'ombe dume katika kijiji Bukabuye. Baada ya kumchinja, walichukua damu yake, wakaweka madawa wakaenda wakanyunyizia mashamba ya Katabaro na Kasabira. Mapema asubuhi, siku iliyofuata, Mtware Kasabira alikuwa anataka kusafisha kibuyu chake cha kunywea pombe, Mwanae Karukiza alitoka nje shambani ili apate uti wa jani la mgomba la kusafishia kibuyu hicho. Mara akaona migomba yote na mimea ya ngogwe imenyunyiziwa damu. Akarudi nyumbani akamwambia Mtwale Katabaro. Naye akatoka nje akaona ni kweli kama alivyosema kijana. Basi akamwita na ndugu yake Kasabira kushuhudia migomba ilivyonyunyiziwa damu. Huyu naye aliona kuwa hata migomba ya kwake nayo imenyunyiziwa damu kwa sababu mashamba waliyokuwa wamepewa na mfalme yalikuwa jirani. Basi wote wawili walishangaa. Siku ya pili Mtware Kasabira akashikwa na ugonjwa wa ndui, pia mama yao Mikako na kijana wao F.X. Lwamgira wakapatwa na ugonjwa huo. Baada ya siku nne Mtware Kasabira akafa kwa ndui. Tena baada ya siku 8, mama yao Mikako akafa kwa ugonjwa huo huo. F.X. Lwamgira akapewa dawa yeye akapona. Baada ya siku chache Mtware Katabaro akafa kwa ugonjwa wa kikohozi aliokuwa amekuja nao kutoka Kiziba.

Hao walipofariki Mtware F.X. Lwamgira na Mtwale Karukiza wakahama na ndugu zao, wakatoka Kyamutwara, wakarudi Kiziba. Waliporudi wakafikia kwa Mfalme Mutatembwa. Mfalme Mutatembwa akawapa mashamba mengine katika kijiji chao hicho hicho Bwanjai. Waliogopa kurudi katika mashamba yao wenyewe kwa sababu Rweshabura na Rubangirana walikuwa wamezika humo vitu ambavyo walikuwa wameleta kwa ajili ya malipizi.

Tangu hapo Rweshabura na Karutasigwa wakawa maadui wakubwa. Rweshabura akaunda kikundi chake cha washika bunduki akakiita "Bilekezi." Karutasigwa naye akaunda cha kwake akakiita "Bachumita." Kila walipofika Mugorora ikulu kuhudhuria mbele ya mfalme, watu wa Rweshabura waliwapa kisogo wale wa Karutasigwa na kumwangalia kiongozi wao Rweshabura. Vile vile watu wa Karutasigwa walimpa kisogo Rweshabura na kumwelekea kiongozi wao.

SEHEMU YA 5

(MWAKA 1894)

Kamugarura amshitaki Mfalme Mutatembwa Bukoba
Bwana kama ashambulia Kiziba
Kifo cha Wakambaiga
Mfalme augua
Wana wa mfalme washindania urithi
Kabuyongo awafukuza Ikulu

Wakati huo Bwana Kama (Leutnant von Kalben) alimpeleka Kiziba kwa Mfalme Mutatembwa mtu mmoja, Kabila lake Munyamwenge, jina lake Kamugarura, akisema, "Nenda ukae Kiziba, upate habari za huko na kuniletea taarifa. Halafu Mfalme Mutatembwa akupe na ng'ombe wa maziwa." Bwana Kama akamjulisha na Mfalme Mutatembwa.

Kamugarura akaondoka na kuja kiziba. Mfalme Mutatembwa akampa mashamba kijijini Katongo. Akampa na ng'ombe kama 8. Basi Kamugarura akakaa Kiziba. Wakati mmoja Kamugarura aliweka dume lake la ng'ombe kwa Bitamare bini Kyamugate, ukoo wake Mushengya aliyekaa Izinga. Siku moja Bitamare alimchinja yule dume mwingine mdogo ili pindi akuapo Kamugarura naye amchinje huyo na kumla. Basi dume wa Kamugarura akakaa kwa Bitamare. Siku moja watumishi wa mfalme walikwenda ikulu na kumwambia mfalme, "Mtukufu Mfalme, kwa Bitamare kuna dume mmoja, mzuri sana." Mfalme akasema, "Nendeni mkamlete hapa." Wakaenda wakamleta, walipomleta Kamugarula akaja kujitetea akisema, "Dume ni wa kwangu." Mfalme akakataa, akamchinja huyo dume na kiasi cha nyama yake akampa Kamugarula, lakini akakataa kupokea nyama hiyo. Halafu akafunga safari akaenda Bukoba na kumshitaki akisema, "Mutatembwa amemchinja dume wangu na pia akasema Mzungu siyo mfalme, hakuja huku kututawala." Maneno haya alimwambia Bwana Kama (Leutnant von Kalben) ikiwa jioni. Mara hiyo Mzungu hakusubiri bali aliondoka na askari akaja usiku kushambulia Kiziba.

Kamugarula alipoondoka kwenda Bukoba Balamutanga ilipigwa, watu wote wakakusanyika ikulu kumlinda mfalme. Wakati huo Karutasigwa alikuwa Kasiita akicheza ngoma na watu wake. Baadhi ya raia walikuwa katika shamba la mfalme. Mzungu alifika ikulu kwenye mawio ya jua. Siku hiyo kulikuwa na ukungu mwingi. Alipofika ikulu alikuta Karutasigwa na watu wake wakicheza ngoma wala hawakumtambua. Alipowafikia akapiga bunduki katikati yao. Watu wakakimbia huko na huko na baadhi yao risasi zikawapata. Ndipo watu wa Murangira Rukambaiga mwana wa Rushanzirana walipokufa kwa wingi. Hata leo mnasikia watu wakiongelea kifo cha Wakambaiga.

Karutasigwa yeye alikimbia na kutoroka, baadhi ya watu walipigwa risasi wakiwa wanakimbia. Mfalme alikimbia, alipenya uzio wa ikulu akapita Kakongoro akielekea Kantale msituni. Mzungu akapiga risasi ndani ya ikulu. Risasi moja ikamjeruhi Kabuhoro dada wa Rweshabura mguu, lakini naye alikimbia na kutoroka. Wazungu wakaingia ikulu na kuiunguza kwa moto. Baada ya kuchoma moto ikulu wakarudi nyumbani. Basi Mfalme Mutatembwa alikokimbilia akarudi nyumbani, lakini alikuwa amejeruhiwa na mwiba mguuni. Aliporudi, raia wake wakajenga ikulu nyingine pale Kakongoro.

Halafu aliagiza watu wake Ruramaga na Ngimbwa waliokuwa wawakilishi wake Bukoba wamtetee mbele ya Mzungu dhidi ya Kamugarula. Nao wakamweleza Mzungu kuwa Mutatembwa alichinja dume wa raia wake wala si wa Kamugarula. Mzungu akamhukumu Kamugarula akashindwa. Halafu akamwambia, "Una maneno machafu, hutarudi Kiziba." Wakati huo Kamugarula ndiye aliyekuwa na kazi ya kukusanya ng'ombe wa maziwa Kiziba na kuwapeleka Bukoba. Bwana Kama akasema, "Mutatembwa ataleta mwenyewe ng'ombe wake hapa." Basi Kamugarula hakurudi Kiziba tena.

Wakati huo Mfalme Mutatembwa akaugua na kuumwa sana. Wanawe wote wakakusanyika ikulu na watu wao wakiwa wamekuja kusubiri wakidhani mfalme alikuwa karibu kuaga dunia. Walisubiri afe ili wachomane mikuki kwa ajili ya kunyang'anyana ufalme. Karutasigwa alilala kwa Rushwiga, Mbango wa Kantare. Rweshabura, Rubangirana na Rwabuyongo Kabiito walikaa katika nyumba zao za kufikia pale Kakeke. Nyakayango alilala kwake katika nyumba ya muda. Kashukura alikuwa akimwunga mkono Karutasigwa.

Wakati fulani Kashukura aliona watu wa Rwabuyongo wakiruka uzio ambao mfalme alikuwa amejenga kwa mawe ya mabaki ya chuma na mabua ya nyasi, pale Kakeke hii ilikuwa baada ya shambulio la pili la Mzungu. Alikuwa ameuita "Kazi", watu walikuwa wameshajua neno hilo la Kiswahili. Uzio huo hata leo unaonekana pale Kakeke, Kantare. Kashukura alipoona watu hao wakiuruka akawafyatulia risasi za bunduki usiku. Raia wakakusanyika kujua kisa cha kupiga bunduki usiku. Wakawa wanatupiana maneno ya uhasama, kuashiria watakavyopigana.

Kesho yake asubuhi Karutasigwa akatoka alikolala akaenda kuhudhuria mbele ya mfalme. Alipofika mbele ya nyumba ya Rubangirana, watu wa Rubangirana wakamwambia, "Ukipita hapa mara ya pili, ujue kuwa tutauana." Karutasigwa hakuwajibu bali alinyamaza akaendelea na safari yake ya kwenda kuhudhuria mbele ya mfalme. Wakati wa kurudi hakupita njia hiyo tena, akiogopa mfalme asije akamkemea akisema, "Ulikuja ili nife, upate kutawala."

Habari zikamfikia Mabuli kuwa wanawe wanajitayarisha kuuana kwa ajili ya kutaka kutawala. Mfalme akamtuma Rwamajuga, Murwani wa Ruzinga, akisema, "Nenda umwambie Rwabuyongo hivi; umeruhusu Waziba wakae ikulu ili wauane. Wakilala hapa siku nyingine utaona mwenyewe mfalme atakalokutenda, ataiteketeza jamaa yako yote." Rwamujuga akapeleka ujumbe wa mfalme kwa Rwabuyongo. Rwabuyongo akawatuma watu kwa Waziba wote akisema, "Mfalme ameamuru nyote mrudi majumbani kwenu." Rweshabura akasema, "Karutasigwa akiondoka, nasi tutaondoka." Karutasigwa alipopata ujumbe huo aliondoka alipokuwa amefikia Bwanjai akarudi nyumbani kwake; basi na Rweshabura akarudi nyumbani kwake Bugandika. Baada ya siku mbili mfalme akapona. Aliondoka ikulu akaenda kuwinda. Waziba wakawa hawatumi watu wa kumjulia hali na kama atafariki.

SEHEMU YA 6

(MWAKA 1894 - 95)

Mukotani mfalme wa Kyamutwara amkosea mzungu na kufukuzwa
Mfalme Mutatembwa ateka ng'ombe wa Kyamutwara
Bwana Leutnant von Kalben ampa Mfalme Mutatembwa kijiji cha Katoma
Kutawala kwa Mfalme Bwahama
Bwana Herman ashambulia Kiziba
Bwahama afyeka Migomba
Ugonjwa wa tauni
Bwana Lyakitale (med. Dr. Zupitzer)

Wakati huo Mfalme Mukotani alifanya urafiki na askari wa Mzungu; hawa waliiba bunduki za serikali na kumletea, naye akawa anawapa zawadi ya fedha. Siku moja askari mmoja aliyeitwa Abdallah alitoroka na bunduki ya serikali akajificha nyumbani kwa Mukotani. Watu wakawa hawamwiti tena Abdallah bali Byakabare. Kila walipoiba bunduki za Mzungu, zilipelekwa kwa Rwenduru mwana wa Mfalme Bwogi, na huyo alizipeleka Kabale kwa Mukotani. Mukotani naye alimpa fedha ya kuwapa maaskari. Kwa njia hii aliishapata bunduki 4 na ile aliyoletewa na Abdallah ikiwa ya 5.

Mukotani alikataza watu wasile ndizi kwa sababu nzige walikuwa wamesababisha njaa katika Kyamutwara. Mfalme aliwataka watu wake wale mazao ya muda ili ndizi ziweze kuwa nyingi. Mfalme alikuwa ameunda kikosi cha "Obwerupe" ambao walishika bunduki. Katika kikosi hicho kulikuwa mtu mmoja aliyetoka Kihanja aliyeitwa Tirugarura - Karasha. Mfalme alikuwa amempa shamba kijijini Kibeta. Siku moja mama wa Karasha alikata ndizi. Yule aliyehusika na kuhakikisha watu wasikate ndizi akakuta mama wa Karasha amekata ndizi, akamunyang'anya jembe lake kama adhabu. Mama wa Karasha akaenda Kabale akamwambia Karasha kuwa alikuwa amekata ndizi ya kumletea kama zawadi lakini yule anayekataza watu wasikate ndizi akamnyang'anya jembe lake.

Basi Karasha akaleta habari hiyo kwa Mfalme. Mfalme akamjibu na kusema, "Ana haki kabisa kumnyang'anya mama yako jembe lake kwa sababu amevunja amri yangu." Karasha akaondoka Kabale akaja kwake Kibeta. Kutoka hapa alienda Bukoba akamwambia Mzungu, "Askari wako Abdallah aliyetoroka anaishi kwa Mukotani akiwa na bunduki. Tena Mukotani ana bunduki nyingine 4 ambazo ziliibiwa na askari wako. Sasa baada ya kupata ile ya Abadallah zikawa 5." Wakati huo Mzungu aliyekuwa Bwana Mkubwa alikuwa Bwana Leutnant Von Kalben. Mzungu akatuma ujumbe kwa Mfalme Mukotani akisema, "Nipelekee askari wangu na bunduki zangu." Mukotani akakataa akisema, "Sina bunduki zako." Basi Mzungu akamshambulia na kuchoma moto ikulu ya Kabale. Mfalme Mukotani akakimbia na kujificha hapa na pale nchini mwake na Mzungu akaendelea kumtafuta. Halafu akatuma ujumbe kwa Mfalme Mutatembwa akimwomba ampelekee watu ili wamsaidie kumfukuza Mukotani. Mfalme akawatuma raia wote wa Kiziba kwenda vitani pamoja na Mzungu. Watu walipoenda walikuta Mzungu na watu wake msituni Rwasina akisema kuwa Mukotani alikuwa msituni humo. Akalenga mizinga yake msituni na kupiga. Watu wakatoka humo wakikimbia kila mtu njia yake. Ng'ombe wote wa Mukotani na wa raia wake wakakimbilia Kiziba; nao walikuwa wengi sana. Mfalme Mutatembwa akawateka wote. Wenye ng'ombe akawarudisha wachache sana. Mzungu aliteka mbuzi tu, ng'ombe wakamtoroka. Baada ya kuteka mbuzi hao akarudi kwake Bukoba. Mukotani akakimbilia hapa na pale nchini Kyamutwara, akilala mara hapa, mara pale.

Alipofika Katoma, Mzungu akamkuta mkuu wa kijiji, Tibishubwamu, akamwua. Watu wake wakakimbia. Bwana Kama akamwambia Mfalme Mutatembwa, "Nakupa kijiji cha Katoma, ukitawale, kiwe chako." Mfalme Mutatembwa akampeleka Rwabuyongo awe mtawala wa

Katoma. Rwabuyongo akakaa Katoma, na raia wa Katoma wakamjengea nyumba wakamletea na zawadi za pombe. Basi Katoma kikawa kijiji cha Kiziba na Mzungu akaishi Kagege, Katoma.

Mukotani asiwe na la kufanya akahamia Karagwe, kutoka huko akaenda kukaa Buganda.

Ndugu yake Bwahama akatoa mali kwa Mzungu akafanywa mtawala wa Kyamutwara. Baada ya kutawazwa kwa Bwahama, Rwabuyongo akatoka Katoma akarudi Kiziba. Katoma ikawa kijiji cha Bwahama.

Wakati huo Mzungu alichukua kijiji cha Kasharazi akakitoa kama zawadi kwa Musikura mwana wa Mfalme Mutatembwa. Musikura akaenda kuishi Kasharazi. Wakati Mzungu akipigana na Mukotani, Mfalme Mutatembwa alikuwa ameondoka katika ikulu yake na kuishi Rukurungo. Wakati huo alikuwa ameteka ng'ombe wa Kyamutwara na kuwaleta Kiziba kwa furaha kubwa. Baada ya Bwahama kuwa mtawala wa Kyamutwara akamshitaki Mutatembwa kwa Mzungu kuhusu ng'ombe wake. Mzungu akawadai kutoka kwa Mutatembwa. Bwana Herman ndiye alimwandikia barua mfalme Mutatembea akisema, "Peleka ng'ombe wa Bwahama 300." Mfalme akakataa akisema, "Nilisha wapeleka." Basi Bwana Herman akisaidiwa na Bwahama wakashambulia Kiziba. Mfalme Mutatembwa alipopata habari za kushambuliwa alimtuma Musikura ampelekee Mzungu meno 3 ya tembo ili amzuie asimpige. Murangira Musikura alikutana na Mzungu pale Nyamuheshera akayaweka yale meno ya tembo mbele yake. Halafu akamwambia Mzungu, "Kwa nini unamshambulia Mfalme Mutatembwa?" Mzungu akajibu, "Sikuja kwa ajili ya meno ya tembo; bali kwa ajili ya ng'ombe 300 wa Bwahama." Basi Mzungu akapanda mlima akafika Kantare. Akakita hema zake pale Kakongoro, mbele ya ikulu. Basi mfalme akakimbia na kulala Bwera kwa Mtwale Karokora Majugo, Muranzi wa Butainamwa. Bwahama alituma Wahyoza wakafyeka migomba ya Rwamashonga na Kantare na upande mmoja wa Buhanga. Karutasigwa alifika kwa Mzungu na kumwuliza, "Una kisa gani na mfalme?' Mzungu akajibu, "Mbona aliwateka ng'ombe wa Bwahama." Karutasigwa akamwambia, "Mbona aliwapeleka siku nyingi?" Mzungu alipoendelea kukataa Karutasigwa akatoa ng'ombe 60 na jino 1 la tembo kwa Mzungu, ndipo akakubali kuondoka na kurudi nyumbani. Mfalme aliporudi kutoka Bwera akamwambia Nyakamale, aliyekuwa mwakilishi wake Bukoba akamkabidhi na Karutasigwa, akisema, "Mpeleke Karutasigwa kwa Mzungu, umwambie kuwa huyo ndiye atamrithi kama mfalme, baada ya Mfalme Mutatembwa kuaga dunia. Nyakamale alipomwonesha Karutasigwa kwa Mzungu, Mzungu aliandika barua ya urithi akaitoa kwa Karutasigwa. Walipotoka Bukoba wakaja Kiziba Mlangira Karutasigwa aliiweka barua hiyo katika mfuko wa koti lake. Wakati huo Wazungu tu ndio walikuwa na masanduku. Lakini baadaye watumishi wake walipofua nguo zake, barua hiyo wakaifua ndani ya mfuko wa koti lake.

Baada ya hapo ugonjwa wa tauni ukaingia Kiziba. Watu wakahama kutoka vijijini wakakaa mbugani.

Tauni ikawahamisha; wakawa wanakufa watu wengi. Rweshabura akaogopa tauni, akatuma ujumbe kwa mfalme ampe mahali pa kukimbilia. Mfalme akamwambia aende Bikonge. Rweshabura akakimbilia Bikonge. Tangu hapo akaanza kufanya urafiki na wakubwa wa mfalme, na Bataraara walinzi wa ngoma ya Mfalme. Katika kila kijiji akafanya urafiki na wale watakaomwezesha kutawala hapo baadaye. Halafu alitoka Bikonge akaenda Kishoju kwa Rugoto, Muziba. Akaishi hapo. Alipotoka pale akarudi kwake Bugandika.

Siku hizo Bwana Kitare Doctor Med. Zupitza alikuwa Bugandika kwa Rweshabura akajenga mahali pa kutibia tauni. Akakaa hapo. Mtu alipokufa walimpeleka kwake ili ajue amekufa kwa sababu gani. Kwa hiyo alimpasua ili apime amekufa kwa ugonjwa gani. Akawa anapasua hivyo watu. Mtu alipokufa aliagiza kwa nguvu mtu huyo aletwe kwake. Kwa sababu watu hawakupenda kumpelekea wafu wao waliwapeleka huko kwa woga.

SEHEMU YA 7

(MWAKA 1897)

Rweshabura awashitaki Karutasigwa na wakili wa Mfalme kwa mzungu
Kifo cha wakili wa mfalme, Nyakayango
Mfalme achoma nyumba za Wapapa
Mgogoro unaenea
Vita vya Rweshabura na Muganda-atwara
Rweshabura achoma moto Rushasha na Kishoju
Rweshabura amshitaki Karutasigwa Bukoba

Watu wengine walipokataa kwenda kwa Mzungu (Dr. Zupitza) kupeleka wafu wao, Mzungu akakasirika na kusema maneno makali. Rweshabura ambaye alitawala Bugandika, akamwambia Mzungu, "Watu wanakatazwa na Karutasigwa na Nyakayango, wakili wa mfalme, kwani wao husema kuwa wewe hupasua watu ili uwale." Alisema hivyo kwa sababu alikuwa na uadui kwa Karutasigwa na Nyakayango.

Mzungu aliposikia hivyo alikasirika sana. Aliandika barua ikulu akamwambia Mfalme Mutatembwa, "Nipelekee Wakili Nyakayango." Mfalme akampelekea Rweyunga, Mutundu, akisema, "Ukifika kule useme kuwa wewe ndiwe Wakili wa mfalme na akwambie analotaka. Rweyunga akaenda akafika mbele ya Mzungu. Alimkuta Rweshabura akiwa na Wazungu wote wawili.

Rweyunga akafika mbele ya Mzungu akamwambia, "Mimi hapa Wakili wa mfalme, nimeshafika." Rweshabura akamnongoneza Mzungu akisema, "Siye, huyo ni Rweyunga, raia wa kawaida."

Basi Mzungu akamfukuza Rweyunga na kusema, "Makamu wa mfalme asipofika, kesho nitawachoma moto." Rweyunga akarudi kwa mfalme akamwambia maneno ya Mzungu na alivyotaka Makamu wa mfalme mwenyewe.

Mfalme akamwambia Makamu wake Nyakayango, "Nenda tusije tukachomwa moto."[163] Nyakayango aliondoka akaenda mpaka Bugandika kwa Mzungu. Alimkuta Rweshabura akiwa na Wazungu wote wawili. Nyakayango akaingia katika nyumba ya Mzungu. Mzungu akarusha teke, likampata Nyakayango kifuani. Watu wakamshika wakamvika kitanzi wakamtundika katika mti wa mkonyia, WAKAMWUA, AKAFA. Watu wake wakakimbia mpaka kwa mfalme na kumwambia kuwa Nyakayango alikuwa ameuawa. Mfalme akanyamaza. Raia wote wa Kiziba wakaomboleza sana. Murangira Nyakayango aliuawa tarehe 14 Desemba, 1897.

Rweshabura, baada ya kushuhudia kifo chake alituma watu wake wakamtungua mtini na kumpeleka Bugandika migombani. Watu wa Nyakayango walitoka kwake Bwera, wakaenda Bugandika wakachukua maiti yake wakaileta msituni karibu na Bwagya, wakamzika.

Siku chache baada ya kifo cha Nyakayango, watu wa Bwanjai, rafiki za Rweshabura wakaanza desturi ya kwenda mara nyingi Bugandika kwa Rweshabura na kurudi jioni wakiwa wanaimba kwa furaha kwa sababu ya kuuawa kwa Nyakayango rafiki wa Karutasigwa. Kwa sababu hiyo Murangira Muramura, aliyekuwa mtawala wa Bwanjai akakasirika kwani yeye alikuwa upande wa Karutasigwa. Mama wa Muramura na mama wa Karutasigwa walikuwa Bashagaikazi. Kila watu wa Rweshabura walipopita karibu na kwake wakiimba alisema, "Waongo hao, nitawashika na kuwafunga." Basi alimshika Bajunanaki[164] bini Kirusi aliyekaa kwake Buhanga, akiwa mtu wa Rweshabura, akamfunga na kumnyang'anya bunduki yake. Jamaa wa Bajunanaki wakalipa faini ya simbi 2000. Walipomfungua, wakati wa jioni akakimbilia ikulu kushitaki kwa mfalme wale waliomfunga. Alipofika ikulu usiku ulikuwa

---

[163] Nyakayango alikuwa baba wa Murangira Gaurwa wa Bwera. Kwa vile Nyakayango alizuia Kiziba isiunguzwe na moto, uwakili wa mfalme wa Kiziba ulidumu katika familia ya Nyombi. Murangira Gaurwa ni mwana wa Nyakayango, ambaye ni mwana wa Nyombi na Nyombi ni mwana wa Mfalme Kibi II.

[164] Maelezo ya Mhariri: Katika kuhadithia jina hilo limeandikwa kama Bajunanaki lakini linaonekana ni kosa la uandishi, jambo ambalo linajirudia mara nyingi pote kitabuni.

umeshaingia, hakuweza kumwona mfalme, kwa hiyo akalala Kasiita. Asubuhi kesho yake mfalme akatokea, basi akamshitaki Murangira Muramura kwa kumfunga. Alipomwambia hivyo mfalme akasema, "Nendeni mkachome nyumba za Wapapa wote."[165] Basi Bwanjai pote ulionekana moto mtupu.

Habari zikamfikia Wakili wa Kyamagundu (Rweshabura) kuwa mfalme alichoma nyumba za wafuasi wake wote, kwa sababu hataki waje kwako na, kwa sababu ati wewe ndiwe ulisababisha kifo cha Nyakayango.

Akaondoka na baadhi ya Balekezi akaja kwa hamaki ili kuona kwa nini nyumba za wafuasi wake zilikuwa zimechomwa moto. Siku hiyo ilikuwa nzuri ya kawaida, Mfalme alikuwa mawindoni Bukomagai ambapo mtu mmoja Rwabwera bini Mazimba alikuwa anamfukuza mnyama. Rweshabura akawatokea kwa ghafla pale Kyazi. Mfalme akamwogopa akaharakisha kurudi ikulu. Alipofika katika uwanja wa ikulu Rweshabura akamfikia na kujitetea akisema, "Mtukufu Mfalme, vipi kuchoma nyumba za wafuasi wangu? Wajapo kwangu mimi huwapa nyama na pombe, huwapa mirumba na ngozi, kama wafanyavyo watoto wote wa mfalme. Je, hili ndilo kosa lao? Mtukufu Mfalme naomba nitoe ng'ombe nilipie kosa la wafuasi wangu, ili uwasamehe." Mfalme akajibu, "Tulichofanya ni kuchoma nyumba za vipapa vya huku. Nawe nenda uchome nyumba za Vichumita vilivyo kwako Igurugati. Licha ya hayo, wote niliochoma nyumba zao ni raia wangu. Pia Bajunanaki niliyemfunga ni raia wangu. Kwa nini wewe unawasikitikia? Rudi kwako utulie."

Rweshabura akajibu, "Nashukuru, mwenye ngoma akionesha kwa mkuki, maana yake anataka uitoboe." Akaondoka kwa hasira akarudi kwake Bugandika. Karutasigwa naye akachoma nyumba za Walekezi waliokuwa Kanyigo.

Rweshabura, baada ya kuona walivyotendewa wafuasi wake akaenda kumwambia Bwana Lyakitare (Med. Dr. Zupitza). Bwana Lyakitare akamwambia, "Nawe nenda ukachome nyumba za wafuasi wake, kesi itahukumiwa Bukoba."

Basi Rweshabura akapeleka jeshi lake lililoongozwa na ndugu yake Rubangirana, likafika Rushasha na kuchoma nyumba chache. Murangira Ishemunjabi akapiga ngoma. Wafuasi wake waliojulikana

[165] Ni kipindi hicho ambapo Rweshabura alikuwa anapiga ngoma za "Balyeleeta." Wanafunzi wote wa Mapadri waliitwa Aba-Papa yaana wafuasi wa Papa, kiongozi wa Wakristu.
*Maelezo ya Mfasiri: Balyeleeta ilikuwa na maana: Watajileta wenyewe. Yaani watu wataongoka na kuwa Wakristo kwa hiari yao wenyewe bila ya kulazimisha.

kama Omuganda-atwara wakakusanyika kwake. Wakawakabili Bilekezi pale Kempuli wakapigana nao. Basi Bukuku, aliyekuwa bado na uchungu wa bwana wake Nyakayango akatumia bunduki yake kulipiza kisasi cha bwana wake. Kati ya Bilekezi akamwua Katabaro Ky'ebino, mtawala wa kijiji cha Rubangirana. Pia akamwua mpwa wa Katabaro. Katabaro alimwua kwa mkuki. Basi Rubangirana akarudi nyumbani. Habari zikamfikia Rweshabura kuwa watu wake wameshindwa; aliondoka yeye mwenyewe kwa hasira akapita Kitobo Burumbwe mashambani akatokea Rushasha. Ishemunjabi na Rutalemba walipomwona Rweshabura wakadhani Mzungu ndiye amewashambulia, wakakimbia. Rweshabura akachoma moto Rushasha na Kishoju na kuua watu wawili. Mmoja alikuwa Karokora bini Kayokano, Murangira wa Kishoju, mwingine alikuwa Mwihuzi wa Bwera, mwana wa Mashoke. Baada ya kuchoma sehemu hizo akarudi na kulala Burumbwe.

Kesho yake, ngoma ya mfalme ikalia, raia wake wakakusanyika, akawaambia, "Jana Rweshabura alichoma nyumba zangu, sasa twende tukachome nyumba za Rwabuyongo Kyazi ndiye anayempa kiburi." Wakashambulia na kuchoma Musibuka na Kakoni, walipokaribia Kyazi, Rweshabura akakabiliana nao akaua watu 2 kati yao. Watu wa mfalme wakakimbia. Rweshabura alipotaka kuwafukuza, Rwabuyongo akamkataza akisema, "Usimpelekee mfalme ushinde."

Raia wakarudi ikulu. Rweshabura alirudi kwake Bugandika. Alipofika Bugandika Bwana Lyakitare akampa barua ili aende Bukoba.

Basi Rweshabura akaenda Bukoba, akapeleka barua ya Mzungu akimshataki Karutasigwa. Bwana Kinyonga (Luteni Von Wulfen) baada ya kusoma barua ya Bwana Mganga iliyosema kuwa Karutasigwa alikuwa mwasi, akaondoka yeye na askari kumshambulia Karutasigwa huko Kanyigo.

SEHEMU YA 8

(MWAKA 1898)

Karutasigwa akimbilia Kabuye
Bwana Shabatike afanya mbinu ya kumshika
Karutasigwa bila mafanikio
Bwana Shoroba ashambulia Kanyigo
Mapigano ya Kikukwe na kujeruhiwa kwa Karutasigwa na Rugenga
Karutasigwa akimbilia kisiwani Kashasha, Kanyabulemu
Mapigano ya Ngororo

Karutasigwa alipopata habari kuwa Mzungu anakuja kumshambulia akakimbilia msituni Kabuye. Basi maadui wakateka fedha. Wakachoma moto nyumba, wakateka nguo, na mirumba na meno ya tembo. Wazungu wakaenda mpaka pango la Kashenye Mweganywa wakawakuta watu wengi waliokimbilia humo na mali nyingi. Wakapiga bunduki ndani watu wakatoka nje. Basi wakateka wanawake na mali nyingi na meno ya tembo; wakati huo watu wa Kanyigo walikuwa matajiri sana, wote walikuwa wafanya biashara. Basi Rweshabura aliteka mali nyingi na ng'ombe wachache.

Baada ya kuchoma moto nyumba, Mzungu alirudi na kulala Bwanjai, kesho yake akaenda Bukoba. Alipofika Bukoba akawaachilia wanawake aliokuwa amewateka, wakarudi kwao Kanyigo.

Karutasigwa akatoka mafichoni akarudi kwake Karogosho. Rweshabura naye akarudi kwake Bugandika, akawa mtawala wa Bwanjai, Butalindwa, Buyango, Ruzinga, sehemu ya Ishozi na Bugandika yenyewe.

Baada ya mwezi kama mmoja Bwana Luteni Von Wulfen (Kinyonga) ambaye alikuwa na cheo cha Bwana Mkubwa, Bukoba, alimtuma Bwana Shabatike (Unteroffcier Shabatike) akapita kwa Rweshabura wakaja wote. Rweshabura akalala kijijini Bukabuye. Mzungu naye akalala Bukabuye mbugani Buhimba alipopiga hema zake. Akamtuma mjumbe mmoja kwa Karutasigwa, Kanyigo, ili amwambie Karutasigwa akisema, "Bwana Shabatike ametumwa na Bwana Mkubwa ili awahukumu wewe na Rweshabura kuhusu ugomvi wenu. Kwa hiyo uje Bukabuye ili Bwana Shabatike asikilize kesi yenu; Rweshabura naye wako wote." Baada ya kupata ujumbe huo, Karutasigwa naye akampelekea Mzungu ujumbe akisema, "Kama unataka kusikiliza kesi yetu, wewe uje huku na askari 2 na Rweshabura aje na watu 10 tu. Mimi naogopa kuja huko." Bwana Shabatike akamtuma mjumbe wa Karutasigwa amwambie aje alipo Mzungu.

Alipoona kuwa Karutasigwa amekataa kuja na jua likawa karibu kuchwa akaondoka akarudi Bukoba. (Mzungu alifanya hivyo na nia ya kumdanganya Karutasigwa ili amshike).

Baada ya miezi miwili, siku moja tukiwa Karogosho tulipata habari kuwa Mzungu amefika kwa mashua, ametua Mishenye karibu na Mashangano akiwa na askari kama 30. Murangira Karutasigwa akampa Rusaju ng'ombe mmoja ampelekee Mzungu kama zawadi, ili achinje. Rusaju alienda baada ya kurudi akamwambia Karutasigwa, "Mzungu anasema kuwa yeye ni Bwana Shabatike. Watu wanasema kuwa anaenda Buganda. Ng'ombe wa zawadi amemkataa. Mzungu mwenyewe ana askari 30. Lakini kufuatana na nilivyomwona mimi, ni kama mtu mwenye huzuni na wasiwasi. Mimi nadhani ana nia ya kuja usiku ili akushike." Murangira Karutasigwa akasema, "Hivi Rusaju unadhani Mzungu atakuja na askari 30 tu ili apigane nasi? Askari 30 wataweza kufanya nini?" Hata hivyo usiku huo Murangira Karutasigwa alichukua tahadhari.

Kesho yake asubuhi na mapema, Murangira Karutasigwa alitoka nje pamoja na wasasi na mbwa ili kwenda mawindoni. Tulipofika Kanyaiguru tulisikia upande wa Kikukwe na Bugombe ngoma zikilia. Akafika kijana akikimbia akamwambia Karutasigwa, "Mzungu amekuja kutushambulia, amekuja na Rweshabura, wako Kikukwe amekabiliana na kikosi cha Mushandura wanapigana." Mzungu aliyekuja vitani alikuwa Bwana mkubwa Sholoba (Hauptmann Schlobach) aliyetawala Mwanza na Bukoba. Yule mzungu mwingine alikuwa amepita njia ya Ishozi. Murangira Karutasigwa hakuamini upesi, alisema, "Inawezekana kijana anasema uwongo, mimi nadhani kuwa Rweshabura bila shaka aliposikia kuwa Mzungu yuko huku akaamua kuja kunishambulia, ili nidhani kuwa naye ni Mzungu. Kama ni Rweshabura, ngoja nije nimpige!" Basi tukaenda vitani.[166] Tulipofika Kikukwe kwa Kahiigi, tulisikia watu wetu walivyopigana na adui. Miti ikiwa inakatika mbele ya nyumba ya Kyabutumbi Murangira. Murangira Karutasigwa akamtuma mtu mmoja, jina lake Rwamulindimura, Musaizi wa Kashenye akisema, "Kimbia uangalie, kama wanapigana na Rweshabura rudi upesi nikupe zawadi ya pongezi, lakini ukikuta wanapigana na Mzungu pia urudi uniambie ili tukimbie upesi maana tangu siku nyingi niliacha kupigana na Wazungu." Yule tu aliporudi akasema kuwa ni Mzungu akisaidiwa na Rweshabura. Murangira akasema, "Wewe mwongo, ebu niende mimi mwenyewe nione kama ni Mzungu au kama ni Rweshabura." Tulipofika kule tuliwakaribia kwa njia ya migombani, tulipita upandeni bila kuonekana kwao. Wao walikuwa mbugani mbele yetu wakiwa wanapigana na watu wetu. Basi tukaona kuwa alikuwa Mzungu pamoja na askari wote pamoja, na watu wa Rweshabura nao wakiwa na bunduki wakimsaidia Mzungu. Murangira Karutasigwa alipohakikisha kuwa ni Mzungu akasema, "Tukimbie tusipigane, tena tuagize na watu wetu waache kupigana sote tukimbie. Niliamua kutopigana na Wazungu tena." Baada ya kurudi kidogo nyuma, Murangira akasema, "Turudi tupigane kwa sababu baada ya maadui kuondoka Kyabutumbi anaweza kutucheka na kusema, "Ulikuta tukipigana ukaogopa na kusababisha nyumba zangu kuungua; hapana, rudini tupigane, yule atakayekufa na afe."

Tulipoanza kupigana, maadui wakafa wawili, mmoja akauawa na Karutasigwa, mwingine akauawa na Rugenga. Upande wetu kijana aitwaye Ngatulire mtumishi wa Murangira Kaishozi bini Rugayamanzi akajeruhiwa. Bunduki zikatusumbua. Upande mmoja Rweshabura na Bwana Sholoba wakawa upande mmoja wetu na yule Mzungu aliyetoka Ishozi akawa upande wa pili. Tukapigana sana, pale walipokuwa tukawasogeza nyuma wakapanda kilimani. Na wao wakatuzidi nguvu tena wakatusogeza nyuma migombani tulipoanzia kabla ya kuja mbugani. Tuliporudi migombani Murangira Rugenga

[166] Maelezo ya Mhariri: Matumizi ya "sisi" hapa na penginepo inaonekana kuwa na maana kwamba Lwamgira anatoa ushuhuda wake binafsi. Baadaye anatumia nafsi ya kwanza, umoja, "mimi ."

akajeruhiwa mkono. Alipojeruhiwa akasema, "Nimejeruhiwa." Wakati huo alikuwa kushoto mwa Murangira Karutasigwa. Huyu alipogeuka kuangalia jinsi risasi ilivyomjeruhi Rugenga naye akajeruhiwa kichwani chini ya kisogo. Alipojeruhiwa akaanguka chini kama aliyekufa. Basi tulimnyanyua na kukimbia. Baada ya kukimbia muda kitambo akiwa amezirahi, akazinduka. Alipozinduka akasema, "Rudini nyuma mpigane nao, kwa sababu wakisikia bunduki zetu zimeacha kulia wanaweza kuja wakikimbia na kuninyang'anya nyinyi nyote." Tuliposikia neno lake hilo, tukamwacha na watu wachache wa kumkimbiza tukarudi. Wale tuliowaacha naye wakamkimbiza mpaka msituni. Sisi tukarudi kwa maadui. Tulikuta wameshafika mahali tulipokuwa kwanza. Tukapiga bunduki kati yao, tukapigana kwa muda mfupi, lakini mioyo yetu ilikuwa haina nia ya kupigana tena, kwa sababu ya kujeruhiwa kwa bwana wetu. Basi maadui wakatupiga kwa bunduki nyingi, wakatuwashia na mzinga. Ikabidi tukimbie, na wao wakatuandama sana. Njia walipompitisha Murangira wakimkimbiza hatukuipita bali tulipita njia nyingine. Walipotuandama mpaka Bukoko, maadui waliacha kutufukuza na kurudi Kikukwe. Mzungu akalala pale. Wale waliokuwa na Murangira Karutasigwa msituni, usiku ulipoingia wakambeba, wakatoka msituni wakampeleka mpaka Kawamara. Pale walimweka katika mashua wakamvusha mpaka Bushasha, Bugabo. Kesho yake walimweka katika mashua na kumvusha mpaka ng'ambo Kyabasimba, Ishango. Halafu wakatoka Kyabasimba wakamrudisha nyuma Katembe. Pale walilala siku moja. Kesho yake Mzungu alitoka Nyangoma akashambulia Katembe. Watu wetu walipopata habari kuwa Mzungu anakuja Katembe wakamwondoa Murangira Karutasigwa pale wakamweka mashuani wakamvusha ng'ambo Kitara wakampeleka katika kisiwa cha Kanyabulemu kiitwacho Kashasha wakakaa humo katika tingatinga. Sisi, baadhi yetu tulikaa Kabuye, na wengine walienda Bugabo. Mzungu alikaa Kanyigo siku 9 akimtafuta Karutasigwa. Katika kipindi hicho aliteka ng'ombe wote wa Kanyigo. Baada ya kumtafuta Karutasigwa na kumkosa, Kanyigo akaitoa kwa Rweshabura na kurudi zake Bukoba. Baada ya Bwana Sholoba kurudi nyumbani, Rweshabura aliogopa kukaa Kanyigo. Tulipoona kuwa Mzungu amerudi kwake sisi tukatoka tulipokuwa tumekimbilia tukarudi vijijini kwetu na kukaa. Tukawa kila siku tunampelekea Murangira ndizi, kuni na pombe kule Kashasha kisiwani alipokuwa.

Baada ya siku chache Rweshabura akaja tena kutushambulia. Tuliwakabili katika Ngororo tukapigana nao. Kabla ya mapigano hayo baadhi ya vijiji viliishaasi. Kashenye yote iliasi na Muchumaihe Kiongozi wao. Nyangoma iliasi na Rugimbana kiongozi wao. Sehemu ya Bukwari iliyotalwaliwa na Bukamba nayo ilikuwa imeasi.

Basi sisi tukapigana na adui pale Ngororo. Kiongozi wetu alikuwa Murangira Kyabutumbi aliyetawala Kikukwe, pamoja na Rushaju, Mugombe. Hao wawili ndio walituongoza akiwa kisiwani Kashasha. Upande wetu tulikuwa na bunduki 40 tu. Upande wa Rweshabura palikuwa na bunduki za vikosi vya Mutalindwa, Muchwabuzaire, Mugandika na Muhangara. Palikuwa pia bunduki za Kasharazi na Ruzinga na za sehemu ya Ishozi iliyotawaliwa na Rweshabura. Na pia za Katendaguro na Rukurungo. Bunduki ambazo hazikuwepo ni zile za Kibumbiro. Hii ni kwa sababu Kibumbiro haikutawaliwa na Rweshabura bali ilitawaliwa na Kamugumya, mwana wa Mfalme Mutatembwa. Ingawa bunduki zilikuwa nyingi hivyo, wale waliozishika hawakupigana kwa bidii. Walikuja vitani kutetea familia zao tu, kwa sababu Rweshabura walikuwa hawampendi. Upande wetu pia bunduki zingalikuwa nyingi lakini baadhi zilikuwa kule alikokuwa Murangira na baadhi zilikuwa na wale watawala wa vijiji walioasi tuliowataja hapo juu.

Tulianza kupigana nao asubuhi kama wakati wa kupeleka ng'ombe malishoni. Ilipofika jioni kama wakati wa wanawake kutayarisha mlo wa jioni tulishaua kati yao watu 4 na kuwajeruhi 5. Wao waliua 2 wa kwetu na kuwajeruhi 2. Walitufukuza kipindi kifupi, halafu wakatufukuza kwa nguvu kupit a Nyungwe migombani, na Nyungwe yenyewe wakaichoma moto. Sisi tulikimbia tukaingia Kikongoro msituni. Tulipoingia Kikongoro wao wakaogopa kuingia msituni humo. Tulipofika ng'ambo ya msitu tukasimama. Baada ya muda mfupi akaja Karukamisa. Alipofika tukawarushia tena risasi. Walipoona kuwa tumewarushia risasi wakakimbia. Basi sisi tukawaandama mpaka Ruhumura. Pale usiku uliingia tukarudi na kukaa Kikuwe na Bugombe.

Pale tuliishi na Murangira Kyabutumbi na Rushaju wakiwa ndio viongozi wetu.

Basi tulipeleka habari Kashasha na kumweleza Murangira jinsi tulivyopigana na kuua watu. Naye alifurahi sana.

SEHEMU YA 9

KARUTASIGWA ANAENDA BUKOBA KISIRISIRI APITIA MISSIONI KASHOZI

Bwana Korongo amwamuru kurudi Kanyigo mpaka hapo atakapomwita
Karutasigwa arudi Bukoba
Kesi kati yake na Rweshabura
Rweshabura ashinda kesi dhidi ya Karutasigwa

Baada ya miezi kama mitano Karutasigwa aliondoka kiswani Kashasha akaja Bukwali kwa Kakwezi bini Mutunzi, Mushonde. Wakati huo Bwana Korongo (Richter) aliisha kuja Bukoba.[167] Kutoka Bukoba akawatuma askari wakaja Kanyigo. Yeye Bwana Korongo walimwacha Bwanjai kwa Rweshabura; walifika Kanyigo kumwita Karutasigwa. Kabla askari hao hawajafika Bukwari, habari zikatufikia kuwa askari walikuwa wamelala Bugombe. Wakati huo Murangira Karutasigwa alikuwa hajapona kabisa. Basi tuliondoka tukiwa tumembeba ili twende kukutana nao. Tuliogopa wasitukute Buskwari na kutuzingira. Tulipofika Karogosho tulikutana

[167] Maelezo ya Mhariri: Maandiko ya mwanzo yanatumia jina Bwana Korongo, jina la utani walilompa Wahaya – lakini aliyetafsiri anatumia jina lake mwenyewe ili kusiwe na utata kujua yupi ni yupi.

na hao askari wawili. Askari wakamwambia Karutasigwa kuwa Bwana Korongo anamwita ili aende ajibu kesi dhidi ya Rweshabura. Murangira Karutasigwa akawaambia wabebaji wake wamweke chini. Alipowekwa chini akawaon"esha askari jeraha lake na kuwaambia, "Bado sijapona kabisa, ningekuwa nimeshapona ningeenda huko." Kwa hiyo akamchagua Rushagara bini Rushaba, Mgombe akaenda na askari mpaka Bwanjai, wakamwambia Bwana Korongo kuwa Karutasigwa bado hajapona. Basi Bwana Korongo akarudi Bukoba. Lakini Rushagara aliporudi alimweleza Karutasigwa kuwa alikuwa ameshinda kesi dhidi ya Rweshabura. Sisi sote tukafurahi sana. Basi tukatoka Bukwari tukahamia Kigarama kwa Muhigi. Baada ya siku 4 tukiwa pale, Karutasigwa akaazimia kwenda Bukoba. Watu wote walimkataza wakimshauri apone kwanza. Usiku ule akaondoka kwa siri na watu watatu akaenda mpaka misheni ya Kashozi. Walipowika jogoo tukamtafuta katika nyumba alimolala tusimpate. Tulipouliza watu walioishi katika nyumba hiyo alikokwenda, tulijibiwa hawajui. Tukakumbuka kuwa alikuwa ameazimia kwenda Bukoba. Kwa hiyo tukafikiri bila shaka ameenda Bukoba. Watu wachache kama ishirini tuliondoka tukaenda tukiwauliza watu. Tulipofika Ishozi, tuliambiwa kuwa alikuwa amelala pale, lakini alikuwa ametoka pale na kuelekea Kashozi. Tulimfuata huko naye alipotuona akatueleza kuwa, "Nilipofika hapa Askofu Hirth nikamweleza naenda Bukoba, naye aliandika barua ya kumpelekea Bwana Korongo na kumweleza kuwa nimelala pale." Basi na tusubiri habari zitakazotoka Bukoba. Tulilala pale naye, kesho yake kabla ya kuondoka na kwenda Bukoba Murangira Karutasigwa alikwenda kuonana na Askofu ili kuulizia jibu la Bwana Mkubwa. Askofu alimweleza akisema, "Bwana Mkubwa alikasirika sana. Sijui kama atakuua au kama atakufunga. Lakini ingekuwa bora kuwasiliana kwanza na mzee wako kabla ya kwenda Bukoba." Watu wengi wa kutoka kwetu waliomfuatia Karutasigwa wakafika Kashozi. Basi tukaondoka tukaenda Bukoba. Bunduki zetu tukaziacha ikulu kwa Mfalme Rutahigwa. Wakati tuko njiani kabla ya kufika Bukoba tukaingiwa na mashaka kama inafaa kweli kwenda huko. Murangira Karutasigwa akatoa uamuzi, "Twende tu, kama nitauawa, mtahama na kwenda mtakako, nikifungwa tu nitakuwa kama aliye nyumbani. Nyinyi mtakwenda kwa marafiki zangu na kusubiri mpaka nitakaporudi." Basi woga ukatushika sote tusitake kuendelea. Lakini Kazinja bini Kichwabuta akamwambia, Murangira Karutasigwa, "Na twenda tu, akifa tutaendelea kula, asipokufa pia tutaendeleal kula."

Basi tukaenda Bukoba tukamkuta Bwana Korongo. Tulikaa nje kwenye nyasi. Mjumbe Rwaitama na Askari Songoro walituona, wakaenda wakamjulisha Bwana Korongo kuwa Karutasigwa amefika. Bwana Korongo akawajibu kuwa tayari ana habari hiyo, "kosa lake ni kwamba amepita Kashozi na kulala huko. Je, alifikiri kuwa natawaliwa na Kashozi? Arudi kwake, mimi nitamwandikia barua ya kumwita. Akirudi hapa apitie njia nyingine kama anataka kufika kwangu."

Basi tukaondoka na kurudi nyumbani kwa furaha kwa sababu tulikuwa tunahofu kuwa Mzungu angalimshika Karutasigwa na kumfunga ua kumwua. Tulipopokea majibu ya Mzungu kupitia Rwaitama na Shongoro kwa Murangira tulitoka tukifurahi na kuelekea kwetu Kanyigo. Siku hiyo tulilala kwa Mfalme Rutahigwa ambapo tulikuwa tumeacha bunduki zetu. Tulikuwa tumeziacha pale tukiwa tunafikiri kuwa kama Mzungu angalimwua Karutasigwa, Mfalme Rutahigwa angalimiliki bunduki hizo kwa sababu alikuwa rafiki yetu. Mfalme Rutahigwa alitupa malazi katika kijiji cha Kibale, akatugawia na ng'ombe tuliyemchinja na kumla. Kesho yake tukapewa mitumbwi tukaabiri kutoka Bushasha, pwani ya ziwa Rweru (Victoria) upande wa Bugabo. Tuliondoka pale tukiwa tunalipua bunduki kwa furaha mpaka tulipofika pwani ya Kaishebo. Pale tulikuta watu wengi waliokuja kutulaki. Tuliondoka nao mpaka tulipoingia nyumbani kwetu. Watu walifika kwa wingi kumpongeza Murangira nasi tukaendelea kupiga bunduki za furaha.

Baada ya kukaa nyumbani muda mfupi, alikuja Kakiko Mukabugu, ukoo wake Mziba Mushamura. Alifika na barua aliyomwonesha Karutasigwa na kusema, "Unaitwa Bukoba."

Tulilala kwetu siku moja, kesho yake tuliondoka kuelekea Bukoba. Siku hiyo tulilala Kagya, Bugabo. Kesho yake tulifika Bukoba, tukamkuta Bwana Korongo. Rweshabura naye alikuwa amepelekewa barua, naye aliisha wasili.

Kurutasigwa na Rweshabura waliingia barazani na kushitakiana. Rweshabura alishinda kesi hiyo dhidi ya Karutasigwa.

Rweshabura apongezana na Karutasigwa

Rweshabura ndiye aliyetoka nje ya baraza akiwa wa kwanza akiwa mwenye furaha. Alifika akisema, "Nimekataa kusema kuwa Karutasigwa ndiye alimleta Mwanga kutoka Mwanza, ili Mzungu asimwue."

Tulibaki tukisubiri kwa mashaka kutoka nje kwa kiongozi wetu. Tuliogopa wenda ikawa Rweshabura amemweka mikononi mwa Mzungu. Hatimaye naye akatoka, akaja, tukampongeza.

Rweshabura akakaa juu ya kiti cha Musikura. Karutasigwa alipofika, watu wote, akiwemo Rweshabura waliamka na kumpa Karutasigwa mkono wa pongezi. Rweshabura akatoa kitambaa juu ya kichwa cha Karutasigwa, na kumsikitikia akisema, "Nusura ungalikufa," akampongeza. Watu wote wakampongeza na wana wa mfalme wote wakasema, "Umeponea chupuchupu, hongera."

Basi kaka yao wote, Murangira Kamugumya, akasema, "Sikilizeni nyote! Sasa Mzungu ameagiza Rweshabura awe kiongozi wetu. Twende tukamtii. Tuache kupigana sisi kwa sisi, tusije tukauana. Tazameni sasa, Karutasigwa alikuwa kidogo afe, je mataifa mengine hawangetudharau. Tunashindania ngoma ya kifalme. Je, tutaipasua vipande vipande? Tunatafuta ufalme, na huku baba yetu akiwa hai? Basi tuache kugombana, tumpiganie baba yetu Mutatembwa."

Karutasigwa naye akasema, "Ni kweli." Halafu akasema, "Nawaambieni, pasitokee mtu wa kuropoka na kusema naweza kupigana na Mzungu. Nimepigana na Mzungu mpaka alipokuwa karibu kuniua. Toka sasa nimeacha. Sitapigana tena dhidi ya Mzungu."

Basi Karutasigwa akaondoka akapita njia aliyokuwa amepita, Mafumbo kwa Kachubo. Kesho yake Rweshabura aliondoka na kuelekea kwake Bugandika kwa furaha. Alipofika Rukurungo kwa Rukuka,[168] akalala pale.

Kabla hajatoka Bukoba, Karutasigwa aliambiwa na Mzungu, "Sasa umeenda lakini uwe unafika kwa Rweshabura mara kwa mara. Pia kodi yako uwe unamkabidhi Rweshabura ili yeye aifikishe hapa." Wakati huo Rweshabura alikuwa anatoa kodi, simbi elfu ishirini; sisi tulitoa simbi elfu kumi; Kamugumya naye simbi elfu kumi. Jumla Kiziba yote kulitoka simbi elfu arobaini. Rweshabura alipeleka kodi hiyo Bukoba. Balozi wake Kalyehesheza, aliyekaa Bukoba, aliifikisha kodi hiyo Bomani.

Kabla Karutasigwa hajatoka Bukoba, alimwomba Mzungu akisema, "Unipe kiwanja cha kujenga, ili nami nifikapo Bukoba niwe na mahali pa kulala."

Mzungu alimpa Karutasigwa kiwanja cha kujenga hapo Ng'ambo zilipokuwa nyumba za wafalme.

Basi tukaondoka, tukarudi Kanyigo. Tulipofika Kanyigo, Murangira Karutasigwa akawatuma watu wakaleta Bukoba matete ya kujengea nyumba. Akamchagua na Kazaura, ukoo wake Mulenge, aliyetawala gomborora ya Bwanjai, aje Bukoba ajenge nyumba hiyo, na akae Bukoba kama balozi wake. Kazi yake kumkusanyia habari; na kodi imfikie yeye ili amkabidhi Kalyehesheza na huyu aipeleke bomani.

[168] Rweshabura, baada ya kuwa mtawala wa Rukurungo, alimfukuza Murangira Rukuka. Huyu alihamia Kyamutwara. Sababu ya kumfukuza Rukuka, huyu alimpenda Karutasigwa. Alikuwa hampendi Rweshabura.

SEHEMU YA 10

RWESHABURA AMFUKUZA KATANDA RUZINGA

Karutasigwa aenda kwa Rweshabura
Maongezi yao jioni
Mbinu ya Karutasigwa na Kazahura
Karutasigwa naye afikisha kodi yake bomani
Padre Vanthir

Wakati huo Rweshabura akaagiza iletwe miti kutoka Ruzinga, Irundu, ili ipelekwe Bukoba kwa ajili ya ujenzi. Katanda, aliyekuwa mtawala wa Ruzinga, Irundu, akakataa akisema, "Rweshabura siye aliyenipa utawala wa Irundu; hastahili kuniamuru kwa sababu hanitawali. Mimi pia najitawala. Kwa sababu nilipewa utawala huu na babangu, Mfalme Mutatembwa. Pia Katanda akamtuma mtu wake, Bikongoro bin Isisi, ukoo wake Mutundu wa Kashenye, kwa Karutasigwa ili amwambie, "Uende umsaidie dhidi ya Rweshabura anayemshambulia; baada ya kumwambia kuwa yeye yuko upande wa Karutasigwa." Halafu Katanda alimpiga Murangira Rutalemwa aliyemtii Rweshabura. Rweshabura alimtuma mtu wake kumwita Katanda; lakini Katanda akakataa kwenda. Mtu huyo akatoa taarifa kwa Rweshabura kuwa Katanda ameasi. Basi Rweshabura akapiga ngoma na kumshambulia Katanda. Alipofika Katoke, Buyango akamchagua Kisokera aongoze jeshi. Yeye akabaki Bikonge. Kisokera akaenda vitani, akapigana na Katanda. Sisi tukiwa Kanyigo tukaangalia ng'ambo Ruzinga vita inavyoendelea. Tuliona upande wa Katanda walivyoshindwa na kukimbia mpaka katikati ya Kyeshenya, tingatinga lililo katikati ya Ruzinga na Kanyigo. Basi ngoma ya kwetu Nyantakika ikapigwa. Muchumita na raia wakakusanyika. Murangira Kyabutumbi akasema, "Ebu tuvuke, twende tukapigane!" Lakini Murangira Karutasigwa akaseme, "Mimi niliacha kupigana na Wazungu. Yumkini watu wa Rweshabura wanashirikiana na Mzungu au na askari wa Mzungu. Kwa vyovyote Rweshabura hawezi kuthubutu kupigana peke yake dhidi ya Katanda, ambaye hakumpa kijiji cha Irundu. Acheni, mimi nitakwenda Bukoba nimwulize Bwana Korongo kwa nini Rweshabura alimshambulia Katanda asiye chini ya utawala wake."

Kesho yake tuliondoka tukaenda Bukoba na Murangira Karutasigwa, tukamwuliza Mzungu kwa nini Murangira Rweshabura alimshambulia Katanda. Mzungu alijibu na kusema, Alikuwa na haki ya kufanya hivyo. Mimi niliagiza iletwe miti ya kujengea. Rweshabura akaagiza Katanda atoe miti hiyo. Lakini Katanda alikataa." Mzungu alitaka hata kumgombeza Murangira Karutasigwa akisema, Yumkini ni wewe anayempa kiburi."

Basi tukaondoka na kurudi kwetu Kanyigo. Katanda hakurudi Ruzinga tena.

Baada ya muda fulani tukiwa Kanyigo, Murangira Karutasigwa akafikiria kwenda kwa Rweshabura; Rukurungo, lakini akasema, "Ni pale tu tutakapoona Mzungu anakwenda kule, nasi ndipo twende. Hii ni kwa sababu tukienda peke yetu, inawezekana Rweshabura akapeleka makusudi njiani watu wake ili watutukane. Wakifanya hivyo nasi tukakasirika na kupigana nao. Inawezekana pia watu wakatuona tunaelekea kule wakamtaarifu Rweshabura kuwa tuko njiani kwenda kumshambulia. Basi naye akapiga ngoma tukapigana sisi kwa sisi naye akatushitaki kwa Mzungu kuwa tulimshambulia, tukapata kesi mbele ya Mzungu. Au kama si hivyo watu wakituona tunaenda kwa Rweshabura wanaweza kuelewa kuwa hatimaye tumenyenyekea na sasa tunaenda kutoa heshima zetu kwa Rweshabura kama kwa mfalme. Lakini tukienda na Mzungu tunaweza kusema kuwa tulimsindikiza Mzungu."

Siku moja tukaambiwa kuwa Mzungu Bwana Mganga Msaidizi amepita Bugabo akiwa safarini kwenda Rukurungo kwa Rweshabura. Mzungu huyo alifika Kigarama na kumwambia Murangira. Karutasigwa akasema kuwa naye mizigo yake imeshafungwa iko Kikukwe, anaelekea huko. Mzungu alifurahi sana na kusema, "Kama una desturi ya kwenda huko, unafanya vizuri kutimiza maagizo ya Serikali."

Basi Murangira alichagua watu 20 na bunduki 20 kumsindikiza. Tulipoondoka tulilala Kikukwe pamoja na Mzungu. Kesho yake tulisafiri mpaka Rukurungo kwa Rweshabura tulipowasili muda wa saa tano za asubuhi. Rweshabura alipomwona Karutasigwa akamwambia, "Jambo, Karutasigwa!" Karutasigwa naye akajibu, "Jambo, Rweshabura." Tukapewa malazi humo humo Rukurungo, tukalala. Rweshabura akampelekea Karutasigwa zawadi ya mbuzi. Wakati wa jioni ya siku hiyo Murangira Karutasigwa akasema, "Twende kwa Rweshabura, tukaongee." Basi tukafika makao yake makuu, watumishi wakapeleka habari zetu kwake, tukaruhusiwa kuingia nyumbani kwa Murangira Rweshabura.

Mazungumzo ya Karutasigwa na Rweshbura

KARUTASIGWA: Rweshabura, Umeshagundua kuwa ingawa sote ni watoto wa Mfalme Mutatembwa lakini tunapitana?

RWESHABURA: Vipi?

KARUTASIGWA: Vipi? Kama wewe ndiwe ungejeruhiwa, Mzungu akanipa Bugandika, ungaliweza kuipata tena?

RWESHABURA: Mzungu hakunipa Kanyigo.

KARUTASIGWA: Kama hakukupa wewe, aliacha humo nani?

Iliwezekanaje Mzungu kuondoka nchini bila kumwacha mtawala yeyote?

Unasema hakukupa Kanyigo? Basi Rweshabura kwa nini Ruberwa na Mwijage bin Bushaija walitoka Kanyigo wakaja kujikabidhi kwako?

RWESHABURA: Alinyamaza

KARUTASIGWA: Kama hatupitani, ee Rweshabura, kama ningalikuwa mimi nikiwa na majeshi yote ya Kiziba, ningalishindwa watoto akina Lwamgira huyu hapa uliopigana nao mchana kutwa pale Ngororo ukashindwa kuwashika? Kulikuwa na mwanaume gani; karibu Wachumita wote si nilikuwa nao kisiwani Kashasha? Wanaume waliokuwa pale si Murangira Kyabutumbi na Rushaju? Hao ndio ungalishindwa kuwashika?

RWESHABURA: Alinyamaza.

KARUTASIGWA: Wacha wee, Rweshabura, watu wako wote nimewadharau. Nilipopata habari kuwa walishinda pale Ngororo walishindwa kupigana na mtoto tu Gelazi Kikenya. Hivi naye anaweza kuwashinda wanaume wazima?

KANYANDEKWE: Karutasigwa, nawe ni mwongo. Ulipojeruhiwa pale Ngororo, Mchumita gani ambaye hakuwepo?

KARUTASIGWA: Kumbe nawe ni mwanamme? Kama wewe ni mwanamme kwa nini nawe usiunde kikosi chako ukapigana dhidi yetu? Wewe nawe si mtoto wa Mfalme Mutatembwa? Unadhani ungepata ufalme ungekufa? Kwa nini unagandamana na Rweshabura kama nyuki wanavyogandamana na mzinga. Kama wewe ni mwanamme mbona ulishirikiana na Kaburama mkapigana na mtu mmoja, Rutatiza, akawashinda? Lakini hata hivyo kuongea nawe ni kama kuongea na maiti. Kwenye vita ya Kalegerezo, Bugabo, nilipokufukua kutoka matopeni, toka hapo ndipo umekuwa maiti mpaka leo.

RAIA: Wakamcheka sana.

KANYADEKWE: Hakusema tena!

RWESHABURA: Basi kama mimi si mwanamme, ndani ya siku 8 naahidi nitaugunza vijiji vya Ishunju na Kyelima.

RWESHABURA: Huyu mtoto naye mwongo!

LWAMGIRA: Kusei! Akapenga.

KARUTASIGWA: Kama Ungekuwa mtu ashikaye neno lake kama mimi, hizo siku nane zingekuleta kweli. Mimi ningekuahidi siku nne, hizo zingetosha kuja. Nikisema nitajaza mtumbwi huu kwa togwa la ndizi, basi na ndizi nikatazo huwa zinatosha.

RWESHABURA: Basi, subiri ujio wangu.

Wakati huo ulishakuwa usiku. Murangira akaagana na Rweshabura. Tukarudi kwenye malazi yetu, tukala, tukalala. Kesho yake tulifika ikulu, Bukiza, tukasubiri Mugorora. Tulipeleka ujumbe kwa mfalme tukiomba kuruhusiwa kufika mbele yake na kutoa heshima zetu. Si Karutasigwa wala sisi tulioruhusiwa kumwona Mfalme. Mfalme mwenyewe ndiye aliyekataa akisema, "Isije ikajulikana kwa Rweshabura kuwa mmepita kwangu tukaongea, basi akaninyanyasa zaidi."

Mfalme alimpa Murangira zawadi ya ng'ombe dume, tukaondoka naye mpaka kwenye malazi ya Murangira, kwa Kabogo, ukoo wake

Mugahya wa Nyakahunga, Kantale-Muhimakazi Isikire, mama wa Mwana Karabashekya, aliyempenda sana Murangira Karutasigwa, ndiye alitayarisha chakula cha Murangira kikaletwa kwenye malazi yake. Muhimaakazi huyo alikuwa rafiki sana wa Igalire, mama wa Karutasigwa. Baada ya mlo wa mchana, siku hiyo hiyo tuliondoka na kwenda kwetu Kanyigo. Tulipofika, Murangira Karutasigwa dume huyo aliyepewa na mfalme, alimhasi na kumweka katika kundi lake la ng'ombe.[169]

Murangira Karutasigwa awatoza raia kodi

Basi tukakaa kwetu Kanyigo. Murangira Rweshabura aliyeahidi kuja kuchoma moto vijiji vya Ishunju na Kyelima wala naye hakuja. Wakati huo Murangira Karutasigwa akaanza kuwatoza watu kodi ya simbi 25. Kila zilipotimia simbi 10,000 tulizipeleka kwa Kazahura Bukoba, ambaye alizikabidhi kwa Kalyehesheza balozi wa Murangira Rweshabura ili azipeleke Bomani.

Baada ya miaka miwili tukifuata utaratibu huo, Murangira Karutasigwa akamwuliza Kazahura, "Hivi kila tunapokupelekea simbi hizo na wewe ukazikabidhi kwa Kalyehesheza yeye huwa anazihesabu kabla ya kuzipeleka Bomani?"

Kazahura akajibu, "Hapana, mheshimiwa, yeye hahesabu, mimi ndiye nihesabuye, zikitimia nampa yeye anapeleka. Tangu alipoheshabu mara ya kwanza zikawa zimetimia, sasa hahesabu, hupeleka tu bila kuhesabu."

Basi Murangira akamwambia Kazahura, "Kodi ya mwaka huu, kabla ya kukabidhi kwake, upunguze kila mia, simbi 20 au 30 au 40, hivyo hivyo, ili apaleke zilizo pungufu ili alaumiwe. Lakini ukifika kwa Kalyehesheza akataka kuheshabu kwanza wewe kubali, akigundua ule upungufu wewe hujifanye kushangaa na kuwasingizia watoto wa nyumbani kwako kutaka kukuweka matatani. Basi urudi nyumbani uzijalize na kumletea zilizo sawa, ili azipeleke Bomani."

Wakati wa kodi ulipowadia, Kazahura akafanya jinsi Murangira alivyokuwa ameshauri. Baada ya kufanya hivyo akampelekea Kalyehesheza hiyo kodi. Kalyehesheza hakuhesabu bali alipeleka kodi yote aliyopewa na Kazahura. Askari walipohesabu fedha hiyo wakakuta kila mia hapa panapungua 10, hapa 20, hapa 40, hivyo hivyo. Wakaenda

---

169 Mwami F. X. Lwamgira anasema kuwa Rweshabura alimuita Mushaija-Atabiraine, lakini Murangira Rugenga anasema kuwa alimwita KAKIZO II.

*Maelezo ya Mhariri: Hapa anapoongelea katika nafsi ya tatu inawezekana haya ni maandishi yaliyotangulia nyuma. Kwani tunajua Lwamgira hasiti kuonesha alivyoshiriki katika ubishi wa kushindania ufalme.

wakamwambia Mzungu. Mzungu akakasirika sana, akasema, "Niitie Kalyehesheza." Alipoitwa Kalyehesheza na kuulizwa kwa nini kodi haijatimia, akajibu akisema, "Hiyo kodi siyo ya kwetu, bali ni ya Karutasigwa."

Mzungu akasema, "Niitie Kazahura." Kazahura alipofika akasema mimi nilimpa Kalyehesheza fedha sahihi. Kama hazikuwa sahihi kwa nini alizipokea? Basi Kalyehesheza akaingia hatiani. Akapigwa viboko 25 na kufungwa mwezi mmoja. Halafu akamfukuza katika ubalozi kwa sababu ya wizi. Pia akasema, "Karutasigwa naye atakuwa anafikisha kodi yake bomani. Tangu hapo Kazahura akajulikana kama balozi kamili na sisi kodi yetu ikawa inapelekwa moja kwa moja bomani. Rweshabura alilazimika kuchagua balozi mwingine.

Basi tukakaa kwetu Kanyigo. Tukiwa tunaagizwa kutimiza kazi zote za serikali, kama kupeleka miti Bomani na kazi nyingine. Nasi tulitimiza barabara kila kitu.

Rweshabura akatoka Rukurungo akaja Bwanjai. Alijenga Buhanga na kukaa humo.

Wakati huo Mfalme Mutatembwa akapeleka ujumbe Kashozi, katika mwaka wa 1898, kwa Pater Vanthir, (sisi tulimwita Perepwanten) akimtaka aje ampe ardhi ya kujenga ili akae karibu naye na aweze kumtetea kwa sababu Rweshabura alikuwa anamsumbua. Mjumbe akaenda Kashozi na kumweleza P. Vanthir anavyoitwa na Mfalme Mutatembwa. P. Vanthir akafika ikulu, mfalme akampa mashamba manne katika kijiji cha Mugana, Bwanjai, ili akae humo. Baada ya Pater Vanthir kukaa pale siku mbili Rweshabura akasema, "Mzungu amekuja kwa mbinu ya kutaka kushirikiana na Mutatembwa na Karutasigwa kunifukuza katika ufalme wangu, tena ndio waliomkaribisha." Basi akafika kwa P. Vanthir na kumwuliza, "Kwa nini umekuja hapa?" P. Vanthir akajibu, "Nataka kujenga." Rweshabura kasema, "Hapana, ondoka, sitaki ukae kwangu." P. Vanthir akaacha mali yake yote pale, halafu akamwambia Rweshabura, "Na wewe Mzungu atakufukuza katika nchi hii, hutaishi hapa." Basi aliondoka na kurudi Kashozi. Rweshabura akawaweka watu wakabeba mizigo ya P.Vanthir na kuipeleka Kashozi nyuma yake.

Wakati huo watu wengi waliisha kujua dini, pia walisali wengi,[170] Karutasigwa naye alikuwa ameshaingia dini, na Rweshabura naye aliisha kuwa mfuasi. Lakini walikuwa wameingia dini kwa sababu walifikiri

[170] Dini yao ilikuwa ya ujanja. Kila mmoja wao alitafuta kupendwa na Wazungu. Lakini hawakubatizwa. Amani ilipopatikana, kila mmoja wao akapata fursa ya kufika Bukoba, na Wazungu wa Serikali wakawapenda, wakaacha kwenda misheni kutafuta msaada.

kuwa Mzungu wa Misheni ndiye angewakinga dhidi ya Mzungu wa Bukoba.

Wakati huo Bwana Korongo (Ritcher) aliwakataza Wakristu akisema, "Sitaki kusikia watu wananiambia kuwa Wakristu wananyang'anya makasisi wa jadi mali zao au kuwa wanawapiga." Watu waliposikia kauli hiyo wakasema, "Bwana Mkubwa amekataza watu kusali." Baada ya kusikia kauli hiyo ndiyo maana Rweshabura alimfukuza P. Vanthir na kusema, "Sitaki ukae nchini mwangu." Kwa sababu alikuwa hamwogopi bali alimdharau. Pia Rweshabura alikuwa akifikiri kuwa Bwana Korongo hatamgombeza kwa sababu hapendi Wazungu wa misheni wala hataki na sisi tusali.

Kusali huko kulikuwa kwa unafiki, walitafuta kupendwa, lakini hawakubatizwa. Lakini amani ilipofika, kila mtu akawa huru kufika Bukoba, na wakapendwa na Wazungu wa Serikali, wakaachilia mbali kwenda Misheni kutafuta msaada.

SEHEMU YA 11

TAUNI YAMFUKUZA RWESHABURA BUHANGA

Mzungu agawanya nchi kati ya Rweshabura na Karutasigwa
Rweshabura atoa amri kwa baba yake akiwa hai na amkataza baba yake kila kitu
Kiziba yagawanywa katika sehemu ndogo ndogo
Mfalme aenda Bukoba kumshitaki Rweshabura
Bwana Mganga amsindikiza mfalme kuhamia Kanyigo

Wakati Rweshabura yuko Buhanga ugonjwa wa tauni ukaingia nchini na kumfukuza toka humo. Alienda katika mbuga ya Katerera na kujenga makaazi ya muda pale. Alipotoka katika makaazi hayo ya muda akahamia Rwamashonga kwa Kagaruki bin Nshunte.

Wakati huo na Karutasigwa alikuwa ameshahama kutoka kwa Muhiigi bin Rwakyanyi, ukoo wake Mukuma, akajenga makao yake kwa Kashura Rwebogora mwana wa Kyelekure, Mukuma, na kwa Rubambo. Hao wawili mashamba yao yalifyekwa kabisa akajenga makao yake humo. Makao hayo akayapa jina la Ngambo. Basi baada ya hayo alimtuma F.X. Lwamgira pamoja na Kasomba bin Kiragura, Muziba wa Kishenge, ili waende ikulu wampongeze mfalme kwa kumwombea Karutasigwa mpaka akapona kabisa jeraha lake; na pia kumwomba mfalme ampatie ng'ombe wa maziwa kwa ajili ya watoto wake wasife kwa njaa kwa sababu ng'ombe wote wa Kanyigo walikuwa wameswagwa na Mzungu. Lwamgira na Kasomba walifunga safari kufika ikulu. Walipofika ikulu katika nyumba ya Mugorora waliwakuta akina Kibabi, Muziba wa Ruganjo, aliyeishi Kafunjo, na Katunzi Rushanshumwa mwana wa Rwoma, Mubango wa Kantare, na Katabaro bini Ngambweki aliyeishi Nyabihokwe. Baada ya kukaa kidogo, mjomba wa Mfalme Nyinantale akafika akawaita Lwamgira na Kasomba kwenda nyumbani kwa mfalme. Walipofika nyumbani kwa mfalme wakamweleza walivyopigana pale Ngororo. Mfalme akasema, "Ni furaha iliyoje kuona tunawashinda?" Lwamgira akasema, "Mheshimiwa, tuliogopa kumtupia mfalme ushinde, kama angalikuwa Rweshabura peke yake tulitaka kuwafukuza mpaka kwao Bugandika." Mfalme alifurahi na kucheka aliposikia jinsi watu wa Karutasigwa walivyopigana kwa ushujaa na kuwa mwanae baada ya kupata jeraha aliweza kupona. Wakati huo palikuwapo Kobuhoro, dada wa Rweshabura, aliposikia mazungumzo yao alipiga kite cha hasira, halafu akamtuma mtu kwa Rweshabura amjulishe kuwa watu wa Karutasigwa wamefika ikulu. Siku hiyo Lwamgira alipata chakula ikulu; Mfalme akampeleka Kasomba nje ya ikulu kwa Watarara ili apate chakula.

Haukupita muda mwingi; Walekezi wakafika na bunduki 10 wakiongozwa na Mabale Rwenkorongo, mtumishi wa Rubangirana, na Kasolezo bin Rutamagi wa Rwamashonga, na Kagaruki Murahe, ukoo wake Mulenge wa Kitobo. Walipofika walimkuta Lwamgira akiwa katika uwanja wa ndani ya ikulu akiwa na bunduki. Wakasema, "Ni yule pale. Hawawezi lolote. Je, atafia humo? Atamezwa na ikulu?" Lwamgira akatoka ikulu ndani akafika pale Mugolora walipokuwa. Aliwakuta wamekaa upande wakaapo mawakili wa mfalme, yeye Lwamgira alipoingia nyumbani humo wakanyamaza kwanza. Halafu Kagaruki Mulahe akaanza majigambo ya nguvu akisema, "Mlionaje tulivyoviua Vinyoro vya Kanyigo, tena na Kinyoro kiongozi Kyakabo (Karutasigwa) tutakifunga." Wote wakajibu na kusema, "Kweli, na kiongozi chao Kyakabo, tulikuwa karibu kukifunga." Basi Lwamgira akasimama kati yao akaja juu na kusema, "Nyamazeni!" Wote wakaamka kwa nguvu ili wawashike Lwamgira na Kasomba. Nyinantale akasimama kati yao akiwatafadhalisha kwa niaba ya mfalme, lakini wao walimsukuma akaanguka chali. Mfalme aliposikia makelele alifika upesi na kuuliza, "Lwamgira yuko wapi?" Lwamgira yeye alikuwa amewatisha kwa bunduki yake. Walipotaka kumshika, akawalenga shabaha, wote wakashtuka na kurudi nyuma. Mfalme alipofika akamshika Lwamgira mkono na kumpeleka kwa nguvu ikulu. Walipofika mlangoni wote wakapiga kelele na kusema, "Limempeleka! Lakini ngoja twende tumwambie Rweshabura aje amumpikie amle." Mfalme akamchagua Rwakatemi bin Kaibiba, Mushasha aliyewaonesha Lwamgira na Kasomba njia wakatoroka wakaenda Kanyigo kabla Rweshabura hajawapeleka watu wengine na kuwavamia njiani. Wakati huo Bwana Mkubwa Berenge (Hauptman von Beringe) alitoka Bukoba akapita Kanyigo kwa Karutasigwa kutoka Kanyigo akapita njia ya ziwa ili avuke aende Ishozi. Pale ziwani hakupata mitumbwi ya kumvusha mpaka Ishozi. Hii ni kwa sababu Murangira Karutasigwa alikuwa amemwagiza Murangira Kabya akisema, "Ufukie mitumbwi usiku bila watu wa Rweshabura kuwa na habari. Ili Mzungu akipita pale akose mitumbwi ya kumvusha awalaumu wao." Walipokosa mitumbwi, Karutasigwa akamwambia Mzungu, "Watu wa Rweshabura, Kabulama na Kanyandekwe ndio walioificha mitumbwi." Kwa sababu kivuko cha ng'ambo ya Ishozi kilikuwa katika mikono ya Rweshabura. Basi Mzungu akawashika Kabulema na Kanyandekwe akawapeleka mikono nyuma na kuwafunga. Halafu akampa Karutasigwa sehemu ya Ruhano kwa sababu Murangira Kabya ndiye aliyempatia Mzungu kimtumbwi cha kumvusha. Mzungu akasema, "Karutasigwa ndiye atakuwa akiwavusha Wazungu kwenye kivuko hiki. Watu wa Rweshabura hawana akili."

Baadaye Rweshabura alitoka Bwanjai akaenda kwa Mzungu kutetea sehemu ya nchi yake. Alisema, "Mimi sikuwa na habari, viongozi wangu ndio walifanya makosa." Mzungu akakataa utetezi wake. Siku hiyo Wazungu walilala Katano, kesho yake wakaenda Bukoba. Baada ya siku tano Bwana Berenge akamtuma Bwana Fedha akisema, "Uende Ishozi uwagawie Rweshabura na Karutasigwa sehemu zao. Uwawekee mawe mipakani." Mawe yalipigwa na kuletwa. Mzungu akaigawanya Ishozi. Kutoka Mukimaru kupitia Nyungwe mpaka kwenye tingatinga, akaweka vigingi vya mawe. Ruhano, Kyelima na Ishunju akampa Karutasigwa. Katano, Mukinara, Rutara na Bishura akampa Rweshabura. Baada ya kugawa hivyo akarudi Bukoba.

Baada ya hayo Rweshabura akaja Bwanjai. Baada ya siku chache alienda Mugana akajijengea makao makuu. Jumla ya nyumba akajenga kama zile za ikulu ya mfalme. Akachagua na viongozi wa vijiji baba yake akingali hai:

1. Mjomba wake Mikebuko akamfanya mtawala wa Bwanjai.
2. Rugarabamu akampa utawala wa Bugandika.
3. Rubangirana akampa utawala wa Butalindwa.

4. Kalembo akampa utawala wa Kantale.
5. Kasoleza akampa utawala wa Rutara.
6. Kafumbe akampa utawala wa Buyango.
7. Kifumbe akampa utawala wa Ruzinga, Irundu.
8. Kashaija Mpambangini akampa utawala wa Ruzinga, Ruhija.
9. Mpinzile akampa Bwera.

Basi akakaa mwenye hadhi kama mfalme. Lakini watu walifika kwake wakamwambia kuwa Mfalme Mutatembwa huwa anapeleka mara kwa mara vikapu vya zawadi kwa Karutasigwa na kumpelekea habari.

Rweshabura akamtuma mjomba wake Mikebuko aende akakae ikulu ili azuie vitu vya kutoka ikulu kwenda Kanyigo. Ikulu kusitoke chochote.

Basi Mikebuko akakaa ikulu akizuia vitu vilivyotoka ikulu kwenda Kanyigo na zawadi nyingine zote ambazo mfalme aliwagawia raia wake. Mfalme Mutatembwa alipotaka kumpa mtu kipande cha nyama ilibidi kipande hicho kirushwe kupita juu ya uzio. Mikebuko alimkataza mfalme kuwakatia wakeze ndizi shambani mwake. Mfalme Mutatembwa mwenyewe ndiye aliyeondoka ikulu na vijana wake wa kiume na kike ili ajikatie ndizi. Hata siku moja alienda kwa Kalembo akakata ndizi, Kalembo akaishika, mfalme alitaka kumwua Kalembo wakamwokoa mikononi mwake.

Basi Rweshabura akaendelea kumbughudhi mfalme, kisa ni kwamba alimpenda Karutasigwa na kumchukia yeye. Alimnyang'anya mfalme ng'ombe wake wote. Makundi yote ya ng'ombe akamkabidhi Rubangirana. Akamwambia awe anachagulia Mfalme ng'ombe wa kumpa maziwa ya kunywa.

Pia akaanza kuwasaka watu wote waliompenda Karutasigwa na kuwanyang'anya mali zao na kuwafunga. Watu wengi mno waliokuwa raia mashuhuri wa mfalme wakahamia Kanyigo kwa Karutasingwa.

Wakati huo Kamugumya naye akakataa kutawaliwa wa Rweshabura. Mzungu akawawekea mipaka pale Bulinda katika Kenkondo. Kamugumya naye akawa anafikisha mambo yake moja kwa moja Bukoba.

Siku moja Bwana Stabarzt Dr. Egel alienda Kibumbiro kwa Kamugumya. Kamugumya akampatia ndizi na kumtolea zawadi ya ng'ombe. Lakini upande wa Rweshabura hakukupatikana ndizi zozote. Kamugumya akamwambia Mzungu kuwa watu wa Rweshabura walikataa kuleta ndizi. Kamugumya naye hakumpenda Rweshabura; alimpenda Karutasigwa.

Mzungu alimkamata kiongozi wa Rweshabura, Kalyehesheza akampiga na kumfunga. Watu wa Kamugumya na Askari wa Mzungu wakawashambulia watu wa Rweshabura huko Kibumbiro vijijini. Watu wa Rweshabura wakapigana na watu wa Kamugumya na askari wa serikali. Basi Mzungu akasema, "Kumbe Rweshabura ni mwasi siku nyingi." Alipeleka habari Bukoba kumjulisha Bwana Mkubwa akawaita Rweshabura na Kamugumya Bukoba ili asikilize matatizo yao. Rweshabura akasema, "Mimi sikuwepo, raia wangu ndio walimshambulia Kamugumya na kupigana naye." Basi Mzungu, Kibumbiro yote akampa Kamugumya. Viongozi wa Rweshabura, Kaso na Ishenyondo, akawashika na kuwafunga kwa sababu ndio waliendesha mapigano.

Mfalme Mutatembwa alipoona kuwa wanawe wamemnyang'anya ufalme akingali hai - Rweshabura alitawala Bugandika, Butalindwa, Buyango, Ruzinga na Ishozi; Karutasigwa alitawalwa Kanyigo na Kamugumya alitawala Kibumbiro - alisikitika sana. Kuona pia jinsi Rweshabura alivyomkataza hata kukata ndizi. Baada ya masikitiko ya siku nyingi aliamua kwenda Bukoba kushitaki. Alienda na kumwambia Bwana Mkubwa, "Rweshabura ananisumbua mara nyingi na kuninyima amani." Mzungu akamwuliza, "Ungependa ukae wapi?" Mfalme akajibu, "Kanyigo kwa Karutasigwa." Mzungu akasema, "Vizuri nenda huko." Akamwahidi kumpelekea Mzungu wa kumsaidia kuhamisha mali yake.

Wakati wa kurudi, mfalme alipofika Mahanga, Kijumo, akakutana na Rweshabura. Rweshabura alikutana na mfalme na watu aliokuwa nao katika mbuga ya Mahanga, akamwuliza, "Ni nani alikupeleka Bukoba?" Mfalme alinyamaza bila kujibu chochote. Rweshabura akamwona Nyinantale, akasema, "Hiki kitwana chekundu kinatafuta nini hapa." Je, ningekishika na kuvuta nywele zake?" Basi watu wakaja na kumpiga Nyinantale. Mfalme ndiye aliyemtoa mikononi mwao. Walifikiri jinsi watakavyomtoa katika mikono ya mfalme wakashindwa. Rweshabura akamwambia Murangira Ruhorana, "Wewe ndiwe uliyempeleka Bukoba. Basi akawaweka juani kwa muda mrefu. Akawaambia, "Kila mtu aliyekwenda Bukoba na mfalme, hakuna atakayerudi nyumbani kwake. Nyote mtakaa mbugani Mahanga, ndimo mtaishi." Wakafikiria wafanyeje wakashindwa. Basi watu wa mfalme walilazimika kulipa kila mmoja simbi 100, ili waruhusiwe kwenda nyumbani kwao.

Kesho yake Mzungu na askari walitoka Bukoba wakaja kumhamisha Mfalme kumpeleka Kanyigo. Tena aliyefika alikuwa Bwana Mganga msaidizi, Riseke na Kazahura balozi wa Karutasigwa. Mzungu alipofika hakupita kwa Rweshabura, bali alikwenda moja kwa moja mpaka ikulu.

Rweshabura alisikitika sana kusikia kuwa Mzungu alifika ikulu Bukiza bila kupitia kwake.

Basi Rweshabura alifika ikulu na watu wengi mno ili kumnyang'anya mfalme ngoma ya kifalme. Alipofika alimwuliza Mzungu, "Kwa nini ulifika hapa bila kupita kwanza kwangu?" Mzungu akajibu, "Sikuja kwa ajili yako. Nimekuja kumhamisha mfalme." Rweshabura akamwambia Mzungu, "Ninataka unipe ngoma yangu." Mzungu akauliza, "Ngoma gani?" Rweshabura akajibu, "Iko humu, inakaa humu."

Mfalme Mutatembwa, akiwa ameshika mikuki miwili, akamwuliza Rweshabura, "Ngoma unayoulizia ni ya ufalme gani?" Rweshabura alikuwa ameshaamuru watu kuzunguka ikulu ili kuhakikisha ngoma ya kifalme isiondoke. Pia Murangira Kanyandekwe alikuwa ametuma watu wake kufumua uzio wa ikulu ili kumtoa Mama wa mfalme, asije naye akaenda Kanyigo. Mfalme akamwambia Kazahura, na Kazahura akamwambia Mzungu, "Mfalme anasema sasa wewe umekuja kumhamisha vipi, mbona Rweshabura anavunja ikulu yake?" Mara kijumba kikashika moto ikulu. Kazahura akamwambia Mzungu, "Tazama, watu wa Rweshabura wamechoma moto ikulu." Basi Mzungu akamshika Rweshabura akamkabidhi kwa maaskari na kumwambia – Marufuku wewe kutoka hapa. Kukitokea uhalifu wowote hapa, ufe." Pale pale Mzungu akaandika barua akampa mtu wake, jina lake Bugima, na kuagiza, "Ipeleke barua hii kwa Karutasigwa, anipelekee watu wa kunisaidia." Barua ilikuwa imeandikwa kwa Kijerumani. Lakini yule aliyetumwa alimwambia Karutasigwa kwa mdomo akisema, "Mzungu anasema kuwa Rweshabura anamsumbua, umpelekee watu wa kumsaidia ili kumhamisha mfalme aje huku Kanyigo.

Murangira Karutasigwa akasema, Haiwezekani. Siwezi kupeleka watu wangu huko. Wasije wakapigana na watu wa Rweshabura wakasema ni Karutasigwa ndiye aliyeshambulia. Kama wanataka kumwua Mzungu na wafanye hivyo. Serikali itatoa hukumu."

Usiku huo ikulu ilikuwa vurugu tupu. Kesho yake asubuhi Mzungu alimwambia mfalme, "Funga mizigo nikupeleke Kanyigo." Mzungu aliwaambia baadhi ya askari kutangulia, halafu ngoma ya kifalme ikafuata, halafu wakafuata wakeze mfalme, na binti zake; Mzungu akawaweka baadhi ya askari katikati. Halafu alifuata mfalme na Mzungu. Rweshabura katika ulinzi mkali wa askari akaja karibu sana na Mzungu. Askari wengine wakaja nyuma ya msafara wakilinda mali ya mfalme iliyokuwa nyuma. Msafara uliongoza kupitia njia kubwa ya kutokea Ilemero, Kantale. Walipotoka nje ya kijiji na kufika Kagongo, Mzungu alimruhusu Rweshabura akisema, "Nenda nyumbani kwako." Basi

Mzungu akavuka Kimira na kumpeleka Mfalme Kanyigo. Walipofika Kanyigo Mzungu akamwuliza Karutasigwa, "Kwa nini hukupeleka watu wa kunisaidia?" Karutasigwa akajibu, "Wewe Rweshabura ulimwonaje? Hakukuogopa wewe, sembuse mimi? Nilikataa kuwapeleka watu wangu Rweshabura asipigane nao halafu akanisingizia mimi kuwa nilimshambulia."

Baada ya kumfikisha Mfalme Kanyigo, Mzungu akarejea Bukoba. Naye alikuwa ameona kwa macho yake jinsi Rweshabura alivyo mtu mkorofi sana.

Mfalme Mutatembwa akakaa Kanyigo, Kikukwe. Akajenga ikulu yake kwa Kasenene.

Raia wengi walipoona kuwa mfalme amehamia Kanyigo wakaondoka kwa wingi sana na kuhamia Kanyigo. Watu wote mashuhuri wa mfalme walihamia huko.

Siku tano baada ya mfalme Kuhamia Kanyigo, na baada ya Bwana Mganga kumjulisha Bwana Mkubwa Beringe kuwa Rweshabura alitaka kumwua wakati wakumwamishia Mfalme Kanyigo; Bwana Mkubwa alimwandikia Rweshabura barua ya kumwita. Wakati huo Murangira Musikura ndiye pekee aliweza kusoma barua katika Kiziba. Yeye alikuwa mtu wa Rweshabura. Alishika barua na kuisoma. Kisha akamwambia Rweshabura, "Unatakiwa kwenda Bukoba, Bwana anakuita." Kesho yake Rweshabura akaenda Bukoba. Bwana Mkubwa akamwuliza Rweshabura kwa nini alitaka kunyang'anya mali ya mfalme alipokuwa anahamishiwa Kanyigo; hata na Bwana Mganga mwenyewe anasema ulitaka kumwua.

Rweshabura alipotaka kukana, Mzungu Bwana Beringe akampiga Rweshabura, na askari wakamkatakata mwili mzima. Watu aliokuwa nao, nao wakapigwa. Rweshabura alitoka pale mbio akajificha Katendaguro. Kesho yake, asubuhi na mapema aliondoka pale na kuelekea Bwanjai, baada ya kuambiwa kuwa Mzungu atakwenda huko.

Baada ya kumpiga Rweshabura, Mzungu alimwandikia Karutasigwa barua akisema, "Kesho nikukute Mugana, Bwanjai." Kesho yake, aliondoka na wafuasi wake na raia wake wote akapitia Kikukwe kwa mfalme akamjulisha akisema, "Mzungu amenipelekea ujumbe akitaka kesho yake nimkute Mugana." Mfalme akajibu, "Nendeni, mkafanikiwe safarini." Baadaye na mfalme alifuata nyuma.

SEHEMU YA 12

(MWAKA 1902)

Kukamatwa kwa Rweshabura
Bwana Berenge ampa Bwahama Bugandika
Rweshabura apewa Ishozi
Musikura apewa Buyango
Ruzinga inabaki ikiwa ya mfalme
Karutasigwa apewa Bwanjai na Butalindwa
Kuhama kwa Rweshabura na mwisho wa Mgogoro
Waasi waihama Kiziba

Kesho yake Bwana Beringe alikuwa kama vitani akiwa na askari wanamgambo wengi, akapanda mlima mpaka Bwanjai. Wakati akiwa anapanda mlima kuelekea Mugana akatuma ujumbe akisema, "Rweshabura asifike mbele yangu nisije nikamwua." Basi Rweshabura aliondoka kwake akaenda kijijini Bwanjai na kujificha.

Bwana Beringe alifika akaingia kwa Rweshabura akapiga mahema. Karutasigwa naye alikuwa ameshafika. Mfalme Mutatembwa naye alifika Mugana lakini hakukaa, aliendelea mpaka Bukiza ikuluni kwake. Rweshabura kule alikokuwa amejificha akatoka na kuja kwa Mzungu. Bwana Beringe alimshika akamfunga akamweka katika nyumba moja huku akiwa amefungwa. Wakakoka moto mbele na nyuma yake ili umkaange. Hii ni kwa sababu wale waliomfunga walikuwa watu wa Karutasigwa, ndiyo maana walimkokea hivyo moto ili wamtese.

Mzungu akaanza kugawa nchi. Bugandika akampa Bwahama mfalme wa Kyamutwara. Ishozi yote akaitoa kwa Rweshabura akisema watu wake wahamie huko naye baada ya kutoka kifungoni aende kuishi huko. Bwanjai, Rushasha, Bwera na Butalindwa akampa Karutasigwa. Buyango akampa Musikura. Lakini Murangira Karutasigwa akamwuliza Mzungu, "Je, Mfalme Mutatembwa alifanya kosa gani mpaka kuigawana nchi yake vipande vipande? Kwa nini asibaki nayo yote?" Mzungu akajibu na kusema, "Mutatembwa nampa Ruzinga, aende akae huko, kwa sababu haelewi chochote. Tangu tuingie hapa yameshatokea mapigano mara nne, lakini mara zote hizo hakuelewa chochote. Hatutaki kuendelea kushughulika na migogoro ya Mutatembwa."

Baada ya hapa tulishambulia Kitobo na Butalindwa na kuteka ng'ombe wengi sana. Tukaenda na Mazinga na huko tukateka ng'ombe wengi na mali nyingi nyingine.

Baada ya kugawa nchi hivyo aliondoka na kurudi Bukoba. Alimpeleka Rweshabura Bukoba akamfunga kifungo cha ndani ya nyumba siyo gerezani. Baada ya kufunguliwa alienda Ishozi akakaa huko.

Lakini Murangira Karutasigwa akafanya mbinu ya kufanya Rweshabura afukuzwe Ishozi. Alienda Bukabuye akapeleka ng'ombe mpaka mtoni Kihinda, pale akamchinja. Halafu akavunja njia kupita katika tingatinga mpaka ng'ambo ya Ishozi. Baada ya kumchinja ng'ombe huyo akaenda Bukoba akamshitaki akisema, "Rweshabura amemchinja ng'ombe wangu, na ng'ombe waliobaki akawaiba na kuwaswaga mpaka kwake Ishozi. Mzungu akampa wanamgambo wamsindikize. Akasema, "Nenda kwa Rweshabura ukawapate ng'ombe wako." Wakati huo Bwana Beringe aliisha ondoka.

Karutasigwa alienda kwa Rweshabura akakuta ng'ombe wa Rweshabura wakienda malishoni, basi katika kila kundi akachagua ng'ombe watatu; akasema hawa ndio wangu aliowaiba Rweshabura. Aliwapeleka Bukoba akawaonesha kwa Bwana Mkubwa Korongo (Richter). Basi Bwana Mkubwa Richter akamkaripia Rweshabura, akisema, "Uliiba ng'ombe." Rweshabura alipojaribu kukana, Mzungu akasema, "Na Ishozi utoke huko, naitoa kwa Karutasigwa."

Basi akampa wanangambo wa Bwahama wakamsindikiza mpaka kwake Ishozi akafunga mizigo yake na kurudi Bukoba. Aliporudi Bukoba Mzungu akampeleka mpaka Kibumbiro akamfungia huko alimpa na kishamba kimoja karibu na Kyaka.

Wakati wa kuhamia kule mali yake yote na ng'ombe vikatekwa na Kahigi, mfalme wa Kihanja.

Lakini Rwabuyongo Kabiito wakamrudisha Bukoba. Alikuja na ng'ombe wake wote. Mzungu akamtoa kwa Karutasigwa akisema, "Mchukue huyu ni mtu wako."

Basi raia wa Rweshabura (Abalekezi) wakatengana kila mtu akaenda atakako. Wengine walihamia kwa Bwahama, wengine kwa Kahigi, wengine kwa Nyarubamba. Rubangirana, ndugu yake Rweshabura, alikuwa ameshachukiana na Rweshabura, alipokwenda kwa Bwahama akampa shamba Rukurungo. Halafu toka Rukurungo aliendа kwa Mfalme Mutatembwa. Karutasigwa akampa mashamba Ishozi. Alipoona kuwa hapendwi akaenda Kashozi Misheni. Kutoka Kashozi Misheni alienda Bukoba. Mzungu akampa mbuga akamwambia jenga na ukae hapa. Baada ya Rweshabura kuishi Kibumbiro Mzungu akamtoa huko na kumleta Bukoba akaishi na ndugu yake Rubangirana.

Lakini Karutasigwa alimwambia Mzungu, umemweka Rweshabura Bukoba, ataleta maneno ya kunichongea. Mzungu akamtoa kwake na kusema, "Mpeleke kwako." Lakini Mfalme Kahigi akamchukua na kumpa shamba katika kijiji cha Kanyinayo, ambacho ni kijiji kidogo sana.

Murangira Karutasigwa akaenda Bukoba na kutetea nchi yake ya Bugandika ambayo ilikuwa imetolewa kwa Bwahama na Bwana Beringe. Bwana Mkubwa Korongo akairudisha kwa Karutasigwa. Bwahama akaondoka humo. Karutasigwa akarudisha nchi yake ya Bugandika, Rukurungo na Gera. Alipotoka Bukoba akajenga Gera akakaa pale asirudi Kanyigo tena. Basi akaenda akamjulisha baba yake Mfalme Mutatembwa alivyorudisha nchi yake yote. Mfalme akampongeza sana. Wakati huo ndipo waliimba kwa zumari wakisema,

Rutehangwa palipomshinda
Mutangazi alipashinda

Basi Jumbe Kazahura, ambaye kwa sasa anatawala kata ya Bwanjai, ndiye wakati huo alikuwa balozi na mkalimani Bukoba, akikaa na Rwaitama balozi wa Mfalme Kahigi. Lakini Murangira Karutasigwa alikuwa ameshatuma kule Jumbe F.X. Lwamgira ili wasaidiane.

Baada ya Bwana Korongo kumrudishia Murangira Karutasigwa Bugandika na Gera na vijiji vingine, Mfalme Bwahama wa Kyamtwara akamwambia Murangira Karutasigwa, "Tufanye mkataba wa urafiki wa damu, ili tusiendelee kupigana." Murangira Karutasigwa akakubali, akampa Mfalme Bwahama mwanae Rugatabaza wakachanjana urafiki.

Bwana Korongo alipotoka Kiziba alienda moja kwa moja mpaka Karagwe, na alipotoka Karagwe akaja Kihanja Kanazi kwa Mfalme Kahigi.

Wakati huo Rwantere mwana wa Mfalme Kaitaba alikuwa ameenda Kihanja kumshitaki kwa siri kaka yake Bwahama kuwa alificha bunduki za mzungu nyumbani kwake.

Bwana Korongo alipofika kwa Mfalme Kahigi, Mfalme Kahigi akamwambia kuwa Rwantere ana maneno anayotaka kukwambia. Basi Bwana Korongo, Mfalme Kahigi na Kazahura wakawa na maongezi ya faragha na Rwantere mwenyewe. Rwantere akamwambia Bwana Korongo kwamba Mfalme Bwahama alificha bunduki mbili za serikali. Kabla ya Bwana Korongo kutoka Kanazi kuja Bukoba alimwambia Mfalme Kahigi, "Sasa naenda Bukoba, baada ya siku nne nitaenda kwa Bwahama kupeleleza kuhusu bunduki zile, nikizikuta, basi na wewe nitatoa baadhi ya vijiji Kyamutwara viwe vyako."

Basi akaondoka kuelekea Bukoba. Muda mfupi kabla hawajaondoka, Kazahura aliandika barua na kumpa mtu akaipeleka kwa Murangira Karutasigwa. Barua ilisema hivi:

Kwa Murangira Karutasigwa
Gera.
Baba salaam!

Baada ya salaam, nakujulisha kuwa tulikuwa na maongezi ya siri na Bwana Korongo, tukiwa na Mfalme Kahigi na Rwaitere, mwana wa Mfalme Kaitaba. Sasa Bwana Korongo baada ya siku 4 atakwenda kwa Mfalme Bwahama kupeleleza kuhusu bunduki. Inasemakana zipo 2 alizoficha. Ni mimi mtumishi wako, Kazahura.

Murangira aliposoma barua hiyo, naye akamwandikia mwanae Bwahama akisema,

"Juzi juzi sababu ya bunduki za Serikali, Mfalme Mukotani alifukuzwa na kuhamia Buganda. Sasa kama una habari tena unajua kuwa una bunduki za Serikali zipeleke ukazitupe Rwasina katika tingatinga." Halafu kibarua cha Kazahura akakiambatanisha na kumpelekea Mfalme Bwahama.

Mara baada ya kusoma barua zile, Mfalme Bwahama alifunga mizigo yake na kukimbilia Buganda. Alipofika Ishango akamtuma mtumishi wake Ndyamukama bin Gabagambi, akaleta barua ambazo Murangira Karutasigwa alikuwa amempelekea Bwahama, akamwambia Bwana,

"Bwahama anasema kuwa yeye alikimbia. Lakini sababu ya kukimbia kwake aliiona barua ya Kazahura inayosema kuwa utanishika, nayo barua aliyoandika Kazahura ni hii hapa."

Basi Bwana Korongo akamwita Kazahura, akamsomea na maneno halafu akamwuliza, "Nani aliiandika?" Kazahura akajaribu kujitetea kadri alivyoweza akisema, "Kweli jina ni langu, lakini maneno si yangu."

Mzungu akaona kuwa anasema uwongo, akaamuru apigwe viboko 25 na akamfunga mwezi mmoja kwa kosa la kuvujisha siri ya Serikali. Basi aliondolewa katika ubalozi, kazi hiyo akapewa F. X. Lwamgira.

Siku moja Murangira Musikura alikwenda kutengeneza barabara ya kutoka Kamahwa, kupitia Buyango na kufika Ikulu. Wakati akitengeneza barabara akaugua ghafla, akawa hawezi. Watumishi wake wakaenda wakamjulisha Padri Vanthir huko misheni ya Kashozi, kwa sababu Musikura alikuwa Mkristu. Ndiyo maana waliwajulisha Wazungu wa misheni. Basi Padri Vanthiri akawapeleka Padri Brosard na Padri Fisch wakafika Buyango kumjulia hali. Walikaa naye siku mbili wakarudi Kashozi.

Basi Musikura akafa. Mwanae Felix Lugakingira akarithi, lakini alikuwa bado mtoto mdogo. Karutasigwa alimpeleka Muguta kuhudhuria matanga. Muguta alikaa Buyango Kigelera kama mtawala wa Buyango. Murangira Musikura alikufa katika mwaka wa 1902.

Wakati huo Askofu Hirth alipeleka ujumbe Bukoba akiwa na nia ya kutaka kujenga Kiziba. Basi katika mwaka wa 1902, tarehe 15 April Mzungu wa Bukoba Bwana Sitima (Stuemer) alikuja pamoja na Padri Brossard na Padri Fisch Bugandika wakafungua shule, wakaweka na mwalimu. Pia Gera walifungua shule na kuweka mwalimu; wakaja Kitobo wakafungua shule na kuweka mwalimu. Kila mahali walichagua shamba lililo zuri sana. Walifika Rushasha wakafungua parokia. Kwa Musikura kwenyewe, Wazungu wa Misheni wakaweka makao yao pale.[171] Walienda Mazinga wakafungua shule; pia wakaiweka Kibumbiro na Kanyigo. Wakakusanya vijana wa rika mbali mbali ili waende shule wakasome. Wazungu wakakaa kabisa Buyango ili kuwafundisha watu.

Siku moja, Januari tarehe 5 mwaka wa 1903 watu wakaja wakachoma nyumba walimolala Wazungu wa misheni. Wazungu walikurupuka na kutoka nje usiku wa manane, mali zao zote hawakuweza kuziokoa na nusura wafie ndani.

[171] Kabashana haikupimwa, Mapadre waliingia katika nyumba ya 'msonge' ya Musikura iliyokuwa na milango miwili, wakaanza kuishi humo.

Basi wakapeleka ujumbe Bukoba kwa Bwana Sitima (Bwana Ober-Leutnant von Stuemer) wakashtaki wakisema, "Karutasigwa alituma watu wake watuchomee nyumbani, mali yetu yote imeteketea humo."

Sasa nahadithia mimi mwenyewe F. X. Lwamgira:[172]

"Tulikuwa tumepanga siku iliyofuata twende Bugabo katika safari yetu ya kutembelea shule za Misheni zilizokuwa zimejengwa katika falme za Kyamutwara, Bugabo na Kiziba. Asubuhi mapema kabla sijaenda kazini Bomani, nikiwa nataka niende ili tuondoke na Ober-Leutnant von Stuemer ili twende safarini; nilipokuwa naanza kutoka nje niende Bomani siku ya tarehe 6 Januari mwaka huo wa 1903, akaja askari akaniambia, "Unaitwa Bomani." Nilipokaribia lango la Bomani nikakutana na yule mtu aliyekuwa ametumwa na Mapadre wa Misheni. Nilimfahamu kwa vile alikuwa amevaa rozari shingoni. Mtu huyo ndiye alikuwa ameleta barua. Nilipoingia kwa Bwana Sitima nikamkuta amesimama, akiwa na masikitiko. Aliponiona akasema, "Angalia mambo Karutasigwa aliyofanya. Mapadre huwa wanasema kuwa yeye huwachukia. Sasa nimehakikisha kuwa huwachukua kweli. Angalia amechoma nyumba zao pale Buyango. Alitaka kuwaua wakasalimika, lakini mali zao zote zimeteketea kwa moto. Ngoja niende nimwoneshe ukubwa wa nguvu za Serikali. Bwana Sholoba (Schlobach) alimpiga risasi ya kisogoni, ngoja mimi niende nimpige la usoni." Aliniambia hayo yote akiwa amevimba uso, akiwa karibu apasuke kwa hasira. Halafu akamwambia askari wa zamu 'Piga Kamusha." Askari akapiga bunduki mara tatu. Halafu akapiga tarumpeta ya vita. Wazungu na askari wakakusanyika. Walikuja wamevaa mavazi ya vita. Pia walileta mabomu na mizinga. Basi mimi nikamwomba Bwana Sitima nikisema, "Naomba unisikilize Nikamwambia maneno yangu." Bwana sitima akasema, "Sema maneno yako." Nikwambie, "Kwa kuwa ulimwacha Rweshabura abaki Kihanja, iliyo karibu na Kiziba, basi migogoro Kiziba haitaisha hata mara moja na Karutasigwa hatapona." Rweshabura aliishamshitaki Karutasigwa kuwa ndiye aliyemtoa Mwanga Mwanza. Serikali ikamshambulia, nchi ikawaka moto, Bwana Sholoba akampiga risasi, karibu amwue. Lakini baadaye serikali iligundua kuwa

[172] *Maelezo ya Mhariri: Hii ni mara ya kwanza Lwamgira kusema wazi wazi kuwa alikuwa shahidi wa matukio katika ushindani kati ya Rweshabura na Karutasigwa. Tukiwa tunakumbuka kuwa alikuwa mtunza hazina wa Kiziba na Katibu wa Murangira Karutasigwa, yumkini alishuhudia matukio mengi ya kipindi hiki. Hilo latufanya tufikiri pia kuwa alikuwa anakumbuka mambo mengi ambayo hakusema wazi wazi kuwa aliyashuhudia kama tukio hili.

alikuwa ameshtakiwa kwa uongo, ikamsamehe akarudi nyumbani kwake. Sasa ameshapata heshima mbele ya serikali, ameshapata na amani, sasa ndipo afikirie kuunguza nyumba za Mapadre ambao ndio walimwokoa. Naomba kwanza uulize ujue kwa uhakika kama ni Rweshabura au kama ni Karutasigwa. Lakini mimi nakwambia waziwazi ni Rweshabura aliyemwonea gere Karutasigwa baada ya kuona kuwa amepata amani."

Basi Bwana akawaambia wenzake wawaambie askari warudi majumbani mwao. Bwana Sitima akaniambia nimwandikie barua Mfalme Rwakyendera wa Bugabo nimjulishe kuwa yeye amerudi Kiziba kumaliza kesi hiyo nipitilize mpaka Missenyi kukagua shule. Nikitoka huko ndipo nitakuja kukagua shule za Bugabo na Kyamutwara."

Halafu nikaandika kibarua nikampa mtu mmoja akipeleke kwa Murangira Karutasigwa nikamjulisha kuwa nusura tuungue, tumeponea chupuchupu.

Mnamo saa 8 tuliondoka tukafika Gera, tukalala pale. Tulipofika Gera Murangira Karutasigwa tulikutana naye mlimani akiwa na Kazahura peke yake, wakiwa wawili tu. Karutasigwa alipomwamkia Bwana Sitima, Bwana Sitima hakumjibu, alikaa kimya. Tukaendelea mpaka kambini. Tulikuwa na askari 40. Tulifika kambini, katika uwanja wa ikulu bila Mzungu kumjulisha Karutasigwa chochote. Watu walipotua mizigo walifungua viti vya Mzungu, kirefu na kifupi, na kuviweka katika chumba cha kulia cha kambini.

Basi Mzungu akakaa juu ya kiti kifupi, na Karutasigwa akataka kukaa juu ya kiti kingine kabla Bwana hajamruhusu.

Bwana akamfokea akisema, "Mimi siyo boi yako wala ya mama yako, ninajua wewe ni mwenye matata, ningemaliza matata hayo kwa risasi, lakini Lwamgira amekusaidia. Kama ungesimama kupigana ningekuua. Kama ungekimbia kwenda Buganda, hungeweza kurudi tena katika nchi hii."

Basi tukalala pale. Kesho yake tukaondoka tukaenda kukagua shule na Karutasigwa tulienda naye. Tulikagua shule ya Bugandika, na ile ya Kitobo. Kutoka hapao tukafika Buyango. Buyango tulimkuta Padri Brossard, Padre Fisch na Bruder Joseph. Ilikuwa tarehe 8 Januari 1903.

Ikawa kama kesi. Mapadre wakasema, "Watu wa Karutasigwa ndio waliotuchoma. Bwana Sitima akamtoza Karutasigwa ng'ombe 100 kulipia mali ya Mapadre iliyoungua. Mzungu akamwambia Karutasigwa, "Nyumba yao ikiungua tena utaona cha mtema kuni. Huo ndio mwisho wa urafiki kati yangu na wewe." Halafu akamwambia, "Lete raia wajenge majumba." Akamwacha pale askari mmoja kusimamia ujenzi wa nyumba hizo. Murangira Karutasigwa naye akawaweka wanamgambo wake kuongoza ujenzi huo. Katika Kiziba yote hakuna mtu aliyejua ni nani alichoma nyumba hizo. Lakini wote walikuwa wanamkisia Rweshabura kuwa ndiye aliyetuma watu kutoka Kihanja ili wachome nyumba hizo. Karutasigwa apate kulaumiwa.

Tena kweli zilichomwa na Rweshabura. Kwa sababu baada ya Karutasigwa kuwa Mfalme Mutahangarwa, yeye amefariki karibu katika mwaka wa 1923, mimi F. X. Lwamgira wakati niko na Bwahama aliyekuwa Mfalme wa Kyamutwara wakati nyumba hizo zilipoungua, lakini baada ya kutoka kwenye ufalme, yeye aliniuliza, "Lwamgira, je, mlifaulu kumjua yule aliyechoma nyumba za Wazungu kule Buyango? Nikajibu, "Hapana, Mheshimiwa." Akasema, "Hamkumjua hata kidogo?" Nikajibu, "Hapana Mheshimiwa, hapana hata mmoja aliyewahi kumjua." Yeye akasema, "Mimi namfahamu." Nikasema, "Mheshimiwa, naomba uniambie jina lake." Yeye akasema, "Nitakwambia, kwa sababu mambo yameshapita, hakuna tunachoogopa." Basi akasema, "Siku moja nikiwa kwangu Kiizi, alifika Murangira Rweshabura kutoka Kihanja, kwa nia ya kunitembelea kwa sababu alikuwa mchanjani wangu. Alisindikizwa na watu wake. Kati ya hao mtu mmoja, wakati tunaongea juu ya shida za maisha, akasema, wewe unaishi Kihanja katika shida, Karutasigwa yuko Kiziba akikucheka, je unaonaje, kwa sababu Wazungu huwa wanakwenda mara nyingi Kiziba, hatungeweza kuotea na kumwua Mzungu ili kumzushia Karutasigwa kesi ya kumwua au ya kumfukuza Kiziba? Rweshabura akasema, "Hapana. Kwa sababu tukimwua Mzungu hata kama wangemwua Karutasigwa lakini hangekufa peke yake. Sisi sote wana wa Mutatembwa walio Kiziba na walio nje, hatungepona, wangetushika na kutuua wakisema, "Tunajua matata yenu." Yule mtu akaendelea kusema, "Kama umeogopa kumwua Mzungu, wale Wazungu waliojenga Kabashana, Buyango, niruhusu niende nichome nyumba zao, hata kama hawatafia humo, kosa kwa vyovyote litamshika Karutasigwa kwa sababu huzozana nao mara nyingi, wala hapendi waishi Kiziba, wanashitakiana mara kwa mara." Rweshabura akasema, "Hapana." Mimi Bwahama nikasema, "Mwache, kama atazichoma moto nyumba akashikwa na kuuawa itakuwa shauri yake." Basi wakati tuko karibu kula, nikamwuliza Rweshabura, "Huyu mwanaume ni nani?" Akaseme, "Ni Katabaro Rwakajwangya, ukoo wake ni Mwihuzi wa Bwera, baba yake ni Rusheke. Mimi nilipofukuzwa Kiziba yeye alibaki kule. Lakini alikuwa raia wangu mwaminifu." Siku chache baada ya maongezi hayo, nikapata habari kuwa nyumba za Mapadre huko Kiziba zimeungua. Basi aliyechoma moto nyumba hizo ni Katabaro Rwakajwangya, Mwihuzi wa Bwera."

Basi tulipotoka Buyango tukashika njia ya kwenda Mihinziro ili kukagua shule ya Minziro. Kutoka Minziro tulienda mpaka Mutukula. Tulipotoka Mutukula tukafika Missenyi; toka Missenyi tukavuka tukarudi Kiziba. Tukakagua shule ya Bugorora. Toka hapo tukafika tena Buyango. Kutoka pale tukavuka mto wa Kyamugera na kufika Kantare kwenye ikulu ya Bukiza. Bwana Sitima ndiyo ilikuwa mara yake ya kwanza kuonana na Mfalme Mutatembwa. Mfalme Mutatembwa akamgawia Bwana Sitima dume wa kuchinja. Bwana Sitima akampenda sana mfalme, akamwambia, "Tangu niwaone Wafalme sijawahi kumwona aliye mzuri kama wewe. Una umbo kama la baba yangu." Basi akamwuliza, "Sasa unataka nini?" Mfalme akajibu, "Napenda ng'ombe wa maziwa." Bwana Sitima Akaniambia, "Tukifika Bukoba unikumbushe nimpelekee ng'ombe wa maziwa." Siku hiyo tulilala pale. Kesho yake tulisafiri mpaka Kigarama, tukaabiri mtumbwi tukavuka mpaka ng'ambo Bugabo, Rubafu. Tulipofika pwani tukakutana pale na Njunwensi, mtawala wa Rubafu. Bwana alimwuliza, "Kambi iko wapi?" Njunwensi akamwambia, "Iko kwangu." Tulipofika kwake akatuonesha mbugani akisema, "Ni hii hapa!" Mzungu alipofikiria kuwa alikuwa ameshatuma barua huko, na pia alipokumbuka ile barua ya pili aliyoniambia niandike mimi, nikawajulisha kuwa tumeenda Kiziba kwanza, tutafika huko baada ya kutoka Kiziba, halafu akaona tunaoneshwa mbuga tupu ambamo hamna hata kijumba chochote; basi, akamshika Njunwensi akamkabidhi kwa maaskari na kusema, "Mfungeni gerezani wala asitoke." Askari wakamweka korokoroni halafu wakamleta Bukoba akafungwa miezi miwili. Toka hapo tulienda tukikagua shule, tulilala Kalema kwa Mfalme Rwakyendera. Kesho yake tulikwenda kukagua shule ya Buzi, lakini Mfalme Rwakyendera aliogopa kwenda kule. Mzungu alimwuliza anaogopa nini. Rwakyendera akasema, "Wafalme wa Bugabo hawaendi Buzi kwa sababu ni kijiji cha Wamara, Mzimu." Ndipo tulipojua kuwa mfalme wa Bugabo haendi Buzi.

Tulipofika Bukoba nilimkumbusha Bwana Sitima ng'ombe wa maziwa aliyoomba Mfalme Mutatembwa, naye akampeleka. Tulipofika Bukoba hatukukaa sana. Tulipata habari kuwa Mtutsi mmoja Rwamulima, katika sehemu ya Bushuubi, pale Mu Ruteme kwa Mfalme Kinanira, babu wa Protazi Nsoro katika wilaya ya Biharamulo, alikuwa ameasi. Serikali ikamwagiza Bwana Sitima aende na askari kumkamata. Ilikuwa mwezi wa Machi, 1903. Tulipofika tu Biharamulo, tukamwona mjumbe wa Karutasigwa akiwa na barua iliyotujulisha kifo cha Mfalme Mutatembwa. Bwana Sitima alisikitika sana, na kusema, "Nilimwona mara ya kwanza majuzi tu, na sasa ameshafariki."

Basi Bwana Sitima akamwandikia Bwana Mganga Feldmann akisema, "Iwapo Karutasigwa atakuomba maaskari usikatae bali umpe." Halafu akamwandikia Karutasigwa akisema, "Kama kati ya ndugu zako atatokea wa kukupinga usiwe mfalme, kimbia mara moja uende Bukoba. Nimeshamjulisha wakili wangu Bwana Felmann nimeshamjulisha. Kwa hiyo anaweza kukupa maaskari ili uwakamate wale watakaodiriki kukuasi."[173]

Mfalme Mutatembwa alifariki tarehe 26, March, 1903. Murangira Karutasigwa alikuwa ametoka Gera, akafika Ikulu Bukiza. Alipofika Ikulu alimkuta mfalme akiumwa. Alipita na kwenda Buyango kwa Wazungu wa Misheni. Halafu alipotoka Buyango alipita tena Ikulu na kwenda Bukoba. Alipofika Bukoba, siku hiyo mfalme akaaga dunia. Karutasigwa alipopata habari alirudi usiku akafika ikulu na kulala hapo. Kesho yake asubuhi akaingia Ikulu na kumbusu baba yake. Ilikuwa tarehe 27, March 1903.

Baada ya kumbusu marehemu baba yake, aliondoka na ngoma yake akajenga ikulu yake ya muda kwa Kwezi Bugara, ukoo wake Mwende, pale Rugaze.

Mara tu baada ya kifo cha Mfalme Mutatembwa na kubusu kwa Karutasigwa, Rweshabura akafanya mbinu na watu wake ili Karutasigwa aondolewe kwenye ufalme. Akafanya shauri apate mtu amwulie pale Nyamuheshera, Kayanga, ambapo si mbali na Kantare Rugaze, mfalme alipojenga ikulu yake ya muda. Wakati huo palikuwa na Mganda mmoja mtumishi wa Rweshabura aliyeitwa Kitafora; huyu alikuwa na mtumwa wake wa kike aliyekuwa amekuja naye kutoka Buganda. Alimtoa kwa Rweshabura ili auawe kwa lengo hilo. Rweshabura alimpa Waganda wawili, Baraba na Bagenda akisema, "Nendeni Bomani Bukoba mwombe barua ya safari. Mseme nyinyi ni watu wa Rweshabura na mnaenda Ruzinga kudai hela zenu simbi 10,000. Pia waambie mnaogopa kwenda

---

[173] Maelezo ya mhariri: Huu unaonekana kuwa ndio mwisho wa simulizi ya Lwamgira mwenyewe, sehemu yake imeandikwa katika nafsi ya tatu anapojiita F.X. Lwamgira. Baada ya hapo simulizi inafuata utaratibu wa hapo mwanzo.

Kiziba bila barua, watu wa Karutasigwa wasije wakawaua. Baada ya kupata barua hiyo mwondoke na mwanamke wenu mwende Kiziba. Mkifika Kayanga, karibu na Nyamuheshera, mwanamke mumwue usiku halafu mkimbie na kufika Bomani Bukoba na mashtaka mkisema, "Tulikuwa tunatoka Ruzinga kudai mali yetu watu wa Karutasigwa wakatuotea, wakatufukuza karibu watuue. Walitunyang'anya mali yetu na mke wetu wakamwua."

Wanaume hao waliondoka wakaenda Bukoba. Wakaomba barua ya kwenda Ruzinga kudai mali yao simbi 10,000; walikuwa wanaume wawili na mke wa 3. Barua ikaandikwa wakapewa. Wakaondoka wakaenda Kiziba. Walipofika Kayanga karibu na Nyamuheshera wakamkamata mwanamke na kumwua. Wakakimbia na kurudi Bukoba walipofika asubuhi na mapema. Wakamshitaki Karutasigwa kufuatana na maelekezo ya bwana wao.

Watu hao walipokuja kushitaki walimkuta Bwana Mganga Dr. Stabsarzt Feldmann; kwa sababu Bwana Sitima alikuwa safarini Biharamulo kumkamata Mtutsi Rwamulima aliyekuwa ameasi. Pia alikuwa anamtafutia Rweshabura mahali pa kukaa ili ampeleke mbali na Kiziba. Wanaume hao wakaja mbele ya Bwana Feldmann wakatoa mashitaka yao.

Baada ya Waganda kumuua mtu, asubuhi na mapema watu wa Karutasigwa wakaona maiti ya mwanamke aliyeuawa. Waliondoka pale mbio wakamjulisha Karutasigwa katika ikulu yake ya muda jinsi walivyoona maiti ya mtu aliyeuawa Kayanga.

Karutasigwa naye akamtuma mtu asubuhi sana aende amjulishe Mzungu kuwa Rweshabura aliwatuma watu waje wamwue mtu karibu na njia ya kutoka kwangu, ili aniingize katika hatia, ili serikali iseme kuwa nilipotawala tu nikaua mtu.

Baada ya watu wa Rweshabura kutoa mashitaka yao, na watu wa Karutasigwa wakaingia na kutoa mashitaka yao. Wale Waganda wawili Mzungu akawa hawaachilii tena. Akawaweka rumande.

Bwana Stabsarzt Feldmann akaiendeleza kesi yeye mwenyewe. Waganda wenyewe wakaonekana ndio waliomwua yule mwanamke. Nao wakakiri wakasema, "Sisi tulitumwa na Rweshabura." Rweshabura akaitwa shaurini; alipoulizwa akakana kabisa akasema, "Wakati wa kwenda Kiziba, mimi ndiye niliwakatia cheti cha ruhusa ya kwenda kule?" Basi Mzungu akamwachilia Rweshabura.

Waganda wakaendelea kujiosha wakasema, "Na Yule mwanamke tuliyemwua Rweshabura alimwomba kwa Kitafora, ndiye aliyempa mtu huyo. Kitafora alipoitwa akasema, "Kamwe Rweshabura hajawahi kuniomba mwanamke wa kuua. Yule alikuwa mke wangu, nilimtoa kwao ili awasindikize. Sasa tazama wanasema walimwua!" Basi kesi ikawashinda Waganda. Wakahukumiwa kifo. Hukumu ya kunyongwa ilipelekwa Dar-es-Salaam kwa Bwana Governor. Wakati huo Bwana Sitima alienda Ulaya likizoni. Nafasi yake ikachukuliwa na Bwana Goering. Hukumu ya kifo Bwana Governor akaipitisha, akaamuru "wauawe!" Hukumu ilipofika Bukoba, Bwana Goering akaamuru Waganda hao wauawe.

Kabla ya kwenda Ulaya, Bwana Sitima alikuwa Rweshabura ameisha mfukuza kabisa. Alimwabia, "Nisije nikasikia hata mara moja umetoka Biharamulo. Na kweli huko ndiko alipofia katika mwaka wa 1911, mwezi Septemba.

Rubangirana aliacha amemwamishia kisiwani Bumbire. Naye alifia huko.

Baada ya mambo hayo, Mfalme Karutasigwa akaenda kuoga maji ya chumvi ya magadi. Mabwawa yalikuwa pale Bushekera karibu na Kimira yalipokuwa yamechimbwa yale ya Magembe. Alipotoka akaenda akaoga. Walileta moto na chumvi kama ilivyo mila ya kuoga kwa wafalme wote. Kama alivyofanya Mfalme Ishamura wakati wa kuoga kwake.

Baada ya kuoga akajenga ikulu ya kudumu Bwanjai pale Igarura. Basi mfalme alipotoka mabwawani alikuja na raia wengi sana, wanaume, wanawake na watoto, akaingia ikulu. Na mavazi yake wakati huo yalikuwa ya ngozi. Akatoa kafara kama wafanyavyo wafalme wote kama ilivyoandikwa juu ya kutawazwa kwa Mfalme Ishamura. Alipoingia ndani ya ikulu akatoa kafara zitolewazo na wafalme wote wakati wa kutawazwa.

Mfalme Mutatembwa akang'oka taya, wakamweka katika mtumbwi na kumzika nyumbani kwake kama ilivyoandikwa kuhusu Mfalme Kibi I. na katika ikulu yake aliwekwa mwanamke Muhima na ng'ombe kama inavyokuwa katika gashani zote za wafalme marehemu.

Mfalme Karutasigwa akapewa jina la Kifalme akaitwa Mutahangarwa; maana yake hapana mtu athubutuye kushindana naye; amekuwa mfalme wa nguvu mwenye kuogopwa. Mama yake akaitwa "Muhulirwa",[174]

---

[174] Muhulirwa huyu ndiye Igalire tuliyemzungumzia katika ukurasa fulani huko nyuma. Ndiye mama wa Rushanzirana. Ndiye alizozana na Ihisire mama wa Rweshabura katika kashfa ya uchawi. Hakuwa mama wa Mfalme Mutahangarwa bali mama yake mkubwa. Lakini kwa kuwa mama wa Mfalme Mutahangarwa, Murungi, aliisha fariki Igalire ndiye alipata cheo cha Mama wa mfalme na kupewa jina la Muhulira. Mfalme Mutahangarwa alipofariki katika mwaka wa 1918 aliondolewa ikulu akapewa shamba kubwa huko Kitobo lenye mashamba mengi ya nyambanja. Mpaka sasa bado Mwenyezi Mungu amemweka, akiwa anafurahia utawala wa kitukuu wake mfalme Leonard William Mutakubwa.

maana yake: aogopwe na watu wote wa taifa la Kiziba. Aliyetoa haya ni Rutazamba mwana wa Karokora, Mutundu wa Rwamashonga, Bwanjai.

[*] Maelezo ya Mhariri: Kumbukumbu hii kuhusu mfalme aliye bado hai, ambaye Lwamgira alitawala badala yake katika utoto wake, ndiko unaanza uandishi wa sehemu hii ya kitabu mpaka kipindi cha 1926 – 1937. Jambo hili linaoneesha kuwa Lwamgira aliendelea kutunga kitabu hiki hata wakati alipokuwa Katibu wa Baraza la Bakuma la Bukoba.

SURA YA XXVI

SEHEMU YA 1

MFALME KARUTASIGWA (MUTAHANGARWA)

Njiti ya Gera ifukuzayo nyuki, mizinga ikakaa wazi
Mwanamme timamu
Ajitoaye mhanga wa Mujambura
Mwokozi aokoaye watoto wa mfalme: Karukamisa na Kanyandekwe
Mzuiaji aliyezuia bahati ya Ihangara
Mfalme wa ushujaa
Ajiokoaye mwenyewe, aliyejiokoa pale langoni Kasiita
Mwana wa Muhulirwa
Ajengaye uzio wa "milinzi" utishao kila mpita njia
Ajipakaye harufu kali
Shujaa wa Biruhya
Shujaa mwana wa Kasabira na Katabaro
Shujaa mwana wa Karugaba
Bomba la mfuachuma liharibulo vyuma likiwa limelala
Mwana wapekee apigaye wana wanaofuatana
Aletaye faraja kwa ufalme
Afumaye kwa mkuki

Ikulu ya Gera na ile ya Igarura
Mfalme Mutahangarwa avaa kama Wazungu
Mfalme aagiza watu wapande miti ya mipira, mpunga na kahawa
Raia wamshukura baadaye

Mfalme Mutahangarwa alistawi kama mfalme na kujali sana utawala wa Wazungu wa Bukoba. Akawa ana ikulu mbili, ile ya Gera na ile ya Igarura, Bwanjai.

Mfalme akaamua kutoka Igarura pamoja na mama yake na ngoma yake. Wazee wote pamoja na mama yake wakakataa wakisema, "Haifai kupeleka ngoma ya kifalme mpakani na Kyamutwara." Yeye akakataa ushauri wao. Kwa hiyo aliondoka na ngoma yake na mama yake akaenda Gera, pale akajenga ikulu yake, humo akaweka nyumba yake rasmi ya kifalme, ya mama yake na ya ngoma ya kifalme. Kabla ya hapo Gera ilikuwa makao makuu ya utawala wa mwana wa mfalme.

Tangu hapo ikulu yake ikawa Gera tu, ile ya Igarura aliivunja na kuifuta. Alipokaa Gera alianza kuvaa nguo za kubana kama suruali za kizungu na makoti na viatu. Wazee wakamshauri walau avae mashuka, akakataa, akavaa nguo za kizungu na kichwani alivaa kofia badala ya taji la kifalme ambalo alivaa kila alipoadhimisha mwezi mwandamo. Halafu akajenga nyumba ya mawe, yaani nyumba kama zile za wazungu. Wazee walimkataza asijenge nyumba ya mawe katika ikulu ilipo ngoma ya kifalme. Yeye aliwakatalia na kujenga.

Baada ya kukaa muda mrefu katika ufalme, Wazungu walimshauri watu wake wapande zao la kahawa ili waweze kupata fedha.

Basi Mfalme Mutahangarwa aliwaamuru watu wake wapande kahawa. Raia na wazee walimwambia kuwa yule apandaye kahawa hufa mapema, haishi maisha marefu. Kiasi kwamba pale walipozipanda, mwenye nyumba alizing'oa kwa kuogopa kufa. Watu walikuwa na miti michache michache ya kahawa mashambani ambayo ilijiotea yenyewe. Hivyo waliiacha ikue lakini ilikuwa marufuku kuipanda wao wenyewe. Basi Mfalme Mutahangarwa aliondoka yeye mwenyewe akazungukia vijiji vyote na kuhakikisha kuwa raia wote wanapanda kahawa. Alipofika katika kila kata alituma wanamgambo wake kwenda katika kila kijiji na kila nyumba kuhakikisha kuwa mwenye nyumba amepanda kahawa shambani mwake. Hata yeye mwenyewe alifika katika baadhi ya vijiji na kukagua utekelezaji wa amri yake ya kupanda kahawa. Alikuwa anawapa wanamgambo wake miche ya kuwagawia raia ili waipande mashambani. Wale waliokataa kuipanda miche hiyo, au walioipanda kwa kuogopa mgambo halafu wakaing'oa, aliwashika na kuwafunga na kuwapiga viboko. Basi raia wote wakapanda kahawa, wapende wasipende. Mfalme akawaambia watu, "Woga wenu hauna maana, nani aliyepanda kahawa halafu akafa kwa sababu hiyo?"

Mfalme Mutahangarwa alitoa amri ya kupanda kahawa katika mwaka wa 1905.

Baadaye raia walipoona miche hiyo ya kahawa waliyopanda, inakua, inatoa kahawa, wanaivuna na kuiuza na kupata fedha kutoka kwa Wazungu walioipenda sana kahawa, wakafurahi, wakamshukuru Mfalme Mutahangarwa kuwa aliamua jambo la busara.

Wakati huo Mfalme Mutahangarwa alipozungukia kata zote za Kiziba ndipo alipojenga makao yake katika kila kata. Kabla ya hapo, wafalme walikuwa hawazunguki hivyo nchini mwao. Mfalme Mutahangarwa ndiye aliyeanzisha desturi hiyo ya kuzungukia sehemu zote za ufalme wake.

Halafu alipanda miti ya mipira, halafu aliwapelekea watu wote mbegu za miti hiyo ili waipande mashambani Mwao. Halafu alipanda pamba na kuwapa watu mbegu za kuipanda katika maeneo yao. Halafu yeye mwenyewe aliifyeka misitu na kupanda humo migomba na kahawa. Hivyo akalima mashamba mengi. Bwanjai penyewe, Rwamashonga, Bwanjai Buhanga, Bugandika alilima shamba moja, Ishozi moja, Kanyigo Bugombe moja, Gera Kashambya moja, na Bwera akalima shamba moja. Halafu aliwaagiza watu kulima mashamba ya katani naye akapanda shamba la kwake. Hii ni kwa sababu Wazungu walikuwa wameshauri ajaribishe na zao hilo, nalo linaweza kuleta fedha. Kule Kibumbiro, Kyaka Kyenjubu alilima shama la mpunga. Halafu aliagiza na watu wa Kyaka waupande. Mpunga huo ulistawi sana. Akavuna na kuwauzia watu. Kule Kyaka ndiko alikuwa ameshapanda mashamba yake binafsi ya pamba.

SEHEMU YA 2

KODI YA RUPIA 2

Kuwasili kwa Bwana Graf Von Goetzen
Ufalme wa Mutahangarwa unadhibitishwa na Wazungu
Kupewa kwake nishani
Katoma wamfungulia Mfalme Mutahangarwa mizinga ya nyuki
Daraja la kajai
Ugonjwa wa "botonga"
Kurudi kwa Bwana Mganga Feldmann Bukoba

Katika mwaka wa 1901 Mzungu Bwana Sitima (von Stuemer) aliagizwa na Serikali kuanza kutoza watu kodi. Mfalme akapeleka katika kila kata karani mmoja wa kodi. Ndipo watu walipoanza kutoa kodi ya rupia 2. Watu walipoelemewa hivyo na kodi, mtu aliyekuwa na nyumba mbili akakata moja na kubaki na moja. Bali yule aliyekuwa mwanamme mashuhuri alijikaza na kubaki na nyumba zake zote. Baadhi ya watu waliokuwa na wanawake wengi bila uwezo wa kulipia nyumba zao kodi, waliamua kuwaweka katika nyumba moja, lakini walipobanana humo, basi waliwanungunikia Wazungu wakisema, "Wazungu walikuja kutupa taabu." Wazungu ndio wenye desturi ya kuhesabu watoto wa watu na wake zao, na ng'ombe wao, na mbuzi wao, ili wahakikishe mali ya kila mmoja na ya taifa zima. Zamani ilikuwa marufuku kuhesabu mali ya mtu, hasa mtu hakupenda watoto wake wahesabiwe. Kwa hiyo walipoanza kuhesabiwa baadhi ya watu waliwaficha watoto wao wasije wakahesabiwa wakafa.

Katika mwaka wa 1905, wakati Bwana Gavana Graf von Goetzen aliposubiriwa kuja Bukoba, Bwana Mkubwa Sitima (Hauptman von Stuemer), wakati huo alikuwa ameshapewa cheo cha Hauptman, aliwaita wafalme wote wa Bukoba na Biharamulo kuja kumkaribisha. Alipofika tarehe 9, Juni, mwaka 1905 alitoa barua za uthibitisho wa Serikali kwa Wafalme Mutahangarwa, Mfalme Kahigi, Mfalme Nyarubamba na Mfalme Kasusura, kwamba ufalme wao unatambuliwa na Serikali kama ufalme wa kurithishwa katika koo zao za kifalme:

> "Mfalme Mutahangarwa (au mwingine) anaarifiwa kuwa yeye ni Mfalme katika nchi ya Kiziba."
>
> Ni matumaini yetu kuwa Mfalme tuliyemtaja hapo juu ataendelea siku zote kumtii Kayser, Mfalme wa Ujerumani na Serikali yake ya Deutch Ost. Afrika. Pia atatii barabara amri zote za Mabwana watakaotumwa katika nchi ulipo ufalme wake. Hasa ni matumaimi yetu kuwa atatii na kutimiza sheria zitakazotungwa Mabwana katika nchi yenyewe kama za kuhakikisha kuwa nchi inabaki na amani na uraia mwema, na nidhamu kati ya watu wa nchi yake, na sheria za kuleta maendeleo na uchumi nchini. Pia atatimiza barabara sheria za utozaji wa kodi, kutoza kiasi kilichoamriwa, na kuiwasilisha yote serikalini kama ilivyotolewa. Ni matumaini yetu kuwa haya atayatimiza kwa akili na utashi wake wote. Akishika barabara sheria tulizotaja hapo juu atakuwa anajipa heshima ya kubaki Mfalme katika nchi yake. Pia heshima ya ufalme wake itabaki na mrithi wake. Kama atakuwa hana mrithi halali, heshima ya ufalme itakwenda kwa yule atakayemchagua yeye mwenyewe na kumwonesha kwa Serikali kama mrithi wake. Pia akitii sheria hizo zote Serikali itaendelea kumsaidia kupata haki zake zote kati ya watu anaowatawala."

Basi hao wafalme wanne wakafurahi sana. Pia wakati huo ndipo Bwana Mkubwa aliwaleta pamoja. Kabla ya hapo ilikuwa marufuku Mfalme kukutana na Mfalme mwingine.

Wafalme hao wanne walipopewa barua hizo wale wafalme wengine wakawaonea wivu, wakifikiri kuwa watapewa utawala wa nchi zao.

Siku hiyo hiyo Mfalme Mutahangarwa akiwa safarini kutoka Bukoba, alipofika Katoma, watu wa Kyamutwara wakiwa katika njia kuu na mashambani wakatikisa nyuki ili wamwume. Walipowatikisa nyuki yeye mwanaume shujaa hakubabaika, ila aliwaambia wapiga tarumbeta wake, "Pigeni tarumpeta zikalie!" Tarumpeta zikapigwa zikalia, naye alitoka nje ya kijiji chao akafika katika ikulu yake, Gera. Sababu iliyowafanya wamfungulie mizinga ya nyuki ili zimwume ni kwamba walisha mwonea wivi kwa sababu Mfalme wao Muntu alikuwa hakupewa barua ya udhibitishao wa ufalme wake. Baada ya kitendo cha kufungulia nyuki ili wamng'ate kule Katoma ndipo alipoitwa kwa utani "Njiti ya Gera itikisayo nyuki, mizinga ikabaki mitupu."

Katika mwaka huo huo wa 1905 ndipo Mfalme Mutahangarwa alitengeneza daraja ili kuwasaidia watu wa nchi yake waliopata taabu ya kuvuka katika tingatanga kuelekea Gera na Bukoba. Pia naye wakati wa kutembelea nchi yake alikuwa anapata taabu ya kuzunguka, kupita Katendaguro au Rukurungo ili apate kwenda Buchwabuzale, Buyango na Kanyigo.

Basi aliwaita raia wake wote kutoka kata na vijiji vyote vya Kiziba. Watawala wote wa kata walikusanyika. Raia wakasomba miti, mashina ya nyasi, mawe na udongo, wakatengeneza daraja katika tingatinga la Kajai, Kiziba yote ikapata njia ya mkato ya kufika Gera na Bukoba. Hata sasa daraja hilo lipo, nanyi bado mnaliona.

Mfalme Kayser Wilhelm II wa Ujerumani aliwashukuru sana Wafalme Mutahangarwa na Kahigi kwa sababu walikuwa mstari wa mbele katika kufanya kazi za serikali vizuri na kutii amri zake zote. Ili kuwashukuru aliwapelekea zawadi nzuri sana iliyojuliana kama "ORDER", ambayo sisi tuliita "ENISANI." Ilikuwa kama medali yenye matawi matawi. Mfalme Mutahangarwa aliivaa kifuani juu ya koti lake. Alivaa kwenye sikukuu kubwa. Katika mwaka wa 1906 ndipo Mfalme Mutahangarwa alipoadhimisha mara ya kwanza sikukuu ya kutawazwa kwake kama Mfalme. Kila tarehe 27 Machi ya kila mwaka watu walifika kwa wingi ikulu, walicheza ngoma na kunywa pombe kwa wingi. Wafalme wengine walituma watu wao kuhudhuria sikukuu hiyo. Wazungu wote walihudhuria na askari wao. Walifika na kufyatua bunduki za furaha. Mfalme alichinja ng'ombe wengi na aliwapa watu wote nyama nyingi wakala.

Mwaka huo huo wa 1906 ugonjwa uliojulikana kama "Botonga" ulikuwa umefika katika kisiwa cha Isheshe, Buganda. Mtu aliyeshikwa na ugonjwa huo alilala-lala kila mara. Bwana Mganga Feldmann aliyekuwa daktari bingwa wa ugonjwa huo, alikuwa ameitwa na Waingereza, walimjengea nyumba huko kisiwani Isheshe ili awatibu watu wa huko. Watu wa Kiziba walipoenda Buganda kuchuma mali, walishikwa ugonjwa huo na kuuleta Kiziba. Kila aliyeambukizwa alipelekwa Kisiwani Isheshe ili kupata huduma kwa Bwana Mgana Feldmann. Mfalme Mutahangarwa alipoona kuwa watu wake wengi wameuawa na ugonjwa huo, alienda katika mwaka wa 1907 akamwambia Bwana Mkubwa Hauptmann von Stuemer. Bwana mkumbwa akaijulisha Serikali kuwa ugonjwa wa "malale" umeongezeka sana. Serikali ikamrudisha Bwana Mganga Feldmann kutoka Kisiwani Isheshe ikamjengea Kigarama, Kanyigo. Bwana Mganga, Feldmann aliwatuma vijana vijijini kuwapima watu kwa kuwapapasa shingoni ili kugundua kama wana uvimbe wa tezi. Walipougundua wakajua kuwa ana ugonjwa huo. Basi walimleta Kigarama ili atibiwe.

Watu wengi walishikwa na kuletwa. Raia walipoona jinsi Bwana Mganga alivyowachoma sindano ya bomba mabegani na kuwawekea dawa waliogopa sana, na wengi walikimbia na kuhamia katika nchi mbali mbali. Yeye Bwana Mganga aliwashika waathirika wengi sana na kuwatoa vijijini. Wale waliokuwa hawajapata ugonjwa huo wakawa hawaathiriki tena. Kama Mfalme Mutahangarwa asingefanya mbinu hiyo, si ajabu watu Kiziba wangeambukizwa na kufa, na nchi ingebaki bila watu.

Mfalme Mutahangarwa alikuwa mfalme wa kwanza wa Kiziba kusafiri kwa kupanda punda kama Wazungu.

Baadaye katika mwaka huo wa 1907, Mzungu mwingine, mheshimiwa sana, Mwana mfalme huko Ujerumani, aliyeitwa Prinz Herzog Friedrich von Macklemburg naye alifika Bukoba. Kutoka Bukoba, alitembelea Gera. Alipofika Gera, Mfalme Mutahangarwa alimfurahia sana. Kutoka Gera aliendelea na safari kuelekea Rwanda. Basi Mfalme Mutahangarwa, Kahigi na Kasusura wakampa zawadi ya chakula cha safarini ya kuelekea Rwanda. Alipoona zawadi hizo alifurahi sana. Kutoka Rwanda alirudi kwao Ulaya. Alipofika Ulaya aliwatumia Wafalme Mutahangarwa, Kahigi na Kasusura Nishani (Order) kama shukrani yake kwao. Mfalme Mutahangarwa alipewa moja, Mfalme Kasusura moja.

Wakati huo Bwana Mkubwa Hauptmann von Stuemer aliondoka kwenda likizoni Ulaya. Aliporudi akasema kuwa Mfalme Mutahangarwa, Mfalme Kahigi na Mfalme Kasusura serikali imewatunukia cheo. Sasa Mfalme Mutahangarwa na Mfalme Kahigi watapa cheo cha Meja (Major). Walipewa mavazi maalumu: koti, suruali, kofia, na viatu. Kwenye koti mabegani kulikuwa vibao vya umeja. Halafu kila mmoja wa Wafalme hao wawili alipewa upanga kama wa Wazungu wa Serikali wa cheo cha juu. Walivaa mavazi hayo kuonesha cheo chao. Mfalme Kasusura alipewa upanga tu. Sikukuu ilipofika, kama tarehe 27, Januari, siku ya kuzaliwa kwake Kayser Wilhelm II walivaa mavazi yao hayo na kujifunga panga zao.

Katika mwaka wa 1907 alimshika Kiboko na kumpeleka Ulaya kwa rafiki yake Bwana Rehse. Kiboko huyo alikuwa ameshikwa na mtu mmoja Nchonchona wa Kafunjo. Mfalme Mutahangarwa alimzawadia Nchonchona ng'ombe 2. Huko huko Kafunjo alimshika kiboko mwingine na kumzawadia Bwana Mkubwa Hauptmann von Stuemer.

Katika mwaka wa 1908 Mfalme Mutahangarwa aliwajengea Wazungu nyumba za kupumzikia au za malazi karibu na ikulu yake. Alizipamba sana na kuziita "Ntabi." Kila aliyeenda kwenye nyumba hizo za Wazungu alisema, "Naenda kwenye Ntabi." Baada ya kuwajengea Wazungu Nyumba alilima shamba kubwa la migomba "Ekigando" ambamo alipitisha barabara nyingi, kubwa na nzuri. Mwaka 1909 ndipo alipotengeneza barabara hizo na akapanda kandokando yake miti ya karatusi (Eucalyptus). Hata sasa miti hiyo inaonekana kandokando ya barabara hizo.

SEHEMU YA 3

UGONJWA WA MFALME MUTAHANGARWA

Kulipuka kwa Vita Kuu
Wajerumani washindwa
Waingereza wafika Bukoba
Kifo cha Mfalme Mutahangarwa

Katika mwaka 1913 Mfalme Mutahangarwa akaugua sana, akapelekwa Kigarama kwa Bwana Mganga stabsarzt Witrock. Alipoenda akakaa nyumbani kwa Kiliba, Ukoo wake Mubango, akaugulia humo. Alikaa Kigarama miezi mitano. Lakini ingawa alikuwa anaumwa, hata wakati wa ugonjwa wake aliwaambia raia wake kuwa kama mtu ana kesi, akihukumiwa Mugorora naye asikubali hukumu ya wakili wake, Katikiro, akitaka nimhukumu mimi, anisubiri nitakuja nimhukumu. Basi baada ya kila siku tano aliwekwa katika machela na kusafirishwa mpaka Mugorora. Kule bila kuwekwa chini, watu 4 wakiwa wamembeba katika machela kila mtu akiwa ameshikilia mti wa machela, alisema "Wanaohitaji hukumu leteni kesi zenu." Walijitetea na alitoa hukumu yake. Watu walipoona kuwa anahukumu vizuri na kuwaridhisha wakampa jina la utani, "Bomba la muhunzi lilalo vyuma likiwa limelala. Uzio wa milinzi wa Muhulira utishao atakaye kuukata na apitaye njia." Hii ni kwa sababu, ingawa alikuwa ngonjwa, alihukumu kesi ngumu sana, akiwa amelala kama vile bomba la mhunzi linavyofukuta chuma mpaka kikawa chekundu, hata kikiwa kigumu kiasi gani. Kwani kesi nazo huwa ngumu, mara nyingene kama chuma, wakati wa kutoa hukumu.

Katika mwezi wa Agosti, 1914, vita kuu ya dunia ikaanza. Katika mwezi huo huo wa Agosti, Serikali iliamuru wafalme wote kupeleka Bukoba wanamgambo wao waliopitia mafunzo ya jeshi. Kwani kila mwaka kwa amri ya Serikali kila mfalme alipeleka baadhi ya wanamgambo Bukoba kupewa mazoezi ya vita. Wanamgambo hawa walipewa jina la Rugaruga na Bwana Korongo (Richter) alipoagiza kila mfalme ampelekee watu wa kujifunza kazi ya vita. Wale waliompelekea waliwafundisha na kuwaita Rugaruga. Vita ilipoanza Kiziba kulitoka Rugaruga 200 kuelekea Kisii. Waliondoka na askari wakaenda Mwanza, ili watoke hapo waende Kisii na kuendelea mpaka Kisumu. Aliyechaguliwa kama mkuu wa Kombania alikuwa Bwana Hauptmann Bock. Huyu ndiye alikuwa kiongozi wa Askari wote na Wazungu wote kutoka Bukoba. Hapa Bukoba kulibaki Bwana Major von Stuemer na Bwana Wachtmeister Hermann na Bwana Mganga Heidsick na Askari na Mapolisi 8 na Rugarura 32 wa kuwalinda Wanyoro. Katika mwezi wa Septemba tarehe 15 Waingereza walivuka wakashika Kyaka. Walipokuwa wameshakaa siku kadhaa Bwana Major von Stuemer alimwandikia Mfalme Mutahangarwa barua akisema, "Waingereza wakikuomba chochote kama chakula uwape. Tena mkiona wamevuka mpaka ng'ambo ya huku uwaambie watu wako wasipige kelele au kukimbia, bali wakae nyumbani kwao. Vita yetu Wazungu siyo kama yenu Waafirika. Wakija watakuja kupambana na serikali tu wala siyo raia. Baada ya Waingereza walipokaa Kyaka siku nane, Captain Philipps alimtuma mtu wake aliyeitwa Simoni Kagoro kwa Mfalme Mutahangarwa akisema, "Kwa nini hukumpelekea chakula na mtu wa kumkaribisha?" Simoni Kagoro alitoa ujumbe aliotumwa kwa Mfalme Mutahangarwa na Bwana Philipps halafu akarudi Kyaka., basi Mfalme Mutahangarwa aliandika barua kwa Bwana Major von Stuemer akimweleza ujumbe ambao Captain Philipps alikuwa amempelekea. Bwana von Stuemer akamjibu akisema, "Chakula uwapelekee, kwa sababu nilisha waeleza kuwa Waingereza wakitaka chakula mwape." Basi Mfalme Mutahangarwa alimtuma Kataraihya akampelekea Bwana Philipps chakula. Halafu Mutegerwa huyo alienda Kamawa kuwapelekea Wazungu waliokuwa huko chakula. Pia Kawamara alienda Igoma kuwapelekea Waingereza waliokuwa kule chakula. Wote aliwapelekea ndizi, ng'ombe na kuni kama ilivyokuwa desturi ya Wafalme kuwakaribisha Wazungu. Katika mwezi wa Oktoba, 1914 kulikuwa na Mswahili mmoja aliyeitwa Shariff Abdallah bin Omari ambaye alipeleleza na kuandika habari zote kuhusu hali ya Waingereza akimpelekea Bwana Major von Stuemer kupitia mtu mmoja aliyepita njia ya Buchurago, Ishozi ly'Ensharazi mpaka Bukoba. Barua alizoziandika zilisomwa na F.X. Lwamgira, kwa sababu alikuwa mmoja wa wasiri wa Serikali (Geheimrat). Shariff Abdallah alikuwa ameandikia hivi, "Mutahangarwa amepeleka rupia 500 kwa Waingereza, akaongeza ng'ombe 4 na jino la tembo kama zawadi kwa Waingereza kule Kyaka."

Bwana Stuemer aliposoma barua kutoka kwa Shariff Abdallah bin Omari alikasirika sana. Alimwandikia Mfalme Mutahangarwa barua akisema, "Kwa sababu umetusaliti, hakikisha kuwa Waingereza utaenda nao." Baada ya kusoma barua hiyo, Mfalme Mutahangarwa alinyanyuliwa na kuja Bukoba usiku.

"Tulipokuwa bomani usiku," anavyosimulia Mwami F. X. Lwamgira, "Alikuja mtu akatwambia kuwa Mfalme Mutahangarwa ameshafika, yuko Bilele. Basi Bwana von Stuemer akanituma kama mjumbe nimwulize, "Umekuja kufanya nini?" Basi nilienda nikamwambia, "Bwana Sitima anauliza kwanini umefika huku usiku?" Mfalme Mutahangarwa akasema, "Nenda umwambie watu wamemshitaki kwa uwongo kuwa naenda kwa Waingereza. Kwa nini niende kwa Waingereza, watiririke na kupotelea mbali, Waingereza hao wanaonisingizia kwenda kwao sijawahi hata kuwaona machoni pangu. Sasa mimi nimekuja Bukoba, pale Wajerumani watakapokwenda, watu wangu watanibeba na nitafuatana nao." Nilirudi na ujumbe huo na kuutoa kwa Bwana von Stuemer. Naye akasema, "Nenda umwambie arudi nyumbani kwake; kwani nami nimeshaelewa kuwa ni mashitaka ya uwongo, wanamsingizia tu." Basi Mfalme Mutahangarwa akarudi Kiziba, Gera. Katika mwezi huo wa Oktoba Serikali ilimpelekea Bwana von Stuemer bunduki 500 ili aweke watu wa kulinda Boma, kwa sababu askari wote walikuwa bado wako Kisii. Bwana von Stuemer aliwaagiza Wafalme wawapeleke kwake watu watakaoshika bunduki hizo. Mfalme akawaambia raia wake akisema, kila aliye mtu wangu nataka aende kuwasaidia Wajerumani. Kiziba kulitoka watu 200 wenye kushika bunduki. Hata wana wa Mfalme, Mikael Rubungo na mdogo wake Mujuri nao walienda Bukoba. Mfalme mwenyewe aliwatuma ili waende washike bunduki kuisaidia serikali. Katika mwaka wa 1915 Waingereza walipoipiga Bukoba kwa Mzungu, Mwami F.X. Lwamgira hakutoka Bukoba. Aliendelea kukaa humo akihukumu madai ya watu pamoja na Bwana Feldwebel Thiem. Wakati huo alipokea simu ya kutoka kwa Bwana von Stuemer kule Kyaka, Kibumbiro ikimtaka afike Kyaka ili ampe habari fulani.

Mwami F.X. Lwamgira alipofika kule Bwana von Stuemer akamwambia, "Mutahangarwa anatusaliti, anapeleka watu wake kwa Waingereza. Watu hao wanavuka Kagera wakipita kwenye matingatinga mpaka ng'ambo Kitara kwa Waingereza. Na mtu anayemtuma anaitwa Rwemboijore." Mwami Lwamgira alipotaka kuanza akasema, "Subiri kidogo nimwite Katura." Katura huyo ndiye aliyekuwa msaliti wa Serikali. Yeye alikuwa anatumwa na Wajerumani kwenda kupeleleza wafanyayo Waingereza ili arudi awajulishe Wajerumani. Katura alipomwona F.X. Lwamgira akaogopa kusema. Bwana Sitima akamwuliza, "Je, uliyoniambia ulikuwa unanidanganya?" Basi Katura akasema, "Nilipokwenda ng'ambo kupeleleza, yule mtu ninakofikia akaniambia kuwa Mfalme Mutahangarwa ndiye anayesaliti serikali. Anatuma mtu mmoja jina lake Rwemboijore, anakuja amevaa ngozi, ndiye anawaambia Waingereza jinsi Wajerumani walivyo na mambo wanayofanya." Bwana Sitima akamwambia F.X. Lwamgira, "Unasikia anavyotusaliti Mfalme Mutahangarwa? Mutahangarwa tulimsaidia katika mambo mengi, tulimpa na heshima kubwa. Angalia sasa anavyotusaliti. Basi ingawa ni mgonjwa nitampeleka Tabora, yeye na uzao wake wote, aende akiwa mfungwa, hata akifa njiani na afe."

Mwami F.X. Lwamgira akamwambia Bwana Sitima, "Kwa kuwa Rwemboijore huyo wanayemsema ameshajulikana ng'ambo bila shaka ni mzaliwa wa Kiziba; na bila shaka jina lake liko katika vitabu vya kodi. Sasa wewe Ndiwe Bwana Mkubwa, nakuomba uagize viletwe vitabu vyote vya kodi vya Kiziba, uangalie kama utakuta humo jina Rweboijore. Ila mimi nakuhakikishia kuwa hayupo. Mtu yeyote ambaye angetumwa na Mfalme Mutahangarwa mimi ningekuwa najua jina lake. Huyu Katura anayekuletea habari hizi ni mtu wa Mohamed Ibrahimu Liwali wa Kyaka. Ndiye anayemtuma kusema uwongo huu wote kwa sababu anamchukia Mfalme Mutahangarwa. Sababu ya kumchukia ni kwa sababu wewe ulipoenda likizoni Ulaya, ulimwachia madaraka Bwana Goering. Bwana Goering alifunga safari na Mfalme Mutahangarwa wakafika Kyaka. Bwana Georing alipofika Kyaka akamwambia Liwali kuwa rupia 100 za mshahara ambao Serikali ilikuwa inamlipa kila mwezi, hatazipokea tena. Waswahili wote wa Kyaka na watu wote wengine wanaoishi Kyaka tangu leo nao ni watu wa Mfalme Mutahangarwa. Wewe utabaki kama mtawala wa kijiji. Mara Liwali alimwambia Mfalme Mutahangarwa uso kwa uso, "Wewe ndiwe uliyenishitaki." Tangu hapo ulikuwa na uadui mkubwa dhidi ya Mfalme Mutahangarwa. Hata maneno anayosema Katura aliagizwa na Liwali. Na maneno aliyoandika Shariff Abdallah aliagizwa na Liwali kwa sababu ni mtu wake." Halafu Mwami F.X. Lwamgira akamwambia Bwana Sitima akisema, "Je, wewe alipokuandikia hukugundua kuwa ni uwongo, ukamsamehe Mfalme Mutahangarwa?"

Bwana akasema, "Kweli husemi uwongo. Nimeelewa kuwa wanafanya hayo yote kwa sababu ya chuki. Wewe nenda, lakini umjulishe Mfalme Mutahangarwa hayo wanayomshitaki kwa uwongo yasije yakamdhuru. Wewe nenda urudi Bukoba katika kazi zako.

Mwami F. X. Lwamgira alienda akamjulisha Mfalme Mutahangarwa jinsi alivyokuwa ametumwa na Bwana Sitima. Mfalme Mutahangarwa alisikitika sana akasema, "Kama nisingekuwa mgonjwa, ningeenda nikakaa na Wajerumani. Ningewafuata katika kila kambi ambako wangeenda. Kwa sababu watu hawachoki kunisingizia uwongo." F.X. Lwamgira alirudi Bukoba.Katika mwaka wa 1916 Bwana Major von Stuemer alihamishiwa Morogoro. Nafasi yake ikashikwa na Hauptmann Gudoveus.

Tarehe 22 Juni, 1916 Bwana Gudoveus aliwaita Wafalme wote akawaarifa kuwa Wajerumani wanaondoka na Waingereza wanaingia. Mfalme Mutahangarwa alimtuma mtu wake Kataraihya ndiye aliyehudhuria mkutano huo badala yake. Tarehe 23 Juni Wajerumani wakaondoka Bukoba wakaelekea Tabora.

Waingereza walifika Bukoba tarehe 27 Juni, 1916. Mtwale Mushaijaki ndiye aliyekaribisha Waingereza akiwa wa kwanza. Alikutana nao pale Kahongolero akiwa ametumwa na Mfalme Mutahangarwa na akawapa ng'ombe wa kuchinja. Waingereza walipofika Bukoba Mfalme Mutahangarwa alikuwa ameshaumwa sana, hakuwa tena na uwezo wa kujihimu.

Aliishi na Waingereza miezi miwili tu akaaga dunia. Ilikuwa tarehe 18 Agosti, 1916.

SURA YA XXVII

MFALME MUJURI (MBONEKO II)

Utawala wake na kuasi kwa Wakristu

Mfalme Mutahangarwa alipofariki mwanae Mujuri akaja akambusu. Lakini Mikaili Rubungo mwanae mkubwa, kaka yake na Mujuri tumbo moja, naye akataka kumrithi baba yake na kutawala. Lakini wazee wa nchi wakakataa wakisema, "Huyu ni Mkristu, hawezi kurithi ufalme."

Basi Mwana wa Mfalme Mikaili Rubungo akaungwa mkono na upande wa Wakristu. Mujuri akaungwa mkono na upande wa wale ambao walikuwa hawajawa Wakristu, halafu na Wakristu waliokuwa na vyeo vya utawla wa kati au vijiji nao walikuwa upande wa Mujuri. Walangira wote wanaukoo wa kifalme walikuwa wanamwunga mkono Murangira Mujuri. Bwana Mkubwa D.L. Baines aliamua tofauti zao, Murangira Mujuri ambaye aliisha mbusu marehemu tarehe 18 Agosti akawa ndiye mrithi na mfalme wa Kiziba.

Mfalme Mujuri, baada ya kupata ufalme, alijenga ikulu yake ya muda kwa Kichwabuta katika shamba la ikulu pale pale Gera.[175]

Basi ukaletwa moto, ikaletwa chumvi, mabwawa yakachimbwa pale Konyu. Mfalme alienda akaoga maji ya chumvi ya magadi halafu

[175] Siyo mama yake bali ni mama yake mdogo. Kwani Mukabaikiriza, mama wa Murangira Mikaili Rubungo, Murangira Mujuri na Murangira F. Mutafungwa alikuwa binti Kamugisha Rutabambaiga kijijini Kikukwe, ukoo wake Mtundu. Sasa kwa sababu Mukabaikiriza alikuwa ameshafariki, Mfalme Mboneko alipotawazwa, cheo cha Mama wa mfalme kilishikwa na Rubururage, dada Wa Mukabaikiriza.

zikatimizwa taratibu zote za tangu kutawazwa kwa Mfalme Ishamura, ila ikulu ya kudumu haikujengwa. Nyumba za makao makuu ya mfalme na ya ngoma ya kifalme zilibaki zile zile alizokuwa amezijenga Mfalme Mutahangarwa. Ila mila na desturi zote za kutawazwa zilitimizwa.

Alipotawazwa, mfalme akapewa jina la MBONEKO WA II. Mama yake Rubururage akapewa jina la Buganzi, ukoo wake alikuwa Mutundukazi. Baba yake alikuwa Kamugisha Rutabumbuiga wa kijiji cha Kikukwe Kanyigo.

Mfalme Mboneko alipotawala hakujali sana miongozo ya wazee, kwa kuwa alikuwa kijana ambaye alidhani wazee na watu wa makamo hawajui utawala wa kisasa. Kwa hiyo alidharau mifano ya baba yake na kaka yake na ndugu zake hawakupendana. Walangira, wazee wa ukoo wa kifalme, walipogundua kuwa hawajali waliacha kabisa kwenda Gera, mpaka wakati wa shida ya kuja mahakamani. Wakati wake Mugayo (Dharau) iliyokuwa imefafanuliwa na Malkia Buganzi, ndipo alipoingia tena Kiziba.

Baada tu ya kutawala alimpeleka mwanae Rwekubya aliyekuwa na umri wa miaka 3, kwani alikuwa amezaliwa mwaka 1914, Misheni Mugana ili abatizwe. Akapewa jina la Leonard. Baada ya siku chache katika mwaka 1920 naye Mfalme Mboneko II akabatizwa katika kanisa la Kiprotestanti la C.M.S akapewa jina la Edward George. Katika mwaka wa 1922 Mfalme Mboneko akaugua ugonjwa wa macho, akawa katika hatari ya kupofuka. Basi akaenda Nyamilembe, Kampala, katika hospitali ya Dr. Cook, akaponea huko. Mfalme Mboneko ndiye aliyekuwa mtu wa kwanza katika Kiziba kuendesha pikipiki; pia ndiye aliyenunua gari akiwa mtu wa kwanza kabisa nchini Kiziba.

Mfalme Mboneko hakutawala miaka mingi. Alitawala miaka 10 tu, akafa kifo cha ghafla. Ilikuwa siku ya Jumamosi, tarehe 10, Julai, mwaka wa 1926 Murangira Rugaihukamu bin Karwani wa Ruzinga, mmoja wa Waziba wana wa Kashumba, alifika Gera na kusema, “Mfalme Mutahangarwa aliniagiza jana kuwa Mfalme Mboneko atoe sadaka ng’ombe wawili weupe pe katika ikulu ya kaburi lake pale Karuyenje, Bwanjai. Nilikuwa usingizini, nilipotoka usingizini nikadhani ni ndoto. Lakini hapo nikamwaona tena Mfalme Mutahangarwa, kama aliye hai, akaniambia, “Hukuwa katika ndoto, ni mimi Mutahangarwa ninayekuagiza watolewe ng’ombe hao. Zikipita siku tatu kabla ya ng’ombe hao kutolewa sadaka, litakalotokea mtaliona.”

Rugaihukamu alikuwa amemwona Mfalme Mutahangarwa Ijumaa usiku. Jumamosi alianza safari mapema asubuhi kwa sababu alifikiri kuwa siku tatu zitatimia Jumatatu. Jumamosi hiyo akamwambia Kituku,

Wakili wa Mfalme Mboneko, alivyoagizwa na Mfalme Mutahangarwa. Kituku alienda akampa habari Mfalme. Kituku aliporudi akamwambia Rugaihukamu kuwa watatoa ng'ombe hao mara moja. Kesho yake ikawa Jumapili, hawakutolewa. Jumatatu asubuhi Rugaihukamu alitoka ikulu bila kuaga na kurudi kwake Ruzinga. Alisema alipewa siku tatu ukihesbau kuanzia Jumamosi bila kuhesabu siku ya Ijumaa alipopata ndoto. Aliondoka hata bila kujua mfalme amelalaje. Kumbe Jumapili jioni mfalme akaanza kuumwa mafua. Naye Rugaihukamu alipata habari njiani kuwa mfalme alikuwa ameaga dunia. Alirudi akishangaa kama raia wengine wa Kiziba waliofika ikulu Gera.

Ugonjwa wa mfalme haukujulikana kwa mtu hata mmoja katika Kiziba. Alianza kuumwa mafua Jumapili jioni, kesho yake. Jumatatu alfajiri mnamo nusu saa ya asubuhi akaaga dunia.

Mfalme Mboneko alifariki tarehe 12, Julai mwaka 1926, basi mwanae mkubwa aliyekuwa shuleni Bukoba Government Central School ndiye alikuja akambusu babaye. Kesho yake tarehe 13 Julai, mnamo saa 4 Mfalme Mboneko akazikwa, kaburi lake likawekwa Gera penyewe, Kakwanzi.

SURA YA XXVIII

MFALME WILLIAM LEONARD MUTAKUBWA

Kutawazwa kwake na kwenda kwake Kwenye shule za serikali

Wakati wa kutawazwa kwake, Mfalme W.L. Mutakubwa alikuwa na umri wa miaka 12. Alikuwa bado mtoto mdogo, alikuwa hajawa na akili ya kuweza kutawala raia. Basi Warangira na Watawala wote wa kata na vijiji vya Kiziba yote walifanya mkutano ili wawachague watu wa kumsaidia mfalme kutawala raia wake mpaka yeye atakapofikia umri wa kuweza kutawala mwenyewe raia na nchi yake yote. Walangira wote wakamchagua Murangira Fredrico Mutafungwa ndugu aliyemfuata Mfalme Mboneko, wakasema Wamchagulie Wakili ili watawale Kiziba mpaka mfalme atakapokuwa mtu mzima. Walipotoa pendekezo hilo raia wote wa Kiziba wakakataa. Wakasema, "Mutafungwa hawezi kutawala Kiziba. Juzi juzi alikataa utawala wa kata; halafu tena yeye hula samaki."

Katika mwaka huo Murangira F. Mutafungwa na Mfalme Mboneko walikuwa wamesusiana kwa sababu walikuwa wanashitakiana kuhusu fedha ya baba yao aliyokuwa ameweka katika "Sparkasse" Dar-es-Salaam. Wajerumani walipopeleka fedha hiyo, Serikali ikaitoa kwa Mfalme Mboneko katika mwaka wa 1926. Lakini Murangira Mutafungwa akawashawishi ndugu zake wote, akidai kwa sababu fedha hiyo ilikuwa ya baba yao, mfalme asiipate yeye peke yake bali na wao wapewa sehemu inayostahili." Kesi hiyo ikafikishwa mbele ya Provincial Commissioner, Mr. W. Brett na District Commissioner Mr. Griffith. Katika mwaka wa 1926, mwezi Februari kesi ikahukumiwa, Mutafungwa akashindwa. Aliposhindwa akaomba rufani akitaka kesi ihukumiwe na District Magistrate, Bwana Jaji wa Mwanza. Siku walipokuwa wasikilizwe, Julai, 12, 1926 ndiyo siku hiyo ambapo Mfalme Mboneko alifariki.

Katika mwaka huo wa 1926, Mutafungwa alikuwa amekataa kutawala Gomborora ya Bugandika, aliyokuwa anatawala kabla ya chuki baina yake na kaka yake Mfalme Mboneko. Basi raia wote wakakataa wakisema, Mfalme Mboneko wakati anakufa alikuwa hapendani na Mutafungwa, sasa Mutafungwa atakuwaje mlezi wa mwanawe. Licha ya hayo, alishindwa kutawala kata moja, sasa atatawalaje Kiziba yote?

Basi ikulu ikawapo kelele na mgawanyiko wa watu kati ya sehemu mbili. Raia wote, na watawala walio wengi na hata baadhi ya Warangira wakawachagua Gaurwa, Kituku na Mwami F.X. Lwamgira ili watawale Kiziba, ndio tutapendekeza kwa Mzungu.

Basi maneno yakawa mengi. Walangira walipoona kuwa upande wao wamekuwa wachache wakamwandikia Bwana W. Brett barua na Bwana D.O. Mr. Griffith kuwaambia kuwa wamchague Murangira F. Mutafungwa. Tarehe 23, July, 1926, Bwana P.C na D.O wakafika Gera wakasikiliza maneno ya warangira na ya raia. Wakakubali uchaguzi wa raia wakaruhusu Murangira Gaurwa, Mwami F.X. Lwamgira na Mwami S. Kituku walinde ufalme wa Kiziba mpaka hapo mfalme atakapokuwa mtu mzima. Kulikuwa na kelele nyingi. Raia walipopiga kelele na kusema, "Tumemkataa Mutafungwa." Basi ngoma kubwa ya mfalme, Baramtanga, ilipigwa na pale ikulu tarumbeta zililia kwa nguvu. Walangira walipoona kuwa watashindwa kabisa na wao kwa kutaka kujiridhisha wakamchagua Murangira Blazio Rukambaiga, basi akawa mlinzi wa nne.

Baada ya swala hilo, mabwawa yalichimbwa pale Konyu, chumvi ikaletwa, naye akaoga maji na desturi za kutawazwa mfalme. Baba yake alikuwa ametawala akiwa katika ikulu ya Mfalme Mutahangarwa. Wazee wakakataa wakisema "hatatawala akiwa katika ikulu ya baba na babu yake." Baada ya kuoga magadi, ikulu yake ikajengwa kwenye kambi ya Rugaruga kwenye barabara inayoongoza kwenda Bukoba, serikali ikamchukua mfalme kutoka Gera ikamrudisha shuleni Bukoba Central School kwa sababu alikuwa hajahitimu. Kutoka Bukoba alipelekwa Tabora katika shule ya kufundishia watemi. Kutoka Tabora alipelekwa Buganda katika College ya Kisubi ya White Fathers ili aweze kuhitimu kuhusu mbinu za kutawala na kuendeleza nchi.

Katika mwaka wa 1932 Serikali ilibaini kuwa sasa Mfalme Mutakubwa anaweza kutawala mwenyewe nchi yake. Basi mapema katika mwaka 1933 wakamtoa katika shule ya Kisubi, mwezi wa Januari, akaja kutawala nchi yake ya Kiziba. Sikukuu ya kuanza kutawala kwake aliiadhimisha tarehe 10 Februari, mwaka wa 1933.

ORODHA YA WAFALME WA KIZIBA

No.	MWAKA WA KUKISIA/ HALISI	JINA LA KIFALME	JINA LA KWANZA	JINA LA MAMA YAKE
1	1500	Kibi	Nyakiiru	Njunaki 1
2	1530	Ishamura		Nyakabinga
3.	1540	Wanumi		Mwendwa I
4.	1580	Matwi		Nyabikindi
5.	1615	Magembe	Kitonkire	Mwendwa II
6.	1630	Muzinga		Kahita
7.	1640	Mwigara		Nyamatai
8.	1685	Burungu I	Irungu	Binyonyo
9.	1700	Magembe II	Kagaruki	Nyakaihura
10.	1730	Mboneko I	Karwihura	Buganzi I
11.	1760	Nyarwangu	Kashemeire	Kashemeire
12.	1760	Ruhangarazi	Nyakiiru	Kashabano
13.	1790 – 1800	Rutajwaha	Karukiza	Muhaya
14.	1800 – 1835	Burungu II	Kakindi	Rumanyika
15.	1835 – 1858	Kibi II	Rutahairwa	Njunaki II
16.	1858 – 1865	Ruhangarazi II	Rutehangwa	Kashabano II
17.	1865 – 1903	Mutatembwa	Kabiito	Mukundwa
18.	1903 – 1916	Mutahangarwa	Karutasigwa	Muhulirwa
19.	1916 – 1926	Mboneko II	Mujuri	Buganzi II
20.	1926 – 1937	W.l. Mutakubwa	Rwekubya	Muchuleza

www.ingramcontent.com/pod-product-compliance
Lightning Source LLC
LaVergne TN
LVHW021115300926
849160LV00010B/746